ഗ്രീൻ ബുക്സ്

മയക്കോവ്സ്കിയുടെ കാമുകിമാർ

റോബർട്ട് ലിറ്റൽ

അമേരിക്കൻ നോവലിസ്റ്റ്, ജേർണലിസ്റ്റ്, തിരക്കഥാകൃത്ത്.
1935 ജനുവരി എട്ടിന് ന്യൂയോർക്കിലെ ബ്രൂക്ലിനിൽ ജനനം.
വിദ്യാഭ്യാസം: ന്യൂയോർക്കിലെ ആൽഫ്രഡ്
യൂണിവേഴ്സിറ്റിയിൽനിന്ന് ബിരുദം.
ന്യൂസ് വീക്കിൽ വർഷങ്ങളോളം ജോലി ചെയ്തു.
കൃതികൾ: The Defection of A. J. Lewinter (1973),
Sweet Reason (1974), The October Circle (1975),
Mother Russia (1978), The Debriefing (1979,
The Amateur (1981), The Sisters (1986),
The Revolutionist (1988), The Once and Future Spy (1990),
An Agent in Place (1991), The Visiting Professor (1994), Walking
Back the Cat (1997), The Company (2002), Legends (2005).
പുരസ്കാരങ്ങൾ: Crime Writers Associations Gold Dagger
Award, Los Angels Times Book Prize.

പ്രൊഫ. സി.എ. മോഹൻദാസ്

1943ൽ എറണാകുളം ജില്ലയിൽ കുമ്പളത്ത് ജനനം.
വിദ്യാഭ്യാസം: എറണാകുളം മഹാരാജാസ്
കോളേജിൽനിന്ന് ബിരുദബിരുദാനന്തരം.
വിവിധ സർക്കാർ കോളേജുകളിൽ പ്രൊഫസറായും
പ്രിൻസിപ്പലായും സേവനമനുഷ്ഠിച്ചു.

നോവൽ

മയക്കോവ്സ്കിയുടെ കാമുകിമാർ

റോബർട്ട് ലിറ്റൽ

വിവർത്തനം
പ്രൊഫ. സി.എ. മോഹൻദാസ്

സംശോധനം
വി.ബി. ജ്യോതിരാജ്

ഗ്രീൻ ബുക്സ്

green books private limited
gb building, civil lane road, ayyanthole,
thrissur- 680 003, kerala, ph: +91 487-2381066, 2381039
website: www.greenbooksindia.com
e-mail: info@greenbooksindia.com

original title
(english)
the mayakovsky tapes

malayalam
mayakovskiyute kamukimar
by
robert littell

translated by
prof. c.a. mohandas

copy editing: v.b. jyothiraj
poems translated by: krishnadas

first published october 2018

منحة الترجمة
Translation Grant
صندوق منحة الشارقة للترجمة
Sharjah Translation Grant Fund

cover design : g. biju

branches:
thrissur 0487-2422515
palakkad 0491-2546162
thiruvananthapuram 0471-2335301
calicut 0495 4854662
kannur 0497-2763038

isbn : 978-93-87357-26-6

GBPL/1035/2018

മുഖക്കുറിപ്പ്

ഒരു നൂറ്റാണ്ടിനു മുമ്പാണ് ലോകചരിത്രത്തെ മാറ്റിമറിച്ചു കൊണ്ട് റഷ്യൻ ബോൾഷെവിക് വിപ്ലവം അരങ്ങേറിയത്. ലോകവിമോചനത്തിന്റെ വെളിച്ചമായി ഉദ്ഘോഷിക്കപ്പെട്ട വിപ്ലവം ഒരു നൂറ്റാണ്ട് തികയാൻ കാത്തുനിൽക്കാതെ കെട്ടു പോകുകയും ചെയ്തു. ലോകചരിത്രത്തിൽ സോവിയറ്റ് തിരോധാനം സൃഷ്ടിച്ച ശൂന്യതയുടെ ഒരു കാലഘട്ടത്തി ലിരുന്നാണ് നാം മയക്കോവ്സ്കിയുടെ കാമുകിമാർ എന്ന നോവൽ വായിക്കുന്നത്.

ആരായിരുന്നു മയക്കോവ്സ്കി?

റഷ്യൻ വിപ്ലവത്തിന്റെ ഉപാസകനും പ്രചാരകനുമായിരുന്നു മയക്കോവ്സ്കി. തന്റെ പതിനഞ്ചാമത്തെ വയസ്സു മുതൽ വിപ്ലവപ്രവർത്തനത്തിലേർപ്പെടുകയും സാറ്റിസ്റ്റ് ഭരണകാലത്ത് ജയിൽശിക്ഷ ഏറ്റുവാങ്ങുകയും ചെയ്തു. യുവാവായതു മുതൽ അദ്ദേഹം ബോൾഷെവിക്കുകളുടെ പ്രതിപുരുഷനാ യിരുന്നു. അതേസമയം ഇറ്റിലിയിലും പിന്നീട് റഷ്യൻ സാഹിത്യ ത്തിലും അരങ്ങേറിയ ഫ്യൂച്ചറിസ്റ്റ് പ്രസ്ഥാനത്തിന്റെയും വക്താവായിരുന്നു മയക്കോവ്സ്കി. ഇന്നലെകളിൽനിന്ന് വിമുക്തമാക്കി സാഹിത്യത്തെ ഒരു നവകാല ഊർജ്ജസ്വലത യിലേക്ക് നയിക്കുക എന്ന ലക്ഷ്യമായിരുന്നു ഫ്യൂച്ചറിസം ഉയർത്തിപ്പിടിച്ചത്. മയക്കോവ്സ്കിയുടെ Clouds in Trousers, Back Bone Flute തുടങ്ങിയ മാസ്റ്റർപീസുകൾ ഈ നോവലിൽ ചർച്ച ചെയ്യപ്പെടുന്നുണ്ട്. ലെനിൻ മരിച്ചപ്പോൾ അദ്ദേഹത്തെ പ്പറ്റി എഴുതിയ ഒരു വിലാപകാവ്യം ഏറെ പ്രകീർത്തിക്കപ്പെട്ട ഒന്നായിരുന്നു. സോവിയറ്റ് വിപ്ലവത്തിന്റെ ആദ്യകാലഘട്ട ത്തിൽ നിന്ന് രണ്ടാം കാലഘട്ടത്തിലെത്തുമ്പോഴേക്കും സോഷ്യലിസ്റ്റ് റിയലിസം സാഹിത്യത്തിന്റെ മൗലികധാരയായി

സോവിയറ്റ് യൂണിയനിൽ അംഗീകരിക്കപ്പെട്ടിരുന്നു. ഇതിനോട് വേണ്ടത്ര പൊരുത്തപ്പെട്ടു പോകുവാൻ മയക്കോവ്സ്കിക്കു സാദ്ധ്യമായിരുന്നില്ല. റഷ്യയുടെ സാഹിത്യസാംസ്കാരിക മണ്ഡലങ്ങളോട് വേണ്ടത്ര യോജിക്കുവാൻ കഴിയാത്ത ഒരു കാലഘട്ടത്തിലാണ് കവി 1933ൽ വെടിയുതിർത്ത് ആത്മ ഹത്യയ്ക്ക് വിധേയനാകുന്നത്. പിൽക്കാലത്ത് അറുപതു കളിൽ റഷ്യൻ ഔദ്യോഗിക സാഹിത്യധാരയോട് വിയോജി ച്ചിരുന്ന യുവാക്കൾ മോസ്കോവിലെ മയക്കോവ്സ്കിയുടെ പ്രതിമയ്ക്കു താഴെ ഒത്തുകൂടി തങ്ങളുടെ കവിതകൾ ചൊല്ലു മായിരുന്നുവെന്ന് ചരിത്രം രേഖപ്പെടുത്തുന്നുണ്ട്.

വിപ്ലവം അതിന്റെ മക്കളെ കൊന്നു തിന്നുവോ?

വിപ്ലവത്തെപ്പറ്റിയുള്ള ഭാസുരമായ സ്വപ്നങ്ങളുടെ വക്താ വായിട്ടാണ് മയക്കോവ്സ്കി ഈ നോവലിൽ പ്രത്യക്ഷപ്പെ ടുന്നത്. ഫ്രഞ്ച് വിപ്ലവത്തിന്റെ ഗില്ലറ്റിൻ യന്ത്രമില്ലാതെ തന്നെ ഇവിടെ മാറ്റം ഉണ്ടാകുമെന്നും അക്കാലത്ത് അന്താരാഷ്ട്ര വേദിയിൽ കത്തി നിന്ന ജൂത-പലസ്തീൻ പ്രശ്നങ്ങളിൽ ഭാവാത്മകമായ ഒരു സമീപനം റഷ്യൻ വിപ്ലവം കയ്യാളു മെന്നും കവി പ്രഖ്യാപിക്കുന്നുണ്ട്. ഒരു ജൂതനും റഷ്യവിടേണ്ട തില്ല എന്ന വാദമാണ് അദ്ദേഹം ഉയർത്തിപ്പിടിച്ചത്. മയക്കോ വ്സ്കിയുടെ മാനവീയമായ ഉയർന്ന ദർശനങ്ങൾ സഫലീ കൃതമാകുന്നില്ല. ലെനിന്റെ വിശ്വസ്തനായ ട്രോട്സ്കി, പിൽക്കാലത്ത് സ്റ്റാലിൻ കാലഘട്ടമെത്തുമ്പോഴേക്കും അപ രാധിയാകുകയും അജ്ഞാതമായ കൈകളാൽ വധിക്കപ്പെടു കയും ചെയ്യുന്ന ചരിത്രം ഈ നോവലിന്റെ സമാന്തര കാഴ്ച യാണ്. ട്രോട്സ്കിയെ പിന്തുണച്ച എല്ലാവരും കൊല്ലപ്പെടുന്നു. കവിയുടെ പുഴു വന്ന പല്ലുകൾ പരിശോധനയ്ക്കു വിധേയ മാക്കിയ ദന്തഡോക്ടർ റാബിനോവിച്ച് വധിക്കപ്പെടുന്നതിലും ഈ പശ്ചാത്തലമുണ്ട്. അന്നാ അഹമത്തോവ എന്ന കവയത്രി യുടെ ആദ്യഭർത്താവിനും ഈ ദുരന്തം സംഭവിക്കുന്നുണ്ട്. അന്ന ലെനിനെ കണ്ട് അദ്ദേഹത്തെ വധശിക്ഷയിൽ നിന്ന് ഒഴിവാക്കിയെങ്കിലും വൈകിപ്പോയിരുന്നു. അറുപതു പേരോ ടൊപ്പം കാട്ടിൽ വെടി വെച്ചുകൊന്നവരുടെ കൂട്ടത്തിൽ അദ്ദേഹവും കൊല ചെയ്യപ്പെട്ടിരുന്നു.

തൊഴിലാളിവർഗ്ഗ ഭരണകൂടം (Comrade Government) ഒരു പാട് സൗജന്യങ്ങൾ കവിക്ക് നൽകുന്നുണ്ട്. മോസ്കോവിൽ

അദ്ദേഹത്തിന് സൗജന്യമായി ഫ്ളാറ്റുകൾ അനുവദിക്കപ്പെടുന്നുണ്ട്. അദ്ദേഹത്തിന്റെ ആശ്രിതരായ കാമുകിമാരും അവിടേക്ക് ചേക്കേറുന്നുണ്ട്. ഈ ഫ്ളാറ്റുകളിലേക്ക് റഷ്യൻ സാഹിത്യലോകത്തിന്റെ ഒഴുക്കുണ്ടായിരുന്നു. പാസ്റ്റർനാക്ക്, ഗോർക്കി തുടങ്ങിയവർ അക്കൂട്ടത്തിൽ ഉൾപ്പെടുന്നു.

ലൈംഗികതയുടെ രാജാവ്

ഇതൊക്കെ അദ്ദേഹത്തിന്റെ ജീവിതത്തിന്റെ ഒരു പാതിയാണെങ്കിൽ മറ്റേപാതി കഠിനമായ ലൈംഗികാസക്തിയും കാമുകിമാരും നിറഞ്ഞതാണ്. 1953ൽ സ്റ്റാലിന്റെ മരണശേഷം ഒരു ഫ്ളാറ്റിൽ ഒത്തുകൂടിയ മയക്കോവ്സ്കിയുടെ നാലു കാമുകിമാരിലൂടെയാണ് ഈ നോവലിന്റെ കഥാംശവും ചരിത്രവും വാർന്നുവീഴുന്നത്. അന്ന് അമേരിക്കൻ വിദ്യാർത്ഥിയും അവിടത്തെ കമ്മ്യൂണിസ്റ്റ് പാർട്ടിയുടെ പ്രതിനിധിയുമായ റോബർട്ട് ലിറ്റൽ അവരുടെ സംഭാഷണങ്ങൾ തന്റെ കൈവശമുള്ള മാഗ്നറ്റിക് ടേപ്പിൽ പകർത്തുകയും സോവിയറ്റ് യൂണിയന്റെ തിരോധാനത്തിനുശേഷം 2016ൽ ഈ രേഖകൾ കണ്ടെടുക്കുകയും ചെയ്തു. അതിന്റെ അസ്സൽ പരിഭാഷയാണ് ഈ നോവൽ എന്ന് ഗ്രന്ഥകാരൻ രേഖപ്പെടുത്തുന്നു.

കുടുംബജീവിതത്തിൽ ഭാര്യയ്ക്ക് ഒരു കാമുകനെകൂടി അനുവദിക്കുന്ന ചെർണിഷേവ്സ്കി രീതിപ്രകാരം ലിലിയായുടെ കാമുകനായിരുന്നു കവി. ലിലിയായുടെ ഭർത്താവ് ഒസിപ്പാകട്ടെ നിരൂപകനും കവിയുടെ ഉറ്റ സുഹൃത്തുമായിരുന്നു. ലിലിയ കൂടാതെ മറ്റു മൂന്നു കാമുകിമാരും ഈ നോവലിൽ അദ്ദേഹത്തിന്റെ മനസ്സാക്ഷി സൂക്ഷിപ്പുകാരായി പ്രത്യക്ഷപ്പെടുന്നു.

ഇതിലെ പല ഭാഗങ്ങളും കിടപ്പറയും രതിയും നിറഞ്ഞ ലൈംഗിക സ്വഭാവത്തിന്റെ പദാവലികൾ നിറഞ്ഞതാണ്. പക്ഷേ അതിലുപരി സങ്കീർണമായ റഷ്യൻ വിപ്ലവ കാലഘട്ടത്തിന്റെ ഏടുകൾ വരച്ചുവെയ്ക്കുന്നു എന്നതാണ് ഈ നോവലിന്റെ എടുത്തുപറയേണ്ട പ്രത്യേകത. വിപ്ലവം അതിസങ്കീർണമായ ഒരു പ്രക്രിയയായിരുന്നുവെന്നും നമ്മളാകട്ടെ അതിനെ കേവലമായ ഒരു സ്വപ്നത്തിൽ ഒതുക്കി റൊമാന്റിക് റവലൂഷണറികളാവുകയാണ് ചെയ്തത് എന്ന വസ്തുതയും ഈ നോവൽ അരക്കിട്ടുറപ്പിക്കുന്നു. സോവിയറ്റ് കാലഘട്ടത്തിന്റെ കലയുടെയും സംസ്കാരത്തിന്റെയും ഭാവപ്പകർച്ച ഈ നോവലിൽ വേണ്ടുവോളമുണ്ട്.

അക്കാലത്തെ സാഹിത്യസപര്യകൾ സോവിയറ്റ് തകർച്ചയ്ക്കു ശേഷം ധാരാളം ഉദയം ചെയ്തിട്ടുണ്ട്. അവയെ വിരുദ്ധമെന്നും അനുകൂലമെന്നുമുള്ള രണ്ടു കള്ളികളിലാക്കി മാത്രം വില യിരുത്തി പഴയകാലത്തെ കലവറയില്ലാതെ ആഘോഷി ക്കുകയും വിപ്ലവത്തെ അനുഷ്ഠാനമായി കൊണ്ടാടുകയും ചെയ്യുന്ന യാഥാസ്ഥിതിക ബുദ്ധിജീവികൾ ഈ പ്രക്രിയ ഉപേ ക്ഷിച്ചേ തീരൂ എന്ന ആഹ്വാനമാണ് ഈ കൃതി നൽകുന്നത്.

കൃഷ്ണദാസ്

മാനേജിങ് എഡിറ്റർ

“എല്ലാ കവികളുടേയും മരണം കൊലപാതകമാണ്.”
(1941-ൽ സ്വയംവധം ചെയ്ത റഷ്യൻ കവി
മറീന സ്വറ്റൈയ്‌വാ ജർമ്മൻ കവി റെയ്‌നർ മരിയാ റിൽക്കേയ്ക്ക്
1921-ൽ എഴുതിയ കത്തിൽനിന്ന്)

ഗ്രന്ഥകാരന്റെ കുറിപ്പ്

ഒടുവിൽ ആ ശപിക്കപ്പെട്ട സാധനങ്ങൾ എന്റെ കണ്ണിൽപെട്ടു. തികച്ചും അപ്രതീക്ഷിതം. ആരവങ്ങളില്ലാതെ എന്റെ 86-ാം പിറന്നാൾ നിശ്ശബ്ദമായി കടന്നുപോയ ദിവസം. ആരും അത് കണ്ടിട്ടുണ്ടാവില്ല. ലിലിയ ബ്രിക്ക് പറയുന്നതുപോലെ അത് മറ്റൊരു കഥയാണ്. സ്റ്റാലിന്റെ മേൽമീശയുടെ പടമുള്ള, പൂപ്പൽപിടിച്ച പ്രാചീനമായ ഒരു പഞ്ചസാരഭരണി. അതിന്റെ പിറകിൽ മൂന്ന് ട്രങ്കുകൾ. അതിന്റെ പിന്നിൽ മച്ചിന്റെ മുകളിലെ മൂലയിൽ അവ രഹസ്യമായി സൂക്ഷിച്ചുവെച്ചിരുന്നു. എന്റെ പഴയ പിയേഴസ് മോഡൽ 55ബി മാഗ്നെറ്റിക്ക് വയർ റെക്കോർഡറും റിപ്രൊഡ്യൂസർ ടേപ്പുകളും കൂടി ആകെ അഞ്ചെണ്ണമുണ്ട്. കാലപ്പഴക്കത്താൽ മുറുക്കം നഷ്ടപ്പെട്ട് ഒടിഞ്ഞുപോകുന്ന പ്ലാസ്റ്റിക് വള്ളികൊണ്ട് അവ ഓരോന്നും കെട്ടിവെച്ചിരുന്നു. ദേശീയ ആരാധനാപാത്രമായി മാറി ക്കഴിഞ്ഞ കവി മയക്കോവ്സ്കിയുടെ നാല് സ്ത്രീ സുഹൃത്തുക്കൾ അദ്ദേഹത്തിന്റെ മഹത്ത്വത്തിന് ഹാനികരമായി വെളിപ്പെടുത്തിയ നഗ്നസത്യങ്ങൾ, സോവിയറ്റ് റഷ്യ വിട്ടപ്പോൾ കസ്റ്റംസ് ഉദ്യോഗസ്ഥന്മാർ അറിയാതെ ഞാനതെല്ലാം കടത്തിക്കൊണ്ട് വന്നിരുന്നു. വളരെമുമ്പ് 1955 മെയ് മാസത്തിലെപ്പോഴോ ആയിരുന്നു അത്. ഇപ്പോൾ ആ നാല് സ്ത്രീകളും ജീവിച്ചിരിപ്പില്ല. അവർ പറഞ്ഞതെന്താണോ അതൊന്നും ഇപ്പോൾ ഒരു രഹസ്യമല്ല. എല്ലാവർക്കും അത് ലഭ്യമാണ്. ആർക്കും അത് ചർച്ച ചെയ്യാവുന്നതാണ്. എല്ലാം പൊതുസമൂഹത്തിന്റെ രേഖയായി മാറിക്കഴിഞ്ഞിരിക്കുന്നു. സോവിയറ്റ് കാലഘട്ടത്തിനുശേഷം റഷ്യയിലും പശ്ചിമരാജ്യങ്ങളിലും വ്ളാഡ്മിർ മയക്കോവ്സ്കി

എന്ന പേര് പോലും കേൾക്കാത്ത ഒരു തലമുറയാണ് ഇപ്പോൾ വളർന്നുവരുന്നത്. എന്റെ കൈയിൽ കിട്ടിയ മയക്കോവ്സ്കി ടേപ്പുകളുടെ അനന്തരഫലം എന്തായാലും നേരിടുകതന്നെ. ഈ ടേപ്പുകൾ വലിയ താത്പര്യം ഉണർത്തിയേക്കും. 1953 മാർച്ചിൽ മോസ്കോയിൽ ഡിലക്സ് മെട്രോപോളിറ്റൻ ഹോട്ടലിലെ 408-ാം നമ്പർ മുറിയിൽ വെച്ച് ന്യൂയോർക്കിലെ ബ്രൂക്‌ലിനിൽനിന്നും അമേരിക്കൻ വിദ്യാഭ്യാസ വിനിമയ പദ്ധതി വഴി മോസ്കോയിലെത്തിയ ഒരു യുവവിദ്യാർത്ഥിയോട് മയക്കോവിസ്കിയുടെ നാല് കാമുകിമാർ രതിമോഹം വളർത്തുന്ന അവരുടെ ലൈംഗിക ജീവിതകഥകൾ പറയുന്നു, ഇതോടൊപ്പം തരുന്ന വിവരം എത്രത്തോളം ഉപയോഗപ്രദമാണ് എന്നെനിക്കറിയില്ല. എന്നാൽ ഇത് ഈ നാല് ടേപ്പുകളുടെ പകർപ്പെഴുത്താണെന്ന് ഞാൻ ഉറപ്പ് നൽകുന്നു. ആ സ്ത്രീകൾ റഷ്യൻ ഭാഷയിൽ സംസാരിച്ചതിന്റെ തനിപ്പകർപ്പ് എന്ന യോഗ്യത ഇതിനുണ്ട്. സോവിയറ്റ് യൂണിയൻ സ്വാഭാവികമരണം വരിക്കുകയും സംസ്കരിക്കപ്പെടുകയും ചെയ്തതുകൊണ്ട് ഏറെ പ്രയാസപ്പെട്ടിട്ടാണ് മയക്കോവ്സ്കിയുടെ പഴയ പൊലീസ് ഫയൽ കെ.ജി.ബിയുടെ പുരാരേഖകളിൽ നിന്ന് കണ്ടെടുക്കാൻ സാധിച്ചു. അതോടൊപ്പം ഈ പുസ്തകത്തിന്റെ രണ്ട് അനുബന്ധങ്ങളും എന്റെ എഡിറ്റർ തപ്പിയെടുത്തു. അപൂർവ്വവും ജിജ്ഞാസയുണർത്തുന്നതുമായ ഒരു അപ്രകാശിത മയക്കോവ്സ്കി സിനിമാ തിരക്കഥയും ഇതോടൊപ്പമുണ്ട്. വായിക്കുക. വിതുമ്പുക, അതായിരുന്നു എന്റെ അനുഭവം. ഇപ്പോഴും ഞാനത് അനുഭവിക്കുന്നു.

ആർ. ലിറ്റ്സ്കി

(ജൂലൈ 2015)

1953-ൽ മോസ്കോ മെട്രോ പോളിറ്റൻ ഹോട്ടലിൽ ഒത്തുകൂടിയ കഥപറച്ചിലുകാർ ഇവരാണ്:

ലിലിയ യൂറിയേവ്നാ ബ്രിക്ക്, നീ* കാഗൻ

ഒരു ധനിക ജൂത നിയമവിദഗ്ധന്റെ മകൾ ചുവന്ന ഓറഞ്ച് മുടിക്കാരി. സാഹിത്യ നിരൂപകൻ ഒസിപ് ബ്രിക്ക് നിയമ പ്രകാരം വിവാഹം ചെയ്തവൾ. മയക്കോവ്സ്കിയുടെ കാമുകിയാകാനും ബീജം സ്വീകരിക്കാനും ഒരുക്കമായിരുന്നവൾ. താൻ പൂർണ്ണമായി സാക്ഷാത്ക്കരിക്കേണ്ട പ്രധാന ലക്ഷ്യം ഏതെന്ന് തീരുമാനിക്കാൻ കഴിയാത്ത മയക്കോവ്സ്കിയെപ്പറ്റി കാതരപൂർവ്വം ചിന്തിച്ചവൾ.

എല്ലി ജോൺസ് നീ എലിസബെറ്റാ പെട്രോവ്നാ

കടുത്ത ബോൾഷെവിക് വിരോധി. പെട്രോഗ്രാഡിലെ വിപ്ലവത്തിൽ നിന്നും അതിവേഗം മുങ്ങി. ഭാവിസ്വപ്നങ്ങളുടെ വിജയപ്രതീക്ഷകൾ നഷ്ടപ്പെട്ട് അമേരിക്കൻ തീരത്തെത്തിയ അവൾക്ക് പുതിയ ലോകത്തിന്റെ തെരുവുകൾ ഏറെ സ്വീകാര്യമാകുന്നു. 1925-ൽ മയക്കോവ്സ്കി ന്യൂയോർക്ക് സന്ദർശിച്ചപ്പോൾ തന്നെപോലും മറന്ന് അദ്ദേഹത്തെ പ്രണയിച്ചു. ഉറങ്ങാൻ സൗകര്യം, ഭക്ഷണം, പിന്നെ രതിയും കവിക്ക് നൽകി.

താത്യാന യക്കോവ്‌ലേവാ ദുപ്ലെസിക്സ്

സുഹൃത്തുക്കൾക്കും ശത്രുക്കൾക്കും അവൾ താനിക്ക്. അദ്ഭുതപ്പെടുത്തുന്ന സൗന്ദര്യം. രാഷ്ട്രീയ കാരണങ്ങളാൽ

---

* നീ (Nee) വിവാഹം കഴിഞ്ഞ സ്ത്രീയുടെ ജന്മനായുള്ള പേര് അറിയാൻ അതിന് മുൻപായി ചേർക്കുന്ന വിശേഷണ പദം.

സോവിയറ്റ് റഷ്യയിൽ നിന്നും നാടുവിട്ടു. ധാർഷ്ട്യവും സ്വാഭിപ്രായവുമുള്ള വെളുത്ത റഷ്യൻ പാരീസുകാരി. ടാർടാർ രക്തം ഞരമ്പുകളിൽ ഒഴുകുന്നവൾ. ഫാഷൻ ബുക്കിന്റെ താളിൽ നിന്നും ഇപ്പോൾ ഇറങ്ങിവരുന്നേയുള്ളൂ എന്ന ഭാവം. സ്വന്തം നാട്ടിൽ തിരിച്ചെത്താൻ മോഹിച്ചു. അതിനുവേണ്ടി കാത്തിരുന്നു. മോസ്കോവിൽ നിന്നും വന്ന മയക്കോവ്സ്കിയോട് പ്രേമമായി. എന്നാൽ തന്റെ കന്യ കാത്വത്തെ കവി മാനിക്കണം എന്ന് വാശിപിടിച്ചു.

വെറോണിക്ക വിറ്റോൾ ഡോവ്ന പൊളോൺസ്കായ

ഇരട്ടപ്പേര് നോറ (അവളുടെ അച്ഛന്റെ വെപ്പാട്ടിയുടെ ഓർമ്മ യ്ക്കായി വിളിച്ച പേര്) മയക്കോവ്സ്കിയുടെ ഏറ്റവും അവസാനത്തെ കാമുകി. എന്നാൽ കാമുകിമാരിൽ പ്രധാനി. അസഭ്യവാക്കുകൾ ഉപയോഗിക്കുന്ന സ്വർണ്ണതലമുടിക്കാരി. തന്നിഷ്ടക്കാരി. നോറ ഒരു തിയേറ്റർ നടി ആയിരുന്നു. കവിയുടെ വശീകരണ പ്രഭാവത്തിൽ അകപ്പെട്ട് നോറ ഭർത്താവിനെ ഉപേക്ഷിച്ചു. തൊഴിലും. കവിയുടെ വെപ്പാട്ടിയും കാവ്യദേവതയും ആയി. നോറയുടെ വിമുഖത മയക്കോവ്സ്കിയെ വല്ലാതെ ദുഃഖിപ്പിച്ചു.

ലിറ്റ്സ്കി ആർ.

അമേരിക്കൻ വിദ്യാഭ്യാസവിനിമയപദ്ധതി വഴി മോസ്കോ യിൽ റഷ്യൻ കവിത മുഖ്യമായും അനുബന്ധവിഷയമായി മുതലാളിത്ത വ്യവസ്ഥിതിയുടെ ദൗർബല്യങ്ങളും പഠി ക്കുന്ന യുവവിദ്യാർത്ഥി. മോസ്കോയിൽ ഒരു ഡിക്ട ഫോൺ പിയേഴ്സ് മോഡൽ 55ബി മാഗ്നെറ്റിക് വയർ റെക്കോർഡറും റിപ്രൊഡ്യൂസറും സ്വന്തമായി ഉണ്ടായി രുന്നു. മയക്കോവ്സ്കിയുടെ നാല് കാമുകിമാരുടെ 'കവിയെ പറ്റിയുള്ള സ്മരണകൾ' റെക്കോർഡ് ചെയ്ത യാൾ. തൊഴിലാളിവർഗ്ഗ ഭരണകൂടത്തോട് അനുഭാവനില പാടുള്ള വ്യക്തിത്വം.

ഒന്നാം സെഷൻ

വിപ്ലവം ഹൃദയദൗർബല്യം ഉള്ളവർക്കുള്ളതല്ല

നോറ: നിങ്ങൾക്ക് സ്വീകാര്യമെങ്കിൽ ഞാൻ തന്നെ സംഭവങ്ങൾ വിവരിച്ചുതുടങ്ങാം. തിയേറ്ററിനുള്ളിൽ വിളക്കുകൾ തെളിയുന്നതിന് നിമിഷങ്ങൾക്ക് മുമ്പുള്ള 'ശുഭം' എന്ന പദത്തിൽനിന്ന് ഞാൻ ആരംഭിക്കുന്നു.

താത്യാന: ആരംഭത്തെക്കാൾ കൂടുതൽ വിജ്ഞാനപ്രദമാണോ കഥയുടെ അന്ത്യം?

നോറ: അത്രയ്ക്ക് തല പുണ്ണാക്കേണ്ട താനിക്! അവസാനഭാഗം വേറിട്ട് തിരിച്ചറിയാൻ കഴിയുന്നതാണെന്നേ ഞാൻ ഉദ്ദേശിച്ചുള്ളൂ. തൊഴിലാളി വർഗ്ഗ ഭരണകൂടം നൽകുന്ന പ്രത്യാശയുടെ മാന്യമായ ഉറപ്പിന്മേൽ നമ്മൾ അല്ലലുകളറിയാതെ ജീവിക്കുകയായിരുന്നു. അപ്പോൾ നമ്മുടെ പ്രിയപ്പെട്ട കാമുകൻ... അയാൾക്ക് എന്തു ചെയ്യാൻ കഴിയും? നിങ്ങൾ മനസ്സിലാക്കൂ. ആ ആഭാസന് തന്റെ ദുർബ്ബലമായ ആസനം മുമ്പോട്ട് തള്ളാൻ കഴിയും. അത്രയേ കഴിയൂ. ശരിക്കും ഒരു വൃത്തികെട്ടവൻ. നിങ്ങളേക്കാൾ നേരത്തെ ഞാൻ കാര്യം മനസ്സിലാക്കി. ഒരേസമയം ഒരാൾക്ക് പെണ്ണവയവവും ആണവയവവും ഒരുമിച്ച് പേറാൻ എങ്ങനെ കഴിയും? അത് യുക്തിയല്ല. അത് സാമാന്യബുദ്ധിയെ നിഷേധിക്കുന്നു. അത് സ്ത്രീ–പുരുഷശരീര ശാസ്ത്രസംബന്ധമായ വ്യവസ്ഥാപിത നിയമങ്ങളെ നിഷേധിക്കുന്നു. മുഖ്യവിഷയത്തെയും നിഷേധിക്കുന്നു. ഇതെന്തു കഷ്ടം! അയാൾ എങ്ങനെ ഇത് കൈകാര്യം ചെയ്തു? കവി നമ്മളോട് അത് ചെയ്തപ്പോൾ ഒരേസമയം അയാൾ യോനിയും ലിംഗവും ആയി മാറി. ഈശോയേ, അയാൾ എന്തൊക്കെയാണ് അവിടെ കാട്ടിക്കൂട്ടിയത്?

ലിലിയ: എനിക്കാണെങ്കിൽ ആരംഭത്തിലാണ് കൂടുതൽ സന്തോഷം. വിപ്ലവത്തിന് മുമ്പുള്ള വർഷങ്ങളിൽ ഞങ്ങളുടെ ജീവിതത്തെ നിലനിർത്തിയിരുന്നവയെല്ലാം പലപ്പോഴും പലയിടങ്ങളിൽ മുറിഞ്ഞു

പോയിട്ടുണ്ട്. ആവശ്യത്തിന് വായുസഞ്ചാരമില്ലാത്ത ഇരുണ്ട നിലവറയിൽ കൂടെക്കൂടെയുള്ള സാഹിത്യസായാഹ്നവിരുന്നുകൾ. നിയമവും നിയന്ത്രണവും ഇല്ലാത്ത വാദകോലാഹലങ്ങൾ. പോളിടെക്നിക്കൽ മ്യൂസിയത്തിലെ കുപ്രസിദ്ധമായ കവിതാപാരായണങ്ങൾ. മുഷ്ടിപ്രഹരങ്ങൾ. കസേര തകർക്കലുകൾ. കൗമാരപ്രതിഭാശാലികളുടെ ജോർജ്ജിയൻ ഫോക്നൃത്തങ്ങൾ, കാബറേ പ്രകടനങ്ങൾ, മോസ്കോ നദിയിലൂടെ മുൻകൂട്ടി നിശ്ചയിക്കാത്ത ഉല്ലാസയാത്രകൾ. പലപ്പോഴും പൊലീസിനെ വിളിക്കേണ്ടിവന്നിട്ടുണ്ട്.

സുന്ദരിയും ആഡംബരപ്രിയയുമായ എന്റെ ഇളയ സഹോദരി എൽസയോട് മയക്കോവ്സ്കി പ്രണയാഭ്യർത്ഥന ചെയ്യുകയായിരുന്നു അപ്പോൾ. മോസ്കോവിന് പുറത്ത് കോട്ടോവ് ടെക്സ്റ്റൈൽ ഫാക്ടറിയിൽ ആരും അറിയാതെ കൂടിയ ജില്ലാ ബോൾഷെവിക് കമ്മറ്റി മീറ്റിംഗ് ഒരിക്കലും ഞാൻ മറക്കുകയില്ല.

അദ്ദേഹത്തെ ഞാൻ കൂടുതൽ ശ്രദ്ധിച്ചില്ല. അദ്ദേഹം എന്നേയും ശ്രദ്ധിച്ചില്ലെന്നതാകാം കാരണം. ഒരുപക്ഷേ, അന്യരുടെ പ്രശംസയിൽ ആനന്ദിക്കുകയും തനിക്ക് ന്യായമായും അവകാശപ്പെട്ടത് സ്വീകരിക്കുകയും ആയിരിക്കാം അദ്ദേഹം ചെയ്യുന്നത്. ആദരണീയനായ വലിയ കവി. ഞാനാണെങ്കിൽ സുന്ദരിയായ ഒരു സ്ത്രീയെന്ന നിലയിൽ കവിക്ക് അവകാശപ്പെട്ടതൊന്നും നൽകിയില്ല. ആ തടസ്സം അദ്ദേഹത്തെ അസ്വസ്ഥനാക്കുമെങ്കിൽ അങ്ങനെയാവട്ടെ. വ്ളാഡിമിർ വ്ളാഡിമിറോവിച്ച് (മയക്കോവ്സ്കിയെ വിളിക്കുന്ന മറ്റൊരു പേര്) എന്റെ ഭർത്താവ് ഒസിപ് മാക്സിമോവിച്ചിന്റെ കാര്യത്തിൽ വളരെ താത്പര്യം എടുക്കുന്നതായി തോന്നി. അത് യാഥാർത്ഥ്യമാണ്.

1916-ൽ അവർ രണ്ടുപേരും പ്രത്യേക സൈനികസേവനത്തിന് നിയോഗിക്കപ്പെട്ടിരുന്നു. പെട്രോഗ്രാഡ് മോട്ടോർ ബ്രിഗേഡിൽ അവരുണ്ടായിരുന്നു. ശത്രുക്കൾക്ക് നേരെ നിറയൊഴിച്ച ശബ്ദം അവർ ഒരിക്കൽ പോലും കേട്ടിട്ടുണ്ടാവില്ല. ബൈലോ റഷ്യയിലെ മൊജിലീവ് സൈനികത്താവളത്തിൽ നിന്നും ട്രെയിനുകളിൽ വരുന്നവരെ സ്വീകരിക്കുകയും വർണ്ണശബളമായ മെഡലുകൾ ധരിച്ച മേജർമാരേയും കേണലുകളേയും ജനറൽമാരേയും ബോട്ടിൽ അക്കരെ എത്തിക്കുകയും അവരെ വെപ്പാട്ടികളോടൊപ്പം നിശാകേളിക്ക് നഗരത്തിലെ വലിയ ഹോട്ടലുകളിലേക്ക് ആനയിക്കുകയും ആയിരുന്നു അവരുടെ ജോലി. ഒസിപ് പറഞ്ഞ രീതി അനുസരിച്ച് ഏതെങ്കിലും ഒരു ഡീലെക്സ് ഹോട്ടലിൽനിന്നും അടുത്ത ഡ്യൂട്ടിയുടെ ഉത്തരവ് പ്രതീക്ഷിച്ച് ഫ്രഞ്ച് റിനോൾട്ട് കാറുകളുടെ പിൻസീറ്റിൽ ആ രണ്ട് ഡ്രൈവർമാരും കൈകാലുകൾ നിവർത്തി രാത്രി ചെലവഴിച്ചുകാണും. പിന്നെ സമയം കൊല്ലാനുള്ള വായനയാണ്. മിന്നിമിന്നി തെളിയുന്ന വൈദ്യുതി വിളക്കിന്റെ പ്രകാശത്തിൽ ലിയോ

ടോൾസ്റ്റോയിയുടെ പന്ത്രണ്ട് നോവലുകളും ഇരുപത്തിഒമ്പത് ചെറുകഥ കളും ഒസിപ് വായിച്ചു. മയക്കോവ്സ്കിയാകട്ടെ കവിത എഴുതി അലസ മായിട്ടാണെങ്കിലും നീണ്ട മണിക്കൂറുകൾ സന്തോഷത്തോടെ ചെല വഴിച്ചു. ദൈവത്തിനേ അറിയൂ ഒസിപ്പിന് എങ്ങനെ കമ്മിസ്സാർ റാങ്കിലേക്ക് സ്ഥാനക്കയറ്റം കിട്ടിയെന്ന്! ഇത്തിരിനേരം കൊണ്ട് ഒത്തിരി കാര്യം ചെയ്യാൻ അവർ പെട്രോഗ്രാഡിലെ ഒരു വ്യഭിചാരശാലയിൽ ആ സംഭവം ആഘോഷിച്ചു. ഒട്ടും സന്തോഷകരമല്ലാത്ത സൈനിക സേവനം അവസാനിച്ച ശേഷം എന്റെ ഒസിപ്പും വൊളോദിയയും (ഈ പേരിലും മയക്കോവ്സ്കിയെ വിളിച്ചിരുന്നു) അപൂർവ്വമായി മാത്രമേ സന്ധിച്ചിരു ന്നുള്ളൂ. മാസികകളിൽ അച്ചടിച്ചുവന്ന കവിയുടെ അനേകം കവിതകൾ സ്വന്തം ചെലവിലാണ് ഈ അടുത്ത കാലത്ത് സമാഹരിക്കപ്പെട്ടത്. മയക്കോവ്സ്കി തന്റെ കവിതകൾ ലഘുലേഖ രൂപത്തിലും പ്രസിദ്ധീകരി ക്കുകയായിരുന്നു. മഹായുദ്ധം മൂലം കടലാസിന് റേഷണിങ്ങ് ഉണ്ടായി രുന്നതിനാൽ മുടക്കുമുതൽ തിരിച്ചുകിട്ടാത്ത ഒരു ഉദ്യമമായിരുന്നു അത്.

രണ്ട് വ്യക്തികളുടെ ആശയപരമായ പ്രതിവാദത്തിൽ പങ്കെടുക്കാൻ ഒരിക്കൽ മോസ്കോ അർബാത്ത് തെരുവിൽ 'പോയറ്റ്സ് കഫേ'യിൽ ഒസിപ്പും ഞാനും എത്തി. അപ്പോഴത്തെ പരസ്പരവൈകാരിക ഐക്യ ത്തിന്റെ അഭാവം ആ രാത്രിയിൽ ഞങ്ങളിൽ എന്തോ മാറ്റം ഉണ്ടാക്കിയി രുന്നു. 'ഫ്യൂച്ചറിസ'ത്തിന്റെ ഭാവിയെപ്പറ്റി കവിത്വസിദ്ധിയുള്ള യുവാക്ക ളായ രണ്ട് അതികായന്മാർ പോരാട്ടവീര്യത്തോടെ തർക്കിക്കാൻ പോകു കയായിരുന്നു. 'ആകാംക്ഷാഭരിതരായി, സ്തബ്ധരായ ജനക്കൂട്ടത്താൽ' അങ്ങനെയാണ് ഒസിപ് വിശേഷിപ്പിച്ചത്, മുറി തിങ്ങിനിറഞ്ഞിരുന്നു. ഒരു തരം കപടബുദ്ധിജീവികളാണ് അധികവും. ചിലർ കാർക്കശ്യത്തിന്റേയും വ്യാകരണവിശുദ്ധിയുടേയും കൂടെ പോകുന്നവർ. എന്നാൽ തീപ്പൊരി ചിതറുന്ന വാചകക്കസർത്തുകളിൽ ഇരുകൂട്ടരും കൈകോർത്തുനിന്നു. അവർ ഫ്യൂച്ചറിസ്റ്റുകളായിരുന്നു ഭാവിസ്വപ്നങ്ങളുടെ കുഴലൂത്തുകാർ.

കലയിലും സാഹിത്യത്തിലും താത്പര്യമുള്ള സംസ്കാരസമ്പന്ന രായിരുന്നു അവിടെ ഒന്നിച്ചുകൂടിയത്. അവർ തർക്കിക്കാൻ തുടങ്ങി. സിഗ രറ്റു പുക മുറിക്കകം നിറഞ്ഞു. പോളീഷ് ചെയ്ത് മിനുക്കിയ മരം വിരിച്ച തറയിൽ കാർപ്പെറ്റ് കനത്തിൽ സിഗരറ്റു കുറ്റികൾ. എന്തെങ്കിലും എഴുതി യേക്കാവുന്നതിന്റേയോ അഥവാ എഴുതിയതിന്റേയോ റോയൽറ്റിയുടെ പണം മുൻകൂറായി വാങ്ങി ബിയർ കുടിച്ച എഴുത്താളന്മാരുടെ ദുർഗന്ധം നിറഞ്ഞ ശ്വാസങ്ങൾ. ഇടയ്ക്കിടെ പുറത്ത് ശബ്ദരഹിതമായ മിന്നലു കളുടെ വെള്ളിച്ചീളുകൾ പ്രബലമായി. ആഞ്ഞു വീശാൻ പോകുന്ന കാറ്റിന്റെ വിദൂരസൂചന. കഫേയുടെ ചിത്രവേല ചെയ്ത വർണ്ണജാലക ങ്ങൾ. വരാൻ പോകുന്ന എന്തിന്റെയോ സൂചനകൾ മിന്നൽപ്പിണരിന്റെ

പൊട്ടിച്ചിതറലിലൂടെ അവർ കണ്ടു. വിപ്ലവം ഏതു ദിവസവും സംഭവിച്ചേക്കാം എന്ന് അവർ ഊഹിച്ചു. എന്നാൽ അപ്പോഴൊന്നും വിപ്ലവം വന്നില്ല. അവർക്ക് അബദ്ധം പറ്റി. പ്രതികൂല കാലാവസ്ഥ കണ്ടപ്പോൾ കുടകൾ എടുത്ത വ്യക്തികൾ കുടകളില്ലാത്തവരെ പരിഹസിച്ചു. കാറ്റിലും ഇടിമിന്നലിലും വെട്ടിത്തിളങ്ങിയ ജാലകങ്ങൾക്ക് പിന്നിൽ ശബ്ദത്തോടെ ഒരുകൂട്ടം ആളുകൾ അന്ധരേയും ബധിരരേയുംപോലെ ആംഗ്യങ്ങൾ കാണിച്ചുകൊണ്ടിരുന്നു. ട്രാൻസ് സൈബീരിയൻ റെയിൽ പാതയുടെ പുതിയ ഭാഗത്തിന്റെ നിർമ്മാണത്തിന് സാമ്പത്തികസമാഹരണം നടത്താൻ സാർഭരണകൂടം ഇറക്കിയ ബോണ്ടുകൾ വിൽക്കുന്നവരായിരിക്കും അവർ എന്ന് ഒസിപ് കരുതി. ഒസിപ്പിന്റെ ഊഹം പൂർണ്ണമായും തെറ്റായിരുന്നു. കവിതയെ സംബന്ധിച്ച തർക്കത്തിൽ ആരാണ് വിജയിക്കാൻ പോകുന്നത്? അവർക്ക് അതാണറിയേണ്ടിയിരുന്നത്. അവർ പക്ഷം ചേർന്ന് വാത് വെച്ചു.

രണ്ട് പ്രാചീന ഗോത്രങ്ങൾ പരസ്പരം ഏറ്റുമുട്ടുന്നവിധം മരക്കസേരകൾ ആ ചതുരമുറിയിൽ ക്രമീകരിച്ചു. രണ്ട് വിഭാഗങ്ങളുടേയും മുന്നിൽ മത്സരത്തിന്റെ ജഡ്ജിമാർക്ക് രണ്ട് സ്റ്റൂളുകൾ സ്ഥാപിച്ചു. നീണ്ട താടിയെല്ലുകളും കുണ്ടിൽ ഇറങ്ങിയ തുറിച്ച കണ്ണുകളുമുള്ള, ഇരുപത്തിനാല് വയസ്സായ ബോറിസ് പാസ്റ്റർനാക്ക് എന്ന മെലിഞ്ഞ മനുഷ്യൻ ഒരു മൂലയിൽ ഇരുന്നു. മൂന്ന് കുതിരകൾ ഒരുമിച്ച് വലിക്കുന്ന റഷ്യൻ വാഹനമായ ട്രോയിക്ക ഉയർത്തിയ, പൊടിനിറഞ്ഞ കോട്ട് ധരിച്ച, യുറാൾസിൽ നിന്നും ചക്രങ്ങളില്ലാത്ത വണ്ടിയിൽ അദ്ദേഹം വന്നെത്തിയതേയുള്ളൂ. എതിർവാദത്തോട് മാന്യത കാണിക്കാത്ത, ധാർഷ്ട്യവും നിയന്ത്രിക്കാൻ കഴിയാത്ത വൈകാരിക തീവ്രതയും നിഴലിക്കുന്ന മുഖഭാവത്തോടെ ബഹളമയമായ ഒരു തെരുവുതർക്കത്തിൽ നിന്നും ഓടി വന്നതെന്ന് തോന്നുംവിധം റഷ്യൻ കവിതയിലെ പാരമ്പര്യധ്വംസകനായ വ്ളാഡിമിർ മയക്കോവ്സ്കി മറ്റൊരു മൂലയിലും ഇരുന്നു.

എതിരാളിയേക്കാൾ വളരെ ചെറുപ്പവും എന്നാൽ ശിരസ്സിന്റെ പകുതിയോളം ഉയരവും ഉള്ള മുള്ളങ്കിചിത്രം തുന്നിച്ചേർത്ത കീറിപ്പറിഞ്ഞ സ്യൂട്ടിലായിരുന്നു അദ്ദേഹം. നിങ്ങൾക്കറിയാമോ, മയക്കോവ്സ്കിക്ക് ഇരുണ്ട ഒരു മുഖമുണ്ടായിരുന്നു. മനുഷ്യരോടും സസ്യജാലങ്ങളോടും പ്രകൃതിയോടും താദാത്മ്യഭാവവും വസ്തുതകളോട് ദൃഷ്ടാന്തപരമായ ഒരഭിനിവേശവും ആ മുഖത്ത് നിഴലിച്ചിരുന്നു. അഴുക്ക് പിടിച്ച കോളറിൽ കെട്ടിയ മഞ്ഞ നിറത്തിലുള്ള നീളം കുറഞ്ഞ ടൈ കെട്ടിയ അദ്ദേഹം ആൾക്കൂട്ടത്തിൽ തീർത്തും വ്യത്യസ്തനായിരുന്നു. ചളി പിടിച്ച നീളൻ കോട്ട്. ചീകിയൊതുക്കാത്ത കറുത്ത മുടി. രക്തപ്രസാദമില്ലാത്ത വിളറിയ കവിളുകൾ വൃത്തിഹീനമായ കുറ്റിരോമം. അസ്വസ്ഥതയോടെ സ്റ്റൂളിൽ ഇരുവശങ്ങളിലേക്കും കാലുകൾ ഇളക്കിക്കൊണ്ട് നീളൻ കോട്ടിന്റെ പോക്കറ്റിൽ നിന്ന് ഒരു ചെറിയ നോട്ട്ബുക്ക് അദ്ദേഹം പുറത്തെടുത്തു.

നാക്കിൽ തടിച്ച വിരൽ നനച്ച് അതിവേഗം പേജുകൾ മറിച്ച് ആവശ്യമുള്ള പേജ് എടുത്തു. ദീർഘനേരം ആ പേജിൽ നോക്കി പഠിച്ചു. പിന്നീട് നോട്ട്ബുക്ക് അടച്ചു. ഉപവിഷ്ടരായ എഴുത്താളന്മാരുടെ ശിരസ്സുകൾക്ക് മുകളിലൂടെ വിവിധ ദിശകളിലേക്ക് യാതൊന്നും കാണുന്നില്ലെന്ന മട്ടിൽ പകുതി അടഞ്ഞ കണ്ണുകളോടെ നോക്കി. തൊണ്ട ശുദ്ധിവരുത്തിക്കൊണ്ട് വികാരതീവ്രതയോടെ ഉറക്കെ കവിത ചൊല്ലാൻ തുടങ്ങി. ഇടയ്ക്കിടെ ദേഷ്യത്തോടെ, ഉച്ചത്തിൽ ദീർഘപ്രഭാഷണം, രോഷപ്രകടനം, പിറുപിറുക്കലുകൾ, പരിഹാസപൂർവ്വമായ അനുകരണങ്ങൾ, നല്ലതും ചീത്തയും തമ്മിലുള്ള വേർതിരിക്കലുകൾ, നീണ്ട ആരോപണങ്ങൾ... ശ്വാസം കിട്ടാതെ വരുമ്പോൾ വായു അകത്തേക്ക് എടുക്കാനുള്ള ശ്രമം എന്നിങ്ങനെ കവിത തുടർന്നു. പരിതാപകരമായ ഒരു കാഴ്ചയാണത്. ഓർക്കുമ്പോൾ എനിക്കും ശ്വാസം കിട്ടാതെയാകുന്നു.

കവിത ഉറക്കെ ചൊല്ലുന്നത് ഞാൻ മുമ്പും കേട്ടിട്ടുണ്ട്. പക്ഷേ, ഇതുപോലെ ഒന്ന് കേട്ടിട്ടില്ല. കവിതയിലൂടെ ശ്രോതാക്കളെ ഉത്തേജിപ്പിക്കാൻ ശ്രമിക്കുന്നതുപോലെ. സാമാന്യബുദ്ധിയെ നിഷേധിക്കുന്ന രൂപകങ്ങൾക്കൊണ്ട്, ആത്മാർത്ഥതയില്ലാത്ത വാക്കുകൾക്കൊണ്ട് സാംസ്കാരിക വിപ്ലവത്തിന്റെ സ്ഫോടനം സൃഷ്ടിക്കാൻ വലിയ ശബ്ദത്തിൽ കവിത ആലപിക്കുന്നു. താളമോ ലയമോ യുക്തിയോ പദവിന്യാസക്രമമോ വ്യാകരണമോ ക്രിയാപദങ്ങളുടെ കാലഭേദമോ സംരക്ഷിക്കപ്പെടുന്നില്ലെങ്കിൽ കവിത എന്തായി തീരും എന്നതിന്റെ വെളിപാടായിരുന്നു അത്. അല്ലെങ്കിൽ കവിത എന്തായിരിക്കണമെന്ന നമ്മുടെ നികൃഷ്ടമായ മുൻവിധികളോ? വിപ്ലവം റഷ്യയിൽ എത്തുമ്പോൾ ഭാവി എന്താണെന്നോർത്തപ്പോൾ ചുഴലിക്കാറ്റുപോലെയുള്ള നിമിഷങ്ങൾ പെട്ടെന്ന് കടന്നുവന്നു.

അടുത്തകാലത്ത് ഒരുമിച്ച് ആത്മഹത്യ ചെയ്ത, ഒരേ ശവപ്പെട്ടിയിൽ അടക്കം ചെയ്ത് നിത്യതയിലേക്ക് അകന്നുപോയ കമിതാക്കളെപ്പറ്റിയുള്ള ഓർമ്മകൾ. അത് ഇളക്കിവിട്ട തീവ്രവികാരത്തോടൊപ്പം റഷ്യൻസാമ്രാജ്യത്തിന്റെ ആരാച്ചാരുടെ കുരുക്ക്, അവസാനിക്കാത്ത മഹായുദ്ധം. മണൽചാക്കുകൾക്കുപകരം ട്രെഞ്ചുകൾക്കു മുമ്പിൽ ജർമ്മൻകാർ അട്ടിയട്ടിയായിവച്ച റഷ്യൻ ജഡങ്ങളുടെ കൂമ്പാരങ്ങൾ. ഭൂമിക്കും ഭക്ഷണത്തിനും കൂട്ടക്കുരുതിയുടെ അന്ത്യത്തിനും വേണ്ടിയുള്ള ദയനീയമായ മുറവിളി. മനുഷ്യദുരന്തങ്ങളിലേക്ക് തിരിഞ്ഞുനോക്കുകപോലും ചെയ്യാത്ത സാർചക്രവർത്തിയുടെ ഉദാസീനതാഭാവം. ഇവയെല്ലാം കൂടിച്ചേർന്ന് പരമ്പരാഗത കവിതയെ അട്ടിമറിക്കുകയാണ്. കവിതയെ പ്രാസവും വൃത്തവുമില്ലാത്ത ഉപയോഗശൂന്യമായ വസ്തുവാക്കിത്തീർത്തിരിക്കുന്നു. ചിന്താശൂന്യവും ആവിഷ്കരണശക്തിയില്ലാത്തതുമായ രീതിയിൽ അഭിലഷണീയമല്ലാത്ത വിഷയങ്ങളെപറ്റി എഴുതിയിരിക്കുന്നു എന്നൊക്കെ

ഒസിപ് വിചാരിച്ചു. ഒരു പുൽപ്രദേശത്തുനിന്നും രാഷ്ട്രീയ കാരണങ്ങളാൽ സ്വരാജ്യം ഉപേക്ഷിച്ച ബോക്സറുടെ മുഷ്ടികളോടെ ഈ ക്രൂരനായ കവി പെട്ടെന്ന് അചുംബിതമായ ശൈലിയിൽ ഉചിതമായ വിഷയത്തിൽ എഴുതുന്ന ശരിയായ വ്യക്തിയാണെന്നപോലെ തോന്നിച്ചു. കവിതയുടെ പരമ്പരാഗതശൈലി അഴിച്ചുമാറ്റി തികച്ചും സ്വന്തമായ ഒരു ഭാഷ അദ്ദേഹം സൃഷ്ടിച്ചു. മഹായുദ്ധങ്ങളാൽ വ്യാവസായികവിപ്ലവത്താൽ ദാരിദ്ര്യവും ദുരിതവും ബാധിച്ച നഗരചേരികളാൽ വികൃതമാക്കപ്പെട്ട ലോകത്തിന് സദൃശമായ ഒന്ന്. പുതുതായി സൃഷ്ടിച്ച വാക്കുകൾ ഉപരിതലത്തിലേക്ക് കുമിളകളായി ഉയർന്നു. ആളിക്കത്തുന്ന വേശ്യാലയത്തിൽ നിന്നും ഓടി രക്ഷപ്പെടുന്ന പൂർണ്ണനഗ്നയായ വേശ്യയെപ്പോലെ മയക്കോവ്സ്കിയുടെ കവിതകളിൽ വാക്കുകൾ പ്രാണരക്ഷാർത്ഥം തേങ്ങുന്നു. സദസ്സിന്റെ തലയ്ക്ക് മുകളിലൂടെ ചൊല്ലിയ ആ കവിത. എന്റെ ജീവിതത്തെ മാറ്റി മറിച്ച ആ കവിത. “കാലുറകൾക്കുള്ളിലെ കാർമേഘം.” വേദനാനിർഭരമായ പ്രേമത്തിന്റെ, വൈകാരിക തൃഷ്ണകളുടെ, അല്ലെങ്കിൽ വൈകാരികരാഹിത്യത്തിന്റെ കാവ്യാത്മകമല്ലാത്ത പ്രഖ്യാപനമായിരുന്നു.

പ്രിയപ്പെട്ടവരേ, എണ്ണമറ്റ കാമുകിമാരിൽ ഒരാൾക്കുവേണ്ടി രചിച്ച ആ കവിത എനിക്കുവേണ്ടി സമർപ്പിക്കപ്പെട്ടതായിരുന്നു.

മയക്കോവ്സ്കിയുടെ “കാലുറകൾക്കുള്ളിലെ കാർമേഘം” അച്ചടിച്ച് പ്രസിദ്ധീകരിക്കാൻ എന്റെ ഒസിയാ (ലിലിയ തന്റെ ഭർത്താവായ ഒസിപ്പിനെ വിളിക്കുന്ന പേര്) പണം മുടക്കിയപ്പോൾ അതിലെ ഒരു ചെറുഖണ്ഡം അപ്രതീക്ഷിതമായി ഞാൻ കണ്ടുപിടിച്ചു. പുസ്തകത്തിന്റെ ടൈറ്റിൽ പേജിൽ “ലിലിയാ നിനക്ക്”. ഗൊയ്ഥേയുടെ സ്നേഹഭാജനങ്ങളിൽ ഒരാളുടെ ഓർമ്മയ്ക്കായി എന്റെ മാതാപിതാക്കൾ എനിക്ക് ലിലി എന്ന് പേരിട്ടു. ലിലി ഷോൺ മാൻ. കവി മയക്കോവ്സ്കിയാൽ അഭിഷിക്തയാക്കപ്പെട്ട് വ്ളാഡിമിർ വ്ളാഡിമിറോവിച്ചിന് ലിലിയ ആയിത്തീർന്നു. അതുപോലെ ഒസിയയ്ക്ക്, എന്റെ സഹോദരി എത്സയ്ക്ക് എല്ലാവർക്കും ലിലിയ. ഇപ്പോൾ ഈ ഹോട്ടൽ മുറിയിൽ നിങ്ങൾക്കെല്ലാവർക്കും ഇന്ന് ഞാൻ ലിലിയാ ആണെങ്കിൽ അത് മയക്കോവ്സ്ക്കിയുടെ സമർപ്പണം കൊണ്ടാണ്. ഇതിൽ എന്നെ വേദനിപ്പിക്കുകയും ചുട്ടുപൊള്ളിക്കുകയും ചെയ്യുന്ന അനേകം വരികളുണ്ട്.

> “നരച്ച ഒരു മുടിനാരിഴവരെ
> എന്റെ ആത്മാവിനെ തളർത്തുന്നില്ല
> പഴഞ്ചൻ ആശയങ്ങളെ
> മുറുകെ പിടിക്കുന്ന
> ബലഹീനനല്ല ഞാൻ

എന്റെ ശബ്ദത്തിന്റെ പ്രകമ്പനത്തിൽ
ഇപ്പോഴും ലോകം വിറകൊള്ളും.
ഒരു ഇരുപത്തിരണ്ടുകാരന്റെ
അഴകിലാണ്
ഇപ്പോഴുമെന്റെ നടനം.

ഇത്രയും കൂടി:
വേണമെങ്കിൽ ഒരു തരളിത മനസ്സിന്റെ
അധിക്ഷേപത്തിലേക്ക്
എനിക്ക് വന്നെത്താനാകും
അമാനുഷനായി കാർമേഘങ്ങൾ
ഉരുണ്ടു കൂടിയ എന്റെ കാലുറകളുമായി"

മുമ്പേ തന്നെ പ്രശസ്തനായ മയക്കോവ്സ്കിക്ക് മുറി നിറഞ്ഞിരുന്ന ആളുകളെ കൈയിലെടുക്കാനുള്ള ഒരു പ്രത്യേക സാമർത്ഥ്യം ഉണ്ടായിരുന്നു. കവിതയിലൂടെ വിപ്ലവത്തെ ഉത്തേജിപ്പിക്കാനും കഴിഞ്ഞിരുന്നു. തന്നെ എതിർക്കുന്നവരോടും തന്റെ വീക്ഷണത്തിൽ വൈരുദ്ധ്യങ്ങൾ ഉണ്ടെന്ന് പറയുന്നവരോടും മാന്യതയില്ലാത്തവിധം തർക്കിക്കാൻ പേരുകേട്ട ആളായിരുന്നു കവി. ഞാനിത് കാണട്ടെയെന്ന് കരുതിയാണ് എന്റെ ആഗ്രഹത്തിനെതിരായി ഒസിപ് എന്നെ അർബാത്ത് കഫേയിലേക്കും രണ്ട് വ്യക്തികളുടെ ആശയപരമായ വാഗ്വാദസ്ഥലത്തേക്കും നിർബന്ധിച്ച് കൊണ്ടുപോയത്, എന്തൊക്കെയോ വലിയ സംഭവങ്ങൾ ഉണ്ടാകുമെന്ന് അദ്ദേഹം പ്രതീക്ഷിച്ചു കാണും. സർവ്വത്ര ബഹളവും. മുഷ്ടി പ്രയോഗങ്ങളും പ്രതീക്ഷിച്ചു. പ്രതീകാത്മകമായി പറയുകയാണെങ്കിൽ രക്തം ചീന്തുമെന്നും ഒരേ ഒരു കവി മാത്രം വീഴാതെ നിൽക്കുന്നുണ്ടാകുമെന്നും അദ്ദേഹം പ്രത്യാശിച്ചു.

അദ്ഭുതമെന്ന് പറയട്ടെ, ഒസിപ് പ്രതീക്ഷിച്ച രീതിയിൽ സംഭവങ്ങൾ മാറിമറിഞ്ഞില്ല. "കാലുറകൾക്കുള്ളിലെ കാർമേഘത്തെപ്പറ്റി വാഗ്‌വൈഭവത്തോടെ വികാരതീവ്രമായി മയക്കോവ്സ്കി സംസാരിക്കുമ്പോൾ ആസ്വാദനമോ അസഹിഷ്ണുതയോ എന്നറിയാത്തവിധം തലയാട്ടിക്കൊണ്ട് പാസ്റ്റർനാക്ക് ആ കവിത ഏകാഗ്രതയോടെ ശ്രദ്ധിച്ചിരുന്നു. കവിതയുടെ അവസാനവാക്യത്തിലെത്തിയപ്പോൾ അവിടെ നിശ്ശബ്ദത പരന്നു. ഊർജ്ജം മുഴുവൻ ഒലിച്ചുപോയി, സ്റ്റൂളിലേക്ക് തളർന്നിരുന്നു പോയി പാസ്റ്റർനാക്ക്. വിടർന്ന നാസാദ്വാരങ്ങളോടെ അവിടെ വരേണ്ടിയിരുന്നില്ല എന്ന ഭാവത്തിലായിരുന്നു അദ്ദേഹം. കാഴ്ചക്കാരെ അദ്ഭുതപ്പെടുത്തിക്കൊണ്ട് കരഘോഷമെന്ന് വ്യാഖ്യാനിക്കാൻ കഴിയുന്ന രീതിയിൽ കാൽമുട്ടിൽ ഒരു കൈ സാവധാനം അടിക്കുകയായിരുന്നു. "നിങ്ങളുടെ പ്രക്ഷുബ്ധവും അപൂർണ്ണവുമായ ഖണ്ഡികയിൽ" പാസ്റ്റർനാക്ക്

പറഞ്ഞു. "കലയുടെ ശകലങ്ങൾ ഒരാൾക്ക് അപ്രതീക്ഷിതമായി കണ്ടെത്താൻ കഴിയും. ഒരു ജീനിയസ്സിന്റെ നിലയിലേക്ക് ഉയരുന്ന പ്രാഗദ്ഭ്യത്തിന്റെ സൂചനയാണത്. മ-യ-ക്കോവ്-സ്കി..." ശ്രോതാക്കളെ ആകർഷിക്കാൻ വേണ്ടി ഓരോ അക്ഷരവും നിർത്തി നിർത്തി പറഞ്ഞ് അദ്ദേഹം ഇത്രയും കൂട്ടിച്ചേർത്തു. "ഇദ്ദേഹം കവികളുടെ കവി ആണ്."

"അയാൾ ഒരു വികാരജീവിയായ കവിയാണ്. ഞാൻ മയക്കോവ്സ്കിയെ വെറുക്കുന്നു." അറിയപ്പെടുന്ന ഒരു താടിക്കാരൻ പത്രാധിപർ ദേഷ്യത്താൽ ചീറിക്കൊണ്ട് പറഞ്ഞു. അയാൾ ഒരു സ്ത്രീ ആയിരുന്നെങ്കിൽ എന്നപോലെ പ്രശസ്തി മോഹിക്കുന്നു. വലിയ മട്ടിൽ അഭിനയിക്കുന്നു. കവിതയെ സ്വന്തം കിടക്കയിലേക്ക് അനുനയിപ്പിച്ചുകൊണ്ടു വരുമ്പോൾ കവിത അയാൾക്ക് യോജിച്ചതാണെന്ന് യാതൊരുറപ്പുമില്ല. രണ്ടാം പ്രാവശ്യവും വികാരജീവി എന്ന വാക്ക് ദേഷ്യത്തോടെ അയാൾ പറയുമ്പോൾ കീഴ്ത്താടിയിലെ വെള്ളി കെട്ടിയ രണ്ട് പല്ലുകളിൽ ഉമിനീര് തിളങ്ങി.

ശുദ്ധവായു ഇല്ലാത്ത മുറിയിൽ ആളുകൾ ഇഷ്ടമില്ലാത്തതെന്തോ സംഭവിച്ചേക്കും എന്ന ഭീതിയോടെ അവരുടെ സിഗരറ്റുകൾ ആഞ്ഞുവലിക്കുന്ന ശബ്ദം കേൾക്കാം. പെട്ടെന്ന് മയക്കോവ്സ്കി ആരും ശ്രദ്ധിക്കാത്ത തരത്തിൽ സ്റ്റൂൾ നീക്കി. പിന്നെ എഴുത്താളന്മാരുടെ ഇടയിലേക്ക് ഒരു വാക്പോരെന്ന ഭാവത്തിൽ നീങ്ങി. അദ്ദേഹത്തിന്റെ വിളറിയ ചുണ്ടുകളിൽ ഒരു തുറന്ന ചിരിയുടെ നേരിയ ഒരംശം ഉണ്ടായിരുന്നു. പത്രാധിപരുടെ കോളറിനോട് ചേർന്ന കോട്ടിന്റെ ഭാഗത്തു കടന്നുപിടിച്ച് അയാളെ കസേരയിൽ നിന്നും പൊക്കിയെടുക്കുമ്പോൾ മയക്കോവ്സ്കിയുടെ കറുകറുത്ത കണ്ണുകൾ അയാളുടെമേൽ തറഞ്ഞുനിന്നു. ആ മനുഷ്യന്റെ കണ്ണുകളിൽ നിറഞ്ഞ ദയനീയമായ ഭീതി കണ്ടപ്പോൾ ഉടനെ ദേഷ്യം കളഞ്ഞ് ഇല്ലാത്ത ശാന്തഭാവം വരുത്തി അയാളെ സീറ്റിലേക്ക് തന്നെ ഇരുത്തി.

"ഇന്നുകാലത്ത് ഒരാൾ ഭിക്ഷ യാചിക്കുന്നത് ഞാൻ അപ്രതീക്ഷിതമായി കണ്ടു," സ്റ്റൂളിലേക്ക് തിരിച്ചുപോകുമ്പോൾ അദ്ദേഹം പറഞ്ഞു "കാശിടാനുള്ള പാത്രം കാൽചുവട്ടിൽ. ഒരുകാലത്ത് സൈനിക യൂണിഫോം ആയിരുന്ന ഒരു പഴകിയ ഉടുപ്പായിരുന്നു അയാളുടേത്. ഒറ്റ ശബ്ദം മാത്രം പുറപ്പെടുവിക്കുന്ന ഒരു "സംഗീതോപകരണം" മീട്ടി ഓപ്പറാ ഗാനം അയാൾ പാടി. ദയനീയമായിരുന്നു അത്. ആ ദയനീയാവസ്ഥകൊണ്ട് യാതൊന്നും പ്രതീക്ഷിക്കാനില്ലാത്തത്ര നിരാശനാണ് അയാളെന്ന് ആളുകൾ മനസ്സിലാക്കി. ഓരോ നാണയം കൊടുക്കാൻ അവർ കുനിഞ്ഞു. നമ്മുടെ പത്രാധിപർ പറയുന്നതുപോലെ ഞാൻ ദയനീയനും വികാരജീവിയുമായ ഒരു കവിയാണെങ്കിൽ അതേ ആളുകൾ മനസ്സിലാക്കും നിങ്ങളെ അസ്വസ്ഥരാക്കുന്ന എന്റെ കവിത ഞാൻ പരസ്യമായി ചൊല്ലുമ്പോൾ എത്രമാത്രം നിരാശനായിരിക്കണം ഞാൻ എന്ന്.

ഇവിടെയിരിക്കുന്ന പാസ്റ്റർനാക്കിനെ പോലുള്ള ഒരു യഥാർത്ഥ കവിയേക്കാൾ നന്നായി എനിക്ക് ജീവനോപാധി നേടാം.”

തുറന്ന ചിരിയോടെ സംതൃപ്തനായി കവി സ്റ്റൂളിലേക്ക് അമർന്നിരുന്നു. തന്നെ ദേഷ്യം പിടിപ്പിച്ച മാസികപത്രാധിപരെ തറപ്പിച്ചു നോക്കിക്കൊണ്ട് പറഞ്ഞു. “എന്തുതന്നെ സംഭവിച്ചാലും സത്യസന്ധരായ പൗരന്മാർ ടോയ്‌ലറ്റ് കടലാസായി ഉപയോഗിക്കാൻ വാങ്ങുന്ന പീറമാസികയുടെ പത്രാധിപരെപോലെ ഞാനോ ആ പിച്ചക്കാരൻ പാട്ടുകാരനോ അത്രയ്ക്ക് ദുഃഖിതരും ദയനീയരുമല്ല.”

സദസ്സിനെ മയക്കോവ്സ്കി പൂർണ്ണമായും കൈയിലെടുത്തു. തുറന്ന ചിരിയോടെ ഉറക്കെ പറഞ്ഞു. “ശാന്തരാകൂ എന്റെ കുട്ടികളെ” പിന്നെ പാസ്റ്റർനാക്കിനെ നോക്കി ഇതുവരെ പ്രസിദ്ധീകരിക്കാത്തതെന്തെങ്കിലും ചൊല്ലാൻ അദ്ദേഹത്തെ ക്ഷണിച്ചു. ധാരാളം കൈവശമുണ്ടെന്ന ഭാവത്തിൽ ഒരു റഷ്യൻ കർഷകനെപ്പോലെ അരക്കെട്ടുവരെ കുനിഞ്ഞ് പിന്നെ നിവർന്ന് നിന്ന് പാസ്റ്റർനാക്ക് പറഞ്ഞു. “ഈ കവിതയെ ഞാൻ ‘ഹാംലെറ്റ്’ എന്ന് വിളിക്കുന്നു. ഞാൻ കവിത ആവർത്തിക്കും. കാരണം ഒന്നാം വായനയിൽ നമുക്ക് അത് ഒരിക്കലും മനസ്സിലാക്കാൻ കഴിയണമെന്നില്ല.” അദ്ദേഹം തുടർന്നു. “ഡെന്മാർക്കിലെ രാജകുമാരൻ പിതാവിന്റെ പ്രേതത്തോട് സംസാരിക്കുകയാണോ? അല്ലെങ്കിൽ ക്രൈസ്റ്റ് ഗെത്സെമെയിൻ ഉദ്യാനത്തിൽ ‘അദ്ദേഹ’ത്തിന്റെ പിതാവിനോട് സംസാരിക്കുകയാണോ? അല്ലെങ്കിൽ ഞാൻ നിങ്ങളോട് സംസാരിക്കുകയാണോ, ആർക്കറിയാം?”

“വാതിൽപ്പടിയിൽ നിന്നുകൊണ്ട്
വിദൂരമായ മുഴക്കങ്ങൾക്ക്
കാതോർക്കാൻ ശ്രമിക്കയാണ് ഞാൻ.
വരാനിരിക്കുന്ന വർഷങ്ങളുടെ കലവറയിൽ
എന്തൊക്കയായിരിക്കും സ്ഥാനം പിടിക്കുക?
എല്ലാം നിശ്ചയിക്കപ്പെട്ടു കഴിഞ്ഞു.
തിരിച്ചെടുക്കാനാവാത്തവിധം
അവ മുദ്ര വെക്കപ്പെട്ടിരിക്കുന്നു.
ഏകാന്തതയിൽ ഞാൻ വിലയം ചെയ്യപ്പെട്ടിരിക്കുന്നു
കാപട്യങ്ങളിൽ എന്റെ ശബ്ദം മുങ്ങിത്താഴുന്നു
ഞാനറിയുന്നു, ജീവിതം വയൽ കുറുകെ
കടക്കുന്ന ഒരു യഥേഷ്ട സഞ്ചാരമല്ല.”

അവസാന വരിയിൽ അദ്ദേഹം എത്തുകയും ശിരസ്സ് ഉയർത്തി നോക്കുകയും ചെയ്തപ്പോൾ എന്റെ ഒസിയയോട് പതിഞ്ഞ സ്വരത്തിൽ

പറഞ്ഞത് ഓർക്കുന്നു. "നിങ്ങൾ ഉറപ്പു നൽകിയ വാഗ്വാദങ്ങളുടെ വെടിക്കെട്ട് ആവശ്യത്തിലധികമായി."

"നോക്കൂ." തീവ്രപ്രതികരണം പ്രതീക്ഷിച്ചുകൊണ്ട് ഒസിപ് പറഞ്ഞു. "വെടിമരുന്ന് വീപ്പയ്ക്ക് തീ കൊളുത്തിയിരിക്കുന്നു." ബോൾഷെവിക്ക് ആശയം പ്രചരിപ്പിച്ചതിന് സ്കൂളിൽ നിന്നും പുറത്താക്കപ്പെട്ട ആളാണദ്ദേഹം. എല്ലാവർക്കും കേൾക്കാൻ പറ്റുന്നത്ര ഉറക്കെ അദ്ദേഹം പറഞ്ഞു. "കവിതയേക്കാൾ പ്രാധാന്യമുള്ള ചില കാര്യങ്ങൾ മൂർച്ചയുള്ള കത്തിമുനപോലെ ഈ കവിതകളിൽ ആസൂത്രണം ചെയ്തിട്ടുണ്ട്. ഗാനശകലങ്ങൾ കൊണ്ട് മദ്യോന്മാദലഹരിയിലാഴ്ത്തി ചിന്താശക്തി പണയപ്പെടുത്തുന്നതിനേക്കാൾ വിപ്ലവത്തെപ്പറ്റിയുള്ള നിങ്ങളുടെ ചിന്തകൾ ഞങ്ങളെ ഉത്തേജിപ്പിക്കും."

"സുഹൃത്തുക്കളെ, നിങ്ങൾ മനസ്സിലാക്കൂ ഈ പറഞ്ഞതത്രയും സത്യമാണ്." മയക്കോവ്സ്കി പറഞ്ഞു. പെട്ടെന്ന് കണ്ണുകൾ വികാരതീവ്രമായി. വിപ്ലവമാണ് പരിഹാരം. ആശയവാദപരമായ പരിണാമമല്ല, നമ്മുടെ ക്ലേശങ്ങൾക്ക് അവസാനമുണ്ടാകണം. അത് അക്ഷമയുടെ കാര്യമല്ല. നീതിയുടെ കാര്യമാണ്. നമ്മുടെ മൂക്കിന് അപ്പുറം കാണാൻ കഴിയുന്നവർ വിപ്ലവത്തിന്റെ പ്രയാസങ്ങൾ അംഗീകരിക്കും. അജ്ഞതയിൽനിന്നും മതാത്മകമായ ആശയവാദത്തിൽനിന്നും മോചിക്കപ്പെടണം. നമുക്ക് ജന്മം നൽകിയ വർഗ്ഗപരമായ തടവറയിലെ ഈ നരകത്തിൽ നിന്നും മനുഷ്യനെ മോചിപ്പിക്കുന്ന അത്യുജ്ജ്വലസ്വപ്നത്തെ നമ്മൾ ആശ്ലേഷിക്കും. ലോകത്തെ നമ്മൾ ഉൾക്കൊള്ളുന്ന പരിമിതമായ കാഴ്ചപ്പാടുകൾക്ക് നമ്മുടെ തന്നെ പരസ്പരബന്ധത്തിന്റെ വൈരുദ്ധ്യങ്ങൾക്ക് നമ്മുടെ കമിതാക്കളെ സ്വാർത്ഥമോഹങ്ങളോടെ കപടസ്നേഹം നടിക്കുന്ന നമ്മുടെ രീതിക്ക് വിപ്ലവം മാറ്റം വരുത്തും. കിടപ്പറയിൽ സ്ത്രീകൾ പുരുഷന്മാർക്ക് തുല്യരായിരിക്കും. മാത്രമല്ല ജോലിസ്ഥലത്തും. മദ്ധ്യകാലഘട്ടത്തിലെ ദുർഗ്ഗന്ധം വമിക്കുന്ന മതവിശ്വാസത്തിനുചുറ്റും കറങ്ങിക്കൊണ്ടിരിക്കുന്ന കലാകാരന്മാരെ അത് സ്വതന്ത്രരാക്കും. തൊണ്ടയിൽ കുടുങ്ങിയ എല്ലിൻകഷ്ണം പോലെ ഭൂതകാലത്തെ പുറത്താക്കാൻ അത് അനുവദിക്കും. നാം കാണുന്ന ലോകത്തെ വിവരിക്കാൻ നമ്മൾ ഉപയോഗിക്കുന്ന ഭാഷയെ അത് മാറ്റിത്തീർക്കും. കാലം എല്ലാറ്റിനേയും പുതുക്കിക്കൊണ്ടിരിക്കും. സാറിസ്റ്റ് റഷ്യയുടെ ഉത്തമമായ അവസാനപ്രതീക്ഷയാണ് വിപ്ലവം. വിപ്ലവാത്മകമായ റഷ്യ ജീവചൈതന്യം നഷ്ടപ്പെട്ട് ജഡശിലയായിത്തീർന്ന യൂറോപ്പിന് ഏറ്റവും ഉത്കൃഷ്ടമാതൃകയാണ്."

ആവേശം പകരുന്ന ഉജ്ജ്വലനിമിഷങ്ങളായിരുന്നു അവയെന്നാണ് നമ്മളിൽ ഏറെപേരും ചിന്തിക്കുന്നത്. എന്നാൽ ഫ്ളാറ്റുകളുടെ ഏകാന്തതയിൽ മാത്രം വ്യക്തമാക്കാൻ ധൈര്യപ്പെടുന്നത്. ഈ ക്രൂരൻ, ഈ

ജയിൽപുള്ളി പരസ്യമായി പറയാൻ കൊള്ളാത്ത വാക്ക് പറയുന്ന തെരുവുതെമ്മാടി ഉറക്കെ പറഞ്ഞതെന്താണ്? കിടപ്പറയിൽ സ്ത്രീകൾ പുരുഷന്മാർക്ക് തുല്യമായിരിക്കുമെന്ന്.

"ഞാൻ ഒരു പെണ്ണല്ലേ? ഇഷ്ടമില്ലാത്ത സ്ഥലത്ത് അകപ്പെട്ട് എനിക്ക് ശ്വാസതടസ്സം വന്നു. ശ്വാസം നിലച്ചു പോകുന്ന അവസ്ഥവരെയുണ്ടായി. തുടർന്ന് ഞാൻ ഒസിപ്പിന്റെ കൈത്തണ്ടയിൽ പിടിച്ചു. കാരണം ജീവൻ നിലനിർത്താൻ ആവശ്യമായ പ്രാണവായു മുറിയിൽ ഉണ്ടാകില്ലെന്ന് ഞാൻ ഭയപ്പെട്ടു."

"എന്താണ് കുഴപ്പം.?" അദ്ദേഹം സ്വരം താഴ്ത്തി ചോദിച്ചു.

"ഒന്നുമില്ല, ഒന്നുമില്ല." പതിഞ്ഞ ശബ്ദത്തിൽ ഞാൻ പറഞ്ഞു. അപ്പോൾ വേഗത്തിൽ പായുന്ന കപ്പലിന്റെ പായയിൽ ചുഴലിക്കാറ്റടിച്ച് ഉയരുന്ന വലിയ ശബ്ദങ്ങൾക്ക് സദൃശമായ ഒന്ന് ആൾക്കൂട്ടത്തിൽനിന്നും ഉയർന്നുകൊണ്ടിരുന്നു.

പെട്ടെന്നുണ്ടായ കോലാഹലത്തിൽ അസുഖകരമായ ഒരു കൂർത്ത ശബ്ദം കാതിൽ തുളച്ചുകയറി. "ബഹുമാന്യനും പ്രശസ്തനുമായ അരാജകവാദി മിഖായേൽ ബേക്കുനിൻ പ്രവചിച്ചിട്ടുണ്ട്. മാർക്സിന്റെ രോഗശമന നിർദ്ദേശം നിരർത്ഥകമായ ഒരു ബുദ്ധിജീവിക്കസർത്ത് മാത്രമാണെന്ന്. അക്ഷമരായ നിങ്ങൾ ഞങ്ങളോട് വാരിപ്പുണരാൻ ആവശ്യപ്പെട്ട ഈ സാങ്കല്പിക തൊഴിലാളിവർഗ്ഗ സർവ്വാധിപത്യം വാസ്തവത്തിൽ നിലനിൽക്കുന്ന ഒന്നല്ല. സാർഭരണത്തിൻ കീഴിലുള്ള റഷ്യയേക്കാൾ, കൂടുതൽ രോഗമുള്ള റഷ്യയെയാണ് ഭാവിയിൽ അത് സൃഷ്ടിക്കുക."

വെറുപ്പോടെ തലയാട്ടിക്കൊണ്ട് മയക്കോവ്സ്കി പറഞ്ഞു. "വിപ്ലവം നെഞ്ചുറപ്പില്ലാത്തവർക്കുള്ളതല്ലെന്ന് എല്ലാവർക്കും നന്നായറിയാം, ബേക്കുനിൻ ദുർബ്ബലഹൃദയനായിരുന്നു. അദ്ദേഹത്തിന്റെ ധൈര്യം നഷ്ടപ്പെട്ടപ്പോൾ..."

ആ വാക്യം പൂർത്തിയാക്കുന്നതിന് മുമ്പ് മറ്റൊരു സ്ത്രീ ഇടയ്ക്ക് കയറി. "വിപ്ലവത്തിനുവേണ്ട ധൈര്യം നഷ്ടപ്പെട്ടവരുടെ ശിരച്ഛേദം ഫ്രഞ്ചുകാർ ചെയ്തു. ഗില്ലറ്റിൻ കൊണ്ട് നാല്പതിനായിരം പേരെ കൊന്നൊടുക്കിയതിനെപ്പറ്റി ചരിത്രകാരന്മാർ പറയുന്നുണ്ട്. ഡോ. ഗില്ലറ്റിന്റെ അദ്ഭുതകരമായ ഈ യന്ത്രം നമ്മുടെ റഷ്യൻ വിപ്ലവം സംരക്ഷിക്കാൻ വേണ്ടി ബോൾഷെവിക്കുകൾ ആശ്രയിക്കുകയാണെങ്കിൽ..."

മയക്കോവ്സ്കിയുടെ കർക്കശശബ്ദം ഉയർന്നു. "ഞാൻ ആണയിടുന്നു." ആ ശബ്ദം എന്റെ ചെവിയിൽ ഇപ്പോഴും മുഴങ്ങുന്നുണ്ട്. വേദനിപ്പിക്കുന്ന ഒരു ചിരി നിമിഷനേരത്തേക്ക് മിന്നിമറഞ്ഞു. അദ്ദേഹം പറഞ്ഞു. "നമ്മുടെ വിപ്ലവം അതിന്റെ ശിശുക്കളെ ആർത്തിയോടെ

കൊന്നുതിന്നരുത്. സത്യം പറയുന്നവരുടെ കൈകളാൽ സംരക്ഷിക്ക പ്പെടേണ്ടതാണ് വിപ്ലവം."

"അതിന്റെ കവികളാൽ," പാസ്റ്റർനാക്ക് അദ്ദേഹത്തെ തിരുത്തി. മുറി മുഴുവൻ കേൾക്കുന്ന പതിഞ്ഞ ശബ്ദത്തിൽ.

"ഇരുപതാം നൂറ്റാണ്ടല്ല, പതിനെട്ടാം നൂറ്റാണ്ട്. ചോരപ്പുഴയുടെ യുക്തി ഹീനമായ ഉന്മൂലനമൊന്നും ഫ്രാൻസിനെപ്പോലെ നമ്മൾ ആവർത്തി ക്കുകയില്ല. പോയ വർഷങ്ങളിലൊന്നും കീവ് പള്ളികളിലെ ശ്മശാന ഗുഹകളിൽ റഷ്യക്കാർ ശവമടക്കിയിട്ടില്ല. ഫ്രാൻസിൽ വിപ്ലവം സൃഷ്ടി ച്ചവർ ചെയ്ത പാതകങ്ങളിൽനിന്ന് അവരെന്താണ് നേടിയത്?"

നരച്ച ചാരനിറമുള്ള, പറ്റെ വെട്ടിയ മുടിയുള്ള അമ്പത് വയസ്സ് കഴി ഞ്ഞെന്ന് ന്യായമായും അനുമാനിക്കാവുന്ന ഒരു മെലിഞ്ഞ മാന്യൻ അപ്പോൾ വിനയത്തോടെ ഒരു കൈ ഉയർത്തി. മുറിയുടെ പിൻഭാഗത്തെ മതിലിന് പുറംതിരിഞ്ഞ് നിൽക്കുകയായിരുന്നു അയാൾ. ഞങ്ങൾ കഫേ യിലേക്ക് കാലെടുത്തുവെച്ചപ്പോൾ അയാളെ ഞാൻ ശ്രദ്ധിച്ചിരുന്നു. ഒസിപ്പിന്റേതുപോലെ ഇസ്രായേലി വംശീയലക്ഷണമുള്ള സുന്ദരമായ മൂക്കായിരുന്നു അയാളുടേയും. കൂടാതെ ധരിച്ചിരുന്നത് ഒത്ത വൃത്തത്തി ലുള്ള സ്റ്റീൽ കണ്ണട, അവയുടെ മേൽ വെളിച്ചം പതിക്കുമ്പോൾ ആഴ ത്തിലുള്ള കൺകുഴികൾ രണ്ട് വെള്ളിനാണയങ്ങളായി മാറി. അയാളെ മുൻപരിചയം ഉള്ളതായി തോന്നി. എങ്കിലും എവിടെ വെച്ചാണ് അയാളെ ഞാൻ കണ്ടുമുട്ടിയതെന്ന് ഓർമ്മിക്കാൻ കഴിയുന്നില്ല. കൈയുയർത്തി കൂസാതെ നിൽക്കുന്ന ആ മാന്യനെ ശ്രദ്ധിച്ചുനോക്കിക്കൊണ്ട് എന്തു കൊണ്ടെന്നറിയില്ല എഴുത്താളന്മാർ നിശ്ശബ്ദത പാലിച്ചു. കാലാ വസ്ഥയ്ക്ക് യോജിക്കാത്ത, കട്ടിയുള്ള ബ്രൗൺ വിയന്നാ ജാക്കറ്റും സ്പഷ്ടമായി കാണാവുന്ന കണ്ഠമുഴവരെ ബട്ടണിട്ട, കോളറില്ലാത്ത വെളുത്ത ഷർട്ടും ധരിച്ച് മുറിയുടെ എതിർവശത്ത് നിന്ന അയാളെ പാസ്റ്റർനാക്ക് വിളിച്ചു. "നിങ്ങൾ കൈ ഉയർത്തേണ്ട കാര്യമില്ല ഗോസ് പോഡിൻ. ഇവിടെ നമ്മൾ ഒരു സ്കൂൾ മുറിയിലല്ല. നിങ്ങൾ ചോദ്യം ഉറപ്പിച്ചു ചോദിക്കൂ."

"ബഹുമാന്യനായ കവീ, എനിക്ക് ചോദിക്കാനൊന്നുമില്ല. അസുഖ കരമായ എന്തോ ഒന്ന് സംഭവിക്കുമെന്ന തോന്നൽ മാത്രം."

ആ മാന്യവ്യക്തിയെ മയക്കോവ്സ്കി തിരിച്ചറിഞ്ഞിരിക്കണം, അദ്ദേഹം പാസ്റ്റർനാക്കിനോട് പറഞ്ഞു. "അയാളുടെ ഭാവഗാനങ്ങളായ കവിതകൾ മുമ്പ് കേട്ടിട്ടുണ്ട്. ബോറിസ് ലിയോണി സോവിച്ച്. വിപ്ലവം റഷ്യയിൽ സ്ഥിതിഗതികൾക്ക് മാറ്റം വരുത്തുമെന്ന് അയാൾ വിശ്വസി ക്കുന്നില്ല."

മുറിയുടെ പിന്നിൽ നിന്ന് ഇസ്രയേൽകാരൻ തമാശയും നിരാശയും കലർന്നപോലെ ചിരിച്ചു. "വിപ്ലവം എന്ന് വിളിക്കുന്ന ഈ വാർഷികോത്സവം നിങ്ങൾ വിചാരിക്കുന്നതുപോലെ സ്വാതന്ത്ര്യത്തിന്റെ, അവകാശങ്ങളുടെ, ധാർമ്മികതയുടെ ന്യായീകരണങ്ങളല്ല. അത്യധികം വെറുക്കപ്പെട്ട മാർഗ്ഗങ്ങളുള്ള ലക്ഷ്യങ്ങളുടെ ഈ ആഘോഷം റഷ്യക്കാരെ സംബന്ധിച്ചിടത്തോളം ഒരു മാറ്റവും വരുത്താൻ പോകുന്നില്ല. അതല്ല മാറ്റങ്ങൾ ഉണ്ടായാൽ തന്നെ റഷ്യൻ അവസ്ഥയിലെ മാറ്റം യഹൂദന്മാരുടെ അവസ്ഥയ്ക്ക് എന്തായാലും മാറ്റം വരുത്തുകയില്ല."

അപ്പോൾ, അയാളെ ഞാൻ എവിടെ വെച്ചായിരുന്നു കണ്ടതെന്ന കാര്യം പെട്ടെന്ന് ഓർമ്മവന്നു. ആഴ്ചകൾക്ക് മുമ്പ് മോസ്കോയിൽ ചേർന്ന സിയോണിസ്റ്റ് - പാലസ്തീൻ രാജ്യം സ്ഥാപിക്കാൻ വേണ്ടി പ്രവർത്തിക്കുന്ന യഹൂദപ്രസ്ഥാനം - സമ്മേളനത്തിൽ എല്ലാവരും കാണത്തക്കവിധം സ്ഥാപിച്ച പരസ്യപോസ്റ്ററുകളിൽ അയാളുടെ മുഖമുണ്ടായിരുന്നു. ഞങ്ങളുടെ ഇസ്രായേൽ മതേതരവേരുകളും യഹൂദ കാര്യങ്ങളിലുള്ള അചഞ്ചലവിശ്വാസവുംകൊണ്ട് ഒസിപ്പും ഞാനും ആ സമ്മേളനത്തിൽ പങ്കെടുക്കാൻ ആഗ്രഹിച്ചിരുന്നു. ക്രിമിയയിലെ ജൂതകാർഷിക സ്ഥാപനങ്ങളെപ്പറ്റി 'ജൂസ് വർക്ക് ദി ലാൻഡ്' എന്ന പേരിൽ ഒരു ഡോക്യുമെന്ററിയുടെ നിർമ്മാണത്തിൽ ആദ്യവസാനം പ്രവർത്തിച്ചിട്ടുണ്ട്. എന്റെ പിതാവ് യൂറി അലക്സാൻഡ്രോവിച്ച് പ്രമുഖനായ ഒരു ജൂതനിയമജ്ഞനായിരുന്നു. ജൂതന്മാരുടെ കുഴഞ്ഞുമറിഞ്ഞ പ്രശ്നങ്ങൾക്ക് പരിഹാരം മറ്റൊരു ദേശത്തേക്കുള്ള കുടിയേറ്റമല്ല. സ്വരാജ്യത്തിന്റെ അവിഭാജ്യഘടകമായി തീരുന്നതാണ് ശരി എന്ന് കരുതിയിരുന്ന അദ്ദേഹം കടുത്ത സിയോണിസ്റ്റ് വിരുദ്ധനുമായിരുന്നു. സിയോണിസ്റ്റ് കാഴ്ചപ്പാടുകൾ അറിയാൻ അദ്ദേഹം ബദ്ധശ്രദ്ധനായിരുന്നു. മുമ്പേ നിശ്ചയിച്ച പെട്രോഗ്രാഡിലെ ഒരു പരിപാടി ഞങ്ങൾക്ക് ഉണ്ടായിരുന്നില്ലെങ്കിൽ തീർച്ചയായും ഇസ്രായേൽ പദ്ധതി എന്തെന്ന് ഞങ്ങൾക്ക് ഗ്രഹിക്കാൻ കഴിയുമായിരുന്നു. അതിൽ പങ്കെടുക്കാൻ കഴിഞ്ഞില്ലല്ലോ എന്നതിൽ എനിക്ക് ദുഃഖം തോന്നി.

ബ്രിട്ടീഷ് സർക്കാരിനെ യാഥാർത്ഥ്യം ബോദ്ധ്യപ്പെടുത്തി സ്വാധീനിക്കാൻ ശ്രമിച്ചുകൊണ്ടിരുന്ന, സിയോണിസ്റ്റ് സംഘാംഗമായി അറിയപ്പെട്ടിരുന്ന, ഈ മാന്യവ്യക്തിക്ക് ഒന്നാം മഹായുദ്ധകാലത്ത് ഓട്ടോമാൻ തുർക്കികളിൽ നിന്നും പലസ്തീൻ കൈവശപ്പെടുത്തിയ ബ്രിട്ടീഷ്കാരിൽ നിന്നും വിശുദ്ധഭൂമിയിൽ ജൂതദേശീയരാഷ്ട്രം എന്ന ലക്ഷ്യം 'അനുഭാവപൂർവ്വം പരിഗണിക്കാം' എന്ന ഉറപ്പ് നേടാൻ കഴിഞ്ഞു. (പ്രവ്ദായിൽ പ്രസിദ്ധീകരിച്ച നിർദ്ദിഷ്ട പ്രഖ്യാപനത്തിന്റെ വാക്കുകളാണിവ.)

അയാൾക്കും സ്റ്റൂളുകളിൽ ഇരിക്കുന്ന കവികൾക്കും ഇടയിലുണ്ടായിരുന്ന അകൽച്ച ആ മാന്യവ്യക്തി ഇല്ലാതാക്കി. അപ്പോൾ സദസ്സിലെ

എഴുത്താളന്മാർ ചെങ്കടൽ പോലെ രണ്ട് വിഭാഗങ്ങളായി വേർതിരിഞ്ഞു. "ആദരണീയനായ ബോറിസ് പാസ്റ്റർനാക്ക്, ഒരു ജൂതൻ എന്ന നിലയ്ക്ക് താങ്കൾക്ക് സഹയഹൂദന്മാരുടെ അവസ്ഥയിൽ ശ്രദ്ധവെയ്ക്കേണ്ട ബാധ്യതയുണ്ട്. അവരുടെ ആർത്തനാദം കേൾക്കേണ്ട ബാധ്യതയുണ്ട്. യൂറോപ്പിലെ ഏറ്റവും മുഴക്കമുള്ള ശബ്ദം. പൂർവ്വദേശത്തെ മുൻനിര യുദ്ധഭൂമിയിലെ ട്രഞ്ചുകളിൽ പൊട്ടിത്തെറിക്കുന്ന മൈനുകളേക്കാൾ മുഴക്കമുള്ള ശബ്ദം." ഒച്ചപ്പാടുകൾ ഉയർന്നു. പാസ്റ്റർനാക്കിനെ ചൂണ്ടി യാണ് ശബ്ദം ഉയരുന്നത്. "ബോൾഷെവിക്കുകളുമായുള്ള നിങ്ങളുടെ സഹകരണം ലക്ഷ്യം നേടാൻ കഴിയാത്തതാണ്. തെറ്റായ ആശയവുമാണ്. റഷ്യയെ മാറ്റി തീർക്കാൻ കഴിയുന്ന കലാപമാണ് അവരുടെ ലക്ഷ്യം, അതായത് റഷ്യക്കാർക്ക് നന്മയുണ്ടാകാൻ വേണ്ട കാര്യങ്ങൾ മാത്രമേ അവരുടെ ഭാവിപ്രവർത്തനങ്ങളിൽ നിർദ്ദേശിക്കുന്നുള്ളൂ. ഇരുപത് നൂറ്റാണ്ടുകളായി നിലനിൽക്കുന്ന ക്രിസ്ത്യാനികളുടെ ജൂതമതവിരോധം ഇല്ലാതാക്കുന്നതിനെപ്പറ്റി അവർ യാതൊന്നും പറയുന്നില്ല. പൂർവ്വയൂറോപ്യൻ ജൂത ഭൂരിപക്ഷ പ്രദേശങ്ങളിൽ നടപ്പാക്കാൻ ഉദ്ദേശിക്കുന്ന ദീർഘ കാല പദ്ധതികളെക്കുറിച്ച് നമ്മൾ അനുഭാവപൂർവ്വം ചർച്ച ചെയ്യണം."

കോലാഹലം വർദ്ധിച്ചപ്പോൾ മയക്കോവ്സ്കി സ്റ്റൂളിൽനിന്നും എഴുന്നേറ്റു. മറ്റൊന്നിന്റേയും സഹായമില്ലാതെ, ആവേശപൂർവം ചില വിശദീകരണങ്ങൾ നൽകി.

മൂർച്ചയേറിയ നാവും പരിചയസമ്പന്നനായ വാഗ്മിയും ആയ ഇസ്രാ യേൽ രാഷ്ട്രവാദി തികച്ചും അപ്രതീക്ഷിതമായി കവിയെ വിമർശിച്ചു. "അതിന്റെ ആവശ്യം ഉണ്ട്. ബഹുമാന്യനായ മയക്കോവ്സ്കി, ഒരു പ്രത്യേക രീതിയിൽ ശക്തമായി പറഞ്ഞ നിഷേധത്തിന്റെ കാരണം അതാണ്." അദ്ദേഹം പാസ്റ്റർനാക്കിന്റെ സമീപത്തേക്ക് നീങ്ങി. മാത്രമല്ല എല്ലാവർക്കും കേൾക്കത്തക്കവിധം അദ്ദേഹത്തോട് പറഞ്ഞു. "ജൂതന്മാർ നിങ്ങളെപോലെ ആദരണീയരായ കവികളോ, വക്കീലന്മാരോ കോഴി ക്കൂടുകളിൽ നിന്ന് കോഴിക്കാഷ്ടം വൃത്തിയാക്കുന്ന "കുലാക്കുകളോ" ആരുമാകട്ടെ. ശ്രേഷ്ഠനായ സിയോണിസ്റ്റ് തിയഡോർ ഹേർസലിന്റെ ആഹ്വാനത്തിനും പലസ്തീനിലേക്കുള്ള കുടിയേറ്റത്തിനും നിങ്ങളുടെ തീരുമാനങ്ങൾ വെളിപ്പെടുത്തിയേ ഒക്കൂ. റഷ്യയിലും കിഴക്കൻ യൂറോ പ്പിലും ഉണ്ടായ കൂട്ടക്കൊലകളിൽനിന്നും രക്ഷപ്പെടാൻ രണ്ട് ഭിത്തികൾ ക്കിടയിൽ ഇഷ്ടികകൾ കൊണ്ട് കെട്ടിയ ഇടുങ്ങിയ സ്ഥലങ്ങളിൽ ഇഴഞ്ഞുനീങ്ങി ഞങ്ങൾ ക്ഷീണിതരായി, രോഗികളായി. റഷ്യയിലെ കൊസ്സാക്കുകൾ പോലെ ഈ ലോകം മുഴുവനും ഞങ്ങൾക്കെതിരാണ്. എവിടെയാണ് ഞങ്ങൾക്ക് അഭയം? ജൂതന്മാർക്ക് കണ്ടെത്താൻ കഴി യുന്ന രക്ഷാകേന്ദ്രം അവരുടെ സ്വന്തം നാട് മാത്രമാണ്. ഞങ്ങളുടെ സിയോണിസ്റ്റ് മുദ്രാവാക്യം ജൂതമാർഗ്ഗത്തിന്റെ ലോകാധിപത്യത്തിനുള്ള

മാർഗ്ഗമാണ്, ഒരു വ്യത്യാസമേ ഇപ്പോഴുള്ളൂ. “ജനതയില്ലാത്ത രാജ്യമാണ് പലസ്തീൻ. രാജ്യമില്ലാത്ത ജനതയാണ് ജൂതന്മാർ.”

ഒരു മുരടൻ മുറുമുറുപ്പ് എന്നു മാത്രം വിശേഷിപ്പിക്കാവുന്ന ശബ്ദം എഴുത്താളന്മാരിൽ നിന്ന് ഉയർന്നു. അത് എന്നെ അദ്ഭുതപ്പെടുത്തിയില്ല. ജൂതമതവിഭാഗത്തോട് അനുകൂല മനോഭാവം ഉണ്ടെന്ന വിചാരമൊന്നും ബൗദ്ധികമായി ഉയർന്ന റഷ്യ വിഭാഗങ്ങൾക്കില്ല. യഹൂദവിരുദ്ധമനോഭാവത്തിന്റെ പെട്ടെന്നുണ്ടായ പ്രതികരണംകൊണ്ട് തീർത്തും ദുഃഖിതനായ മയക്കോവ്സ്കി കൈവീശി ദേഷ്യം നിയന്ത്രിക്കാൻ ശ്രമിച്ചു. “നമ്മുടെ വിപ്ലവത്തിനുശേഷം ജൂതന്മാർക്ക് നാടുപേക്ഷിച്ച് അന്യദേശത്തേക്ക് പോകേണ്ടിവരില്ല.” അദ്ദേഹം അപ്പോൾ തന്നെ ഉറക്കെ പറഞ്ഞു. “ജൂതൻ, ക്രിസ്ത്യാനി, മുസ്ലീം, അവിശ്വാസി, നാസ്തികൻ, അജ്ഞേയവാദി. വിഗ്രഹാരാധകൻ, മതവിശ്വാസനിഷേധി, സ്വതന്ത്രചിന്തകൻ, നിങ്ങളെപ്പോലുള്ള മാർക്സിസ്റ്റ് സംശയാലുക്കൾ അങ്ങനെ എല്ലാവരും ഭരണം നടത്തുന്ന പ്രോലിറ്റേറിയറ്റിൽ ഉൾപ്പെടുന്നു. പ്രോലിറ്റേറിയറ്റ് ഫാക്ടറികളുടേയും സർക്കാർവകുപ്പുകളുടേയും ഉടമസ്ഥരാകും. ഈ തൊഴിലാളിവർഗ്ഗസർവ്വാധിപത്യത്തിന്റെ നിശ്ചിതമായ ആഗ്രഹം, ആത്യന്തികലക്ഷ്യം സാറിസ്റ്റ് ഭരണകൂടത്തിന്റേയും സർവ്വാധിപത്യത്തിന്റേയും പൂർണ്ണമായ തുടച്ചുനീക്കലാണ്. കമ്മ്യൂണിസത്തിൽ വർഗ്ഗരഹിതസമൂഹമാണുള്ളത്. വർണ്ണവിവേചനം, വർഗ്ഗവിവേചനം അതൊക്കെ അക്കാലത്ത് അപകീർത്തികരമായ ഭൂതകാലത്തിന്റെ അവശേഷിപ്പുകളായിതീരും.”

മയക്കോവ്സ്കി വളരെ സ്പഷ്ടമായി വ്യാഖ്യാനിച്ച കമ്മ്യൂണിസ്റ്റ് ആശയങ്ങളിൽ പാസ്റ്റർനാക്കിന്റെ പ്രതികരണം സുചിന്തിതവും നിയന്ത്രിതവുമായിരുന്നു. അദ്ദേഹത്തിന്റെ സംസാരശൈലിയിൽ അല്പസ്വല്പം ജർമ്മൻരീതി പ്രകടമായിരുന്നു. പിന്നിലേക്ക് ഉയർന്നുയർന്നു പോകുന്ന ഇരിപ്പിടങ്ങൾ നിരന്ന വൃത്താകൃതിയിലുള്ള യൂണിവേഴ്സിറ്റി ഹാളിലെ പ്രസംഗപീഠത്തിൽ നില്ക്കുകയാണ് എന്ന മട്ടിൽ, ഒരു വിഷയം പഠിപ്പിക്കുന്ന രീതിയിൽ അദ്ദേഹം വാക്കുകൾ ജാഗ്രതയോടെ തിരഞ്ഞെടുക്കുകയും നന്നായി പ്രസംഗിക്കുകയും ചെയ്തു.

“ജൂതന്മാരുടെ പ്രശ്നത്തിന്റെ പരിഹാരം റഷ്യയിൽ വെച്ച് കണ്ടെത്തണം, എങ്ങനെയെങ്കിലും അത് പരിഹരിക്കണമെന്ന് നിർബ്ബന്ധമാണെങ്കിൽ.” അദ്ദേഹം പറഞ്ഞതെന്താണെന്ന് എനിക്ക് ഏതാണ്ട് ഓർമ്മിക്കാൻ കഴിയും. “എന്തുതന്നെ സംഭവിച്ചാലും ഒരിക്കലും നിലവിൽ വരാൻ കഴിയാത്ത ജൂതരാഷ്ട്രം എന്ന ആവശ്യം നിരാകരിക്കണം. സിയോണിസ്റ്റുകൾക്കുള്ള സഹായം ഒരു ജനാധിപത്യ മാർക്സിസ്റ്റ് റഷ്യയിൽ പരിപാലിക്കപ്പെടണം. പലസ്തീൻ ജനങ്ങളില്ലാത്ത രാജ്യമല്ല. ഒരു ചരിത്രസംബന്ധിയായ സൊസൈറ്റിയുടെ “എവറിസ്കായ സ്റ്റാറിന” എന്ന പ്രസിദ്ധീകരണത്തിലെ ഒരു ജൂത പത്രപ്രവർത്തകന്റെ ലേഖനത്തിൽ

പറഞ്ഞതുപോലെ പലസ്തീനിൽ ഇപ്പോൾ ഏതാണ്ട് ആറ് ലക്ഷം അറബികൾ താമസിക്കുന്നുണ്ടെന്ന് ഞാൻ പറയട്ടെ. ആറുലക്ഷം! അവർക്കുവേണ്ടി നിങ്ങൾ എന്താണ് ചെയ്യാൻ ഉദ്ദേശിക്കുന്നത്?"

"സ്വദേശികളായ ജനങ്ങൾക്കുവേണ്ടി ഞങ്ങൾ യൂറോപ്യൻ സംസ്കാരം കൊണ്ടുവരും. സ്കൂളുകളും ആശുപത്രികളും മനുഷ്യവിസർജ്ജന മാലിന്യസംസ്കരണ പ്ലാന്റുകളും നിർമ്മിക്കും. കൃഷിസ്ഥലങ്ങൾ ഉഴുതുമറിക്കാൻ ഞങ്ങൾ ട്രാക്റ്ററുകൾ കൊണ്ടുവരും. അവരുടെ വിളകൾക്ക് ജലസേചനത്തിനായി ടൈബീരിയസ് തടാകത്തിൽ നിന്നും വെള്ളം കൊണ്ടുവരും. ഇരുപതാം നൂറ്റാണ്ടിലേക്ക് ഞങ്ങളോടൊപ്പം ജൂതരേയും ഉയർത്തിക്കൊണ്ടുവരും."

ഒറ്റ രാഷ്ട്രം എന്ന സിയോണിസ്റ്റ് പദ്ധതിയോട് പരമപുച്ഛം ഭാവിച്ചുകൊണ്ട് മയക്കോവ്സ്കി അദ്ദേഹത്തിന്റെ തൊട്ടടുത്തുതന്നെ ഉണ്ടായിരുന്നു. "ജൂതരാഷ്ട്രത്തെ മുസ്ലീംജനവിഭാഗം അംഗീകരിക്കുമെന്ന് പറഞ്ഞ് നിങ്ങൾ അവരെ കബളിപ്പിക്കുന്നു." വികാരാവേശത്തോടെ പെട്ടെന്ന് അദ്ദേഹം ഉറക്കെ പറഞ്ഞു. "പലസ്തീൻകാരായ അറബികൾ അവരുടെ പൈതൃകഭൂമി നിരുപാധികം ഉപേക്ഷിക്കണമെന്ന് പറഞ്ഞ് അവരെ നിങ്ങൾ കബളിപ്പിക്കുന്നു. ഒരു യുദ്ധം കൂടാതെ അത് സംഭവിക്കുമോ?" ആ അഭിഭാഷകൻ അയാൾ അങ്ങനെ എന്തോ ആയിരുന്നു, ഒരു കറകളഞ്ഞ സിയോണിസ്റ്റ്. തല ചെരിച്ച് നേരിട്ടല്ലാതെ മയക്കോവ്സ്കിയെ നോക്കി. വീണ്ടും അയാളുടെ കണ്ണടച്ചില്ലുകളിൽ പ്രകാശം പതിച്ചു. അങ്ങനെ അയാളുടെ രണ്ട് കണ്ണുകളുടെ സ്ഥാനം വെള്ളിനാണയങ്ങൾ കൈവശപ്പെടുത്തി. "ഒരു ജൂതരാഷ്ട്രം സ്ഥാപിക്കാൻ ഞങ്ങൾ ആയുധം എടുക്കുകയാണെങ്കിൽ..." ശാന്തവും എന്നാൽ ദൃഢനിശ്ചയത്തോടെയും അയാൾ പറഞ്ഞു. "അതിന്റെ ഫലം എന്തെന്ന് ഉറപ്പിക്കാം. ആദരണീയനായ കവി മയക്കോവ്സ്കി നിങ്ങൾ കേട്ടാലും. വിജയം ഞങ്ങളുടേതായിരിക്കും."

ഇപ്പോഴും ആ രംഗം ഞാൻ വ്യക്തമായും ഓർത്തെടുക്കുന്നുണ്ട്. പാസ്റ്റർനാക്ക് തിടുക്കത്തിൽ സംസാരിക്കാൻ തുടങ്ങി. വൃക്ഷക്കൊമ്പിലേക്ക് കയറുന്ന ഒരു കുസൃതിക്കാരൻ കുട്ടിയെ വേഗത്തിൽ തടഞ്ഞുനിർത്താൻ എന്നപോലെ ധൃതി കൂട്ടിക്കൊണ്ട്. "നിങ്ങൾ ഒരു ചെറിയ സംഘം കുടിയേറ്റക്കാർ ഒരു വൻസംഘം അറബികൾക്കെതിരെ ആയുധം എടുക്കുകയാണെങ്കിൽ നിശ്ചയമായും നിങ്ങൾ തോൽക്കും. എന്തെങ്കിലും അദ്ഭുതംകൊണ്ട് വിജയിക്കുകയാണെങ്കിൽ കൊളോണിയൽ പദ്ധതിയുമായി ബന്ധപ്പെടുമ്പോൾ ആ വിജയം തീർച്ചയായും നിങ്ങളെ ദുഷിപ്പിക്കും. തന്നെയുമല്ല ബ്രിട്ടീഷ് വിദേശകാര്യ സെക്രട്ടറി ലോർഡ് ബാൽഫോർ അറബികളുടെ അവകാശങ്ങൾ അതീവതാത്പര്യത്തോടെ സംരക്ഷിക്കാൻ ശ്രമിക്കുമ്പോൾ ഈ മനോഭാവം ഇഷ്ടക്കേടുണ്ടാക്കും. അത് ഹിംസകളുടെ ഒരു പരമ്പരതന്നെ സൃഷ്ടിക്കും. മറ്റൊരു

മാർഗ്ഗമുണ്ട്, റഷ്യയിൽ ഞങ്ങളോടൊപ്പം ആയുധം എടുക്കുക. ഈ ഭൂഗോളത്തിൽ ആദ്യത്തെ കമ്മ്യൂണിസ്റ്റ് രാഷ്ട്രം സൃഷ്ടിക്കാൻ ഞങ്ങളോടൊത്ത് സമരം ചെയ്യുക. അങ്ങനെയെങ്കിൽ 'ജൂതപെയിലി'(പശ്ചിമ റഷ്യയിൽ സാർചക്രവർത്തിമാരുടെ ഭരണകാലത്ത് ജൂതന്മാർക്ക് താമസിക്കാൻ അനുവാദം നൽകിയ പ്രദേശം)യിലെ ലക്ഷക്കണക്കിന് ജൂതന്മാരിൽ ഒരാൾക്കുപോലും അന്യദേശത്തേക്ക് കുടിയേറേണ്ട ആവശ്യമുണ്ടെന്ന് ചിന്തിക്കേണ്ടിവരില്ല."

"ആദരണീയനായ ബോറിസ് പാസ്റ്റർനാക്ക്, എനിക്ക് താങ്കളുടെ കവിതകളെക്കുറിച്ചറിയാം. അതുകൊണ്ടുതന്നെയാണ് ഈ രാത്രിയിൽ ഞാനിവിടെയെത്തിയത്. എന്നാൽ 'എന്റെ സഹോദരി', 'ജീവിതം' എന്നീ കവിതകളുടെ സ്രഷ്ടാവ് സമീപസ്ഥമായ വിപ്ലവത്തിന്റെ ആരവങ്ങളെ ഭയപ്പെടുന്നു. ഏതുതരം പിന്തുണയ്ക്കുവേണ്ടിയാണ് നമ്മൾ നിലകൊള്ളുന്നത്?"

"ഞാൻ ലഫ്റ്റനന്റ് ഷ്മിഡ്റ്റിന്റെ സ്രഷ്ടാവും കൂടിയാണെന്ന കാര്യം നിങ്ങൾ സൗകര്യപൂർവ്വം വിസ്മരിച്ചു. അയാൾ എന്റേയും വീരപുരുഷനാണ്. നേവി ലഫ്റ്റനന്റ് ഷ്മിഡ്റ്റിനെ വേണ്ടത്ര മുന്നൊരുക്കങ്ങളില്ലാതെ 1905-ൽ റഷ്യയിലുണ്ടായ വിപ്ലവത്തിന്റെ കാലത്ത് 'ഒച്ചിക്കോവ്' എന്ന യുദ്ധക്കപ്പലിലെ സൈനികാഭ്യന്തരകലാപത്തിന് നേതൃത്വം നൽകിയതിന്റെ പേരിൽ തൂക്കിലേറ്റി."

വേദന ശമിപ്പിക്കാനെന്ന വിധം പാസ്റ്റർനാക്ക് നെറ്റിത്തടം വിരലുകൾ കൊണ്ട് അപ്പോൾ അമർത്തുകയും തടവുകയും ചെയ്തിരുന്നു. "ഒന്നും ഞാൻ മറന്നിട്ടില്ല. നിങ്ങൾക്ക് അത് ആശ്വാസകരമെന്ന് തോന്നുന്നതിനേക്കാൾ കൂടുതൽ കാര്യങ്ങളിൽ നിങ്ങൾക്കും എനിക്കും പരസ്പരൈക്യം ഉണ്ട്." അദ്ദേഹം ഊന്നിപ്പറഞ്ഞു. "നിങ്ങളുടെ കൊളോണിയൻ പദ്ധതിയുടെ അനിവാര്യമായ ഹിംസാത്മക ബലപ്രയോഗം നിങ്ങൾ ന്യായീകരിക്കുന്നു." വളരെ പതിഞ്ഞ ശബ്ദത്തിൽ ക്ലേശത്തോടെ നേവി ലഫ്റ്റനന്റ് പയറ്റൊർ ഷ്മിഡ്റ്റ് ന്യായീകരിച്ചതെന്താണോ അത്... ആദർശവാദത്തിന്റെ ഹിംസാത്മകമായ ബലപ്രയോഗത്തെ ഞാനും ന്യായീകരിക്കുന്നു." ഇസ്രായേൽക്കാരനായ മാന്യവ്യക്തി വെറുപ്പോടെ മറ്റൊരു ദിശയിലേക്ക് തിരിഞ്ഞു. "ക്രിസ്തുമതം രൂപപ്പെട്ടതിന് ജൂതന്മാരെ വോൾട്ടയർ കുറ്റപ്പെടുത്തിയതിനുശേഷം തീർത്തും അർത്ഥശൂന്യമായ ജല്പനം ഞാൻ ഇപ്പോൾ കേൾക്കുന്നു. നിങ്ങളുടെ അമൂല്യമായ മാർക്സിസം തൊഴിലാളികളുടെ സ്വർഗ്ഗം എന്ന യക്ഷിക്കഥകൊണ്ട് സാമാന്യജനങ്ങളെ വശീകരിക്കാൻ രൂപപ്പെടുത്തിയ ഒരു സിൻഡ്രല്ല കഥയിൽ കവിഞ്ഞൊന്നുമല്ല ഇത്. ചരിത്രത്തിന്റെ ഗതി മാറ്റാൻ തങ്ങൾക്ക് കഴിയുമെന്ന് കരുതുന്ന കവികളെ ചരിത്രം യാതൊന്നും പഠിപ്പിക്കുന്നില്ല. ആദരണീയകവി, പ്രശ്നം നിലനിൽക്കുന്നുണ്ടെന്ന കാര്യം താങ്കൾ നിഷേധിക്കുകയാണോ?

അടിത്തട്ടിലേക്ക് നോക്കൂ, വാസ്തവങ്ങളിൽനിന്ന് നിങ്ങൾ ഏറെ അകലെയാണ്."

ആ മാന്യൻ നിഷേധാർത്ഥത്തിൽ തോളുകൾ ചലിപ്പിച്ച് എഴുത്താളന്മാരെ കടന്ന് ഇരട്ടപാളികളുള്ള വാതിലിലൂടെ അപ്രത്യക്ഷനാകുന്നത് മയക്കോവ്സ്കി ഒരു പ്രത്യേക രീതിയിൽ നോക്കി നിന്നു. "ബോറിസ് ലിയോണിഡോവിച്ച് ആണ് ശരി." കഫേയിലെ മൂകമായ അന്തരീക്ഷം നോക്കി എന്തു സംഭവിക്കുമെന്ന് ആശങ്കയുണർത്തുന്ന നിശ്ശബ്ദത ഭഞ്ജിച്ചുകൊണ്ട് അദ്ദേഹം പറഞ്ഞു. "മറ്റൊരു തരത്തിൽ പറഞ്ഞാൽ വിപ്ലവം ആദർശവാദമാണ്. എന്റെ ഓരോ വാക്കും നന്നായി ശ്രദ്ധിക്കുക. പതിമൂന്നാം വയസ്സിൽ തുടങ്ങിയതാണ് വിപ്ലവത്തിനുവേണ്ടിയുള്ള എന്റെ രാഷ്ട്രീയപ്രവർത്തനങ്ങൾ. ഞാൻ സമരം ചെയ്തു. വിപ്ലവകാരി എന്ന നിലയിൽ ബുട്ടിയർക്കാ ജയിലിൽ 103-ാം നമ്പർ സെല്ലിൽ 367 ദിവസങ്ങളും 14 മണിക്കൂറുകളും 20 മിനിറ്റുകളും ഏകാന്തതടവിൽ ചെലവഴിച്ചു. നമ്മുടെ വിപ്ലവം തൊഴിലാളികളെ അനായാസമായും കുറ്റകരമായും ചൂഷണം ചെയ്യുന്നത് അവസാനിപ്പിക്കും. അത് സ്ത്രീകളെ മോചിപ്പിക്കും. യഹൂദവിരുദ്ധവാദത്തെ ശ്വാസംമുട്ടിച്ച് നശിപ്പിക്കുകയും ഇസ്രായേൽ സമൂഹത്തെ സംരക്ഷിക്കുകയും ചെയ്യും. ലക്ഷ്യം നേടാനുള്ള നടപടിക്രമങ്ങളിൽ യാതൊരു തെറ്റും ഉണ്ടാകുകയില്ല. ഇവിടെ ക്രെംലിന് മുന്നിൽ ഗില്ലറ്റിനോ ഭരണകൂടക്കൂട്ടക്കുരുതിയോ ഉണ്ടാകുകയില്ല."

"അദ്ദേഹം നിങ്ങൾക്കുവേണ്ടിയാണോ സംസാരിക്കുന്നത് ബഹുമാന്യനായ പാസ്റ്റർനാക്ക്?" കൊടി അടയാളമുള്ള യൂണിഫോം ധരിച്ച നേവൽ കേഡറ്റ് വാതിൽക്കൽ നിന്ന് ഉച്ചത്തിൽ വിളിച്ചുചോദിച്ചു. ആർക്കും കേൾക്കാൻ പറ്റാത്തത്ര പതിഞ്ഞ രീതിയിൽ പാസ്റ്റർനാക്ക് ചിരിച്ചു, കൺകോണിലൂടെയുള്ള നോട്ടത്തോടെ. അതാർക്കും വ്യക്തമായി കാണാനാവില്ല. "കഴിഞ്ഞ നൂറ്റാണ്ടിന്റെ അപൂർണ്ണദർശനവും മാറ്റത്തിന്റെ ആവശ്യവും പൂർണ്ണമായും മനസ്സിലാക്കിയ മട്ടിൽ റഷ്യയിൽ വിപ്ലവം ഉണ്ടാക്കുവാൻ ഞാൻ ദൃഢനിശ്ചയം ചെയ്യുന്നു. കവിതയ്ക്ക് സഹായകമാകുന്നത്രയുംവരെ ഒരു ശ്രമം."

"നിങ്ങൾ തെറ്റായ ദിശയിലേക്ക് പോകുന്നു. അതിന്റെ ദൂഷ്യഫലം അനുഭവിക്കും. ബോറിസ് ലിയോനി ഡോവിച്ച്." മയക്കോവ്സ്കി അലറിവിളിച്ചു. "കടലിന്റെ വിരസമായ ഗർജ്ജനം, ഭൂമിയുടെ ഭ്രമണം, ശക്തമായ കാറ്റിന്റെ തുളഞ്ഞു കയറുന്ന ചൂളംവിളി. ഇവയെല്ലാം വിപ്ലവത്തിന്റെ സഹായത്തിനുവേണ്ടിയാണ്. എല്ലാ കലകളേയും കരകൗശലങ്ങളേയും പോലെ കവിതയും വിപ്ലവത്തിന് സേവനം ചെയ്യാൻ ഉള്ളതാണ്."

ഇവയെല്ലാം ഇന്നലെയെന്നപോലെ ഞാൻ ഓർക്കുന്നു. മയക്കോവ്സ്കിക്ക് നേരെ പാസ്റ്റർനാക്ക് ഒരു വിരൽ അങ്ങോട്ടും ഇങ്ങോട്ടും ഇളക്കിക്കൊണ്ടിരുന്നു. "ഒരു കുട്ടയിൽ കരകൗശലവസ്തുക്കളോടൊപ്പം

കലകളെല്ലാം ഒരുമിച്ച് നിറയ്ക്കുന്നത് തെറ്റാണ്." അദ്ദേഹം പറഞ്ഞു. "രണ്ടും വ്യത്യസ്ത ലോകങ്ങളാണ്. പുഷ്കിന്റെ സലേറി മൊസാർട്ടിന് ('മൊസാർട്ട് ആൻഡ് സലേറി' എന്ന ലഘുദുരന്തനാടകം) വിഷം കൊടുത്തപ്പോൾ ഞാൻ മനസ്സിലാക്കിയത് ഇതാണ്."

"യഥാർത്ഥത്തിൽ അത് മനസ്സിലാക്കിയത് സലേറി ആയിരുന്നു." മയക്കോവ്സ്കി ശാഠ്യം പിടിക്കുന്നത് എനിക്ക് കേൾക്കാം. "കലാകാരൻ അടിസ്ഥാനപരമായി കൈവേലക്കാരനാണ്. സാഹിത്യം അടിസ്ഥാനപരമായി കരകൗശലവസ്തുവാണ്. സാമൂഹികമായി ഉപയോഗമുള്ള മറ്റു തൊഴിലുകളിൽ നിന്നും അത് വ്യത്യസ്തമല്ല. സാഹിത്യപരമായ പ്രവൃത്തി അത്യുന്നതമാകുന്നത് സമൂഹത്തിന് അത് ഉപയോഗപ്രദമാകുമ്പോഴാണ്. സോഷ്യലിസ്റ്റ് വ്യവസ്ഥാപനത്തിന് സഹായകമാകുമ്പോഴാണ്. കൈവേലക്കാരനും കവിയും വിപ്ലവകാരിയും ആയ ഞാൻ, മയക്കോവ്സ്കി, പാസ്റ്റർനാക്ക് എന്നീ രണ്ടുപേരുടേയും സേവനം പൊതുവായി ആവശ്യപ്പെടുന്നത് തൊഴിലാളി വർഗ്ഗഭരണകൂടമാണ്. അതു ചെയ്യുന്നില്ലെങ്കിൽ കവിത ഉപയോഗശൂന്യമാണ്. നിന്ദ്യമാണെന്നുപോലും ഞാൻ പറയും."

പാസ്റ്റർനാക്ക് അസംതൃപ്തിയോടെ, എന്നാൽ സ്നേഹവും ക്ഷമയും കൈവിടാതെ ചിരിച്ചു. "നിങ്ങൾ വികാരതീവ്രതയുള്ളയാളാണ് വ്ളാഡിമിർ വ്ളാഡിമിറോവിച്ച്. ഭാവഗീതങ്ങളെ നിങ്ങൾ ഗാനങ്ങളായി പരിഷ്കരിക്കും. ഭാവഗീതങ്ങളെ വിപ്ലവം തിരസ്കരിക്കുമ്പോൾ, നിരർത്ഥകമായി ഒച്ചവയ്ക്കുമ്പോൾ ഭാവഗീതങ്ങൾ ഗാനങ്ങളാകും. രാഷ്ട്രത്തേക്കാൾ വലിയ ഒരു യജമാനന് ഫ്യൂച്ചറിസ്റ്റ് കവിത ദാസ്യവേല ചെയ്യേണ്ടിവരിക അതൊരു ദുരന്തമാണ്. അതല്ലെങ്കിൽ ഒരു മഹത്തായ ലക്ഷ്യത്തിനു വേണ്ടി ജീവിക്കുന്നതിന്റെ ആനന്ദത്താൽ വർണ്ണഭംഗി വരുത്തിയ ലോകത്തിന്റെ പ്രതിബിംബം നൽകണം. ആനന്ദം കൊണ്ട് ഏഴാം സ്വർഗ്ഗത്തിൽ എത്തുക. ഏഴാം സ്വർഗ്ഗത്തിന്റെ ഔന്നത്യത്തിൽ നിന്നു മാത്രമേ ഒരു കവിക്ക് വിപ്ലവത്തെ വിശുദ്ധമാക്കാൻ കഴിയൂ. അതിനുശേഷം വിപ്ലവത്തിന് രാഷ്ട്രീയശുദ്ധീകരണം ആരംഭിക്കാൻ കഴിയും."

"എന്റെ മനക്കണ്ണിൽ മയക്കോവ്സ്കിയുടെ വിടർന്ന നാസാദ്വാരങ്ങളുടെ ബിംബം ഉണ്ട്. ഒരു സുദൃഢ ചിഹ്നം, എപ്പോഴോ ഒരിക്കൽ ഞാനതിനെക്കുറിച്ച് കൂടുതൽ ചിന്തിച്ചിരുന്നു." അദ്ദേഹം ക്ഷോഭം നിയന്ത്രിക്കുകയായിരുന്നു. "നിങ്ങൾ എന്നെ സംരക്ഷിക്കുകയായിരുന്നു. എന്നാൽ ഞാൻ നിങ്ങൾക്ക് മാപ്പുതരുന്നു." അദ്ദേഹം പറഞ്ഞു.

പാസ്റ്റർനാക്ക് പൊട്ടിച്ചിരിച്ചത് ഞാൻ ഓർക്കുന്നു. എന്റെ മനസ്സിന്റെ കാതിൽ എനിക്ക് ഇപ്പോഴും അതു കേൾക്കാം. "ഞാൻ നിങ്ങളുടെ മാപ്പ് സ്വീകരിക്കുന്നു." ഒരു വൈദികന്റെ ഈണത്തിൽ അദ്ദേഹം സാവധാനം പറഞ്ഞു. മാത്രമല്ല ആചാരപരമായ ഓർത്തഡോക്സ് കുരിശിന്റെ അടയാളം മയക്കോവ്സ്കിക്കു സമർപ്പിച്ചു.

ആകസ്മികമായി എനിക്ക് അറിയാൻ ഇടവന്നിട്ടുള്ള ഒരു വൈദിക നായിരുന്നു പാസ്റ്റർനാക്കിന്റെ വിഭാഗത്തിലെ ഒരു ചെറുകഥാകൃത്ത്. പള്ളി ഗായകസംഘത്തിലെ ആൺകുട്ടികളെ ലൈംഗികമായി പീഡിപ്പി ച്ചതുകൊണ്ട് വൈദികവസ്ത്രം ഊരിമാറ്റേണ്ടിവന്ന അയാൾക്കും ഉറക്കെ പറയേണ്ടിവന്നു. "ദൈവകൃപയാൽ ഈ ദുഷിച്ച രാഷ്ട്രത്തെ കവിത ശുദ്ധീകരിക്കും."

ദൈവനാമത്തിന്റെ സൂചന തന്നെ ധാരാളമായിരുന്നു. ഒരു മതവിരുദ്ധ അധിക്ഷേപപ്രസംഗത്തിലേക്ക് മയക്കോവ്സ്കിക്ക് എടുത്തുചാടാൻ. അദ്ദേഹം ഇരിപ്പിടത്തിൽനിന്ന് മുന്നോട്ട് കുതിച്ചു. ഭാരമുള്ള നീളൻ കോട്ട് നീട്ടിയെറിഞ്ഞു. രണ്ടാം നിരയിലിരിക്കുന്ന സ്ത്രീകളിൽ ഒരുത്തിയുടെ കാൽമുട്ടുകളിൽ അത് പതിച്ചു. അദ്ദേഹം ഉറക്കെ അലറി. "ദൈവം ഉണ്ടെ ങ്കിൽ അനുവദിച്ചാലും ഇല്ലെങ്കിലും അവൻ വിചാരണ ചെയ്യപ്പെടണം."

"ദൈവത്തെ വിധിക്കാൻ നമ്മളിൽ ആർക്കാണ് ധൈര്യം?" പാസ്റ്റർ നാക്ക് വെല്ലുവിളിച്ചു.

"എനിക്ക് ധൈര്യമുണ്ട്." മയക്കോവ്സ്കി ഗർജ്ജിച്ചു. "തെളിവുകൾ ഞാൻ പരിശോധിച്ചിട്ടുണ്ട്. സൃഷ്ടി പൂർത്തിയാക്കാനുള്ള ഭ്രാന്തമായ തിടുക്കം. അതും ആറു ദിവസങ്ങൾക്കുള്ളിൽ. അവരുടെ പാട്ടത്തിന്റെ നിബന്ധനകൾ ലംഘിച്ചുകൊണ്ട് വാടകയില്ലാത്ത ഏദനിൽനിന്നും ആദ ത്തിന്റേയും ഹവ്വയുടേയും പുറത്താക്കൽ. മനുഷ്യവംശത്തെ മുഴുവൻ ഓരോരുത്തരായി ദൈവം കൊല ചെയ്യുന്നതിനുമുമ്പ് ഒഴുകുന്ന മൃഗ ശാലാനിർമ്മാണത്തിന് ഭ്രാന്തചിത്തനായി നോവയുടെ കപ്പൽ നിർമ്മാണം. ഒരു പ്രധാനവ്യക്തിയുടെ അഭിനന്ദനം നേടാൻ വേണ്ടി പാവം ജോബിന് പീഡനം. ഒരു പൂർവ്വികന്റെ പേരിൽനിന്നും സ്വീകരിച്ച എന്തെങ്കിലും ചേർത്തുണ്ടാക്കിയ 'യഹോവ'യുടെ വാക്ക് അംഗീകരിച്ച ഒരു കൊല പാതകിയായ കൊള്ളക്കാരനെ തത്ത്വങ്ങൾ ബലികഴിച്ചുപോലും സന്തോഷിപ്പിക്കാൻ വേണ്ടി സ്വന്തം മകനെ കൊല്ലാനുള്ള അബ്രാഹ മിന്റെ സന്നദ്ധത. കഴിവില്ലായ്മയുടെ അപകർഷത. അഹങ്കാരത്തിന്റെയും കൊലപാതകത്തിന്റേയും കുറ്റബോധം. ആയിരക്കണക്കിന് വർഷങ്ങൾ അതിവേഗം കടന്നുപോകാൻ അനുവദിക്കുന്നതിന് മറ്റാരേക്കാൾ യോഗ്യൻ താനാണെന്ന് വരുത്താൻ തന്നിഷ്ടംപോലെ കളിപ്പാട്ടങ്ങൾ സൃഷ്ടിച്ച തിൽ ഉള്ള കുറ്റബോധം യഹോവയ്ക്കുള്ളതായി ഞാൻ മനസ്സിലാക്കുന്നു. ജോബിന്റെ പത്ത് മക്കളുടെ കാര്യം ഓർക്കുക."

എന്റേതുപോലെ അത്രയ്ക്ക് ചുവന്ന തലമുടിയുള്ള ഒരു യുവതി (എന്റേതുപോലയല്ലാത്ത അവളുടെ മുടി തീർച്ചയായും ഡൈ ചെയ്ത താണ്) കവിയുടെ രതിമോഹത്തിന് തീപിടിപ്പിച്ചു. "അഹങ്കാരത്തെപ്പറ്റി

പറയാൻ ഏറ്റവും പറ്റിയ ആൾ നിങ്ങളാണ് മയക്കോവ്സ്കി, അത് കണ്ടു പിടിച്ചത് നിങ്ങളാണെന്ന് പറയാൻ കുറച്ചു പേരുണ്ടാകും."

"തീർച്ചയായും എനിക്ക് കുറ്റബോധമുണ്ട്." കവി തിരിച്ചടിച്ചു. പ്രതി കാരദാഹിയായ, ദൈവത്തിന്റെയല്ലാത്ത, മനുഷ്യർ ഭരിക്കുന്ന, ഒരു ഏദൻ ഭൂമിയിൽ മാനവികസമത്വത്തിന്റെ ഒരു പറുദീസ സൃഷ്ടിക്കാൻ ആഗ്രഹി ക്കുന്നതിന്റെ കുറ്റബോധം എനിക്കുണ്ട്. വിപ്ലവത്തിന് യോജിച്ച ആധുനിക കാവ്യശാഖ പുതുതായി സൃഷ്ടിക്കാൻ ആഗ്രഹിക്കുന്നതിന്റെ കുറ്റബോധ വുമുണ്ട്. ഈ അടുത്ത കാലത്ത് നിർജ്ജീവമായ ഫ്യൂച്ചറിസത്തിൽനിന്നും ഭാവിയെ അസ്ഥിരപ്പെടുത്തിയ നിന്ദ്യനും ആചാരധ്വംസകനുമായ കവിയെ പഴയ ഉപയോഗശൂന്യമായ കെട്ടിടം പൊളിക്കാൻ ക്രെയിനിൽ തൂക്കുന്ന ഇടിലോഹക്കട്ടയെന്ന് ഞങ്ങൾ വിളിക്കും. നിർജ്ജീവമായതിനെ ഞങ്ങൾ പൊളിച്ചടക്കും."

മുറിയുടെ പിൻഭാഗത്തെ കസേരയിലേക്ക് നടന്നുകൊണ്ട് ഞാൻ ഉറക്കെ വിളിച്ചു പറഞ്ഞു. "കവി റിൽക്കെ നിർദ്ദേശിക്കുന്നതുപോലെ യഥാർത്ഥ റഷ്യ തണുത്തുറഞ്ഞ് മഞ്ഞ് മൂടിയ മണ്ണിനടിയിൽ സംസ്കരി ക്കപ്പെടുകയാണെങ്കിൽ നിങ്ങളുടെ ഫ്യൂച്ചറിസം ഭൂഖനനത്തിന്റെ ഉപ കരണം ആയിത്തീരുമോ? ലളിതമായി പറഞ്ഞാൽ മയക്കോവ്സ്കീ, നിങ്ങളുടെ ഫ്യൂച്ചറിസം യഥാർത്ഥത്തിൽ പ്രായോഗികമാണോ?"

ഈ സമയത്തായിരുന്നു ഈ കവി മാസ്മരികഭാവങ്ങളോടെ എന്നെ ശ്രദ്ധിക്കുന്നത് ആദ്യമായി കണ്ടത്. "ഫ്യൂച്ചറിസം പ്രയോഗക്ഷമമാണ്." എഴുത്താളന്മാരുടെ ശിരസ്സുകൾക്ക് മുകളിലൂടെ വികൃതമായി കാമാ സക്തിയോടെ നോക്കി ചുണ്ടു നനച്ചുകൊണ്ട് അയാൾ മറുപടി പറഞ്ഞു. "തത്ത്വത്തിൽ അത് എങ്ങനെ പ്രാവർത്തികമാക്കാൻ കഴിയും എന്ന് തീരു മാനിക്കാനുള്ള ഉത്തരവാദിത്വം ഞാൻ സഖാവ് പാസ്റ്റർനാക്കിന് നൽകുന്നു."

"എന്നിൽ വിശ്വാസം അർപ്പിക്കുന്നുവോ?" പാസ്റ്റർനാക്ക് ആശ്ചര്യ ത്തോടെ ഉറക്കെ പറഞ്ഞു. "ഫ്യൂച്ചറിസത്തിന്റെ ഭാവിയിൽ നമ്മൾ തമ്മിൽ അഭിപ്രായവ്യത്യാസമില്ല. മയക്കോവ്സ്കി അതിന്റെ ദൈനംദിന പ്രവർത്തനങ്ങളിൽ ശ്രദ്ധിക്കും. ഞാൻ അതിന്റെ താത്ത്വിക വശ ത്തിലും." രഹസ്യം കൈമാറുന്നതുപോലെ സന്തോഷം പ്രകടിപ്പിക്കുന്ന ചിരിയോടെ രണ്ടു കവികളും പരസ്പരം സൗഹൃദത്തിന്റെ ആലിംഗന ത്തിൽ അമർന്നു. അപ്പോൾ അർദ്ധരാത്രി കഴിഞ്ഞിരുന്നു.

ബാറിലെ പെൺപ്രിയന്മാരുടെ ആൾക്കൂട്ടത്തിൽ നിന്നും ഞങ്ങൾ പതുക്കെ അകന്നുമാറി. കൈമുട്ടിൽ മുറുകെ പിടിച്ച് ഓസിയ എന്നെ കോർണർ മേശയുടെ അടുത്തേക്ക് നിർബ്ബന്ധിച്ചു കൊണ്ടുവന്നു. ഷൂസുകളുടെ അടിയിൽ തറച്ച ലോഹലാടങ്ങളുടെ ടാപ്-ടാപ് ശബ്ദം

ഞാൻ പ്രത്യേകം ശ്രദ്ധിച്ചു. അദ്ധ്വാനവർഗ്ഗത്തിന്റെ ആദിമലക്ഷണങ്ങളുടെ ഒരു തെളിഞ്ഞ സൂചന അതിലുണ്ടായിരുന്നു. ഏതോ കാര്യത്തെ പറ്റിയുള്ള അവരുടെ വാദം പകുതിയിൽ രണ്ടുപേരും നിർത്തി. അത് എന്നെപറ്റി ആയിരിക്കണം. മുറിയുടെ എതിർവശത്തുനിന്നും അവർ രണ്ടു പേരും എന്റെ നേർക്ക് നോട്ടം ഉറപ്പിച്ചു. വിചിത്രമായ ഒരു സംതൃപ്തിയിൽ ഒസിപ് തലകുലുക്കി. കവി പൊട്ടിച്ചിരിച്ചു. അങ്ങനെ കോൺഫറൻസ് ഒരു ഹസ്തദാനത്തിൽ അവസാനിച്ചു. മയക്കോവ്സ്കി ചില കാര്യങ്ങളിൽ പ്രസിദ്ധനായിരുന്നു. ഒരു നാണയത്തിന്റെ തലയ്ക്കോ വാലിനോ അദ്ദേഹം വാത്വെക്കാൻ താത്പര്യപ്പെട്ടിരിക്കണം. അത് തീർച്ചയാണ്. എന്തിന്റെ പേരിലും അവർ പന്തയം വെയ്ക്കും.

"തീർച്ചയായും നിങ്ങൾ എന്റെ ഭാര്യയെ അറിയും. ഇവൾ ലിലി." അവർ എന്റെ മേശയ്ക്ക് അടുത്തെത്തിയപ്പോൾ ഒസിപ് പറഞ്ഞു. കൽക്കരി കറുപ്പുള്ള കണ്ണുകളാൽ എന്നെ സൂക്ഷ്മനിരീക്ഷണം ചെയ്യുന്ന കവിയെ ഒരു ചിത്രത്തിലെന്നപോലെ എനിക്കിപ്പോഴും കാണാം.

താത്യാന: തടസ്സപ്പെടുത്തുന്നതിൽ എന്നോട് ക്ഷമിക്കൂ ലിലിയ. അയാളുടെ കണ്ണുകളുടെ നിറത്തെപ്പറ്റി നിങ്ങൾക്ക് തെറ്റുപറ്റി. പാരീസിൽ ഞങ്ങൾ അപ്രതീക്ഷിതമായി കണ്ടുമുട്ടിയപ്പോൾ അതായിരുന്നു ഞാൻ ആദ്യം ശ്രദ്ധിച്ചത്. അത്രയ്ക്ക് തെറ്റ് നിങ്ങൾക്ക് പറ്റിയതെങ്ങനെ? കവിയുടെ കണ്ണുകളുടെ നിറം ആഴക്കടലിന്റെ പച്ചയായിരുന്നു. അഴിമുഖത്തെ നദിയും കടലും കൂടിച്ചേരുന്നിടത്തെ ഉപ്പുവെള്ളത്തിന്റെ നിറം.

നോറ: ശുദ്ധഅസംബന്ധം. അയാളുടെ കണ്ണുകൾക്ക് നീലനിറമായിരുന്നു. ദേഷ്യപ്പെടുമ്പോൾ കൃഷ്ണമണികളുടെ നിറം ആകാശനീലിമയാകും.

എല്ലി: എന്തായിത്? നമ്മുടെ സംസാരം ഒരാളെ പറ്റിയാണോ? ഒരിക്കൽ ഞാൻ ഇളംനീല ചോക്കുകൊണ്ട് അയാളുടെ മുഖം വരച്ചു. കണ്ണിന് ഞാൻ കൊടുത്തനിറം തനി ഗ്രേ. ചാരത്തിന്റെ നിറം. ഈയത്തിന്റെ നിറം, കാർമേഘാവൃതമായ പകലിന്റെ നിറം.

ലിലിയ: അയാളുടെ കണ്ണുകളുടെ നിറത്തെപ്പറ്റി പറയുമ്പോൾ, മയക്കോവ്സ്കി ഒരു ഓന്തിനെപ്പോലെയാണെന്ന കാര്യത്തിൽ നമ്മൾക്ക് ഒരേ അഭിപ്രായമാണോ?

നോറ: ആ കൊള്ളരുതാത്തവൻ ഏതാണ്ട് ഒരു ഓന്ത് തന്നെ. കണ്ണുകളുടെ നിറഭേദങ്ങളേക്കാൾ കൂടുതൽ...

ലിലിയ: നിങ്ങളുടെ തടസ്സങ്ങളെ തടസ്സപ്പെടുത്തുന്നതിന്റെ അനൗചിത്യം അറിഞ്ഞുകൊണ്ടു തന്നെ. എന്റെ കഥയുടെ ഒരു ഇഴ വേർതിരിച്ചെടുക്കാൻ ഞാൻ ശ്രമിക്കാം. കവി എന്റെ മുമ്പിൽ വ്യക്തമായി കാണാൻ

വേണ്ടി ശിരസ്സ് അല്പം ചെരിച്ചുനിന്നു. തൊട്ടുമുമ്പത്തെ പുഞ്ചിരി അല്പം അയാളുടെ ചുണ്ടുകളിൽ പറ്റിപ്പിടിച്ചിരുന്നു. ഒസിപ്പിനോട് അയാൾ പറഞ്ഞത് ഞാൻ ഓർമ്മിക്കുന്നു. "നമ്മൾ അപ്രതീക്ഷിതമായി കണ്ടുമുട്ടി. അവളുടെ ചുവന്ന തലമുടി ബോൾ ഷെവിക്ക് - ആഘോഷ സന്ദർഭങ്ങളിൽ കത്തിക്കുന്ന വെളിയിലെ 'വിജയദീപ'മായി എനിക്ക് തോന്നി. പക്ഷേ, നമ്മൾ പരസ്പരം ഔപചാരികമായി പരിചയപ്പെട്ടിട്ടില്ല." (എനിക്ക് ചിരി വന്നു. അയാൾ എന്നെ നല്ലവണ്ണം നോട്ടമിട്ടിട്ടുണ്ട്.) ഒരു ലൈംഗിക മോഹത്തോടെ കവി കൈകൾ മുന്നോട്ട് നീട്ടി. "മയക്കോവ്സ്കി വ്ളാഡ്മിർ വ്ളാഡിമിറോവിച്ച്."

അയാളുടെ കൈകളിലേക്ക് ഞാൻ എന്റെ കൈ ഇഷ്ടത്തോടെ സമർപ്പിച്ചു. "ബ്രിക് ലിലി യൂറിയേവ്നാ."

എന്റെ ഉള്ളംകൈയുടെ മദ്ധ്യഭാഗത്തേക്ക് സ്പർശം ഊന്നിക്കൊണ്ട് അദ്ദേഹം നിന്നു. ആ സന്ദർഭം തികച്ചും നാണം കെട്ടതായി തീരുന്നതിനുമുമ്പ് എന്റെ വിരലുകൾ വിടർത്തി സ്വതന്ത്രമാക്കാൻ എനിക്ക് ക്ലേശിക്കേണ്ടിവന്നു. "പൊലീസിന്റെ മിന്നൽ പരിശോധനാസമയത്ത് സഖാക്കളുടെ പേരുകൾ അവർക്ക് കിട്ടാതിരിക്കാൻ വേണ്ടി മേൽവിലാസങ്ങൾ എഴുതിയ കടലാസുകൾ ചവച്ചുവിഴുങ്ങിയ ഐതിഹാസികകൃത്യം ചെയ്ത ബോൾഷെവിക്ക് സഖാവിനെ ഒടുവിൽ മുഖാമുഖം കണ്ടതിൽ എനിക്ക് ഏറെ സന്തോഷമുണ്ട്." ഞാൻ പറഞ്ഞു. (വിചിത്രമെന്ന് പറയാം. തീർത്തും ഒരപരിചിതനായ കവിയെ ഏറ്റവും അടുത്ത സുഹൃത്തിനെ സംബോധന ചെയ്യുന്ന രീതിയിൽ ഞാൻ 'ചങ്ങാതി' എന്ന വാക്ക് ഉപയോഗിച്ചു. ഉപചാരം കാണിക്കാത്ത തെറ്റിന് ഒസിയ പെട്ടെന്നുതന്നെ പുരികം ചുളിച്ച് പ്രതിഷേധം അറിയിച്ചു.)

ഏതാണ്ട് ശ്വാസം മുട്ടുന്ന ശബ്ദത്തിൽ കവി പ്രതികരിക്കുന്നത് എനിക്ക് ഇപ്പോഴും കേൾക്കാം. "ആ പ്രത്യേക ഐതിഹാസിക കഥ മറ്റനേകം ഐതിഹാസിക കഥകളെ പോലെയല്ല. അത് യാഥാർത്ഥ്യമാണ്. ഗ്രൂസിനിയിലെ നിയമപ്രകാരമല്ലാത്ത അച്ചടിശാല പൊലീസ് പരിശോധിച്ചു. അക്കാലത്ത് എനിക്ക് താടിരോമങ്ങൾ വന്നുതുടങ്ങിയിട്ടില്ല. അറസ്റ്റ്ചെയ്യപ്പെടാൻ വേണ്ട പ്രായം ആയിട്ടില്ല. അന്വേഷണ ഓഫീസർ കുതിരസവാരിക്ക് ഉപയോഗിക്കുന്ന അയാളുടെ ചെറിയ ചാട്ടകൊണ്ട് എന്റെ കണംകൈയിൽ കടുത്ത വേദനയുണ്ടാക്കാൻ പറ്റിയ തരത്തിൽ അടിച്ചു. കർശനമായി ശാസിച്ച് പറഞ്ഞുവിട്ടു."

"എന്നാൽ ആ കഥ ഒരു നുണയാണെന്ന് ഞാൻ ഒരിക്കലും വിചാരിച്ചിട്ടില്ല."

കവി എന്നെ വിലയിരുത്തുകയാണ്. അയാളുടെ സൂക്ഷ്മമായ നോട്ടം സാവധാനത്തിൽ എന്റെ മാറിടത്തിലേക്ക് ഒഴുകിയെത്തി. പതിവു വസ്ത്രത്തിലായിരുന്നു ഞാൻ. അത് ഒരു കട്ടികൂടിയ ജനൽ കർട്ടനിൽ നിന്നും

മുറിച്ചെടുത്ത കാൽപാദംവരെ ഇറക്കത്തിൽ തുന്നിയെടുത്തതായിരുന്നു. റോസ് വരകളുള്ളത്. കഴുകി കഴുകി നിറം മങ്ങിയത്. അര മുതൽ കാൽ പാദത്തിലിഴയുന്ന സ്കർട്ട് വാരിയെല്ലിൽ പറ്റിക്കിടക്കുന്നതുകൊണ്ട്, മനഃപൂർവ്വം അടിവസ്ത്രങ്ങൾ ഒഴിവാക്കിയതുകൊണ്ട് പുരുഷഭാവനയ്ക്ക് വലിയ ക്ലേശമില്ലാതെ ശരീരഭാവനകൾ നെയ്തെടുക്കാം. അദ്ദേഹം എന്നെ ആസകലം അളന്നുനോക്കി കാണുന്നുണ്ടായിരുന്നു.

"നമുക്കൊരുമിച്ച് മറ്റൊരു ഇതിഹാസം സൃഷ്ടിക്കാം." അദ്ദേഹം പറയുകയായിരുന്നു. എന്റെ ഇഷ്ടക്കേട് കൊണ്ടോ വൈമുഖ്യം കൊണ്ടോ ഭാവിയിൽ കുറ്റബോധം ഉണ്ടാകാൻ സാദ്ധ്യതയുള്ള ചോദ്യം എന്ന മുഖവുരയോടെയാണ് മയക്കോവ്സ്കി തുടർന്നു സംസാരിച്ചത്. മാനസികമായ അസ്വാസ്ഥ്യം ഉണ്ടാക്കിയേക്കാവുന്ന വ്യക്തിപരമായും സ്വകാര്യവുമായ ഒരു പ്രത്യേക ചോദ്യത്തിന് ഉത്തരം നൽകാൻ ഞാൻ ഇഷ്ടക്കേട് കാണിക്കുമെന്ന് അദ്ദേഹം ആദ്യമേ തന്നെ പറഞ്ഞുവെച്ചു. (മുമ്പേ ഞാൻ പറഞ്ഞതിനെ അനുകരിച്ച് 'ചങ്ങാതി' എന്ന വാക്കു ക്കൊണ്ട് കവി എന്നെ സംബോധന ചെയ്തു. അത് എന്റെ നെറ്റിത്തട ത്തിൽ സ്പന്ദനങ്ങളായി, വേദനയുടെ തരംഗങ്ങളായി മാറി.)

"അപ്രതീക്ഷിതമായി എന്തെങ്കിലും കേട്ടിട്ടുണ്ടെങ്കിൽ അത് ഞാൻ ആവർത്തിക്കും. മോസ്കോയിലെ ബൗദ്ധികവും സാംസ്കാരികവും സാമ്പത്തികവുമായി ഉന്നത നിലവാരം പുലർത്തുന്നവർ നിറഞ്ഞ മുറി യിൽ എല്ലാവർക്കും കേൾക്കാൻ കഴിയുന്നത്ര അടുത്തുവെച്ച് നിങ്ങൾ അത് നിരസിക്കുമോ? മണിക്കൂറുകൾക്കുള്ളിൽ ഞാൻ ചോദിച്ചതെന്താ ണെന്ന് മോസ്കോ മുഴുവനും അറിയും. എന്നോട് നിങ്ങൾ കടന്നു പോകാൻ പറയും. മോസ്കോ മുഴുവൻ അതറിയും. ഓസിപ്പിന് ഇവിടെ നാല്പതു റൂബിൾ നഷ്ടപ്പെട്ടതും എല്ലാവരും അറിയും. ജയിച്ചാലും തോറ്റാലും ഒരു വാതുവെപ്പ്... നിങ്ങളെന്താവും ചെയ്യുക?"

"എന്തു ചെയ്യാൻ?"

കവി ചോദിച്ചുകൊണ്ടിരുന്നത് എന്തായിരുന്നു എന്ന് ഒസിപ് തീർച്ച യായും അറിഞ്ഞു. "എന്റെ പ്രിയപ്പെട്ട ലിലി, അദ്ദേഹം നിന്നെ അറി യാൻ ആഗ്രഹിക്കുന്നു. അലിവോടെ നീയത് സ്വീകരിച്ചേക്കൂ..."

"ഒരു പ്രതികരണം എന്നിൽനിന്ന് പ്രതീക്ഷിക്കരുത്."

"അതയാളും പറഞ്ഞില്ലേ! മറുപടി പറയില്ലെന്ന് അയാൾ നാല്പത് റൂബിൾ പന്തയം വെച്ചു."

ഒരു ഇറാക്കി പഴഞ്ചൊല്ലുണ്ട്. "നിങ്ങളുടെ യശസ്സ് നിങ്ങൾ സൃഷ്ടിക്കണം. തുടർന്ന് അത് നേടാൻ പരിശ്രമിക്കണം." പരമ്പരാഗത സങ്കല്പത്തിലുള്ള ഒരു സാമൂഹികമര്യാദയെ നിന്ദിച്ചുകൊണ്ട് കവി

അദ്ദേഹത്തിന്റെ മാന്യതയ്ക്ക് യോജിക്കുന്നവിധം ജീവിക്കുകയായിരുന്നു. വ്യവസ്ഥകളെ നിന്ദിക്കുക എന്ന എന്റെ ലക്ഷ്യത്തിന് യോജിച്ച രീതിയിൽ പ്രവർത്തിക്കുക എന്നതു തന്നെയാണ് എന്റേയും ചിന്ത. (എന്തു തന്നെ ആയാലും എന്റെ അമ്മ വഴിക്ക് ചെങ്കിസ്ഖാന്റെ സാമൂഹിക മര്യാദയെ ലംഘിക്കുന്ന, കുപ്രസിദ്ധിയാർജ്ജിച്ച ഏറ്റവും പ്രിയപ്പെട്ട വെപ്പാട്ടിയുടെ ഒരു കൊച്ചു പേരക്കുട്ടിയാണ് ഞാൻ.)

"എന്നിൽ നിന്ന് എന്ത് കിട്ടാനാണ് നിങ്ങൾ ആഗ്രഹിക്കുന്നത്?" ഞാൻ ശബ്ദം താഴ്ത്തി ചോദിച്ചു.

"സുഖനിദ്രയിലേക്ക് പോകുന്നതിനുമുമ്പ് ഒരു വദനസുരതം? തുടർന്ന് ഒരു രാത്രിയിലെ കാമകേളി. പ്രിയ സുഹൃത്തേ, ഒരു ജീവിത കാലം മുഴുവൻ നീണ്ടുനിൽക്കുന്ന പ്രേമബന്ധമല്ലേ, തീർച്ചയായും അത്?" അദ്ദേഹം തുടർന്നു - "ഞാൻ നിങ്ങളിൽ നിന്നും ആവശ്യപ്പെടുന്നത് ഒരു പുനരുജ്ജീവനം ആണ്. സാർചക്രവർത്തിയെ സ്ഥാനഭ്രഷ്ടനാക്കാൻ അക്ഷരജ്ഞാനമില്ലാത്ത തൊഴിലാളികളെ പ്രോത്സാഹിപ്പിച്ചുകൊണ്ടിരിക്കുന്ന മയക്കോവ്സ്കിക്ക് നിന്നെ വേണം. കോട്ടോവിലെ ശോചനീയാവസ്ഥയിലുള്ള തുണി ഫാക്ടറിയിൽ ഞാൻ പറയുന്നത് ശ്രദ്ധിച്ചുകൊണ്ടിരുന്ന, ജ്വലിക്കുന്ന, ചുവന്ന മുടിക്കാരി പെണ്ണേ, ആൾക്കൂട്ടത്തിൽ ഞാൻ നിന്നെ കണ്ടതിനുശേഷം എനിക്ക് നിന്നിൽ നിന്ന് പൂർണ്ണമായും കിട്ടേണ്ടത് ആ ആലിംഗനമാണ്. ലിലി യുറിയേവ്നാ, അതിൽ കുറഞ്ഞൊന്നും എന്നെ ശാന്തനാക്കുകയില്ല. എനിക്ക് ഒരു പുനരുജ്ജീവനം വേണം."

"പുനരുജ്ജീവനത്തിന് ഞാൻ എന്തു ചെയ്യണം എന്നാണ് നിങ്ങൾ പ്രതീക്ഷിക്കുന്നത്?"

"ലിംഗോദ്ധാരണം, കവിത. വിപ്ലവം... മുൻഗണനാപ്രാധാന്യം ഞാൻ ഇതുവരെ തീരുമാനിച്ചിട്ടില്ലെങ്കിലും."

അല്പം നീരസത്തോടെ അടക്കിപ്പിടിച്ചുകൊണ്ട് ഒസിപ് വിസ്തരിച്ചു പറഞ്ഞു. "അദ്ദേഹത്തിന് ഒരു പുതിയ കാവ്യദേവതയെ ആവശ്യമുണ്ട് ലിലി. പാസ്റ്റർനാക്കിന്റെ പരീക്ഷണാർത്ഥത്തിലുള്ള ഷേക്സ്പിയർ പരിഭാഷ ഒരു കുട്ടിയെപ്പോലെ കൊഞ്ചിക്കൊഞ്ചി വായിച്ച ഒരു നാടക നടിയായ മുമ്പത്തെ സ്ഥാനപ്പേരുകാരി കാവ്യദേവത.... ബർലിനിലേക്ക് ഈ അടുത്തകാലത്ത് കുടിയേറി."

"അവളുടെ സ്ഥാനത്ത് മറ്റൊരാളെ വയ്ക്കാൻ ഇത്ര തിടുക്കം കാണിക്കുന്നതുകൊണ്ട്, നിങ്ങൾക്ക് സാധാരണയിൽ കവിഞ്ഞ രതിമോഹം ഉണ്ടായിരിക്കണം."

"എനിക്ക് അമിതമായ രതിമോഹമുണ്ടെന്നത് തർക്കമറ്റ കാര്യമാണ്." കവി നിർവ്യാജം സമ്മതിച്ചു. എന്റെ ഭർത്താവിന് പൂർണ്ണമായും

കാണത്തക്കവിധം ആഭാസകരമായി തുറിച്ചു നോക്കുന്ന, ആർത്തുല്ല സിക്കുന്ന, ബാറിലെ പെൺപ്രിയന്മാരുടെ മുന്നിൽ, എല്ലാവർക്കും കാണാവുന്ന രീതിയിൽ, നിവർന്നുനിന്ന് അദ്ദേഹത്തിന്റെ ഇടതുകൈയുടെ പുറം എന്റെ വലത് മുലക്കണ്ണിൽ ബോധപൂർവ്വം ഉരച്ചുകൊണ്ട് ചലിപ്പിച്ചു. അത് എന്റെ നെറ്റിത്തടത്തിലെ സ്പന്ദനത്തെ ചുറ്റികകൊണ്ട് അടിക്കുന്നതു പോലെയുള്ള മുഴക്കമാക്കി തീർത്തു.

എന്റെ ഭ്രാന്തമായ മസ്തിഷ്കത്തിൽ പെട്ടെന്ന് കടന്നുവന്ന ആദ്യത്തെ വാക്കുകൾ ഒട്ടും ചിന്തിക്കാതെ പുറത്തേക്ക് ചാടി. “വൃത്തികെട്ടവനേ.”

“തീർച്ചയായും. എന്നോടു വൃത്തികേട് കാണിക്കൂ,” അദ്ദേഹം പെട്ടെന്ന് സമ്മതിച്ചു.

ഒരു ഉടമ്പടി പരസ്പരം അംഗീകരിച്ചു എന്ന ധാരണ ആ തന്തയില്ലാത്തവൻ സൃഷ്ടിച്ചു. ആ ലൈംഗികോത്തേജന ചേഷ്ടകളുടെ അർത്ഥം അതുതന്നെ ആയിരുന്നു. നിയമപ്രകാരം വിവാഹം ചെയ്ത എന്റെ ഭർത്താവിന്റെ ജൂതവംശമുദ്രയായ നീണ്ട മൂക്കിന് താഴെ അത് പ്രതിഫലിച്ചു. എന്നാൽ ഒസിയ ക്ഷോഭിച്ചില്ല. മുമ്പും ഇതുപോലെ ഞാൻ കൂടെയുള്ളപ്പോൾ ഇതുപോലെയുള്ള അനുഭവം ഉണ്ടായിട്ടുണ്ട്. 1912ലെ കൊടും തണുപ്പുകാലത്ത് പരസ്പരം കൈമാറിയ പരമ്പരാഗതമായ വിവാഹ പ്രതിജ്ഞകൾ പരക്കെ അറിയപ്പെട്ടതായിരുന്നു. കാലോചിത മാറ്റങ്ങൾക്ക് വിധേയമായും പരസ്പരസമ്മതത്തോടുകൂടിയും ആ പ്രതിജ്ഞകൾ പുനർനിർവ്വചനം ചെയ്തു. ചെർണിഷേവ്സ്കി രീതിയിൽ.

താത്യാന: “ചെർണിഷേവ്സ്കി രീതി എന്താണത്? ഞങ്ങൾക്കുവേണ്ടി ആ വാക്ക് വിശദീകരിക്കാമോ?”

ലിലിയ: നാശം പിടിച്ചതാണത്. ഈ കഥ ആരാണ് പറയുന്നത് ഞാനോ നിങ്ങളോ? നമ്മൾ നാല് പേരും കൂടിയല്ലേ?

താത്യാന: നമ്മൾ നാല്പേരും ഈ കഥ പറയും എന്ന് എനിക്കുറപ്പുണ്ട്.

ലിലിയ: പക്ഷേ, ഒരാൾക്കുശേഷം മറ്റൊരാൾ എന്ന ക്രമത്തിൽ വേണം. എല്ലാവർക്കും നന്ദി. എന്റെ ചിന്തയുടെ ഇഴ പൊട്ടി. ഞാൻ എവിടെയാണ് പറഞ്ഞു നിർത്തിയത്?”

നോറ: ചെർണിഷേവ്സ്കി രീതി...

ലിലിയ: അതെ. നമ്മൾ തുറന്ന വിവാഹം എന്നു വിളിക്കുന്നതെന്താണോ അത് പരസ്യമായി ആദ്യം പ്രോത്സാഹിപ്പിച്ചവരിൽ ഒരാൾ 19-ാം നൂറ്റാണ്ടിലെ റഷ്യൻ രാഷ്ട്രീയ ചിന്തകനായിരുന്ന ചെർണിഷേവ്സ്കി ആയിരുന്നു. ഒസിപ്പും ഞാനും ആ പുതിയ സമൂഹത്തിൽ ചേരാൻ

ആഗ്രഹിച്ചു. നിങ്ങൾക്കിപ്പോൾ എന്നോട് അസൂയ തോന്നും. ആ വർഗ്ഗത്തിലെ ഓരോ അംഗത്തിന്റേയും ലൈംഗികസ്വാതന്ത്ര്യത്തേയും ഭൗതിക സ്വാതന്ത്ര്യത്തേയും ബഹുമാനിച്ചു പ്രവർത്തിക്കുന്നതാണ് ചെർണിഷേവ്സ്കി രതി. 'അദ്ദേഹത്തിന്റെ 'എന്താണ് ചെയ്യേണ്ടത്' എന്ന നോവലിൽ അതെല്ലാം വിവരിച്ചിട്ടുണ്ട്."

താത്യന: ഒസിപ്പിനോടുള്ള വിവാഹപ്രതിജ്ഞയിൽ ലൈംഗിക വിശ്വസ്തത ഒരു വ്യവസ്ഥ ആയിരുന്നില്ലെന്നാണോ പറയുന്നത്? ഇങ്ങനെയെങ്കിൽ ഈ ലോകത്ത് ആരാണ് വിവാഹത്തിന് തുനിയുക?

ലിലിയ: ദാമ്പത്യം പ്രശംസനീയമാണെന്നാണോ പറയുന്നത്? ലൈംഗിക വിശ്വസ്തത കൂടാതെതന്നെ മറ്റു കാര്യങ്ങളും അതിലുണ്ട്.

എല്ലി: അത് പറഞ്ഞുതരാമോ?

നോറ: അവൾ പറയും. പറയാതിരിക്കില്ല.

ലിലിയ: വിശ്വസ്തത, കൂട്ടുകെട്ട്, മൗനാനുവാദം, സഖ്യം, സൗഹൃദം എല്ലാം ശരിയാണ്. എന്നാൽ അവയിൽ ഏറ്റവും പ്രധാനം സൗഹൃദം തന്നെ. ചെർണിഷേവ്സ്കി രീതിയിൽ ഞങ്ങൾ പിൻതുടർന്നപ്പോൾ തുടർച്ചയായ എന്റെ വിശ്വാസവഞ്ചനകൾ ഒസിപ് അംഗീകരിച്ചു. പ്രത്യുപകാരമായി എന്റെ തുടകൾ അദ്ദേഹത്തിനോടുള്ള വിശ്വാസ്യതയ്ക്കുവേണ്ടി വിടർത്തിക്കൊടുത്തു.

നിങ്ങളുടെ അനുവാദത്തോടുകൂടിയോ അല്ലാതെയോ ഞാൻ വീണ്ടും പറയുന്നു. എങ്ങും എത്താതെ തുടർന്നുപോയ രതിയുടെ പൂർവ്വകേളികൾകൊണ്ട് പ്രത്യക്ഷത്തിൽ തന്നെ മയക്കോവ്സ്കി അക്ഷമനാകുകയായിരുന്നു. "മറുപടി പറയൂ." അദ്ദേഹം പെട്ടെന്ന് ആജ്ഞാപിച്ചു. മൂക്കിന്റെ മുകളറ്റത്ത് പുരികങ്ങൾ വളഞ്ഞുകുത്തി. കടുത്ത ഈർഷ്യ കൊണ്ടുണ്ടായതാണ് ആ അംഗവിക്ഷേപം എന്ന് എനിക്ക് തിരിച്ചറിയാൻ കഴിഞ്ഞു. "നിങ്ങളുടെ ഭർത്താവിനോട് പന്തയം വച്ച് ചെറിയ സംഖ്യ നഷ്ടപ്പെടുന്നതിനാൽ എനിക്ക് സന്തോഷമേയുള്ളൂ." ഒരു തവളക്കരച്ചിലിന്റെ ശബ്ദത്തോളം താഴ്ത്തി അദ്ദേഹം കൂട്ടിച്ചേർത്തു. "ഒരു സുന്ദരിയായ പെണ്ണിനെ ആദ്യമായി ഞാൻ കണ്ടുമുട്ടുമ്പോൾ എങ്ങനെയാണ് അവൾ പ്രേമിക്കുന്നതെന്ന് ഭാവനയിൽ കാണാൻ ഞാൻ ശ്രമിക്കും. അവൾ കാൽമുട്ടുകൾ നിവർത്തുമോ? കാമുകന്റെ തുടകളെ അവളുടെ കണങ്കാലുകൾകൊണ്ട് ചുറ്റിക്കെട്ടുമോ? ഒരാൾ പ്രേമിക്കുന്നത് എങ്ങനെയെന്ന അറിവ് അവൾക്ക് ആര് പറഞ്ഞുകൊടുക്കും." അയാളെപ്പറ്റി അനേകം പേജുകളിൽ എഴുതാൻ മാത്രമുള്ള കാര്യങ്ങളുണ്ട്. വികാരതീവ്രമായ ഒരു സായാഹ്നം അപ്രധാന സംഭാഷണത്തിലൂടെ പാഴാക്കാതെ, ഒരു ലൈംഗികബന്ധത്തിന് എന്നെ മാടിവിളിക്കുകയായിരുന്നു.

"കൊച്ചുവർത്തമാനം ഒരു ശല്യമായത് എന്തുകൊണ്ടാണ്?"

“അത് യാദൃച്ഛികമായി എന്റെ പ്രത്യേകാനിഷ്ടങ്ങളിൽ ഒന്നായി തീർന്നതാണ്. ജീവിതം വളരെ കുറഞ്ഞകാലത്തേക്കേയുള്ളൂ. എന്റെ കാര്യത്തിലെങ്കിലും അത് വളരെ ചെറുതാണ്. കൊച്ചുവർത്തമാന ത്തിലൂടെ പാഴാക്കാനുള്ള സമയമില്ല. അതുകൊണ്ട് ലിലി യൂറിയേവ്നാ ബ്രിക്, നിങ്ങൾക്ക് സമ്മതമാണോ അല്ലയോ?” അയാൾ വീണ്ടും ചോദിച്ചു.

അപ്പോൾത്തന്നെ അവസരത്തിനൊത്ത് ഉയരാൻ ഞാൻ തീരുമാനിച്ചു. അദ്ദേഹത്തിന്റെ കാലുറകൾക്കുള്ളിൽ നോക്കിയപ്പോൾ ഞാനത് കണ്ടു. കവി ആ അവസ്ഥയിലേക്ക് ഉയർന്നുകഴിഞ്ഞിരിക്കുന്നു. “ഞാൻ വിഴുങ്ങുമോ എന്നറിയാൻ നിങ്ങൾക്ക് ജിജ്ഞാസയുണ്ട്. ചിലപ്പോൾ ഞാൻ ചെയ്യും. അല്ലെങ്കിൽ ഇല്ല. അത് ലിംഗസ്വഭാവം അനുസരിച്ചാ യിരിക്കും.”

മയക്കോവ്സ്കിയുടെ ഭയന്ന മാൻമിഴികളിലേക്ക് സൂക്ഷിച്ചുനോക്കിയ തിൽ നിന്നും ചിന്താരഹിതവും വികാരജന്യവുമായ ആനന്ദം എനിക്കു ണ്ടായി എന്ന് ഞാൻ സമ്മതിക്കുന്നു. ഒസിപ്പിന്റെ കാര്യമാണെങ്കിൽ അദ്ദേഹം ശ്വാസംമുട്ടുവോളം ചിരിക്കുകയായിരുന്നു. തൊട്ടടുത്തിരുന്ന എഴുത്താളന്മാർ ഞങ്ങളുടെ വർത്തമാനം കേട്ട് സ്തബ്ധരായി നിൽക്കു ന്നുണ്ടായിരുന്നു.

“സ്നേഹമുള്ള മാന്യസ്ത്രീകളേ, കട്ടിലിനടുത്ത് ഒരു കപ്പ് ചൂടു വെള്ളം വയ്ക്കുന്നതാണ് എന്റെ രഹസ്യം. ഞാൻ പറഞ്ഞതിന്റെ അർത്ഥം നിങ്ങൾക്ക് മനസ്സിലായിട്ടുണ്ടാവില്ല. പറയാം. വീര്യം കൂടിയ മദ്യത്തിനുശേഷം വീര്യം കുറഞ്ഞ മദ്യം കുടിക്കുന്ന അനുഭവം. നിങ്ങൾക്ക് മുമ്പൊരിക്കലും അങ്ങനെയൊന്ന് ഉണ്ടായിട്ടില്ലെങ്കിൽ നിങ്ങൾ നിശ്ചയമായും ശ്രമിക്കണം. പുരുഷന്മാരുടെ ബീജം നിങ്ങൾ വിഴുങ്ങു മ്പോൾ അവർക്ക് അതിരു കവിഞ്ഞ ഉപകാരസ്മരണയുണ്ടാകും. അവർ നായ്ക്കുട്ടികളെപോലെയാണ്. ദിവസങ്ങളോളം നമ്മളെ വിശ്വസിക്കു കയും പറയുന്നതെന്തും അനുസരിക്കുകയും ചെയ്യും.”

ആരംഭിക്കുന്നതെന്തായാലും അത് പൂർണ്ണമായി ചെയ്തുതീർക്കാൻ സന്നദ്ധത വേണം. കൗശലവും സാമർത്ഥ്യവും വേണം. ചില മനുഷ്യ രുടെ സ്വതസിദ്ധമായ സ്വഭാവരീതി സ്വീകാര്യമായതുകൊണ്ട് എന്റെ പ്രവൃത്തി ശരിയായിരുന്നു എന്ന ഉത്തമബോധ്യം എനിക്കുണ്ട്. അതു കൊണ്ടാവാം എനിക്കിവിടെ വാക്കുകൾ നിയന്ത്രിക്കാൻ കഴിയാത്തത്. എല്ലാം മറന്ന് മയക്കോവ്സ്കിയുടെ ഇംഗിതത്തിന് വഴങ്ങി. വീണ്ടു വിചാരമില്ലാതെ ഓടിക്കയറി. തണുപ്പുകൊണ്ട് വിണ്ടുപോയ സ്കൂൾ വിദ്യാർത്ഥിനിയുടേതുപോലുള്ള എന്റെ ചുണ്ടുകൾക്കിടയിൽ ലിംഗ ത്തിന്റെ രൂക്ഷവും അരോചകവുമായ ചുവ ഞാൻ ആദ്യമായി രുചി ക്കുകയാണ്. പുറംകൂട് പൊളിച്ചു മാറ്റാത്ത, സുന്നത്തു ചെയ്യാത്ത

ലിംഗപാനം. കവിക്ക് അതിവേഗം സ്ഖലനം വന്നു. ഒസിപ് എല്ലാം കാണുന്നുണ്ടായിരുന്നു. വിടർന്ന കണ്ണുകളോടെ അദ്ഭുതപ്പെട്ട് ഒസിപ് എന്നെ തന്നെ നോക്കിനിന്നു. അതെന്നെ വല്ലാതെ ക്ഷോഭിപ്പിച്ചു. "ഒരാൾ മറ്റൊരാളെ മാത്രം രസിപ്പിച്ചാൽ പോരാ. പരസ്പരം അത് വേണം. അക്കാര്യത്തിൽ പണ്ടേ എനിക്ക് നിർബ്ബന്ധമുണ്ട്. ആരേയും തടയാതെ അവർക്കിഷ്ടമുള്ളതു ചെയ്യാനും ആരും തടയാതെ എനിക്ക് ഇഷ്ട മുള്ളത് ചെയ്യാനും സ്വയം പഠിച്ചു. എന്റെ ഭർത്താവും ചില കാമുകന്മാരും ഇക്കാര്യം സമ്മതിക്കും."

നോറ: നിങ്ങൾക്ക് ന്യായമായും അർഹതപ്പെട്ടത് ഞാൻ തരുന്നു. ലിലിയാ യുറിയേവ്നാ, രതിസുഖത്തിന്റെ കാര്യത്തിൽ നിങ്ങൾ ഒരു ഭൗതിക സുഖാസക്തയാണ്.

ലിലിയ: അഭിനന്ദനം ഞാൻ സ്വീകരിക്കുന്നു നോറ.

നോറ: അത് അഭിനന്ദനമായി ഞാൻ ഉദ്ദേശിച്ചിട്ടില്ല. നഗ്നമായ ഒരു യാഥാർത്ഥ്യം മാത്രം.

താത്യാന: അവരുടെ കഥ അവർ തുടരട്ടെ. ദൈവമേ ഇത് അത്രയ്ക്ക് പ്രധാനപ്പെട്ടതാണ്. പിന്നീട് എന്തു സംഭവിച്ചു ലിലിയ യൂറിയേവ്നാ?

ലിലിയ: സംഭവിച്ചതെന്താണെന്നോ! ഒസിയ വിജയോന്മാദലഹരിയിൽ മേശപ്പുറത്ത് അടിച്ച് ശബ്ദമുണ്ടാക്കി. "നിങ്ങൾ എന്നോട് നാല്പത് റൂബിൾ കടപ്പെട്ടിരിക്കുന്നു. മയക്കോവ്സ്കി." അദ്ദേഹം പ്രഖ്യാപിച്ചു. മറ്റാരും കേൾക്കാത്തത്ര പതിഞ്ഞ ശബ്ദത്തിൽ കവി ചിരിച്ചു. പണസഞ്ചി നീട്ടിയെടുത്ത് ചുളിവ് വീഴാത്ത നാല്പത് റൂബിൾ നോട്ട് വലിച്ചെടുത്തു. എന്റെ ഭർത്താവിന് കൈമാറി.

''നമ്മൾക്ക് മൂന്നുപേർക്കും അത്താഴഭക്ഷണത്തിനും ഫ്രഞ്ച് വീഞ്ഞിനും വേണ്ടി നാല്പത് റൂബിൾ ചെലവാക്കാൻ ഞാൻ ഉദ്ദേശി ക്കുന്നു." ഒസിപ് പരസ്യമായി പ്രഖ്യാപിച്ചു.

"ഉജ്ജ്വലമായ ആശയം." കവി പറഞ്ഞു "ഞാൻ അംഗീകരിക്കുന്നു."

അവർ രണ്ടുപേരും എന്റെ അടുത്തേക്ക് വന്നു. ഒസിപ്പിന്റെ മുന്നിൽ എനിക്ക് രഹസ്യങ്ങളെന്താണുള്ളത്? ഞാൻ ചോദിക്കുകയായിരുന്നു. എനിക്കിനി എന്താണ് ഒളിച്ചുവെക്കാനുള്ളത്? എനിക്ക് നഷ്ടപ്പെട്ടതെ ന്തായിരുന്നു? എന്റെ ചോദ്യത്തിന് ഞാൻ തന്നെ മറുപടി പറയുന്നതായി കേൾക്കുന്നു. "തീർച്ചയായും. നീയത്ര നിഷ്കളങ്കയൊന്നുമല്ല."

മറ്റുള്ളവരുടെ മുമ്പിൽ വിഡ്ഢിയാകുന്നതിനുമുമ്പ് കൈവീശിക്കൊണ്ട് കവി എന്നെ തടഞ്ഞു. "കഴിയുമെങ്കിൽ എന്നെ വീണ്ടും വന്ന് കാണുമോ?"

"എനിക്ക് വീണ്ടും കാണാനുള്ള മോഹമില്ല."

"ഞാൻ നിങ്ങളോട് ചോദിച്ചത് അതല്ല."

ഒസിപ്പ് ഉല്ലാസത്തോടെ അതു തന്നെ പറഞ്ഞു, "അദ്ദേഹത്തിന്റെ ചോദ്യത്തിന് മറുപടി പറയു ലിലിയ."

എന്റെ തോൾ മുകളിലേക്ക് ഉയരുന്നത് എനിക്കുതന്നെ കാണാം. എന്റെ സ്വതന്ത്രമായ ഇച്ഛാശക്തിയെ വിധി കീഴടക്കുമ്പോൾ പതിവായി ഇങ്ങനെ അനുഭവപ്പെടാറുണ്ട്. "എനിക്ക് ഇനിയും അത് ചെയ്യാൻ കഴിയണമെങ്കിൽ അത് അപ്പോഴത്തെ സാദ്ധ്യതകൾക്കനുസരിച്ചു മാത്ര മായിരിക്കും. എന്റെ ശുദ്ധഗതി എനിക്ക് മനസ്സിലാകും. എല്ലാം യാന്ത്രിക മായാൽ എനിക്ക് പരമാനന്ദം നഷ്ടമാകും."

സങ്കല്പിച്ചതെന്താണോ അത് ഞാൻ അംഗീകരിച്ചെന്ന മട്ടിൽ മയ ക്കോവ്സ്കി സമ്മതഭാവത്തിൽ തലകുലുക്കി. പരസ്പരസമ്മതം ഉറപ്പിച്ച് ഞാൻ തിരിച്ചും തലയാട്ടി.

ഞങ്ങളുടെ ജീവിതം പഴകി ജീർണ്ണിച്ച പാതയിൽ നിന്നും ഒഴിഞ്ഞു മാറിയ നിമിഷമായിരുന്നു. അത് സത്യസന്ധമായി എനിക്ക് പറയാൻ കഴിയും. എന്റെ ഒസിപ്പിന്റെ, മയക്കോവ്സ്കിയുടെ, 'ബാക്ബോൺ ഫ്ളൂട്ട്' നിങ്ങൾ ഓർക്കുന്നുണ്ടോ?

"എന്നെ സാർചക്രവർത്തിയാക്കട്ടെ
തിളങ്ങുന്ന സുവർണകമ്മട്ടത്തിൽ
എന്റെ ജനതയുടെ മുഖം
മുദ്രണം ചെയ്യാൻ ഞാൻ കല്പിക്കും."

ചെറിയ കുട്ടി ആയിരുന്നപ്പോൾ ജീവിത സാഹചര്യത്തിന്റെ നാണയ ത്തിൽ എന്റെ മുഖപാർശ്വമുദ്ര പതിപ്പിക്കുന്നതിനെപ്പറ്റി ഞാൻ ദിവാ സ്വപ്നം കണ്ടിട്ടുണ്ട്. മയക്കോവ്സ്കി ഇത് കണ്ടുപിടിച്ചിട്ടുമുണ്ട്. അദ്ദേഹത്തിന്റെ 'ബാക്ബോൺ ഫ്ളൂട്ട്' എന്ന കവിത എന്റെ കൗമാര വിചിത്ര സങ്കല്പത്തിന്റെ മിന്നൽപ്രകാശമാണ്. ഞാൻ വളർന്നപ്പോൾ, പുരുഷന്മാരുടെ മേൽ എനിക്ക് സ്വാധീനം ഉണ്ടെന്ന് ആദ്യമായി മനസ്സി ലാക്കിയപ്പോൾ, അവരുടെ കണ്ണുകളാൽ നഗ്നയാക്കപ്പെടുന്നത് ശ്രദ്ധിച്ച പ്പോൾ, എന്റെ ശ്രദ്ധ മറ്റൊരു മനോരാജ്യത്തിലേക്ക് തെന്നിമാറുക യായിരുന്നു. മഹാനായ ഒരു കവിയുടെ കാവ്യദേവതയാണ് ഞാൻ എന്ന് കിനാവു കണ്ടു. വിധി എനിക്ക് വെച്ചുനീട്ടിയ അവസരത്തിൽ ഞാൻ ആഹ്ലാദിച്ചു. ആത്മാഭിമാനം മറച്ചുവെയ്ക്കാനും കവിയുടെ ബീജം ആവേശത്തോടെ കൈക്കലാക്കാനും ഞാൻ ഒരുക്കമായിരുന്നു. ദൈവ ത്തിനേ അറിയൂ എനിക്കെന്ത് സംഭവിച്ചുവെന്ന്. ഒസിപ് ഒരു വലിയ നാട്യ കലാസംഘത്തിന്റെ അദ്ധ്യക്ഷനാകുമെന്ന് സ്വപ്നം കണ്ടു. ഒസിപ്

നിശ്ചയമായും വലിയ നാട്യക്കാരനായിരുന്നു. മയക്കോവ്സ്കി വ്യക്തിയല്ല ഒരു സംഭവമായിരുന്നു എന്ന് ഒരിക്കൽ ഒസിപ് പറയുകയുണ്ടായി. ഒരു നാണയത്തിന്റെ രണ്ടു വശങ്ങളായിതീർന്നു ഒസിപ്പും വൊളോദിയയും.

പ്രദർശനാത്മകതയില്ലാത്ത, സൂക്ഷ്മനിരീക്ഷണപാടവമുള്ള, തീരുമാനം എടുക്കാൻ കഴിവുള്ള, വിശദാംശങ്ങൾ കണ്ടെത്താൻ കഠിനയത്നം ചെയ്യുന്ന പക്വതയുള്ള ആളായിരുന്നു ഒസിയ. എന്നാൽ മയക്കോവ്സ്കിയാകട്ടെ പ്രദർശനാത്മകതയുള്ള വ്യക്തിയും. നാണക്കേടു തോന്നാതെ കലഹിക്കുകയും തീവ്രവികാരാധീനനാവുകയും ചെയ്യുന്നവൻ. തിളച്ചുമറിയുന്ന സർഗ്ഗവൈഭവം, ശ്രദ്ധാപൂർവ്വമായ അശ്രദ്ധ. ഇവയെല്ലാം മയക്കോവ്സ്കിക്കുണ്ട്. ഒസിയയുടെ സാഹിത്യപരമായ ജന്മവാസനയിൽ വിശ്വാസം അർപ്പിക്കുന്നവൻ. ഒസിയയുടെ സൂക്ഷ്മവിശകലനത്തിന്റെ അരകല്ലിലൂടെ കടന്നുപോകുന്ന കവിത അദ്ദേഹം പലപ്പോഴും വെട്ടിത്തിരുത്തും. ഒസിയയെപ്പറ്റി പറയുകയാണെങ്കിൽ അദ്ദേഹം ഞങ്ങളോടൊപ്പം അകത്തേക്ക് വേഗത്തിൽ പ്രവേശിക്കും. എന്നാൽ ഒരിക്കലും തിരിഞ്ഞുനോക്കിയില്ല. ഫിൻലാന്റിൽ തന്നോടൊപ്പം ജീവിച്ച സ്ത്രീയെ ഒഴിവാക്കിക്കൊണ്ട്, പുസ്തകങ്ങളും അലക്കുകടയിൽ വസ്ത്രങ്ങളും ഉപേക്ഷിച്ചുകൊണ്ട് അദ്ദേഹം ഞങ്ങളുടെ ജീവിതത്തിലേക്ക് കടന്നുവന്നു. അങ്ങനെ ഞങ്ങൾ മൂന്നുപേർ ചെർണിഷേവ്സ്കി രീതിയിൽ ഒരു കൂട്ടുജീവിതവ്യവസ്ഥ, അതെത്ര ഹ്രസ്വമാണെങ്കിൽ പോലും സ്വീകരിച്ചു. ഇതിനേക്കാൾ കൂടുതൽ പരസ്പരം സ്നേഹിച്ചവരുണ്ടാകില്ല. ഇതിനേക്കാൾ ആത്മാർത്ഥതയുണ്ടായിരുന്ന സഖാക്കൾ, സ്നേഹിതർ ഉണ്ടാകുമോയെന്ന് എനിക്ക് അറിയില്ല. ഞാൻ പുകഴ്ത്തപ്പെടുകയും മറ്റുള്ളവരിൽനിന്ന് തരം തിരിക്കപ്പെടുകയും ചെയ്തു. അത്രയ്ക്കധികം വേർപിരിക്കാൻ വയ്യാത്തവരായി ഞങ്ങൾ മാറിയിരുന്നു. തൊഴിലാളിവർഗ്ഗ ഭരണകൂടത്തിന്റെ സ്നേഹവാത്സല്യസംരക്ഷണത്തിൽ ഞങ്ങൾ ഉന്മാദിച്ചു.

എല്ലി: എന്റെ അനുഭവത്തിൽ 'സ്വേച്ഛാധിപത്യ ഭരണകൂടത്തി'ന്റെ സ്നേഹവാത്സല്യസംരക്ഷണവും ആത്യന്തികവിനാശവും ഏറക്കുറെ തുല്യമാണ്.

ലിലിയ: (ചെവിയിൽ പതുക്കെ പറയുന്നു) ഞാൻ നിങ്ങളെ ഓർമ്മിപ്പിക്കട്ടെ എല്ലി? മെട്രോപോൾ ഹോട്ടലിന്റെ ഭിത്തികൾക്കുപോലും ചെവികളുണ്ട്. നാം പറയുന്നതിനെക്കുറിച്ച് പിന്നീട് ദുഃഖിക്കാൻ ഇടവരുത്താത്ത വിധത്തിലുള്ള വിവേകം നമ്മൾ കാണിക്കണം.

ലിറ്റ്സ്കി: (റഷ്യൻ മിശ്രഭാഷയിൽ ബ്രൂക്ലിൻ ഉച്ചാരണരീതിയിൽ)

ഡിക്ടാഫോണിന്റെ വയർ മാറ്റുവാൻ അല്പം സമയം വേണം. അതു വരെ ചായയ്ക്കുള്ള ഇടവേള ആകാമെന്ന് തോന്നുന്നു.

നോറ: അയാൾക്ക് റഷ്യൻഭാഷ അറിയാമെന്ന് നിങ്ങൾ പറഞ്ഞില്ലല്ലോ എല്ലി?

എല്ലി: നിങ്ങൾ എന്നോട് ചോദിച്ചില്ലല്ലോ?

ലിലിയ: അയാൾ അമേരിക്കക്കാരനാണെന്നാണ് വിചാരിച്ചത്.

എല്ലി: അതെ. എനിക്ക് കിട്ടിയ വിവരം അനുസരിച്ച് മോസ്കോ സ്റ്റേറ്റ് സർവ്വകലാശാലയിൽ റഷ്യൻ സാഹിത്യം പഠിക്കുന്ന അമേരിക്കൻ കമ്മ്യൂണിസ്റ്റാണ്. അയാളുടെ വർത്തമാനത്തിൽനിന്ന് നമ്മുടെ സംഭാഷണം നല്ലവണ്ണം മനസ്സിലാക്കാൻ അയാൾക്ക് കഴിയുമെന്ന് ഞാൻ വിശ്വസിക്കുന്നില്ല.

താത്യാന: എന്തായാലും ആനന്ദത്തിന്റെ ഈ ചെറുസമ്മാനങ്ങൾക്ക് നന്ദി.

രണ്ടാം സെഷൻ

അദ്ദേഹം അകലങ്ങളിലേക്ക് പിന്തിരിഞ്ഞതിനാൽ ആ ഹൃദയശൂന്യത നിങ്ങൾ കാണാതെപോയി

എല്ലി: നമ്മൾ എവിടെയാണ് നിർത്തിയത്?

താത്യാന: അഭിമാനത്തോടെ, അഹങ്കാരത്തോടെ ലിലിയ പറയുകയായിരുന്നു. 'കവിയുടെ കഫേയി'ൽ അവർ കണ്ടുമുട്ടിയ ആ ദിവസം മുതൽ അവളും മയക്കോവ്സ്കിയും വേർപിരിയാൻ കഴിയാത്ത അവസ്ഥയിൽ... അവിടെയാണ് നിർത്തിയത്.

ലിലിയ: അത് അഹങ്കാരമല്ല. കഷ്ടം, എനിക്ക് നിരാശ തോന്നുന്നു. ഒട്ടും കലർപ്പില്ലാത്ത വസ്തുതയാണത്. ബോൾഷെവിക് ഭരണകൂടത്തിന്റെ ഭാഗമായി ഞാൻ ശിപാർശ ചെയ്യപ്പെടുന്നതുവരെ ഞങ്ങൾക്ക് വേർപിരിയാൻ കഴിയുമായിരുന്നില്ല. പിന്നീട് ഞങ്ങൾ ശാരീരികമായി അകന്നപ്പോഴും മാനസികമായി ഏറെ അടുപ്പത്തിലായിരുന്നു. ഞങ്ങൾ ഇരുവരുടേയും കാലം ശ്രദ്ധിച്ചാൽ അത് മനസ്സിലാകും. (നമ്മൾ പരാമർശിക്കുന്ന തൊഴിലാളി സർവ്വാധിപത്യം വിചാരിച്ച സമയം കഴിഞ്ഞിട്ടും നിലവിൽ വന്നില്ലല്ലോ.)

നോറ: റഷ്യയുടെ സമാനജീവിതാനുഭവങ്ങളുടെ കാലവും അതിന് ഗാഢബന്ധമുണ്ടായിട്ടില്ല. യഥാർത്ഥത്തിൽ ഈ മുന്നേറ്റം സത്യമാണ്. നിങ്ങളുടെ പൊങ്ങച്ചങ്ങളെപ്പോലെ തിരുത്തിയെഴുതാൻ കഴിയുന്നതല്ല ചരിത്രം. ദൈവമേ, നിങ്ങൾക്ക് കിട്ടുന്ന ഓരോ സന്ദർഭത്തിലും ചെർണിഷേവ്സ്കി ലേബൽ പുറത്തെടുക്കുന്നു. നിങ്ങളുടെ പ്രശസ്തിയിലേക്കുള്ള ഒരു കൈച്ചീട്ടാണ് തിരുത്തി എഴുതപ്പെടുന്ന ചരിത്രം എന്ന ധാരണയിൽ. ശ്രദ്ധിച്ചു കേൾക്കൂ. മയക്കോവ്സ്കി എന്നോട് എല്ലാം തുറന്നുപറഞ്ഞിട്ടുണ്ടെന്ന് മറക്കരുത്. അദ്ദേഹത്തിന്റെ ഏറ്റവും ഒടുവിലത്തെ, പ്രധാന സ്ഥാനമുള്ള പ്രിയപ്പെട്ടവൾ ഞാനായിരുന്നു. ബോൾഷെവിക്കുകളുടെ സ്നേഹവാത്സല്യസംരക്ഷണത്തിന് എന്നെ അദ്ദേഹം ശിപാർശ ചെയ്യുന്നതിന് മുമ്പ് നിങ്ങൾ മൂന്നുപേരും പെട്രോഗ്രാഡിലെ ഷൂക്കോവ്സ്കി

തെരുവിലെ ആറ്മുറി അപ്പാർട്ടുമെന്റിൽ ഒരുമിച്ചു താമസിച്ചിരുന്നു. അതത്രയും ശരിയാണ്. സിഗരറ്റിനും വോഡ്കയ്ക്കും വേണ്ടി നികൃഷ്ടമായ ജോലി ചെയ്തു മടുത്ത കവി, പാർട്ടി ബന്ധങ്ങൾ ഉണ്ടെങ്കിൽ സുഖമായി ജീവിക്കാൻ ആവശ്യമുള്ളതെല്ലാം കണ്ടെത്താൻ കഴിയുന്ന മോസ്കോയിലേക്ക് പോകാൻ നിങ്ങളോട് പറഞ്ഞു. ഒസിപ് തടഞ്ഞു. നിങ്ങളോടൊത്ത് രതിജീവിതം ഒന്നിച്ച് പങ്കിടുന്ന സൗന്ദര്യാരാധകനായ അദ്ദേഹം അതിനുവേണ്ടി വാദിച്ചു. "വെനീസ് കാണാതെ നിങ്ങൾക്ക് നിർഭയമായി മരിക്കാം. പെട്രോഗ്രാഡിൽ ജീവിക്കാനുള്ള ഭാഗ്യം മാത്രം ഉണ്ടായാൽ മതി." എന്നും പറഞ്ഞു. മോസ്കോയിൽ നിങ്ങൾ ഒരേതരം അപ്പാർട്ടുമെന്റുകൾ വാടകയ്ക്കെടുത്തു. പൊല്യൂക്ട്ടോവ് ലൈനിൽ പന്ത്രണ്ട് സ്ക്വയർമീറ്റേഴ്സിൽ മുഖ്യതപാലാപ്പീസിന് കൊടുത്ത രണ്ടു മുറികൾ. മയക്കോവ്സ്കിക്ക് യഥേഷ്ടം ഉപയോഗിക്കാൻ സർക്കാർ അനുവദിച്ച ജെൻഡ്രിക്കോവ് ലെയിനിലെ ഫ്ളാറ്റിലേക്ക് മാറുന്നതിന് മുമ്പ് വീട്ടുപകരണങ്ങൾ നിങ്ങൾ നിയമാനുസൃതം അവിടെ സജ്ജീകരിച്ചു. അപ്പോൾ കവി അഹങ്കാരത്തോടെ പറഞ്ഞു. "അനാവശ്യമായൊന്നുമില്ല. സുന്ദരമായ വസ്തുക്കളില്ല. ഉപകരണങ്ങളില്ല. ഫ്രെയിം ചെയ്ത ചിത്രങ്ങളില്ല. ശില്പകലാകാരിയായിരുന്നപ്പോൾ മുമ്പ് നിങ്ങൾ സൃഷ്ടിച്ച അർദ്ധകായപ്രതിമയോടൊപ്പം കമ്പിളിയും മണികളും കൊണ്ട് നിങ്ങൾ നിർമ്മിച്ച നായാട്ടുരംഗം. പഴയ പരുക്കൻ കമ്പിളി പൊതിഞ്ഞ ഓട്ടോമാൻ (അപ്പോൾസറി ചെയ്ത പതിഞ്ഞ സാധനങ്ങൾ സൂക്ഷിക്കാനും ഇരിപ്പിടമായി ഉപയോഗിക്കാനും ഉള്ള ഒരു നീണ്ടപെട്ടി) ഇത്ര മാത്രമാണ് അനുവദിക്കപ്പെട്ട അലങ്കാരങ്ങൾ." നിങ്ങൾ ഓരോരുത്തർക്കും സ്വന്തമായ കിടപ്പുമുറിയുണ്ടായിരുന്നു. മയക്കോവ്സ്കിയെ നിങ്ങൾ കണ്ടുമുട്ടിയ വർഷത്തിൽ അദ്ദേഹത്തിന്റെ ജന്മദിനത്തിൽ കൊടുത്ത നിങ്ങളുടെ ഫോട്ടോകളും പുസ്തക അലമാരികളും ഉള്ള അദ്ദേഹത്തിന്റെ മുറി.

ശിശിരകാലത്ത് മുറി ചൂടാക്കാൻ ജനലുകൾക്ക് പുറത്ത് പണിത വിരിപ്പോടുകൾ കൊണ്ട് പൊതിഞ്ഞ, ചിമ്മിണിക്ക് തൊട്ടടുത്ത് കർട്ടൻ കൊണ്ട് മറച്ച, പുറത്തേക്ക് തള്ളി പണിത ഒറ്റമുറി ആയിരുന്നു ഒസിപ്പിന്റേത്. പ്രഭു എൽ.എൻ.ടോൾസ്റ്റോയിയുടെ തിരോധാനത്തെപ്പറ്റി വാർത്തയുള്ള 'ഗസറ്റ കൊപെക്ക'യുടെ മുൻപേജ് പതിച്ച ജനൽ ചില്ലുകളുള്ള മുറിയായിരുന്നു നിങ്ങളുടേത്. മിക്കവാറും എല്ലാ മോസ്കോനിവാസികളേയുംപോലെ എല്ലാവർക്കും കൂടി സൊറ പറഞ്ഞിരിക്കാവുന്ന ഇടുങ്ങിയ അടുക്കള. എന്തെങ്കിലും ഉണ്ടെങ്കിൽ കഴിക്കാൻ, വോഡ്ക വാങ്ങാൻ സാധിച്ചാൽ കുടിക്കാൻ, പുകവലിക്കാൻ, സിഗരറ്റ് ഇരന്നു വാങ്ങാൻ തീൻമേശയ്ക്കു ചുറ്റും നിങ്ങൾ ഒത്തുകൂടി. മാസത്തിന്റെ ഇരട്ട നമ്പറുള്ള ദിവസങ്ങളിൽ അതിരാവിലെ കവിതയെയും വിപ്ലവത്തേയും പറ്റിയുള്ള സംസാരം. ഒറ്റനമ്പർ ദിവസങ്ങളിൽ രണ്ട് മടക്കുകളുള്ള

കസേരകളിൽ ഒന്നിച്ചിരിക്കും. ഉസ്ബെക്കിസ്ഥാനിൽ നിന്നും വന്ന ഓറഞ്ച് പെട്ടിയിൽ ഇരുവശങ്ങളിലേക്കും കാലുകൾ വിടർത്തി നിവർന്നിരിക്കും. ഫ്ളാറ്റിലെ ബാത്ത് ടബ്ബ് ആയിരുന്നു നിങ്ങൾ മൂന്നുപേരുംകൂടി വോഡ്ക കുടിക്കാൻ വേണ്ടി വിറ്റത്. മയക്കോവ്സ്കിയുടെ മുട്ടുകാലുകൾ വയ്യാതായിട്ടുപോലും അതിൽ എങ്ങനെ ഇറങ്ങിയിരുന്നു എന്നത് അദ്ഭുതം തന്നെ. കാരണം അത്രയ്ക്ക് ചെറുതായിരുന്നു അത് . അപ്പാർട്ടുമെന്റുകൾ പണിയാനായി പൊളിച്ചുകളഞ്ഞ വീടുകളിലെ മരംകൊണ്ടുണ്ടാക്കിയ വീടുകൾ നിങ്ങൾ താമസിച്ചിരുന്ന ബ്ലോക്കിൽ അപ്പോഴും ഉണ്ടായിരുന്നു. ചൊവ്വാഴ്ചകളിൽ നിങ്ങൾക്ക് സന്ദർശകരുണ്ടാകും. ഭാര്യ യവ്ജീനിയോടൊപ്പം പാസ്റ്റർനാക്കും മെയർഹോൾഡും ഭാര്യ സിനൈഡായും ഐൻസ്റ്റീനും പതിവുകാരാണ്. നഡേഴ്സദായും ഒസിപ്പ് മാൻഡെൽഷ്ത്താമും അന്ന അഹമത്തോവയും അവരുടെ കൂടെ താമസിക്കുന്ന പുരുഷനോ സ്ത്രീയോ, പിന്നെ ഗോർക്കി, മാലേവിച്ച്, ബാലെൻചിൻ, അദ്ദേഹത്തിന്റെ ഭാര്യയായിത്തീർന്ന മുഖ്യബാലെ നർത്തകി തരാമാജേവാ എന്നിവർ വല്ലപ്പോഴും വരും. ചിലപ്പോൾ മാത്രമേ ഒസിപ്പുമായി ലൈംഗിക ബന്ധം ഉണ്ടായിരുന്നുള്ളൂ. അതും ഒരു വിശ്വസ്തതയുടെ കർമ്മമെന്ന നിലയിൽ മാത്രം. നിങ്ങൾ മയക്കോവ്സ്കിയെ കണ്ടതിനുശേഷം ഒസിപ്പുമായി ശാരീരിക ബന്ധം ഉണ്ടായിട്ടില്ല, ശരിയല്ലേ? പെട്രോഗ്രാഡിൽ സാഹിത്യാസ്വാദകരായ വിദ്യാസമ്പന്നരുമായി ഭാഗികമായ ലൈംഗിക ബന്ധം നിങ്ങൾക്ക് ഉണ്ടായിട്ടുണ്ടാകാം. നിങ്ങൾക്കും കവിക്കും നവദമ്പതികളെപ്പോലെ 'ഹോർമോണൽ പിരീഡ്' ഉണ്ടായിരുന്നു. വികാരം സജീവമായിരുന്നത്രയും കാലം നിങ്ങൾ ചെർണിഷേവ്സ്കി രതിയിൽ മുഴുകി. പിന്നീട് ഒരേ കൂരയ്ക്കു കീഴിൽ താമസിക്കുന്ന കേവലം മൂന്ന് സുഹൃത്തുക്കൾ മാത്രമായി. മറ്റ് കമിതാക്കളിൽ നിന്ന് നിങ്ങൾ അകലം പാലിക്കുമ്പോൾ സൈബീരിയായിലെ തടവറയിലേക്ക് അയയ്ക്കപ്പെട്ട നിരപരാധികളെക്കുറിച്ച് ഒരിക്കലെങ്കിലും ഓർത്തിട്ടുണ്ടോ? നിങ്ങളുടെ ലോകത്ത് നിങ്ങൾ രണ്ടുപേർ മാത്രം. അല്ലെങ്കിൽ ചെങ്കുപ്പായക്കാരുടെ ആ ജനറൽ. അല്ലാതെ വേറെ ആരും ഇല്ല.

ലിലിയ: എന്റെ ചെങ്കുപ്പായ സേനയുടെ ജനറലിനെ പറ്റി നിങ്ങൾ എവിടെ വെച്ച് കേട്ടു?

നോറ: ഒരു മോസ്കോ അപവാദവാർത്തയിൽ നിന്ന്. മഹാകഷ്ടം! എന്റെ തിയേറ്റർ കമ്പനിയിൽ എല്ലാവർക്കും ആ ചെങ്കുപ്പായ സേനാജനറലിന്റെ പേരും റാങ്കും ക്രമനമ്പറും അറിയാം.

ലിലിയ: വൊളോദിയയും ഞാനും... 'ഹോർമോൺ കാലം' എന്ന് നിങ്ങൾ പേരിട്ട കാലം. അത് വർഷങ്ങളോളം ഒരേവിധം ഒരേ ആവേശത്തിൽ നിലനിന്നു.

എല്ലി: തീർച്ചയായും നോറ പറഞ്ഞത് ശരിയാണ്. ഫ്രഞ്ചുകാർ വിശേഷിപ്പിക്കുന്ന തരത്തിലുള്ള മൂന്നുപേരൊപ്പമുള്ള കാമകേളികളിലായിരുന്നില്ല നിങ്ങൾ ഒരിക്കലും.

നോറ: നിങ്ങൾ കാമുകനുമായി ലൈംഗിക ബന്ധത്തിലേർപ്പെടുന്ന നേരം കട്ടിയുള്ള കമ്പിളിത്തുണികൊണ്ട് സ്വയം പൊതിഞ്ഞ് നിങ്ങളുടെ ഭർത്താവ് ഭിത്തിയിൽ ചെവിയോർത്തുനിന്ന് നിങ്ങളുടെ കപടരതിമൂർച്ഛയുടെ ശബ്ദം കേട്ട് തീർച്ചയായും സ്വയംഭോഗം ചെയ്തിരിക്കാം.

ലിലിയ: ജീവിതത്തിൽ ഒരിക്കലും എനിക്ക് കപടരതിമൂർച്ഛയുണ്ടായിട്ടില്ല. ഒരുപക്ഷേ, ഒസിയയോടൊപ്പം തുടക്കത്തിൽ ഒന്നോ രണ്ടോ പ്രാവശ്യം നിർബ്ബന്ധമായും ഉത്തേജിപ്പിച്ചപ്പോൾ അത് സംഭവിച്ചിട്ടുണ്ടാകാം. എന്റെ പ്രിയപ്പെട്ട നോറാ, കപടരതിമൂർച്ഛയെ വിലയിരുത്താൻ പറ്റിയ ചില കാര്യങ്ങളുണ്ട്. സ്ത്രീശരീരത്തിൽ പ്രത്യേകാവകാശങ്ങളില്ലാത്ത സ്ഥാനത്ത്, പ്രത്യേകിച്ച് വാഗ്ദത്ത ഭൂമിയിൽ എത്തിച്ചേരുമ്പോൾ അത് ഒരു തുടക്കക്കാരനെ ഉത്തേജിപ്പിച്ചേക്കാം. എന്നാൽ മയക്കോവ്സ്കി അങ്ങനെയല്ല. അദ്ദേഹത്തിന് കപടമായ യാതൊന്നിന്റെയും ആവശ്യമില്ല. അദ്ദേഹം സ്ത്രീലൈംഗികഭാഗങ്ങളുടെ കാമുകനാണ്. അനുസരണശീലമുള്ള ഒരു കാമുകൻ.

നോറ: എന്നെ സംബന്ധിച്ചാണെങ്കിൽ അയാൾ ഇടവഴിയിലെ പൂച്ചയുടെ കാമുകനാണ്. എവിടെ സുഖം കണ്ടാലും അത് കൈവശപ്പെടുത്തും. ചില രാത്രികളിൽ എന്നിൽനിന്നും സുഖം കൈക്കലാക്കുന്നത് സൗകര്യമാണെന്ന് അയാൾ മനസ്സിലാക്കി. കവിതാവായനാപരിപാടിയിൽ അദ്ദേഹത്തിന്റെ പ്രശംസയ്ക്കായി ആദരവ് കാണിക്കുന്ന ഏതെങ്കിലും ഇഷ്ടക്കാരിയെ കണ്ടെത്തും. രാത്രികളിൽ അവരോടൊത്ത് സുഖം പങ്കിടും. എവിടെ ഒരു സ്ത്രീ ലഭ്യമാണോ അവളിൽ നിന്നും അദ്ദേഹം സുഖം കണ്ടെത്തും. അങ്ങനെ ഒരവസരം ഇല്ലെങ്കിൽതന്നെ സ്വയംഭോഗം ചെയ്യും. നമ്മൾ മറ്റൊരു വിഷയത്തെപ്പറ്റിയാണല്ലോ പറഞ്ഞുകൊണ്ടിരുന്നത്.

താത്യാന: ഏതു വിഷയമായിരുന്നു അത്?

ലിറ്റ്സ്കി: (ഇംഗ്ലീഷിൽ) ഇന്നത്തെ വിഷയം കവിയുടെ ലൈംഗികതയാണെന്ന് തോന്നുന്നു.

നോറ: (ഇംഗ്ലീഷറിയാത്തതുകൊണ്ട്) അയാൾ എന്തുപറഞ്ഞു?

എല്ലി: നമ്മൾ സംസാരിക്കുമ്പോൾ മൈക്രോഫോണിലേക്ക് നേരിട്ട് പറയാൻ കഴിയുമോ എന്ന് അയാൾ ചോദിക്കുന്നു. (ആ യുവാവിനോട് ഇംഗ്ലീഷിൽ) സംഭാഷണം നന്നായി മനസ്സിലാക്കാൻ കഴിയുന്നവിധം നിങ്ങൾ റഷ്യൻഭാഷ പറയുന്നു. ദയവുചെയ്ത് നിങ്ങൾ റെക്കോർഡിങ്

യന്ത്രത്തിൽ മാത്രം ശ്രദ്ധിച്ചാൽ മതി. ഒരു പുരുഷന്റെ കാഴ്ചപ്പാട് ആവശ്യം ഉണ്ടെന്ന് തോന്നുമ്പോൾ നിങ്ങളോട് ചോദിക്കാം. മനസ്സിലായോ?

ലിറ്റിസ്കി: (ഇംഗ്ലീഷിൽ) നിയന്ത്രണം വിട്ടുപോയി. ഇനി ഇത് ആവർത്തിക്കില്ല.

താത്യാന: ഇനി എല്ലി പറയട്ടെ. എല്ലി വരയ്ക്കുന്ന കവിയുടെ ഛായാ ചിത്രത്തിൽ നിന്ന് പുതുതായി എന്തെങ്കിലും കിട്ടാതിരിക്കില്ല. നിങ്ങൾ രണ്ടുപേരും എങ്ങനെ കണ്ടുമുട്ടി?

എല്ലി: ശരി പറയാം. മയക്കോവ്സ്കിയുമായി നിങ്ങളുടെ ഹോർമോൺ കാലം അവസാനിച്ചപ്പോൾ എന്റെ കാലം ആരംഭിച്ചു. കവിയുടെ ലൈംഗികതയാണ് വിഷയമെങ്കിൽ, കഥയുടെ മദ്ധ്യത്തിലാവും എന്റെ സ്ഥാനം. അതിൽനിന്ന് ആരംഭിക്കുന്നതാണ് ഒരർത്ഥത്തിൽ എനിക്ക് ആശ്വാസം. കേൾക്കുക, എ.ഡി. 1925 നമ്മുടെ കാലത്തിന്റെ ഒരു പ്രത്യേക സന്ദർഭത്തിൽ... റഷ്യയിൽ ഭീതിയും ദുരിതവും നിറഞ്ഞ ബോൾഷെവിക് വിപ്ലവത്തിന് മുമ്പ്... അന്ന് ഞാൻ കുഞ്ഞായിരുന്നു. അപ്പോൾ കൊസ്സാക്കുകളുടെ കുന്തങ്ങളിൽ വെളുത്ത റഷ്യക്കാരെ ശിരച്ഛേദം ചെയ്ത് തലകൾ കുത്തി നിർത്തിയത് കണ്ടിട്ടില്ലാത്ത കാലം. അക്കാലത്ത് മനസ്സിൽ തോന്നിയ സന്ദേശങ്ങൾ ഞാൻ എഴുതിവെക്കുമായിരുന്നു. അത് അപ്പപ്പോൾ കുപ്പികൾക്കുള്ളിൽ നിക്ഷേപിക്കും. കോർക്കും മെഴുകും വെച്ച് അടയ്ക്കും. എന്നിട്ട് സീൽചെയ്ത് ബാൾട്ടിക് കടലിൽ എറിയും. എന്നാൽ, എന്റെ സംശയങ്ങൾക്കോ സന്ദേശങ്ങൾക്കോ ആരും മറുപടി നൽകിയില്ല.

പിൽക്കാലത്ത് ഞാൻ വളർന്നപ്പോൾ ബോൾഷെവിക്കുകളിൽ നിന്നും രക്ഷപ്പെടാൻ കടൽ കടന്നു. വടക്കേ അമേരിക്കയിൽ അറ്റ്ലാന്റിക് കടൽത്തീരത്ത് എത്തിയാൽ മാസത്തിൽ ഒരു ദിവസം ഒരു ട്രോളികാറിൽ ബ്രൂക്ലിൻ മുറിച്ചുകടക്കുക പതിവായിരുന്നു. എന്നിട്ട് ഓംനി ബസ്സിൽ കയറി ചതുപ്പുപ്രദേശം കടന്ന് കോർക്കുകൊണ്ട് സീൽചെയ്ത ഏതെങ്കിലും കുപ്പികൾ തിരമാലകളിൽ പെട്ട് തീരത്ത് അടിഞ്ഞിട്ടുണ്ടോയെന്ന് നോക്കും. പ്രതീക്ഷയോടെ ജോൺസ് ഐലണ്ട് തിമിംഗലവേട്ട സ്റ്റേഷനിൽ കാത്തിരിക്കും. ഒടുവിൽ ഒരെണ്ണം എത്തി. അതയാളായിരുന്നു. എന്റെ പ്രതീക്ഷകൾ പോലെ, എന്റെ സംശയങ്ങൾക്ക് മറുപടി നൽകാൻ. അത് കവി വ്ളാഡിമിർ മയക്കോവ്സ്കി ആയിരുന്നു. ചളിപറ്റി വൃത്തിഹീനനായ നിലയിലായിരുന്നു അദ്ദേഹം. മാസങ്ങളോളം സഞ്ചരിച്ചുകൊണ്ടിരുന്ന ഒരാൾ. വേറാക്രൂസിലേക്ക് ആവിക്കപ്പലിൽ. മെക്സിക്കോ നഗരത്തിലേക്ക് ട്രെയിനിൽ. മെക്സിക്കോയിൽ അദ്ദേഹത്തിന്റെ താമസം ഡീഗോ റിവേറയുടേയും ഫ്രീഡാകാഹ്ലോയുടെയും കൂടെയായിരുന്നു.

അതിനുശേഷം മൂന്നാംക്ലാസ് ട്രെയിനിൽ വടക്കേ അമേരിക്കയിലെ യുണൈറ്റഡ് സ്റ്റേറ്റ്സിലേക്ക്. ചിക്കാഗോ, ഡെട്രോയിറ്റ്, ക്ലിവ്ലാന്റ്, പീറ്റ്സ്ബർഗ്, പിന്നെ ഫിലാഡൽഫിയയിൽ നിന്ന് ന്യൂയോർക്കിലേക്ക്. പിന്നെ എന്നിലേക്ക്. അങ്ങനെയാണ് ഞാൻ കവിയിലേക്ക് വന്നെത്തിയത്."

താത്യാന: ഒരു വാക്ക് പറയാൻ എന്നെ അനുവദിക്കുക. റഷ്യൻ കവിയായ ഈ മനുഷ്യനെ, ഈ മൃദുല രോമാവൃതമായ ഈ കളിപ്പാവക്കരടിയെ ഞാൻ കാണുമ്പോൾ ചളി പുരണ്ട ഏതോ ഒരാളെപ്പോലെയായിരുന്നു. സന്ധിക്കേണ്ട സ്ഥലവും സമയവും ആസൂത്രണം ചെയ്തത് നിങ്ങളുടെ സഹോദരിയായിരുന്നു. അവൾക്ക് നിഗൂഢമായ താത്പര്യങ്ങൾ ഉണ്ടായിരുന്നു.

അമേരിക്കക്കാർ വിശേഷിപ്പിക്കുന്ന സംഭവബഹുലമായ ഇരുപതുകളുടെ അവസാനഘട്ടത്തിൽ പാരീസിലെ റെസ്റ്റോറന്റിലുള്ള ഒരു സ്വകാര്യ മുറിയിലായിരുന്നു ആ സമാഗമം നടന്നത്. കവിയോടൊപ്പം ഞാനും ഉണ്ടായിരുന്നു. പുരുഷന്മാർ വിശേഷസന്ദർഭങ്ങളിൽ മാത്രം ഉപയോഗിക്കുന്ന ഫ്രോക്ക് കോട്ടും പട്ടിന്റെ മാർദ്ദവമുള്ള ഷർട്ടും ആയിരുന്നു കവിയുടെ വേഷം. ഫ്രഞ്ചുകാർക്ക് വളരെ ഇഷ്ടമുള്ള, മൂർച്ചയേറിയ ഞൊറിയുള്ള കാലുറയും ധരിച്ചിരുന്നു. മൃദുലമായ തുകൽ കൈയുറ. ലണ്ടനിലെ 'പീൽ' കമ്പനി കൈകൊണ്ട് തുന്നിയ കണങ്കാൽവരെയുള്ള നീണ്ട ബൂട്ടുകൾ. വേഷപ്പകിട്ട് കണ്ടാൽ ഒരു ബോൾഷെവിക്ക് കവിയേക്കാൾ, അല്പം തടികൂടിയ ഒരു ഇംഗ്ലീഷ് പ്രഭുവിനെപ്പോലെ തോന്നും. ഞങ്ങൾ വളരെ വേഗം സുഹൃത്തുക്കളായി. കാവ്യകലയോടുള്ള തീവ്രമായ വൈകാരികബന്ധം ഞാൻ പങ്കുവെച്ചു. മോസ്കോയിൽ ഒരു സ്കൂൾ വിദ്യാർത്ഥിനി ആയിരുന്നപ്പോൾ എ.പുഷ്കിന്റെയും എം ലെർമോണ്ടോവിന്റേയും വി. മയക്കോവ്സ്കിയുടേയും നൂറുകണക്കിന് വരികൾ ഞാൻ മനഃപാഠമാക്കിയിട്ടുണ്ട്.

1921ലെ വലിയ ക്ഷാമകാലത്ത് മോസ്കോയിൽ ആയിരക്കണക്കിന് പട്ടിണിമരണങ്ങൾ ഉണ്ടായി. പുഴുങ്ങിയ കൊക്കോ തൊണ്ടുകളായിരുന്നു സമ്പൂർണ്ണാഹാരം. എല്ലാവിധ സുഖസൗകര്യങ്ങളുമുള്ള ഔദ്യോഗിക ആഡംബര കാറുകൾ പാർക്ക് ചെയ്തിരുന്ന ക്രെംലിന് സമീപത്തെ ഒരു ചെറിയ പാതയോരത്തിരുന്ന് പതിവായി കവിയുടെ 'കാലുറകൾള്ളിലെ കാർമേഘ'ത്തിലെ മുഴുവൻ വരികളും ഞാൻ ചെങ്കുപ്പായ സേനയിലെ സൈനികർക്കുവേണ്ടി ചൊല്ലിയിരുന്നു. അവരുടെ ഇറക്കം കൂടിയ കോട്ടിന്റെ പോക്കറ്റുകളിലെ 'കോപ്പെക്' (റൂബിളിന്റെ നൂറിൽ ഒരു ഭാഗമായ നാണയം) തുട്ടുകൾ എനിക്ക് തരും. ക്ഷാമകാലത്ത് വല്ലപ്പോഴും വില്പനയ്ക്ക് വരുന്ന ബ്രെഡ് വാങ്ങാൻ അതുകൊണ്ട് എനിക്ക് സാധിച്ചു. പാരീസിൽവെച്ച് ചായ കുടിക്കുമ്പോൾ ഈ സംഭവം ഞാൻ വിവരിച്ചു.

എന്തുകൊണ്ടോ അദ്ദേഹം മുഖം തിരിക്കുന്നത് കണ്ടു. അതുകൊണ്ട് അദ്ദേഹത്തിന്റെ കണ്ണുകളിലെ വികാരം കാണാൻ കഴിഞ്ഞില്ല.

നോറ: നിങ്ങൾ പ്രതീക്ഷിക്കുന്ന വികാരം എന്തെന്ന് വ്യക്തമായി അറിഞ്ഞുകൊണ്ടുതന്നെ അയാൾ മുഖം തിരിച്ചു. അപ്പോൾ അയാളുടെ വികാരരഹിതമായ മുഖം നിങ്ങൾക്ക് കാണാൻ കഴിയില്ലല്ലോ.

താത്യാന: അദ്ദേഹത്തെക്കുറിച്ച് ശരിക്കും അറിയാതെയാണ് ഈ പരാമർശം നോറാ. വ്യക്തമായി പറഞ്ഞാൽ ഹൃദയവികാരങ്ങൾ തുറന്നു കാണിക്കുന്ന വ്യക്തിയാണ് അദ്ദേഹം. മുമ്പ് ലിലിയ നമ്മളോട് പറഞ്ഞതു പോലെ. ഞാനും മയക്കോവ്സ്കിയും കണ്ടുമുട്ടിയ നിമിഷത്തിന്റെ പ്രത്യേകത വിവരിക്കാവുന്ന തരത്തിലുള്ള ഒരു ചൈനീസ് പഴമൊഴിയുണ്ട്. അത് ഇങ്ങനെയാണ്: 'പഴയകാല ചങ്ങാതിമാരുടെ ആദ്യസംഗമം.'

1925-ൽ സോവിയറ്റ് റഷ്യയിൽ നിന്നും ഞാൻ ഒളിച്ചോടി. ശേഷം എനിക്ക് അഭയം തന്നത് എന്റെ മുത്തശ്ശിയാണ്. ഞങ്ങൾ മോണ്ട് മാർത്രെയിൽ താമസിക്കുകയായിരുന്നു. മോസ്കോയിലെ കമ്മ്യൂണൽ അപ്പാർട്ടുമെന്റിൽ താമസിച്ചതിന് തുല്യമായ ആ കാലം സ്വർഗ്ഗതുല്യമായിരുന്നു. എല്ലാ സൗകര്യങ്ങളും ഉണ്ട്. ചൂട് നൽകുന്ന നെരിപ്പോട്. ചൂടുവെള്ളമുള്ള കുളിമുറി. ടെലിഫോൺ. ആ മൂന്നു മുറി ഫ്ളാറ്റ് ഒരു 'വിന്റർ പാലസു' പോലെ തോന്നി. ലാ കപ്പേളയ്ക്കോ ലാ റൊട്ടോൺഡെയ്ക്കോ സല്ലേപ്ലേയലിലെ സംഗീത മേളയ്ക്കോ, അതുമല്ലെങ്കിൽ ജീൻ കോക്തേയോടൊപ്പം നാടകം കഴിഞ്ഞ് അത്താഴം കഴിക്കാൻവേണ്ടി കവി വരുമ്പോഴോ മുൻഭാഗത്തെ ഇടുങ്ങിയ മുറിയിലെ ചെറിയ മേശമേൽ വച്ചിരിക്കുന്ന പരന്ന പിഞ്ഞാണത്തിൽ വലിയ അക്ഷരങ്ങളിൽ അദ്ദേഹത്തിന്റെ പേരുള്ള സന്ദർശക കാർഡ് വെയ്ക്കും. വരാനിരിക്കുന്ന സൗഭാഗ്യങ്ങളുടെ ഓർമ്മയ്ക്കുവേണ്ടി ചിത്രങ്ങൾ, പത്രവാർത്തകൾ തുടങ്ങിയവ അമ്മൂമ്മ ഒട്ടിച്ചുവയ്ക്കുന്ന പുസ്തകത്തിൽ അതൊക്കെ ശേഖരിച്ചു വയ്ക്കും. പുറത്ത് ആർക്കും കേൾക്കാൻ കഴിയാത്തത്ര പതിഞ്ഞ ശബ്ദത്തിൽ അദ്ദേഹം എന്തോ പിറുപിറുക്കുന്നത് വ്യക്തമായി കേൾക്കാം. അദ്ദേഹത്തെക്കുറിച്ച് എനിക്ക് തെറ്റിദ്ധാരണയുണ്ടായിരുന്നില്ല. ആ ശബ്ദങ്ങളിൽനിന്ന് ഞാൻ എന്റേതായ ചില കാര്യങ്ങൾ ഊഹിച്ചു. ബ്രിട്ടീഷ് രീതിയിലുള്ള മൃദുലമായ പരന്ന കേക്ക് ജാസ്മിൻ ചായയോടൊപ്പം ഉയരം കുറഞ്ഞ മേശമേൽ വയ്ക്കുന്നതിനെക്കുറിച്ചോ അല്ലെങ്കിൽ റഷ്യൻ വംശജർക്കിടയിൽ സിഫിലിസ് മൂലം മരിക്കുന്നവരെക്കുറിച്ചോ അതുമല്ലെങ്കിൽ ലെനിനെ സംബന്ധിച്ച് ഇടക്കാലത്ത് വ്യാപിക്കുന്ന കിംവദന്തികളെക്കുറിച്ചോ ഒക്കെയാവും അദ്ദേഹം പരാമർശിക്കുന്നതെന്ന് ഞാൻ സങ്കല്പിച്ചു.

ലിലിയ: നിങ്ങളുടെ കളിപ്പാവക്കരടിയായ കവി എന്റെ ജീവിതത്തിലേക്ക് യാദൃച്ഛികമായി കടന്നുവന്നപ്പോൾ അദ്ദേഹം വൃത്തിഹീനനായ

ഒരാളായിരുന്നില്ല. ഒസിപ്പിനോടും എന്നോടും ഒപ്പം വീട്ടിൽ വന്നപ്പോൾ അദ്ദേഹത്തെ ഞങ്ങൾ പതിവായി കുളിക്കേണ്ടതിന്റെ ആവശ്യകത ബോദ്ധ്യപ്പെടുത്തി. അതും ചൂടുവെള്ളത്തിൽ. അദ്ദേഹത്തെ ബാത്ത്ടബ്ബിലേക്ക് കൊണ്ടുപോയത് എത്ര ബുദ്ധിമുട്ടിയായിരുന്നുവെന്ന് നിങ്ങൾക്കൂഹിക്കാൻപോലും പറ്റില്ല. യഥാർത്ഥത്തിൽ മനുഷ്യർക്ക് അല്പം ശരീരഗന്ധം ഉണ്ടായിരിക്കേണ്ടത് അത്യാവശ്യമാണെന്ന് അദ്ദേഹം പറഞ്ഞു. എന്നാൽ ശരീരഗന്ധം അസഹ്യമായാലുള്ള അവസ്ഥയെക്കുറിച്ച് അദ്ദേഹത്തെ ബോധ്യപ്പെടുത്താൻ ഞാൻ ഏറെ ബുദ്ധിമുട്ടി.

"വദനസുരതം ചെയ്യണമെന്ന് ആഗ്രഹിക്കുന്നുണ്ടെങ്കിൽ ലിംഗാവയവം വൃത്തിയായി കഴുകിവെയ്ക്കണം. പുഴു തിന്ന അദ്ദേഹത്തിന്റെ പല്ലുകൾക്ക് പകരം പുതിയ പല്ലു വെയ്ക്കണമായിരുന്നു. ഇസ്രായേൽ വംശജനായ ഒരു ദന്തഡോക്ടറുണ്ടായിരുന്നു. അയാളുടെ പേര് റാബിനോവിച്ച് എന്നോ മറ്റോ ആണ്. കവിയെ ഞാനങ്ങോട്ട് പറഞ്ഞുവിട്ടു. സഖാവ് സ്റ്റാലിൻ സോവിയറ്റ് റഷ്യയിൽ പ്രതികാര നടപടികളിൽ നിന്ന് ഒഴിവാക്കാൻ പറ്റാത്തവരെ നാടുകടത്തുന്നതിന് മുമ്പായിരുന്നു അത്. ലിയോൺ ട്രോട്സ്കിയുടെ ദ്വാരമുള്ള പല്ലുകളുടെ കേടുപാടു തീർത്തു എന്നൊരു കുറ്റം പിൽക്കാലത്ത് റാബിനോവിച്ച് ചെയ്തിട്ടുണ്ട്. ദന്തഡോക്ടറുടെ നിലനില്പിനുതന്നെ അപകടകരമായിതീർന്ന അവസ്ഥ. പിൽക്കാലത്ത് ഒരു ട്രോട്സ്കിപക്ഷതിരുത്തൽവാദിയാക്കി 1930കളുടെ മദ്ധ്യത്തിൽ പാവം റാബിനോവിച്ചിനെ വധിച്ചു. അത് മറ്റൊരു കഥയാണ്.

നോറ: മറ്റുള്ളവരെ കാണിക്കാൻവേണ്ടി തന്റെ ഇഷ്ടത്തിന് തയ്പിച്ച നീളൻ കോട്ട് ധരിച്ച മയക്കോവ്സ്കിയെയാണ് നിങ്ങൾ വിവരിച്ചത്.

ലിലിയ: ശരിയാണ്, ശരിയാണ് അദ്ദേഹത്തിന്റെ സ്വഭാവരൂപീകരണത്തിന് ഒരു ദിശാബോധം ഞാൻ കൊടുത്തു. സാംസ്കാരിക നിലവാരത്തിന് യോജിച്ച നിലയ്ക്ക് അദ്ദേഹത്തിന്റെ മുടിയുടെ നീളം ഞാൻ തന്നെ കുറച്ചു. ഒട്ടും യോജിക്കാത്ത മഞ്ഞ ജാക്കറ്റ് ഉപേക്ഷിക്കാൻ സമ്മതിപ്പിച്ചു. കീറിപ്പറിഞ്ഞ ഫ്രോക്ക് കോട്ടിന് പകരം പൊതുസ്വീകാര്യതയുള്ള വെളുത്ത ഷർട്ടുകൾ, തെളിഞ്ഞ കോളറുകൾ, ഞൊറിയുള്ള കാലുറകൾ എന്നിവയെല്ലാം. ആവശ്യമില്ലെങ്കിൽപോലും മറ്റുള്ളവരുടെ ബഹുമാനം നേടാൻ ഒസിപ് ഒരു വാക്കിംഗ്സ്റ്റിക്കും കൊടുത്തു. അത് ഒസിപ്പിന്റെ അച്ഛന്റേതായിരുന്നു. ആനക്കൊമ്പുകൊണ്ടുള്ള അതിന്റെ മൊട്ട്പിരി അഴിച്ച് ഉത്കൃഷ്ടവും ഗുണനിലവാരമുള്ള ഫ്രഞ്ച്ബ്രാണ്ടി നിറച്ച കോർക്കിട്ട ഒരു ബോട്ടിൽ പുറത്തെടുക്കുമായിരുന്നു. 1923-ൽ മയക്കോവ്സ്കിയുടെ 30-ാം ജന്മദിനത്തിന്റെ ആഘോഷവേളയിൽ ഞാനും ഒസിപ്പും കൂടി അദ്ദേഹത്തിന് നൽകിയ പതിനെട്ട് വജ്രക്കല്ലുകളുള്ള പോക്കറ്റ് വാച്ച് അദ്ദേഹത്തെ ധരിപ്പിച്ചു. വാച്ചിൽ സോവിയറ്റ് ട്രെയിനിന്റെ

മുദ്ര പതിപ്പിച്ചിരുന്നു. ഡിന്നർ പാർട്ടികളിൽനിന്ന് വീട്ടിലേക്ക് തിരിച്ചു പോകാൻ ആഗ്രഹം അറിയിച്ച് പോക്കറ്റ്വാച്ചിന്റെ വെള്ളിച്ചങ്ങല വലിച്ചുയർത്താനുള്ള സൂചന നൽകുന്ന കവിയുടെ ചിത്രം ഇപ്പോഴും ഞാൻ ഓർക്കുന്നു. ചൊവ്വാഴ്ചകളിലെ സാഹിത്യ വിരുന്നുകളിലോ ആഴ്ചതോറുമുള്ള ചീട്ടുകളിയിലോ അതിഥികൾക്ക് പോകാൻ സമയമായെന്നു സൂചന നൽകുന്നതിന് അദ്ദേഹം വെള്ളിച്ചങ്ങല ഉയർത്തും. കർത്താവേ, നല്ല വണ്ണം വസ്ത്രധാരണം ചെയ്ത് ലോകം അറിയുന്ന കവിയായി തീരുന്നതിന് മുമ്പത്തെ മയക്കോവ്സ്കിയെപ്പറ്റിയുള്ള ചിന്ത എന്നെ വിറകൊള്ളിക്കുന്നു. എന്റെ ദൈവമേ, ഞങ്ങൾ ആദ്യം അദ്ദേഹത്തെ കാണുമ്പോൾ കാലുറയുടെ കീഴറ്റംകൊണ്ട് അദ്ദേഹം ഷൂസ് പോളീഷ് ചെയ്യുകയായിരുന്നു. നഖം മുറിക്കുന്ന ഒരു ഇറ്റാലിയൻ കത്രിക മയക്കോവ്സ്കിക്ക് ആദ്യമായി കൊടുത്തത് ഒസിപ്പായിരുന്നു. വിരലുകളുടേയും കാൽവിരലുകളുടേയും നഖം മുറിക്കുന്നത് എങ്ങനെയെന്ന് അദ്ദേഹത്തിന് ഞങ്ങൾ കാണിച്ചുകൊടുത്തു.

എല്ലി: കത്രിക കിട്ടുന്നതിനു മുമ്പ് എങ്ങനെയാണ് അദ്ദേഹം നഖം മുറിച്ചിരുന്നത്?

ലിലിയ: ഇഷ്ടികമതിലിലോ നിലത്തെ കല്ലിലോ അവ രാകിമിനുക്കും. കത്രിക നിരോധിക്കപ്പെട്ട ജയിലിൽ നിന്നായിരിക്കും ഈ സ്വഭാവം കിട്ടിയത്. തടവുകാർക്ക് വിരൽനഖം മുറിക്കൽ ഒരു പ്രശ്നമായിരുന്നുവല്ലോ.

നോറ: കവിയുടെ ഏതെല്ലാം അവതാരങ്ങൾ! എത്ര വിചിത്രം! വൃത്തിഹീനമായ വസ്ത്രം ധരിച്ച എല്ലിയുടെ കവി. തനിക്ക് യോജിച്ച രീതിയിൽ തയ്പിച്ച് ഫ്രോക്ക് കോട്ടിട്ട താത്യാനയുടെ കവി. ലിലിയായുടെ വാക്കിംഗ്സ്റ്റിക് കവി. കവിയുടെ ബാഹ്യരൂപം നിങ്ങൾക്കെല്ലാം ഒഴിയാബാധയാണ്. അതിനപ്പുറത്ത് ഒരാളുണ്ട്. കവിയുടെ ഉള്ളിലേക്ക് ആഴത്തിലിറങ്ങി നോക്കണം. അദ്ദേഹത്തിന്റെ വേഷങ്ങൾ, ഉടയാടകൾ ആര് ശ്രദ്ധിക്കുന്നു?

ഒരു രാത്രി മയക്കോവ്സ്കിയും ഞാനുമായുള്ള സംഭാഷണത്തിലെ രഹസ്യം ഓർത്താൽ അദ്ദേഹത്തിന്റെ സ്വഭാവത്തെക്കുറിച്ച് എനിക്ക് ചിലത് പറയുവാൻ കഴിയും. സ്ത്രീശരീരത്തിലെ ഒരു പ്രത്യേക സ്ഥാനത്തോടാണ് അദ്ദേഹത്തിന് സവിശേഷ താത്പര്യം. അതാണ് പ്രധാനവും. ലൈംഗികതയിൽ നിയന്ത്രണം പൂർണ്ണമായി നഷ്ടപ്പെടുന്ന അവസ്ഥ. അത് അദ്ദേഹത്തെ അസ്വസ്ഥനാക്കാറില്ല. അതെന്നെ അദ്ഭുതപ്പെടുത്തി. ഞാൻ അദ്ദേഹത്തോട് ചോദിച്ചു.

“ഒരു പുരുഷലിംഗം വായിൽ വയ്ക്കുമോ, വായിൽ പുരുഷലിംഗം അകപ്പെട്ടുകഴിഞ്ഞാൽ താങ്കൾ ശുക്ലം വിഴുങ്ങുമോ.”

അദ്ദേഹം ക്ഷോഭിച്ചു. “ഞാൻ സ്വവർഗ്ഗാനുരാഗിയല്ല.”

ഞാൻ വാശിയോടെ ആവർത്തിച്ചു. “നിങ്ങൾ ഒരു പെണ്ണായി ജനിച്ചിരുന്നെങ്കിൽ എന്ത് ചെയ്യുമായിരുന്നു?”

അദ്ദേഹം കോപംകൊണ്ട് ജ്വലിച്ചു. “യാഥാസ്ഥിതികരായ ജൂത പുരുഷന്മാർ സ്ത്രീകളായി ജനിക്കാതിരുന്നതിന് ദൈവത്തോട് എല്ലാ പ്രഭാതത്തിലും നന്ദി പറയുന്നു. ഞാൻ ജൂതനല്ല. എങ്കിലും ഞാനും നന്ദി പറയുന്നു.”

“നിങ്ങൾ പറയുന്നത് സത്യമല്ല.” അദ്ദേഹത്തിന്റെ ഇമകളനങ്ങാത്ത കണ്ണുകളിലേക്ക് നോക്കിയിരുന്നത് ഞാൻ ഓർക്കുന്നു.

“നിങ്ങൾ പറയുന്നത് സത്യമാണ്.” അവസാനം ഞാൻ തിരുത്തി ചർച്ച അവസാനിപ്പിച്ചു.

ലിലിയ: നെപ്പോളിയന്റെ മോസ്കോയിലേക്കുള്ള മുന്നേറ്റത്തെ തടയാൻ അവർക്ക് അനുകൂലമായ ഘട്ടങ്ങൾ നശിപ്പിക്കുക എന്ന തന്ത്രം നമ്മുടെ ഒറ്റക്കണ്ണൻ ജനറൽ കുട്സോവ് പ്രയോഗിച്ചപ്പോൾ പൊതുജനസമ്മതി നഷ്ടപ്പെട്ടത് എന്തുകൊണ്ട് എന്ന് ഞാൻ ചിന്തിച്ചിട്ടുണ്ട്. മഹാനായ ഒരു കവിയുടെ സൽപ്പേരിന് കളങ്കം വരുത്തുകയാണ് നമ്മൾ. കവി പകർന്നു തന്ന രതിവിഭവങ്ങളെ നമുക്ക് തരംതാഴ്ത്താനാവില്ല. നമ്മൾ സ്ത്രീകൾ അത് ആത്മാർത്ഥമായി പറയാറുണ്ട്. വ്ളാഡിവോസ്റ്റോക്കിന്റെ രതിപക്ഷത്തുള്ള സ്നേഹവും പരിഗണനയും നമുക്ക് ആരിൽ നിന്നും കിട്ടിയിട്ടില്ല. ഒരാളെ കാണിച്ചുതരാമോ? രതിവേളകളിൽ പലപ്പോഴും അദ്ദേഹം പണിമുടക്കിലേർപ്പെടും. രതിമൂർച്ഛയുണ്ടായി ഞാൻ ക്ഷീണിക്കുന്നതുവരെ അദ്ദേഹം സ്ഖലനം തീർത്തും പിടിച്ചുനിർത്തുമായിരുന്നു.

നോറ: നിങ്ങളുടെ രതിമൂർച്ഛയല്ല, അയാളുടെ ശാരീരിക പ്രശ്നമാണത് എന്ന് ഞാൻ ബലമായി സംശയിക്കുന്നു ലിലിയ. ശാരീരികബന്ധത്തിനു ശേഷം ഒരു രാത്രി അയാൾ എന്നോട് അത് പറഞ്ഞിട്ടുണ്ട്.

സ്ഖലനം എത്രത്തോളംതന്നെ ആനന്ദം നൽകിയിരുന്നോ അത്രത്തോളം നൈരാശ്യവും അദ്ദേഹത്തിനുണ്ടായിരുന്നു എന്ന്. ആദ്യമായാണ് അങ്ങനെ ഒരു കാര്യം ഒരു പുരുഷൻ പറഞ്ഞ് ഞാൻ കേൾക്കുന്നത്. ശീഘ്രസ്ഖലനം അദ്ദേഹത്തിന് സഹിക്കാനാവില്ല. കവി ഏറ്റവും കൂടുതൽ ഇഷ്ടപ്പെട്ടത് രാവേറെ നീളുന്ന, അവസാനിക്കാത്ത കേളികളായിരുന്നു. സമയദൈർഘ്യം അദ്ദേഹത്തിന് പ്രധാനമാണ്. പ്രഭാതത്തിന്റെ അവസാനമണിക്കൂറുകൾവരെ നീണ്ടുനിൽക്കുന്ന കളി. ദിവസങ്ങളോളം ഇഴഞ്ഞുനീങ്ങുന്ന ചർച്ച, അത്താഴങ്ങൾ. നാല്

മാസങ്ങൾവരെ നീണ്ടുപോകുന്ന അമേരിക്കൻ സഞ്ചാരങ്ങൾ. കഥാന്ത്യം ഒഴിവാക്കുന്ന ഇതിഹാസകവിതകൾ. അവസാനത്തിനുശേഷവും വീണ്ടും വീണ്ടും റീലുകൾ കൂട്ടിത്തുന്നി നീളുന്ന ചലച്ചിത്രങ്ങൾ... ഞാനെന്താണിപ്പോൾ നിങ്ങളോട് പറയാൻ ശ്രമിക്കുന്നത്? അയാൾ രതി ഇഷ്ടപ്പെടുക മാത്രമല്ല സ്ഖലനംകൊണ്ട് രതി തടസ്സപ്പെടുന്നതും വെറുത്തു. നിലയ്ക്കാത്ത രതി അയാൾ ഇഷ്ടപ്പെട്ടു. ഞാനുമായുള്ള സംഭോഗം അദ്ദേഹം ഇഷ്ടപ്പെടുന്നതിന്റെ കാരണം അത് വളരെസമയം നീണ്ടുനിന്നിരുന്നു എന്നതാണ്. ഒരു വാദ്യോപകരണത്തിന്റെ സംഗീതാവരോഹണം പോലെ. മറ്റൊന്നിന്റെ ആരംഭത്തിലേക്ക് അല്ലെങ്കിൽ അവരോഹണത്തിലേക്ക്. രതിക്രീഡയിൽ സ്ത്രീയേയും സമഭാവനയോടെ അദ്ദേഹം പങ്കാളിയാക്കുകയാണ്. ഇതൊന്നും ഞാൻ പറയുന്നതല്ല. മയക്കോവ്സ്കി എന്നോട് പറഞ്ഞതാണ്. ഇപ്പറഞ്ഞതെല്ലാം കവിയുടെതന്നെ ക്ലൈമാക്സും ആന്റിക്ലൈമാക്സും ആയിരുന്നു. വിചിത്രമായിരിക്കുന്നു. അയാളുടെ 'പണിമുടക്കിന്റെ' അർത്ഥം ഈവിധത്തിലാണ് മനസ്സിലാക്കേണ്ടത് ലിലിയ.

ലിലിയ: കിടയ്ക്കവിരിപ്പുകൾ ചുളിയുംമുമ്പേ എല്ലാം അവസാനിപ്പിച്ചവർ. അദ്ദേഹവുമായി കിടയ്ക്ക പങ്കിട്ടവർ. ആരോടൊക്കെയോ നിങ്ങൾക്ക് അസൂയയാണ്. അത് വിചിത്രവുമാണ്.

നോറ: ഇവിടെയാരെങ്കിലും പൂർണ്ണമായി അസൂയയ്ക്കുള്ളിലാണെങ്കിൽ അത്....

താത്യാന: മാന്യവനിതകളേ, നോറയുടെ 'അനിയന്ത്രിതവികാരം' പരാമർശിക്കുന്നതെന്തെന്ന് മനസ്സിലാക്കാനാവുന്നില്ല. എന്നാലോ ഒരു മനുഷ്യന്റെ അനേകസ്വഭാവവിശേഷതകൾ നിങ്ങൾ വിവരിക്കുകയാണ്. നിങ്ങൾ വിശ്വസിക്കുമോ, എനിക്ക് ഒരിക്കലും അദ്ദേഹവുമായി ശാരീരികബന്ധം ഉണ്ടായിട്ടില്ല. എങ്കിലും ചില വസ്തുതകൾ അദ്ദേഹത്തിനെക്കുറിച്ച് സാക്ഷ്യപ്പെടുത്താൻ കഴിയും. ഞാൻ അറിയുന്ന മയക്കോവ്സ്കി കാലുറകൾക്കുള്ളിലെ മഴമേഘമായിരുന്നു. എന്റെ കന്യകാത്വത്തെ മാനിച്ചേ ഒക്കൂ എന്ന നിലപാടിൽ ഞാൻ ഉറച്ചുനിന്നപ്പോൾ അദ്ദേഹത്തിന്റെ മുഖം ഇരുണ്ടു. ഒരു സായാഹ്നത്തിൽ അദ്ദേഹത്തിന്റെ മുഖത്തു നോക്കി ഞാൻ ചീത്ത വിളിച്ചു. ആഴം കുറഞ്ഞ ജലാശയതീരത്ത് കളിബോട്ടുകളിൽ ഉല്ലസിക്കുന്ന നീളം കുറഞ്ഞ പാന്റ്സിട്ട കുട്ടികളെ നോക്കിക്കൊണ്ട് ട്യൂലേറിസ് തോട്ടത്തിലെ വാടകക്കസേരകളിൽ ഇരുന്ന് ഞങ്ങൾ വെയിൽ കൊള്ളുകയായിരുന്നു.

എല്ലി: നിങ്ങൾ അദ്ദേഹത്തെ കാലുറകൾക്കുള്ളിലെ മഴമേഘം എന്ന് വിളിക്കുമ്പോഴും അദ്ദേഹത്തിന്റെ വിരൽസ്പർശങ്ങൾക്കു മുന്നിലിരിക്കുമ്പോഴും എനിക്ക് നിങ്ങളെ കാണാൻ കഴിയുന്നില്ല. അദ്ദേഹം എങ്ങനെ പ്രതികരിച്ചു എന്ന് പറയണം.

താത്യാന: എന്റെ ആ തുറന്നുപറച്ചിൽ അദ്ദേഹത്തിന് രസിച്ചില്ലെന്ന് മുഖഭാവത്തിൽനിന്ന് മനസ്സിലായി. മൂക്ക് കോപത്താൽ വിടർന്നു. കണ്ണുകൾ ഏതാണ്ട് പകുതി അടഞ്ഞു. എന്നാൽ നുരഞ്ഞുപൊന്തിയ യുക്തിഹീനമായ കോപഭാവം അദ്ദേഹം ഉടനെ നിയന്ത്രിച്ചു. എന്നിട്ട് ഉറക്കെ ചിരിച്ചു. "ഞാൻ ആ വാക്കുകൾ ഒരു നേരമ്പോക്കായി ഉപയോഗിച്ചതാണ്." എന്നു പറഞ്ഞു. അത് എന്നെ കൂടുതൽ ദേഷ്യം പിടിപ്പിച്ചു. ഞാൻ പറഞ്ഞ കാര്യം കൂടുതൽ ഗൗരവത്തോടെ പരിഗണിക്കാതിരുന്നത് ഒരു കലഹത്തിൽ അവസാനിച്ചു. ഞങ്ങളുടെ ആദ്യത്തെ യഥാർത്ഥ കലഹം... ട്യൂലേറിസ് ഗാർഡനിലെ തേച്ചുമിനുക്കിയ നീല യൂണിഫോമിൽ ആയമാരോടൊത്തുള്ള കുട്ടികൾ സംഭ്രമത്തോടെ നോക്കിനിൽക്കെ ഞങ്ങൾ പരസ്പരം ശണ്ഠ കൂടുകയായിരുന്നു.

നോറ: വളരെ നന്നായിരിക്കുന്നു. കഷ്ടം! ട്യൂലേറിസ് ഗാർഡനിലെ രാജകീയ കലഹം എന്ന് ആയമാർ പറഞ്ഞു പരത്തും. ഞാൻ പന്തയം വയ്ക്കാം.

താത്യാന: അതെ. ശരിയാണ്. അദ്ദേഹത്തിന്റെ പെരുമാറ്റം എന്നെ മാനസികമായി തകർത്തു. എനിക്കെന്നെ നിയന്ത്രിക്കാനായില്ല. മനസ്സ് തകിടം മറിയുമ്പോൾ എനിക്ക് തോന്നുന്നതൊക്കെ ഞാൻ വിളിച്ചു പറയും. വാക്കുകളെ ഒതുക്കിപ്പറയാൻ കഴിയാറില്ല. പ്രകോപനസാദ്ധ്യതയുള്ളവരെ ഒഴിവാക്കി സ്വയം മയപ്പെടാറില്ല. എന്റെ മനോഭാവം വാക്കുകളായി പുറത്തുവരും. ഈ സമയത്ത് പശയിട്ട് തേച്ച് ബലപ്പെടുത്തിയ നീല യൂണിഫോമിലുള്ള ആയമാർ ട്യൂലേറീസ് ഗാർഡനിൽ സംഭവിക്കാൻ പോകുന്നതെന്തെന്നറിയാൻ നിശ്ശബ്ദരായി നോക്കിനിൽക്കുന്നുണ്ടായിരുന്നു. അതൊന്നും കാര്യമാക്കാതെ ഞാൻ അദ്ദേഹത്തിന്റെ വാക്കുകളെ എതിർത്തുകൊണ്ടിരുന്നു.

എല്ലി: എന്നാൽ എന്തിനെപ്പറ്റി ആയിരുന്നു നിങ്ങളുടെ വാദപ്രതിവാദം താനിക്?

താത്യാന: പറയാം. എന്റെ കന്യകാത്വം. വിവാഹകഴിഞ്ഞ രാത്രി എന്റെ ഭർത്താവിന് അത് സമർപ്പിക്കണം എന്നാണ് എന്റെ ആഗ്രഹം. അതിനു മുമ്പ് എന്റെ ശരീരം ആർക്കുവേണ്ടിയും സമർപ്പിക്കുകയില്ല. അതുവരെ കണ്ടെത്തുക പോലും ചെയ്യാത്ത ഭർത്താവിനോട് മയക്കോവ്സ്കിക്ക് അസൂയയായിരുന്നു. വിവാഹശേഷവും എന്നോടുള്ള സ്നേഹബന്ധം നിലനിർത്താൻ അദ്ദേഹം ആഗ്രഹിച്ചു. സൗഹൃദം ഊട്ടി ഉറപ്പിക്കാൻ ഒരു വിശുദ്ധപ്രേമത്തിന്റെ കറയില്ലാത്ത ആലിംഗനമാവാമെന്ന് അദ്ദേഹം മോഹിച്ചു. എന്നോടുള്ള ഇഷ്ടം മരണംവരെ നിലനിർത്തുമെന്ന് പ്രതിജ്ഞ ചെയ്തു. ഞങ്ങളുടെ ഈ സംവാദം ഉച്ചത്തിലായിരുന്നു. പലരും അത് കേട്ടുകൊണ്ടിരുന്നു.

എല്ലി: ലൈംഗികബന്ധത്തിലൂടെ സ്നേഹത്തെ അവാച്യമായ പ്രേമാനുഭൂതിയായി മാറ്റണമായിരുന്നു.

താത്യാന: അതെയതേ. ലൈംഗികബന്ധത്തിലൂടെ അത് സംഭവിക്കണമായിരുന്നു. അദ്ദേഹം അക്കാര്യം എന്നെ ബോധ്യപ്പെടുത്തുകയായിരുന്നു. എന്നിലേക്ക് ആഴ്ന്നിറങ്ങാൻ കഴിയുമെങ്കിൽ, അദ്ദേഹത്തിന്റെ വിത്ത് എന്നിൽ നിക്ഷേപിക്കാൻ കഴിയുമെങ്കിൽ പിന്നെ ഒരു തിരിഞ്ഞുപോക്കുണ്ടാകുകയില്ല. ആദ്യത്തെ ലൈംഗികബന്ധം ഏതൊരു വിവാഹപ്രതിജ്ഞയേക്കാളും വളരെയേറെ ദൃഢമായിരിക്കും എന്ന് എന്നെ ബോധ്യപ്പെടുത്താൻ അദ്ദേഹം ശ്രമിച്ചു. “അതിന്റെ സ്മരണ, മരണം നമ്മളെ വേർപ്പെടുത്തുംവരെ നീണ്ടുനിൽക്കും.” അദ്ദേഹം ഉറപ്പിച്ചു പറഞ്ഞു.

ലിലിയ: അതെ, എന്നന്നേക്കുമായി ഓർമ്മയിൽ പതിഞ്ഞു കിടക്കും തീർച്ച.

താത്യാന: ഞാൻ വശീകരിക്കപ്പെട്ടു എന്നതാണ് യാഥാർത്ഥ്യം. എന്നിട്ടും ഈ വൈരുദ്ധ്യത്തെ ഞാനെങ്ങനെയോ മറികടന്നു. സുമുഖനായ ഈ മനുഷ്യന്റെ, ഈ കവിയുടെ ചുഴലിക്കാറ്റിനെ ചെറുക്കാനുള്ള കരുത്ത് എനിക്ക് എവിടെനിന്ന് കിട്ടിയെന്ന് അറിയില്ല. ഞാൻ ചെയ്തത് ശരിയായ കാര്യമാണോ? ഈ ദിവസംവരെ അത് അറിഞ്ഞുകൂടാ. എന്റെ ദൈവമേ, ആ രംഗം ഭാവന ചെയ്യാൻ നിങ്ങൾക്ക് കഴിയുമോ? ഞങ്ങളുടെ കലഹത്തിന്റെ ഓരോ വാക്കും ആയമാർ ശ്രദ്ധിച്ചു കേൾക്കുന്നുണ്ടായിരുന്നു. ഭാഗ്യത്തിന് ഞങ്ങളുടെ സംസാരം റഷ്യൻഭാഷയിൽ ആയതുകൊണ്ട് ഏറെയൊന്നും അവർക്ക് മനസ്സിലായിട്ടുണ്ടാവില്ല. മുളങ്കോലുകൾകൊണ്ട് ചെറിയ ബോട്ടുകൾ തള്ളിക്കളിക്കുന്നത് കുട്ടികൾ നിർത്തി. അപരിചിതരായ മുതിർന്നവരുടെ വഴക്ക് ശ്രദ്ധിക്കാൻ അവർ നദീതീരത്തേക്ക് നീങ്ങിനിന്നു. വില്ലിന്റെ ആകൃതിയിൽ കഴുത്തിന് കീഴോട്ട് നീളം കുറഞ്ഞ ടൈ, മുതലത്തോൽകൊണ്ടുണ്ടാക്കിയ ഷൂസും ധരിച്ച, പ്രായമുള്ള ഒരു മാന്യവ്യക്തി ചൂരൽവീൽക്കസേരയിൽ പെട്ടെന്ന് ശബ്ദമുണ്ടാക്കി ഞങ്ങളുടെ നിരയിലേക്ക് വന്നു. ‘എനിക്ക് സാധ്യമെങ്കിൽ’ പതിഞ്ഞ സ്വരത്തിൽ അയാൾ എന്താണ് പറഞ്ഞതെന്ന് ആദ്യം ഞങ്ങൾക്ക് മനസ്സിലായില്ല.

ഞങ്ങൾക്ക് അത് മനസ്സിലാക്കാൻ കഴിഞ്ഞപ്പോൾ ഒരു പെട്രോഗ്രാഡ് ബുദ്ധിജീവിയുടെ ഉച്ചാരണശുദ്ധിയോടെ കുറ്റമറ്റ റഷ്യൻഭാഷയിലാണ് അയാൾ സംസാരിച്ചതെന്ന് മനസ്സിലായി. അദ്ദേഹം പറഞ്ഞ കാര്യങ്ങൾ എനിക്ക് ഏറെക്കുറെ കൃത്യമായി ഓർക്കാൻ കഴിയുന്നത് ഇങ്ങനെയാണ്. “പ്രിയപ്പെട്ട മിസ്സ്, ഒരു കാമുകൻ അയാൾ ആഗ്രഹിക്കുന്ന ഒരു

സ്ത്രീയോട് എല്ലായ്പ്പോഴും ഇത്രയ്ക്ക് വികാരതീക്ഷ്ണതയോടെ സംസാരിക്കുകയില്ലെന്ന് ഉറപ്പാണ്, ഉത്കൃഷ്ടപ്രേമത്തിന്റെ ഹർഷോന്മാദവും സാഹസികതയും ചിന്തിക്കാതെ എടുത്തടിച്ച് നിരസിക്കുന്നതിന് മുമ്പ് രണ്ടുപ്രാവശ്യം ചിന്തിക്കണം. ഊഷ്മളമായ ആ സ്നേഹാഭ്യർത്ഥനയ്ക്കു മുന്നിൽ നിങ്ങൾ അദ്ദേഹത്തോട് കടപ്പെട്ടിരിക്കുന്നു." ചുരുക്കി പറഞ്ഞാൽ ഞാൻ വലിയ ചിന്താക്കുഴപ്പത്തിൽ ആയി എന്ന് ഓർക്കുന്നു. ഇവിടെ ഒരാൾ, എന്റെ ചുവന്ന റഷ്യക്കാരൻ കാമുകൻ കിടക്കയിലേക്ക് എന്നെ ക്ഷണിക്കുന്നു. പെട്രോഗ്രാഡ് ബുദ്ധിജീവിയായ വെളുത്ത റഷ്യക്കാരനാണെങ്കിൽ. ഞാൻ ചെയ്യുന്നത് മഹാപാപമാണെന്ന് പറയുകയും ചെയ്യുന്നു. ആ റഷ്യൻ കവിക്ക് ഹൃദയവും ശരീരവും നൽകാതിരിക്കുന്ന ഞാൻ ശപിക്കപ്പെട്ട വിഡ്ഢിയാണെന്നും പറയുന്നു.

എല്ലി: യഥാർത്ഥത്തിൽ അവിടെ നിഗൂഢതയില്ല. രണ്ടു വിഭാഗങ്ങളുടെ വാദങ്ങൾ പരിശോധിക്കാതെ, യുക്തിപൂർവ്വം ചിന്തിക്കാതെ, ആ മനുഷ്യൻ വൈകാരികമായി പുരുഷപക്ഷം ചേരുകയായിരുന്നു.

താത്യാന: മയക്കോവ്സ്കിയുടെ കോപത്തെ ഊർജ്ജസ്വലമായ തീവ്രവികാരമായി ആ വൃദ്ധൻ തെറ്റിദ്ധരിക്കുകയായിരുന്നു. ആ സന്ദർഭത്തിന്റെ അർത്ഥശൂന്യതയിൽ ഞങ്ങളുടെ ചർച്ച തേഞ്ഞുതേഞ്ഞില്ലാതായി. അസംബന്ധമായ ഞങ്ങളുടെ അവസ്ഥയ്ക്ക് സാക്ഷിയായ സൂര്യന്റെയും ആകാശത്തിന്റെയും നേരെ ഞങ്ങൾ ഒരുപോലെ മുഖംതിരിച്ചത് ഓർക്കുന്നു. ഞങ്ങൾ വളരെവേഗം ശാന്തരായി. കുട്ടികൾ ബോട്ടുകൾ തള്ളിക്കളിക്കാൻ നദീതീരത്തേക്ക് മടങ്ങിപ്പോയി. കുട്ടികളുടെ കളികൾ നോക്കി ഉത്തരവാദിത്വത്തോടെ, ശ്രദ്ധയോടെ ആയമാർ നിന്നു. വെപ്പ് പല്ലുകൾ വെളിപ്പെടുത്തികൊണ്ട് മനസ്സില്ലാമനസ്സോടെ ആ വെളുത്ത റഷ്യക്കാരൻ മാന്യൻ വന്ന വഴിയേ തിരിച്ചുപോകാൻ അയാളുടെ സഹായിക്ക് അംഗവിക്ഷേപങ്ങളിലൂടെ നിർദ്ദേശം നൽകി. അസംതൃപ്തനായി, നിരാശനായി കവി നെടുവീർപ്പിടുകയാണ്.

"നിങ്ങൾ എന്നെ സ്നേഹിക്കുന്നുണ്ടോ?" ചാട്ടുളിപോലെ ഒരു ചോദ്യം എന്റെ നെഞ്ചിൽ വന്നു തറച്ചു.

അദ്ദേഹത്തോട് ഞാൻ സത്യം പറഞ്ഞു. "ഇതുവരെയില്ല."

"അത് സാരമില്ല."

അക്ഷമനായി അല്പം ദേഷ്യത്തിൽ അദ്ദേഹം പറഞ്ഞു. "നിങ്ങളുടെ ഇഷ്ടംപോലെ നടക്കട്ടെ."

"അപ്പോൾ നിങ്ങളോ? വ്ളാഡ്മിർ നിങ്ങൾ എന്നെ സ്നേഹിക്കുമോ?"

“വിഡ്ഢിച്ചോദ്യം.” അദ്ദേഹം പറഞ്ഞു. “എനിക്ക് നിങ്ങളോട് ഭ്രാന്തമായ പ്രേമം ഉണ്ടെന്ന് ആർക്കും മനസ്സിലാകും.”

“അങ്ങനെയെങ്കിൽ നിങ്ങളുടെ കൈ നെഞ്ചിൽ വയ്ക്കൂ. നിങ്ങൾക്ക് ആത്മാർത്ഥതയുണ്ടെങ്കിൽ എന്നും നിലനിൽക്കുന്ന വിശ്വസ്തത പുലർത്തുമെന്ന് സത്യം ചെയ്യൂ.”

അദ്ദേഹം ചിരിച്ചതേയുള്ളൂ. “വിശ്വസ്തത - അത് കണിശമോ, ശാശ്വതമോ ആകട്ടെ. അതിന് പ്രേമവുമായി യാതൊരു ബന്ധവുമില്ല പെണ്ണേ.”

ഉദ്ദേശിച്ചതിനു വിപരീതമായി എന്തെങ്കിലും കേൾക്കുമ്പോൾ എന്റെ തോളുകൾ മുകളിലേക്കുയരും. അതും ഞാൻ ഓർമ്മിക്കുന്നു.

“നിങ്ങൾ നിങ്ങളെപ്പറ്റി മാത്രം ചിന്തിക്കുന്ന മനുഷ്യനാണ് വ്ളാഡ്മിർ വ്ളാഡിമിറോവിച്ച്. സ്ത്രീകളോടുള്ള ബന്ധത്തിൽ നിങ്ങളുടെ മാത്രമായ ചില പരിശീലനങ്ങളും രീതികളുമുണ്ട്.”

“പ്രണയാഭ്യർത്ഥന ചെയ്യാൻ പ്രയാസമുള്ള സ്ത്രീയാണ് താത്യാന യക്കോവ് ലേവ്.” അദ്ദേഹം തെല്ല് ദേഷ്യത്തോടെ പ്രതികരിച്ചു,

“ലൈംഗികബന്ധത്തിന് വിധേയയാക്കാൻ പ്രയാസമുള്ള സ്ത്രീ.” ഞാൻ അദ്ദേഹത്തെ തിരുത്തി.

വെയിൽകാരണം കണ്ണുകാണാൻ കഴിയാതെ അല്പനേരം ശാന്തനായി അദ്ദേഹം ഇരുന്നു. ഞങ്ങളുടെ സംഭാഷണം അവസാനിച്ചു എന്ന് ഞാൻ വിചാരിച്ചപ്പോൾ എന്നെ അദ്ഭുതപ്പെടുത്തിക്കൊണ്ട് അദ്ദേഹം ചോദിച്ചു.

“ശാരീരികബന്ധം നിങ്ങളെ ഭയപ്പെടുത്തുന്നത് എന്തുകൊണ്ടാണ്?”

അതിന് ഞാൻ മറുപടി പറഞ്ഞില്ല. അദ്ദേഹം ശുണ്ഠിയെടുത്തു. പെട്ടെന്ന് പറഞ്ഞു.

“നിങ്ങളുടെ മൗനം എന്റെ ചെവിക്കല്ല് തകർക്കുകയാണ്. ക്രിസ്തുവിനെ വിചാരിച്ച് മറുപടി പറയൂ. എങ്കിൽ മാത്രമേ എന്റെ ചോദ്യം എനിക്ക് മനസ്സിലാക്കാൻ കഴിയൂ.”

എന്റെ മുഖത്ത് വീഴുന്ന വെയിൽചൂടിൽ ഞാൻ ആശ്വാസംകൊണ്ടു. നിങ്ങൾ വിശ്വസിച്ചാലും ഇല്ലെങ്കിലും കവിയുടെ വൈകാരിക വിക്ഷോഭത്തെ ധൈര്യത്തോടെ നേരിടാൻ തന്നെ ഞാൻ തീരുമാനിച്ചു.

“ഒരു മനുഷ്യനു വേണ്ടി കാത്തുസൂക്ഷിക്കുന്ന സ്നേഹവും ആരാധനയും ഒരു വൈകാരിക ധൂർത്ത് ആകാതിരിക്കാനാണ് ഞാൻ ശ്രമിക്കുന്നത്. നിഗൂഢതയുടെ ഒരു ഇഷ്ടം അതിലുണ്ട്. ഒരു ലൈംഗിക

വേഴ്ചയിലേക്ക് നയിക്കപ്പെടുമ്പോൾ ആ നിഗൂഢത നഷ്ടപ്പെടുകയാണ്. പരിത്യക്തയാകുമെന്ന ഭയം എനിക്ക് സഹിക്കാനാവില്ല."

കവി എന്നെ നിഷ്ഠുരമായി വിമർശിച്ചു. "നിങ്ങൾ നിങ്ങളോട് തന്നെ നുണ പറയുകയാണ് താനിക്ക്. നിങ്ങൾ ലൈംഗികബന്ധത്തെ ഉത്ക്കണ്ഠാകുലതയോടെ ഭയക്കുന്നു. തന്നെയുമല്ല കന്യകാത്വം ഒരു ഭൗതികവ്യായാമം ആണെന്ന വിധത്തിൽ..."

"ഉത്ക്കണ്ഠാകുലമായ ഭയം തീർച്ചയായും വിചാരിക്കുന്നതിനേക്കാൾ ശക്തിയുള്ള വാക്കാണ് വ്ളാഡിമിർ. നിങ്ങൾ അങ്ങനെ ചിന്തിക്കുന്നില്ലേ?" എന്റെ ദുർബ്ബലമായ വാദഗതി വകവയ്ക്കാതെ അദ്ദേഹം തുടർന്നു. "ഇപ്പോൾ പെട്ടെന്ന് എനിക്ക് എല്ലാം വ്യക്തമാകുന്നുണ്ട്. കഷ്ടം, എനിക്ക് നിങ്ങളെ എങ്ങനെ നഷ്ടമായി? ലൈംഗികബന്ധത്തെ നിങ്ങൾ ഭയപ്പെടുന്നു. തുല്യമായ ഗുണഫലം ഉറപ്പ് വരുത്തുന്ന പരസ്പരവിനിമയത്തിന്റെ ഭയത്തിൽ നിങ്ങൾ ജീവിക്കുന്നു. കൊടുക്കുന്നതത്രയും തന്നെ നിങ്ങൾ എടുക്കുന്നു. ലൈംഗികബന്ധത്തിന് ഒരായിരം വഴികളുണ്ട്. എന്നെ ഒരു വഴികാട്ടിയായി സ്വീകരിച്ച് അവയെയെല്ലാം സൂക്ഷ്മപരിശോധന ചെയ്യാൻ ഞാൻ ക്ഷണിക്കുന്നു. എന്ത് കാരണത്താലാണ് നിങ്ങൾ ലൈംഗികബന്ധത്തെ ഭയപ്പെടുന്നത്?

ലിലിയ: പരസ്പരവിനിമയത്തിന്റെ കളിയിൽ വൈദഗ്ധ്യം ഉള്ള ഒരാളെപ്പോലെ അദ്ദേഹം സംസാരിക്കുന്നുണ്ടെങ്കിൽ എന്തോ ഒന്ന് കൈക്കലാക്കാൻ ഉദ്ദേശ്യമുണ്ടെന്ന് ഞാൻ പറയും. ഏത് ഉത്തമബന്ധത്തിന്റേയും അടിസ്ഥാനം തുല്യഗുണം നൽകുന്ന പരസ്പര വിനിമയമാണ്. എന്നാൽ അദ്ദേഹം പറഞ്ഞ ലൈംഗികബന്ധത്തിന്റെ ഒരായിരം വഴികൾ വിശദീകരിച്ചതെന്തെന്ന് നിങ്ങൾ മനസ്സിലാക്കിയോ താത്യാന?

താത്യാന: അദ്ദേഹം അർത്ഥമാക്കിയതെന്തെന്ന് ഞാൻ മനസ്സിലാക്കി. ഇല്ല... ഇല്ല... സത്യം പറഞ്ഞാൽ എനിക്ക് പൂർണ്ണമായും മനസ്സിലായില്ല.

ലിലിയ: അദ്ദേഹം മറ്റു സ്ത്രീകളുമായി ബന്ധപ്പെടുമ്പോൾ നിങ്ങൾക്കും മറ്റു പുരുഷന്മാരുമായി ബന്ധപ്പെടാമല്ലോയെന്ന് അദ്ദേഹം കരുതിയിട്ടുണ്ടാകണം. അദ്ദേഹത്തിന്റെ സ്ത്രീകളെപ്പോലെ. കാര്യങ്ങൾ നോക്കിക്കാണുക, അതല്ലെങ്കിൽ കേൾക്കുകയെങ്കിലും ചെയ്യുക. താനിക്കിന് അപ്പോൾ കവി എന്താണുദ്ദേശിച്ചതെന്ന് മനസ്സിലാകും. നിങ്ങളുടെ അഭിമാനബോധം നിശ്ശേഷം ഉപേക്ഷിക്കണമെന്ന് അദ്ദേഹം ആവശ്യപ്പെടുകയുമാവാം.

എല്ലി: ദൈവത്തെ വിചാരിച്ച് ലിലിയ പ്ലീസ്..

താത്യാന: അത് സാരമില്ല എല്ലീ. ലിലിയയുടെ തുറന്നു പറയുന്ന സ്വഭാവം മറ്റുള്ളവരെ അദ്ഭുതപ്പെടുത്തിയേക്കാം. എനിക്ക് ഇഷ്ടമാണ്.

തുറന്നുപറച്ചിലിന്റെ ലക്ഷ്യം എന്നെ അമ്പരപ്പിക്കാനാണെങ്കിലും അത് ഒരു ആശയമാകുമ്പോൾ പുതിയ ഉണർവ്വ് നൽകും. ഞാൻ അമ്പരന്നു പോയി എന്ന് വിചാരിക്കൂ... കവിയുടെ ദേവതയാകാൻ ഞാൻ അയോഗ്യ യായിരുന്നു എന്നാണ് നിങ്ങൾ പറയുന്നതെങ്കിൽ അത് ശരിയാണ്. നമ്മ ളെല്ലാം അയോഗ്യരായിരിക്കാം. ഓരോരുത്തരും ഓരോ വിധത്തിൽ സ്നേഹിക്കുന്ന കവിക്കുവേണ്ടി സ്വാഭിമാനം വെടിയാൻ ഞാനും ഒരുക്ക മാണ് ഒരു സാധാരണ സ്ത്രീയെപ്പോലെ. എന്നാൽ ഒരു പരിധിക്കപ്പുറം എന്നെക്കൊണ്ടാവില്ല. കണ്ണുകൾ ഇറുക്കി അടച്ച് വെയിലേറ്റ് വാടിയ മുഖ ങ്ങളോടെ ട്യൂലേയേറിസ് ഗാർഡനിൽ വെച്ച് ഞാൻ ഇത്രയെങ്കിലും അദ്ദേഹത്തോട് പറഞ്ഞതിൽ അഭിമാനിക്കുന്നു.

"ആർക്കെങ്കിലും അടിയറവ് വെക്കാൻ എന്നെക്കൊണ്ടാവില്ല."

കടുത്ത ഈർഷ്യയിൽ അദ്ദേഹം പിറുപിറുത്തത് ഞാനോർക്കുന്നു. "നിങ്ങൾ വിജയിച്ചു. ഈ നിമിഷംവരെ ഞാൻ വിവാഹം ഒഴിവാക്കി യിരുന്നു. പക്ഷേ, ആ വ്യവസ്ഥ ഞാൻ ലംഘിക്കും. മാത്രമല്ല ഞാൻ നിങ്ങളെ വിവാഹം ചെയ്യും."

"അത് ഒരു വിവാഹാഭ്യർത്ഥനയാണെങ്കിൽ മുമ്പേ തന്നെ നിങ്ങൾ അഭ്യർത്ഥിച്ചിട്ടുണ്ടെന്ന് നിങ്ങളെ ഓർമ്മിപ്പിക്കുന്നു. എന്റെ മുന്നിൽ നിങ്ങൾ മുട്ടുകുത്തി നിന്നു. നമ്മൾ കണ്ടുമുട്ടിയ ആ ദിവസം ഒരു സായാഹ്നത്തിൽ ആയിരുന്നു. അതേപ്പറ്റി ആലോചിക്കാമെന്ന് നിങ്ങളോട് ചിരിച്ചുകൊണ്ട് ഞാൻ പറഞ്ഞു. പ്രിയപ്പെട്ട വ്ളാഡിമിർ, ഞാനിപ്പോഴും അതേപ്പറ്റി ആലോചിക്കുകയാണ്. എനിക്ക് ചിരിക്കാൻ കഴിയുന്നില്ല.

"സമ്മതം എന്ന് നിങ്ങൾ പറയുന്നില്ല." അദ്ദേഹം പരുഷമായി പരാതി പ്പെട്ടു.

"സമ്മതമല്ല എന്ന് ഞാൻ പറഞ്ഞിട്ടില്ലാത്ത സ്ഥിതിക്ക് അതിൽ നിന്നും ഒരു പരിധിവരെ ഒരു പ്രോത്സാഹനം നിങ്ങൾക്ക് കിട്ടുന്നുണ്ട്." ഞാൻ പരിഹാസഭാവത്തിൽ ചിരിച്ചു. ഞാൻ അദ്ദേഹത്തെ കുരിശ്ശിൽ ആണിയടിക്കുകയായിരുന്നു. "കേൾക്കൂ വ്ളാഡിമിർ, കാലുറയ്ക്കുള്ളിലെ മഴമേഘത്തെ വിവാഹം കഴിക്കുന്നത് നിസ്സാരമായി പരിഗണിക്കപ്പെടേണ്ട കാര്യമല്ല."

ലിലിയ: കൊള്ളാം, കൊള്ളാം. കാലുറയ്ക്കുള്ളിലെ മഴമേഘം ഒരു ഉചിതമായ രൂപകമാണ്. അത് ഉദ്ഭവിച്ചത് ഇവിടെയുള്ള ഈ നിഷ്കളങ്ക യായ അവിവാഹിതയിൽ നിന്നാണെങ്കിൽ പോലും. നിങ്ങൾ സങ്കല്പി ക്കുന്നതിനേക്കാൾ കൂടുതൽ വൊളോദിയ കോപിഷ്ഠനാണ്. നിങ്ങൾ അദ്ദേഹത്തോട് പുരികങ്ങൾകൂട്ടി നെറ്റി ചുളിച്ചാൽ ദിവസങ്ങളോളം

ദേഷ്യപ്പെട്ട് മിണ്ടാതിരിക്കാൻ അദ്ദേഹത്തിന് കഴിയും. അദ്ദേഹത്തിന് അവ കാശപ്പെട്ടത് എന്തെങ്കിലും നിങ്ങൾ നിഷേധിച്ചാൽ അദ്ദേഹത്തിന്റെ മുഖം കറുത്തുപോകും. ഒരു ശിശിരകാലരാത്രിയിൽ ബഹളം കൂട്ടിയ ഞങ്ങളുടെ ഒരു നീണ്ട വഴക്ക് ഞാൻ ഓർമ്മിക്കുന്നു. അത് ഇരുപതുകളുടെ തുടക്കത്തിൽ ആയിരുന്നു. അന്ന് ലെനിൻ ജീവിച്ചിരുപ്പുണ്ട്. മൂന്നുപേരടങ്ങിയ രതിജീവിതത്തിന്റെ ആദ്യകാലത്തായിരുന്നു അത്. പാർട്ടിയുടെ സാംസ്കാരിക 'സാറു'കളുടെ ഒരു മീറ്റിംഗിനുശേഷം ദേഷ്യം കൊണ്ട് സ്വയം നിയന്ത്രിക്കാൻ അദ്ദേഹത്തിന് കഴിയാതിരുന്ന ഒരു രാത്രിയിൽ ലെനിന്റെ 'രണ്ടു ചുവടുകൾ മുന്നോട്ട്, ഒരു ചുവട് പിന്നോട്ട്' എന്ന കൃതി സാഹിത്യവുമായി ബന്ധപ്പെടുത്തി എങ്ങനെ പരിഗണിക്കാം എന്ന് ചർച്ച ചെയ്യുകയായിരുന്നു. 'ഒരു ചുവട് മുന്നോട്ട് ഒരു ചുവട് പിന്നോട്ടില്ല' എന്ന അടവുതന്ത്രത്തിനുവേണ്ടി വൊളോദിയ വൃഥാ വാദിച്ചു.

പുലരുന്നതിന് മുമ്പ് അടക്കാനാവാത്ത ദേഷ്യത്തോടെ ഞങ്ങളുടെ ഫ്ളാറ്റിലേക്ക് മടങ്ങിയെത്തിയ അദ്ദേഹത്തിന്റെ ശ്വാസത്തിന് മദ്യത്തിന്റെ രൂക്ഷഗന്ധമുണ്ടായിരുന്നു. കോപം പതിവുപോലെ രതിവൈകൃതത്തിലേക്ക് മുക്കിത്താഴ്ത്താൻ തുനിഞ്ഞു. നരകം! എന്ന് ഉള്ളിൽ വിചാരിച്ച് ഞാൻ ഒരുങ്ങി. ഒരു പ്രത്യേക രീതിയിൽ രതി ചെയ്യണമെന്നായിരുന്നു അപ്പോൾ അദ്ദേഹം ആവശ്യപ്പെട്ടത്. അനേകം പ്രാവശ്യം ആ രീതി ആവശ്യപ്പെട്ടിട്ടുണ്ടെങ്കിലും അതുമാത്രം എനിക്ക് സാദ്ധ്യമല്ലായിരുന്നു. ഞാൻ വഴങ്ങില്ലെന്ന് കണ്ടപ്പോൾ ദേഷ്യംകൊണ്ട് അദ്ദേഹം പൊട്ടിത്തെറിച്ചു. ലൈംഗികതയോട് ബന്ധപ്പെട്ട കാര്യങ്ങൾ കേട്ടാൽ ഞെട്ടിപ്പോകുന്ന സ്വഭാവം ബൂർഷ്വാസിയുടേതാണെന്ന് കുറ്റപ്പെടുത്തി. ശരീരത്തിലെ ഏത് ദ്വാരത്തിൽ കടത്തിയാലും പുരുഷനെ സംബന്ധിച്ചിടത്തോളം ഒരേ ഫലമാണെന്നും ഒരു വ്യത്യാസവുമില്ലെന്നും ഉച്ചത്തിൽ വിളിച്ചുകൂവി. കാര്യം എന്താണെന്ന് അറിയാൻ ഒസിപ് വന്നു. കവിയെ പതിഞ്ഞ സ്വരത്തിൽ ശകാരിച്ചുകൊണ്ട് തന്റെ സ്വകാര്യ മുറിയിലേക്ക് പെട്ടെന്നുതന്നെ തിരിച്ചുപോയി. പിന്നീട് തണുത്ത വെള്ളത്തിൽ കുളി കഴിഞ്ഞ് മദ്യലഹരിയടങ്ങി ശാന്തനായി കവി കുളിമുറിയിൽ നിന്ന് തിരിച്ചു വന്നു. അപ്പോൾ സമയം മൂന്നുമണി. അലക്കിത്തേച്ച വസ്ത്രം ധരിച്ച് അദ്ദേഹം സുമുഖനായി ഒരുങ്ങിനിന്നു. നല്ലപോലെ വെളുത്ത ഷർട്ട്. ഏറ്റവും പുതിയ ഫാഷൻ വസ്ത്രങ്ങൾ. എവിടെ നിന്നാണെന്ന് അറിയില്ല. നേവൽ കാലാൾപ്പടയുടെ ഒരു വലിയ തോക്ക് അദ്ദേഹം കൊണ്ടുവന്നു.

ഒരു വാക്കു പറയാതെ എന്റെ കണ്ണുകൾക്ക് നേരെ മുമ്പിൽ വെച്ച് തന്റെ ഹൃദയാഭിലാഷം നിഷേധിച്ചതിനുള്ള ശിക്ഷയാണെന്ന് തോന്നും വിധം തോക്കിന്റെ കുഴലിൽ ഒരേ ഒരു ബുള്ളറ്റ് നിറച്ചു. അത് ഭദ്രമായി വെച്ച് പിന്നെ വേഗത്തിൽ ഒന്ന് വട്ടം കറക്കി എനിക്കു നേരെ ഒരു ഭ്രാന്തനെ

പ്പോലെ വന്നു . ഇമ ചിമ്മാതെ കണ്ണിലേക്ക് ഉറ്റുനോക്കി നിന്നു. അദ്ദേഹത്തിന്റെ നെഞ്ചിലേക്ക് തോക്കിന്റെ കുഴൽ അമർത്തിയശേഷം കാഞ്ചി വലിച്ചു. അദ്ദേഹത്തിന്റെ ശൂന്യഹൃദയത്തിലേക്ക് വെടിയുണ്ട പായിക്കുന്നതിന്റെ പിൻ അമർത്തുന്ന ശബ്ദം കേട്ടപ്പോൾ, അപ്പോൾത്തന്നെ ഞാൻ ഏറക്കുറെ മരിച്ചു. പക്ഷേ, തോക്ക് പൊട്ടിയിട്ടില്ല. ചോരയൊലിക്കുന്നില്ല. ബുള്ളറ്റ് ഹൃദയത്തിലൂടെ തുളഞ്ഞുകയറിയിട്ടില്ലെന്ന്, അദ്ദേഹത്തിന്റെ ജീവൻ നഷ്ടപ്പെട്ടിട്ടില്ലെന്ന് മനസ്സിലാക്കുന്നതിന് മുമ്പ് നിമിഷങ്ങളുടെ നിത്യത ഞാൻ ശരിക്കും അറിഞ്ഞു. ഞാൻ ഭയങ്കരമായി അലറിവിളിച്ചത് ഓർമ്മിക്കുന്നു.

"എന്തുകൊണ്ട്? ദൈവമേ, ഞാൻ വഴങ്ങേണ്ടതിന്റെ ആവശ്യമെന്താണ്?" "എന്തുകൊണ്ട്?"

എന്റെ കണ്ണുകൾ അടച്ചാൽ അദ്ദേഹത്തെ ഇപ്പോഴും എനിക്ക് കാണാം. കാഞ്ചിയിൽ അമർത്തുന്ന വിരലിൽ തോക്കിന്റെ കാനൺ തൂങ്ങിയാടുന്നു. അമ്പരപ്പിൽ അദ്ദേഹത്തിന്റെ തല ഒരു വശത്തേക്ക് ചെരിഞ്ഞു. ഇമവെട്ടാതെ അദ്ദേഹത്തിന്റെ കണ്ണുകൾ എന്നിൽ തറഞ്ഞുനിന്നു. സ്വയംകൃതാനർത്ഥം സൃഷ്ടിച്ച അത്യാഹിതത്തിൽ അദ്ദേഹംതന്നെ അമ്പരന്നുപോയി. എന്റെ ജീവിതത്തിൽ ഇത്രമാത്രം വേദനയും അസ്വസ്ഥതയും ഒരിക്കലും അറിഞ്ഞിട്ടുണ്ടാവില്ല.

"എന്തുകൊണ്ട് ആയിക്കൂടാ?" ആത്മവിശ്വാസം തിരിച്ചുകിട്ടിയപ്പോൾ അദ്ദേഹത്തിന് ഉച്ചരിക്കാൻ കഴിഞ്ഞത് ഈ വാക്കുകൾ മാത്രം.

അമിതാഹ്ലാദം കൊണ്ടുണ്ടായ വിസ്മയം കൊണ്ട്, കവിക്ക് പരിസരബോധം തന്നെ ഇല്ലാതായി. എങ്ങോട്ടാണ് പോകുന്നതെന്നറിയാതെ എവിടെയൊക്കെയോ ചുറ്റി നടന്നു. ഇങ്ങനെയൊക്കെ സംഭവിച്ചിട്ടുണ്ടെന്ന കാര്യം നിങ്ങൾക്ക് വിശ്വസിക്കാൻ കഴിയുമോ?

താത്യാന: നിങ്ങൾ കഥ കെട്ടിച്ചമയ്ക്കുകയാണ്, അങ്ങനെയല്ലേ?

നോറ: ലിലിയ പറഞ്ഞത് സത്യമാണ്. ഞാൻ അറിഞ്ഞ, സ്നേഹിച്ച വെറുത്ത മയക്കോവ്സ്കിയെ അവൾ വിവരിക്കുകയാണ്. ലൈംഗികമായി സ്വാധീനിക്കാൻ ഈ തന്ത്രം കവി എന്റെ മേലും പ്രയോഗിച്ചിട്ടുണ്ട്. ബോൾഷെവിക്ക് അധികാരികളുടെ സംരക്ഷണസഹായത്തിനുവേണ്ടി ശിപാർശ ചെയ്യപ്പെടാൻ വേണ്ടിയും.

എല്ലി: പക്ഷേ, നിങ്ങളുടെ "എന്തുകൊണ്ട്" എന്നതിനോടുള്ള പ്രതികരണത്തിന്റെ തുടക്കമാകുന്നില്ല. ആത്മഹത്യ കവിക്ക് എന്തു നൽകും? തീർച്ചയായും പാർട്ടി സാംസ്കാരിക സാറന്മാരുടെ മീറ്റിംഗിനേക്കാൾ, അദ്ദേഹത്തിന്റെ അനേകം രതിവൈകൃതങ്ങളേക്കാൾ, വിചിത്ര കല്പനകളിൽ ഒന്നിന്റെ ഇഷ്ടത്തിന് വഴങ്ങാതിരിക്കുന്നതിനേക്കാൾ പ്രാധാന്യമുള്ള എന്തോ ഒരു ദുരൂഹത ഇതിലുണ്ട്.

ലിലിയ: അതേ... അതേ... അതിൽ കൂടുതൽ എന്തോ ഉണ്ടായിട്ടുണ്ട്. എന്റെ "എന്തുകൊണ്ട്" എന്നത് ഇപ്പോൾ പോലും ഞാൻ ആവർത്തിച്ചുരുവിടുകയാണ്. അദ്ദേഹത്തിന്റെ 'എന്തുകൊണ്ട് ആയിക്കൂടാ' എന്ന അസംബന്ധത്തേക്കാൾ പ്രാധാന്യമുള്ള എന്തോ ഒന്ന്. കിടക്കുന്നതിനു മുൻപ് അത് കണ്ടെത്താനുള്ള ക്ലേശത്തോടു കൂടിയാവും ഞാനീ രാത്രിയിൽ..."

നോറ: മയക്കോവ്സ്കിയെ താരതമ്യം ചെയ്യുമ്പോൾ നിങ്ങളുടെ മനസ്സാക്ഷിയുടെ ഉത്തരങ്ങൾക്ക് വലിയ പ്രാധാന്യമുണ്ട്. അദ്ദേഹത്തെക്കുറിച്ച് താരതമ്യം ചെയ്യുമ്പോൾ യാഥാർത്ഥ്യങ്ങൾ വിസ്മരിക്കരുത്.

ലിലിയ: നോറ, ചില അപ്രിയ കാര്യങ്ങൾ സത്യമാണെന്ന നിങ്ങളുടെ ദുസ്സൂചന തെറ്റാണെന്ന് പറയാനുള്ള ധൈര്യം എനിക്കുണ്ട്. കൂടെക്കൂടെ ഭാവമാറ്റം വരുന്ന ഒരാളായി മയക്കോവ്സ്കിയെ ചിത്രീകരിച്ചാൽ അവ കവിയുടെ യഥാർത്ഥവ്യക്തിത്വത്തിന്റെ ചെറിയൊരംശം പോലുമാകില്ല. വൈകാരികമായി പറയുകയാണെങ്കിൽ അദ്ദേഹം സെന്റ് പീറ്റേഴ്സ്ബർഗ്ഗിനു സമീപം മഞ്ഞുമലകളിലൂടെ അനന്തസഞ്ചാരം നടത്തുകയായിരുന്നു എന്നു കരുതുക. റഷ്യയിലെ മലയും കാറ്റും മഞ്ഞും മയക്കോവ്സ്കിയുടെ ക്ഷോഭമുഖങ്ങൾ അനാവരണം ചെയ്യുന്നു. വേനൽക്കാലത്തെ ഉരുണ്ടുകൂടുന്ന മഴക്കാറുകൾപോലെ അദ്ദേഹത്തിന്റെ ദേഷ്യഭാവങ്ങൾ വാക്കുകളായി പൊട്ടിത്തെറിക്കും. കാർമേഘങ്ങൾ കോരിച്ചൊരിഞ്ഞ മഴ നിലത്തു വീഴുന്നതിന് മുമ്പ് അപ്രത്യക്ഷമാകുന്ന പ്രതിഭാസം പോലെതന്നെ.

ചില ദിവസങ്ങളിൽ കവി ഒരു ഉദ്ധാരണംകൊണ്ട് അമിതമായ ആഹ്ലാദത്തിന്റെ ആനന്ദത്തിൽ ഉറക്കമുണരും. ഒരു മഴക്കാറ്റിന്റെ ആരവംപോലെ മൗലികമായ ഒരു രൂപകം രാത്രിയിൽ തന്നെ ഡയറിയിൽ കുത്തിക്കുറിച്ചിട്ടുണ്ടാകും. രാവിലെ കണ്ണുതുറക്കുമ്പോൾ അത് കണ്ടെത്തിയിട്ടുണ്ടാകും. വളരെ വിഷാദവാനാണെങ്കിൽ കിടക്കവിരികളും തലയിണകളും ക്രമപ്രകാരം അടുക്കിവയ്ക്കാൻ ശ്രമിക്കും. റഷ്യൻ മഞ്ഞുകാലം അദ്ദേഹത്തെ വിഷാദവാനാക്കും. അത് അത്ര കാര്യമാക്കുവാനില്ല. ഒസിപ് ചൂണ്ടിക്കാണിച്ചതുപോലെ മഞ്ഞുകാലം നെപ്പോളിയനെയും പരാജയപ്പെടുത്തിയിട്ടുണ്ട്. താപനില മൈനസ് മുപ്പതിലേക്ക് താഴുമ്പോൾ നീക്കം ചെയ്യപ്പെടാത്ത മാലിന്യക്കൂമ്പാരങ്ങളിൽ അഭയം തേടുന്ന എലികൾ ശരീരഭാഗങ്ങൾ മരവിച്ച് നീരുവന്ന് വീർത്ത് മരിക്കാറുണ്ടല്ലോ.

ചിലപ്പോൾ അദ്ദേഹം ആകസ്മികവിഭ്രാന്തിയിലേക്ക് പെട്ടെന്ന് എത്തിച്ചേരും. പുറത്തുള്ളതിനേക്കാൾ കൂടുതൽ തണുപ്പായിരുന്നു ഞങ്ങളുടെ ഫ്ളാറ്റിൽ. അപ്പോൾ അദ്ദേഹം ഒരു വിധത്തിലും ആശ്വസിപ്പിക്കാൻ കഴിയാത്തത്ര വ്യാകുലാവസ്ഥയിലായിത്തീരും. സൂര്യപ്രകാശത്തിന്റെ

കുറവുണ്ടായിരുന്നു. ജാലകങ്ങളിൽ കാർപ്പെറ്റുകൾ തൂക്കിയിട്ടിട്ടുണ്ടായിരുന്നു. പൈപ്പ് വെള്ളം തിളപ്പിക്കാതെ കുടിക്കാൻ പറ്റാത്തത്രയും ദുർഗന്ധമുള്ളതായതുകൊണ്ട് അദ്ദേഹത്തിന്റെ കോപാകുലമായ മനോഭാവം പൊട്ടിത്തെറിച്ചേക്കും. കൽക്കരിക്കോ വിറകിനോ പൊട്ടിപ്പൊളിഞ്ഞ പെട്ടികൾക്കോ വേണ്ടി മാലിന്യങ്ങളിൽ തിരഞ്ഞ് കത്തിക്കാൻ പറ്റിയ എന്തെങ്കിലും കാണുമ്പോൾ ഓവൻ തീപിടിപ്പിക്കാൻ ഒന്നെടുക്കും. അത് അദ്ദേഹത്തിന്റെ ദേഷ്യം ഇരട്ടിയാക്കും. ടർക്കിഷ് സിഗരറ്റ് ആവശ്യത്തിന് കിട്ടിയില്ലെങ്കിൽ അദ്ദേഹം നിരുന്മേഷവാനും നിരാശനുമാകും. അഥവാ ടർക്കിഷ് സിഗരറ്റ് ആവശ്യത്തിനുണ്ടെങ്കിൽ വേണ്ടത്ര തീപ്പെട്ടിയില്ലെങ്കിൽ അതുമതി കൂടുതൽ ദേഷ്യപ്പെടാൻ. ബോൾഷെവിക്ക് സാംസ്കാരിക നയത്തെപ്പറ്റി സോവിയറ്റ് റഷ്യയിലെ ജനകീയ ബോധവൽക്കരണവകുപ്പ് ('പീപ്പിൾസ് കമ്മിസ്സാർ ഓഫ് എൻലൈറ്റൻമെന്റ്') മേധാവിയുമായി തുടരെത്തുടരെയുണ്ടായിരുന്ന ഗുരുതരമായ അഭിപ്രായഭിന്നതകൾ അദ്ദേഹത്തെ അത്യന്തം നിരാശനാക്കും, കരയിപ്പിക്കും. എന്നാൽ അതിനേക്കാൾ പ്രധാനപ്പെട്ട ഒരു റഷ്യൻ ചൂതാട്ടക്കളി (ഒറ്റ ബുള്ളറ്റ് തോക്ക് ശിരസ്സിന് നേരെ വെച്ച് കാഞ്ചിവലിക്കുക)യുണ്ട്. അന്നാ അഹമത്തോവയുടെ ആദ്യഭർത്താവ് കവി നിക്കോളെഗുമിലീവിന്റെ വധത്തിനുശേഷം മയക്കോവ്സ്കി ആഴ്ചകളോളം ചിന്താകുലനായിരുന്നു. മറ്റ് അറുപത് ആളുകളോടൊപ്പം അദ്ദേഹത്തെ ഒരു കാട്ടിൽ കൊണ്ടുപോയി വെടിവെച്ചുകൊന്നു. ഒരിക്കലും നിലവിലില്ലാതിരുന്ന രാജാധികാര ഉപജാപകസംഘാംഗങ്ങളായി അവരെയെല്ലാം കുറ്റപ്പെടുത്തി. ദൈവമേ, അന്നാ അഹമത്തോവ മാപ്പിനുവേണ്ടി ലെനിനോട് അപേക്ഷിച്ചിട്ടുണ്ടായിരുന്നു. അത് ഞങ്ങൾ മനസ്സിലാക്കിയപ്പോൾ ഉണ്ടായ വേദന പറഞ്ഞറിയിക്കാനാവില്ല. ഗുലിമോവിന് മാപ്പ് കൊടുക്കാൻ ലെനിൻ സമ്മതിച്ച സമയം അദ്ദേഹം വെടിയുണ്ടയ്ക്ക് ഇരയായി കഴിഞ്ഞിരുന്നു. നിങ്ങൾ ഓർക്കുന്നുണ്ടോ, ആ വധത്തെപ്പറ്റി അന്നാ അഹമത്തോവ എഴുതിയ, യാതൊരു സവിശേഷതകളുമില്ലാത്ത ശുഷ്കമായ കവിത. ഞങ്ങൾ അനേകംപേർ–മാൻഡെൽഷ്ടാംസ്, മയക്കോവ്സ്കി, ഒസിയ, പിന്നെ ഞാനും. ആദരാഞ്ജലികൾ അർപ്പിക്കാനും അവളെ ആശ്വസിപ്പിക്കാനും പോയിരുന്ന ദിവസം. അവളുടെ ഭർത്താവുമായി വേർപിരിഞ്ഞിട്ട് അപ്പോൾ വർഷങ്ങൾ കഴിഞ്ഞിരുന്നു എങ്കിലും ആശ്വസിപ്പിക്കാൻ കഴിയാത്തത്ര ദുഃഖിതയായിരുന്നു. അവൾ ഓർമ്മയിൽനിന്ന് അത് ചൊല്ലി.

"ഇരുട്ടിൽ എല്ലാ ഗോചരങ്ങളും
ഉൾക്കിടിലങ്ങളാകുന്നു
നിലാവു വരെ നയിക്കുന്നത്
കോടാലിയിലേക്ക്

മതിലിനു പിറകിൽ
അപായസൂചനപോലെ ഒരു മുട്ട്
പിശാചോ, കള്ളനോ അതോ എലിയോ?"

എല്ലി: നമ്മളിൽ കുറെ ആളുകളുടെ ജീവിതകഥയാണ് അത്. അതിലെ ഓരോ വരികളും...

ലിലിയ: തിരിഞ്ഞുനോക്കുമ്പോൾ ആത്മവിശ്വാസവും പ്രതീക്ഷകളും മയക്കോവ്സ്കിക്ക് നഷ്ടപ്പെട്ട കാലങ്ങളുണ്ടായിട്ടുണ്ട്. ദുഃഖത്തിന്റേയും ആശങ്കയുടേയും ആഴമേറിയ കുഴിയിലേക്ക് അദ്ദേഹത്തെ തള്ളി വീഴ്ത്തിയ ആ സംഭവം റഷ്യൻ ചൂതാട്ടക്കളിയുടെ ആദ്യസംഭവത്തിന് നിശ്ചയമായും സഹായകരമായിട്ടുണ്ട്. അതിനു കാരണം ക്രോൻസ്താദ് കൂട്ടക്കൊലയുടെ ഞെട്ടിപ്പിക്കുന്ന സംഭവമായിരുന്നു. 1921-ൽ ഒരു ആഭ്യന്തരയുദ്ധത്തിൽ ബോൾഷെവിക്കുകൾ ഏതാണ്ട് വിജയിച്ചുവരികയായിരുന്നു. ബാൾട്ടിക് നാവിക സൈന്യത്തിലെ ഒന്നും രണ്ടും സേനാവ്യൂഹങ്ങളിലെ നാവികർ. നിങ്ങൾ തീർച്ചയായും ഓർക്കുന്നുണ്ടാകും. അവർ 1917-ൽ മയക്കോവ്സ്കിയുടെ ബാലിശമായ മുദ്രാവാക്യം വിളിച്ചുകൊണ്ട് പാലസിലേക്ക് മാർച്ചു ചെയ്തിട്ടുണ്ട്.

"കാടപ്പക്ഷിയെ തിന്നോളൂ
കമ്പത്തിന്റെ മദ്യം മോന്തിക്കോളു
നിങ്ങളുടെ അന്ത്യമായിരിക്കുന്നു
ബൂർഷ്വാസികളെ."

നിർഭാഗ്യവശാൽ ഊതിപ്പെരുപ്പിച്ച വിപ്ലവത്തിനെതിരായിരുന്നു അവർ. ലെനിന്റെ സഖ്യത്തിൽ നിന്ന് അവർ വേറിട്ടുനിന്നു. പെട്രോഗ്രാഡിന് സമീപമുള്ള അവരുടെ നാവികത്താവളം ക്രോൻസ്താദിൽനിന്നും അഭിപ്രായസ്വാതന്ത്ര്യവും പത്രസ്വാതന്ത്ര്യവും ആവശ്യപ്പെട്ടു. രാഷ്ട്രീയ തടവുകാരുടെ മോചനം ആവശ്യപ്പെട്ടു. ലെനിന്റെ തൊഴിലാളി വർഗ്ഗ സർവ്വാധിപത്യം റഷ്യൻ പ്രശ്നങ്ങൾക്ക് പരിഹാരമല്ലെന്ന് വ്യക്തമായി ബോധ്യം വന്ന ആ നാവികർ ഒരൊറ്റ കമ്മ്യൂണിസ്റ്റ് അംഗത്തേയും ഉൾപ്പെടുത്താതെ ഒരു പുതിയ ക്രോൻസ്താദ് സോവിയറ്റിനെ തിരഞ്ഞെടുത്തു.

ട്രോട്സ്കി ഒരിക്കൽ പറഞ്ഞിട്ടുണ്ട്. വിപ്ലവത്തിന്റെ അഭിമാനവും തേജസ്സും ക്രോൻസ്താദ് നാവികരാണെന്ന് 1917ൽ വിശേഷിപ്പിച്ചിട്ടുണ്ട്. പിന്നീട് കാര്യങ്ങൾ മാറി മറിഞ്ഞു. ആ ആഭ്യന്തരകലാപത്തെ പീരങ്കിപ്പടയുടെ തുടർച്ചയായ വെടിവെപ്പിലൂടെ നിഷ്കരുണം അമർച്ച ചെയ്തു. ക്രോൻസ്താദ് തെരുവുകളിൽ ശവശരീരങ്ങൾ നിറഞ്ഞുകിടന്നിരുന്നു. അവശേഷിച്ചവർ ഫിൻലാന്റിലേക്ക് രക്ഷപ്പെട്ടു. വ്യാപകമായ അറസ്റ്റുകൾ

നടന്നു. നിയമാനുസൃതമായ നടപടിക്രമങ്ങൾ യാതൊന്നുമില്ലാതെ ആയിരക്കണക്കിന് വധശിക്ഷകൾ. ട്രോട്സ്കിയും ബോൾഷെവിക് സഖാക്കളും ക്രോൻസ്താദ് നാവികരെ കൂട്ടമായി കശാപ്പ് ചെയ്തത്, ലക്ഷക്കണക്കിന് വിപ്ലവകാരികൾക്ക് വഴികാട്ടിയായ 1871 ലെ പാരീസ് കമ്മ്യൂൺ കലാപത്തിന്റെ 5-ാം വാർഷികത്തിലായിരുന്നു എന്ന് മയക്കോവ്സ്കി മനസ്സിലാക്കാതിരുന്നില്ല. അതോടെ കവിയുടെ മസ്തിഷ്കത്തിലെ വന്യമായ ഭാവനാതലത്തിലേക്ക് അഭിലഷണീയമല്ലാത്ത, അപകടകരമായ സംശയത്തിന്റെ ആദ്യത്തെ വിത്ത് വീണു. ക്രോൻസ്താദ് സംഭവം വിപ്ലവത്തെക്കുറിച്ച് ആഴത്തിൽ ചിന്തിക്കാൻ കവിയെ പ്രേരിപ്പിച്ചു. അത്യന്തം സുന്ദരവും ആകർഷകവുമായ അദ്ദേഹത്തിന്റെ വിപ്ലവ സങ്കല്പങ്ങളുടെ രീതിയും ലക്ഷ്യവും നഷ്ടപ്പെട്ടുവെന്ന് അദ്ദേഹത്തിന് ബോദ്ധ്യപ്പെട്ടു.

ശ്രദ്ധിച്ചാൽ നമുക്ക് ഒരു കാര്യം മനസ്സിലാകും. സോഷ്യലിസ്റ്റുകളുടെ ഓരോ തലമുറയ്ക്കും അതിന്റേതായ ക്രോൻസ്താദ് ഉണ്ടായിട്ടുണ്ട്. ആഭ്യന്തര യുദ്ധകാലത്ത് ലെനിൻ അദ്ദേഹത്തിന്റെ ശത്രുക്കൾക്കെതിരെ ഇടതുപക്ഷ ഭീകരത നടപ്പാക്കിയപ്പോൾ ചിലർ ബോൾഷെവിക്കുകളുമായി വഴി പിരിഞ്ഞു. 'രണ്ട് ചുവട് മുന്നോട്ട്, ഒരു ചുവട് പിന്നോട്ട്' എന്ന തന്ത്രത്തോടെ മുതലാളികൾക്ക് ആനുകൂല്യം നൽകുന്ന പുത്തൻ സാമ്പത്തിക നയത്തെച്ചൊല്ലി മറ്റ് ചിലരും പാർട്ടിയെ ഉപേക്ഷിച്ചു. സോവിയറ്റ് പിരമിഡിന്റെ അത്യുന്നതസ്ഥാനത്തേക്ക് പ്രാകൃത സ്വഭാവഘടനയുള്ള ജോർജ്ജിയൻ കൊള്ളക്കാരൻ സ്റ്റാലിൻ ഉയർത്തപ്പെട്ടതിനെച്ചൊല്ലി പിന്നെയും പാർട്ടിയിൽനിന്ന് ധാരാളം പേർ വേർപ്പെട്ടുപോയ മയക്കോവ്സ്കിയുടെ ക്രോൻസ്താദ് ആയിരുന്നു.

നോറ: അപ്പോൾ നിങ്ങളുടെ സഹായി ആരായിരുന്നു ലിലിയ?

ലിലിയ: ഒട്ടും സുഖകരമല്ലാത്ത ചോദ്യം. മയക്കോവ്സ്കിയോളം മാഹാത്മ്യമുള്ളതല്ല എന്റെ സഹായി. അലക്സാണ്ടർ മിഹായിലോവിച്ച് ക്രാസ്നോ ചെക്കോവ് ആയിരുന്നു എന്റെ സഹായി.

നോറ: നിങ്ങളുടെ ഏറ്റവും പ്രധാനപ്പെട്ട കാമുകൻ അറസ്റ്റ് ചെയ്യപ്പെടുകയും സൈബീരിയയിലേക്ക് അയയ്ക്കുകയും ഉണ്ടായി, ശരിയല്ലേ?

ലിലിയ: എന്റെ കാമുകന്മാരെപ്പറ്റി നിങ്ങൾക്ക് കൂടുതൽ കാര്യങ്ങൾ അറിയാമെന്ന് തോന്നുന്നു. കൊള്ളാം. അതേപ്പറ്റി എനിക്ക് നാണിക്കാനൊന്നുമില്ല. പൂർവ്വ റഷ്യൻ റിപ്പബ്ലിക്കിൽ വൻ സ്വാധീനശക്തിയുള്ള ആളായിരുന്നു അലക്സാണ്ടർ. അദ്ദേഹം മോസ്കോയിലേക്ക് തിരിച്ചെത്തിയത് 1922 വേനൽക്കാലത്ത് ആയിരിക്കാം. വ്യവസായിക ബാങ്കിന്റെ പ്രസിഡന്റായും സാമ്പത്തിക കാര്യങ്ങളുടെ ഉപദേഷ്ടാവായും അദ്ദേഹം

നിയമിതനായി. ശുഭപ്രതീക്ഷയില്ലാതെയാണ് ഞങ്ങളുടെ പ്രേമബന്ധം തുടങ്ങിയത്. ഉന്നതവൃത്തങ്ങളുമായി ബന്ധം സ്ഥാപിക്കേണ്ടത് ഒസിപ്പിന്റെ ആവശ്യമായിരുന്നു. അതുകൊണ്ട് അലക്സാണ്ടറെ അവരുടെ പ്രതിവാര പോക്കർകളിയിലേക്ക് കൊണ്ടുവരാൻ ഒസിപ്പിന് കഴിഞ്ഞു. ഒരു ബന്ധം മറ്റൊന്നിലേക്ക് നയിക്കുന്നു. ഏകപക്ഷീയമായ ഒരു ലൈംഗിക താത്പര്യ ത്തിൽനിന്ന് വളർന്ന് വിട്ടുപിരിയാനാവാത്ത ഒരു പ്രേമബന്ധമായി അത് മാറുകയായിരുന്നു. ഭാവിയിൽ വളരെ ക്ലേശങ്ങൾക്ക് ഇടയാക്കിയ പ്രേമ ബന്ധമായി അത് വളർന്നുവലുതായി. യാദൃച്ഛികമായി പറയുന്നതല്ല. മയ ക്കോവ്സ്കിയും ഞാനും അക്കാലത്ത് അനേകം ക്ലേശാനുഭവങ്ങളിലൂടെ കടന്നുപോകുകയായിരുന്നു. ഞങ്ങൾ ഇരുവരും കൂട്ടിൽ അടച്ച കിളികളെ പ്പോലെയാണെന്ന് തോന്നാൻ തുടങ്ങി. സ്നേഹബന്ധനംകൊണ്ട് വീർപ്പുമുട്ടാൻ തുടങ്ങി. കൂടുകൾക്ക് പുറത്തുകടക്കാനും സ്വാതന്ത്ര്യ ത്തിന്റെ ശുദ്ധവായു ശ്വസിക്കാനും ഞങ്ങൾ ആഗ്രഹിച്ചു. വൊളൊദിയ അദ്ദേഹത്തിന്റെ എഴുത്തു സ്റ്റുഡിയോയിലേക്കും ഞാൻ അലക്സാണ്ട റുടെ കൂടെ മറ്റൊരു വീട്ടിലേക്കും മാറി. പാവം ഒസിപ് മാത്രം വളരെ കാലത്തേക്കല്ലെങ്കിലും ഒറ്റയ്ക്ക് നിന്നു. അദ്ദേഹത്തിന്റെ കാമുകിമാരി ലൊരാൾ സിനിമാസംവിധായകൻ വിറ്റലി ഷെ ചുഷ്നിയുടെ ഭാര്യ യവ്ജീനിയ ഷെംചുഷ്നായ അപ്രതീക്ഷിതമായി പോർച്ചുഗലിൽനിന്ന് വന്നു. ഒസിപ്പിന്റെ കാമുകിമാരധികവും വിവാഹിതകളാണ്.

മോസ്കോവിൽ താമസിക്കാൻ ഇടമില്ലാത്തതുകൊണ്ട് യവ്ജീനിയ ഒസിപ്പുമായി മറ്റൊരു വീട്ടിൽ താമസം തുടങ്ങി. വൊളോദിയയും ഞാനും വല്ലപ്പോഴും മാത്രം ബന്ധപ്പെട്ടു. അക്കാലത്ത് അദ്ദേഹം നതാലിയ ബ്രിഖാനെങ്കൊയുമായി അല്പകാലത്തേക്കാണെങ്കിലും തീവ്രപ്രണയ ത്തിലായിരുന്നു. എന്റെ നോട്ടത്തിൽ നാണംകുണുങ്ങിയായ ഒരു പെൺ കുട്ടിയായിരുന്നു അവൾ. സ്റ്റേറ്റ് പ്രസിദ്ധീകരണശാലയ്ക്കുവേണ്ടി പ്രവർത്തിക്കുന്നു. വിവാഹിതയാണോ എന്ന് ചോദിച്ചാൽ വിവാഹിത യാണെന്നും അല്ലെന്നും പറയാം. അവൾ കഠിനദുഃഖത്തോടെ ക്ലേശങ്ങൾ വകവെയ്ക്കാതെ ജീവിക്കുന്നു. എന്നാലും നർമ്മബോധം കൈവിട്ടി രുന്നില്ല. അവളുടെ ഭർത്താവിനെ അവൾ ഒരിക്കലും കണ്ടില്ല. റെഡ് സ്ക്വയറിലെ എംപോറിയത്തിലെ നിരവധി ഫ്ളോറുകളിൽ ഷോപ്പിംഗ് ചെയ്യുമ്പോൾ പ്രധാന പ്രവേശനകവാടത്തിനുള്ളിൽ ഒന്നാം നിലയിലെ ഇൻഫർമേഷൻ കേന്ദ്രത്തിൽ ഉച്ചയ്ക്ക് കാണാമെന്നായിരുന്ന അവർ തമ്മി ലുള്ള ധാരണ. പക്ഷേ, ഒരിക്കൽപോലും അയാളെ അവൾ കണ്ടില്ല. മയക്കോവ്സ്കിയോടൊപ്പം ഉച്ചഭക്ഷണത്തിന് ധൃതിയിൽ പോകുന്നതിന് മുമ്പ് ഇരുപത് മിനിറ്റ് അവൾ ഭർത്താവിനെ കാത്തുനിൽക്കുമായിരുന്നു. ഭർത്താവിനെ എനിക്ക് നഷ്ടപ്പെട്ടു എന്ന് നേരിയ ചിരിയോടെ അവൾ പറയാൻ തുടങ്ങി. “മാന്യവനിതകളേ, അതിലെ ഫലിതമെന്തെന്ന്

നിങ്ങൾക്ക് മനസ്സിലായില്ലേ? ഭർത്താവ് നഷ്ടപ്പെട്ടു എന്ന് പറയുമ്പോൾ അവൾക്ക് അയാളെ കാണാൻ കഴിഞ്ഞില്ല എന്നും അതുകൊണ്ട് അന്വേഷണം നിർത്തിയെന്നുമാണർത്ഥം. അതെന്തോ ആകട്ടെ, കിടപ്പറ യിൽ അവൾ മോശക്കാരിയായിരുന്നില്ല. കവിക്ക് അത്രമാത്രം അവളെ ഇഷ്ടപ്പെടണമെങ്കിൽ ചെറിയ കാരണങ്ങളൊന്നും പോരാ. വളരെ ആഹ്ലാദവാനായിരുന്നു കവി. എങ്കിലും എന്റെ കാര്യത്തിൽ അദ്ദേഹം വളരെ അസ്വസ്ഥനായിരുന്നു. ഞാൻ അലക്സാണ്ടറെ എങ്ങനെ ഉൾക്കൊള്ളുന്നുവെന്ന് ആവശ്യത്തിലേറെ അദ്ദേഹം ഭാവന നെയ്യാൻ തുടങ്ങി. ചില പുസ്തകങ്ങൾ എന്നോട് നിർബ്ബന്ധമായും വായിക്കാൻ പറഞ്ഞു. ഓർക്കിഡ് പൂക്കളുടെ ബൊക്കകൾ അദ്ദേഹം എനിക്ക് കാഴ്ചവെച്ചിരുന്നു. എന്നന്നേക്കുമായി ഞാൻ നഷ്ടപ്പെടുകയാണെന്ന് ഓർത്ത് കവി വിഷമിച്ചു.

കവിയുടെ സുഖദുഃഖസമ്മിശ്രമായ പ്രേമലേഖനങ്ങൾ വായിച്ച് ഞാൻ പൊട്ടിക്കരയുമായിരുന്നു. ആശ്വസിപ്പിക്കാൻ കഴിയാത്തത്ര ആഴത്തിലുള്ള വിരഹവേദനയാണ് കവി അനുഭവിച്ചിരുന്നത്. പ്രായാധിക്യ ത്താലുള്ള ശാരീരികവും മാനസികവുമായ വേദനയെ മറികടക്കാൻ എന്റെ സാമീപ്യത്തിന്റെ സാന്ത്വനമാണ് അദ്ദേഹം ആഗ്രഹിച്ചത്. മുമ്പ് അദ്ദേഹം ദേഷ്യം പരസ്യമായി കാണിച്ചിരുന്നുവെങ്കിൽ ഇപ്പോൾ സ്വയം സഹിക്കുകയാണ്. “നിങ്ങൾക്ക് രണ്ടുവഴികളും ഒരുമിച്ച് സാധ്യമല്ല.” നിങ്ങൾ മറ്റൊരാളുടേയോ അതോ എന്റെയോ എന്ന് ഒരു കത്തിൽ വില പിച്ചത് ഞാൻ ഓർക്കുന്നു.

അപ്പോഴത്തെ അവസ്ഥയിൽ എന്ത് ചെയ്യണമെന്നനിക്കറിയില്ലായി രുന്നു. അലക്സാണ്ടറുടെ സാന്നിദ്ധ്യം കിടക്കയിൽ ഉപേക്ഷിക്കാൻ വയ്യാ യിരുന്നു. എനിക്ക് അപ്പോൾ ആഴ്ച മുഴുവൻ അലക്സാണ്ടറേയും വാരാന്ത്യത്തിൽ എന്റെ എല്ലാമായ സുഹൃത്ത് മയക്കോവ്സ്കിയേയും വേണമായിരുന്നു.

താത്യാന: എല്ലാ തടസ്സങ്ങളേയും മറികടന്നുകൊണ്ട് രണ്ടും നിങ്ങൾ സാധിച്ചു. മധുരപദാർത്ഥങ്ങൾ ആസ്വദിച്ചു. വേണ്ടിടത്തോളം ഭക്ഷിച്ചു.

ലിലിയ: ഞാൻ കഴിച്ച മധുരപദാർത്ഥങ്ങളുടെ സ്വാദ് നിങ്ങൾക്ക് പകർന്നു തരികയാണ് എന്റെ പ്രിയപ്പെട്ടവരേ. “വെർജിൻ ക്യൂനിലെ താമസ ക്കാരായ ഞങ്ങൾക്ക് പരിഹാരമില്ലാത്ത, അഭിലഷണീയമല്ലാത്ത എന്തൊ ക്കെയോ സംഭവിച്ചേക്കാമെന്ന് ഞാൻ ഭയപ്പെട്ടു. വിശദീകരണങ്ങൾക്ക് വഴങ്ങാത്ത ലൈംഗികബന്ധങ്ങളെക്കുറിച്ച് ഒരാൾക്ക് എന്താണ് പറയാൻ കഴിയുക?

താത്യാന: ഞാൻ നിങ്ങളോട് എതിർപ്പ് പറയുകയല്ല. മറ്റൊരാളേയും സന്തോഷിപ്പിക്കുന്നത് വളരെ നല്ലതുതന്നെ, ലിലിയ യൂറിയേവ്നാ...

ലിലിയ: എങ്കിലും ഇത് കുറേ കടന്നുപോയി. ക്രൈസ്റ്റിന്റെ വിശുദ്ധ മാതാവാണേ, ഇനി ഇത് തുടരരുത്. ഭാവി തലമുറകൾക്കുവേണ്ടി ഒരു ഛായാചിത്രം വരയ്ക്കുവാൻ നമ്മൾ ഒത്തുചേരുകയായിരുന്നു എന്ന് ഞാൻ വിചാരിച്ചു. അല്ലാതെ ഓരോ അവസരത്തിലും പരസ്പരം അവഹേളിക്കാനല്ല. ഞാൻ വായ തുറക്കുന്ന ഓരോ പ്രാവശ്യവും നിങ്ങൾ എന്നെ വളച്ചൊടിക്കാനും തടയാനും ശ്രമിച്ചു. പക്ഷേ, ഇപ്പോൾ കാര്യങ്ങൾ വളരെയേറെ മുന്നോട്ട് പോയി. ഇനി എല്ലാം പറയാതെ വയ്യ.

എല്ലി: ശരിയാണ് നമ്മൾ വളരെയേറെ മുന്നോട്ട് പോയി.

ലിലിയ: വേണമെങ്കിൽ എനിക്കെന്നെ ന്യായീകരിക്കാം. ന്യൂയോർക്കിൽ ഇങ്ങനെയൊക്കെയല്ലേ കാര്യങ്ങൾ സംസാരിക്കുക? പ്രിയപ്പെട്ട താത്യാനാ, ഇസ്രായേൽ ചിത്രകാരൻ ലിബർമാനെ വിവാഹം ചെയ്തത് പോലെ കാര്യങ്ങൾ അല്പംകൂടി മസാല ചേർത്ത് പറയുകയായിരുന്നു. സംശയ മില്ല. താത്യാനയ്ക്ക് ഇത് ആസ്വാദ്യകരമാകുമെന്ന് ഞാൻ വിചാരിച്ചു. വലിയ അന്തസ്സും വിനയവും കാണിച്ച് കാര്യങ്ങൾ പറയാൻ അത്ര ത്തോളം മാന്യയായ ഒരു സ്ത്രീയല്ല ഞാൻ. എന്റെ ഹ്രസ്വമായ കുശലാ ന്വേഷണം നാണക്കേടുകൊണ്ട് അവളെ അസ്വസ്ഥയാക്കിയിട്ടുണ്ടെങ്കിൽ ഞാൻ മുമ്പു പറഞ്ഞ ദുസ്സൂചന തെറ്റെന്ന് കരുതി പിൻവലിക്കുകയാണ്. അസൗകര്യങ്ങൾ ഒഴിവാക്കി സൗകര്യങ്ങൾ മാത്രം സ്വീകരിക്കുന്നു എന്നത് നഗ്നമായ യാഥാർത്ഥ്യത്തെ മയപ്പെടുത്തി പറയുന്നതിന്റെ ലക്ഷണമാണ് എന്നാണ് താത്യാനയോട് എനിക്ക് പറയാനുള്ളത്. ഞാൻ വേണ്ടിടത്തോളം മധുരപദാർത്ഥങ്ങൾ ആസ്വദിച്ചു. അത്യന്തം സുന്ദരവും സുഗന്ധപൂരിതവുമായ വസ്ത്രം ധരിച്ചു, കാഴ്ചയിൽ സദ്ഗുണമേന്മ യുണ്ട്. ഒരിക്കലും ഉൾക്കൊള്ളാൻ കഴിയാത്ത നർമ്മബോധം താത്യാന യ്ക്ക് ചാർത്തിക്കൊടുക്കുന്നു.

ഇനി റെക്കോർഡ് ചെയ്യാൻവേണ്ടി തുടരുന്നു. “അല്പം അതിശ യോക്തി കലർത്തി പറയുകയാണെങ്കിൽ എന്റെ പറഞ്ഞു പഴകിയ, നിരു പദ്രവമായ ശൈലിയിൽനിന്നും അശ്ലീലം വാറ്റിയെടുക്കൻ കഴിയും. ശ്രോതാവിന്റെ ചെവിയിലല്ല. എന്റെ സത്തയിൽനിന്ന് അതു ഉദ്ഭവിക്കുന്നു. ഈ കാര്യത്തിൽ ഞാൻ മാപ്പ് ചോദിക്കുന്നു. എന്റെ ക്ഷമാപണം സ്വീക രിക്കൂ താത്യാനാ.” ഇനി നമുക്ക് തുടരാം. മറ്റൊന്നും ചിന്തിക്കാതെ നമ്മുടെ പ്രവൃത്തി തുടരാം. ഞാൻ പറഞ്ഞു നിർത്തിയത് എവിടെ യായിരുന്നു? അതെ, എന്റെ കാമുകൻ അലക്സാണ്ടറെപ്പറ്റി ഞാൻ പറയാം. വശ്യവും രസികത്തവും ഉണ്ട്. ഒറ്റനോട്ടത്തിൽ തെമ്മാടിയുടെ മുഖഭാവം. കാഴ്ചയിൽ സുമുഖൻ. മോസ്കോ മുഴുവൻ കാണാൻ കഴി യുന്ന, മലമുകളിലെ ഒരു വലിയ ഫ്ളാറ്റ് അദ്ദേഹത്തിന് സ്വന്തമായിട്ടു ണ്ടായിരുന്നു. വിപ്ലവംവരെ സാർചക്രവർത്തിയുടെ അങ്കിൾ ആയിരുന്ന

ഒരു ഡ്യൂക്ക് അതിൽ താമസിച്ചിട്ടുണ്ട്. ഒരു കാറും ഡ്രൈവറും അലക്സാണ്ടറിനുണ്ടായിരുന്നു. വിദേശികൾക്ക് മാത്രം മാറ്റിവച്ചിട്ടുള്ള റെസ്റ്റോറന്റുകളിൽ നിന്ന് ഭക്ഷണം കഴിക്കാൻ അനുവദിക്കുന്ന കൂപ്പണുകളും ലഭ്യമായിരുന്നു. ഫ്രഞ്ച് വീഞ്ഞ് എങ്ങനെ ഓർഡർ ചെയ്യണമെന്നും അഴുകിയ കോർക്കിന്റെ അരുചിയുണ്ടെങ്കിൽ ബോട്ടിൽ തിരികെ കൊടുക്കണമെന്നുമൊക്കെ അറിയുന്നയാൾ. സാമർത്ഥ്യമുള്ള ഒരു കാമുകൻ. അദ്ദേഹത്തിന്റെ ആഗ്രഹത്തിനനുസരിച്ചുള്ള പ്രധാന ആവശ്യങ്ങളിൽ ചിലത് ഞാൻ നിവർത്തിച്ചുകൊടുക്കുകയായിരുന്നു. അദ്ദേഹം സങ്കല്പിക്കുക മാത്രം ചെയ്തിട്ടുള്ള ചില ലൈംഗികചേഷ്ടകളാൽ ഞാൻ അദ്ദേഹത്തെ തൃപ്തിപ്പെടുത്തിയപ്പോൾ എങ്ങനെ നന്ദി പറയണമെന്നറിയാതെ വിഷമിച്ചു. നന്ദി പറയാൻ അദ്ദേഹത്തിന് വാക്കുകളുണ്ടായിരുന്നില്ല. തന്റെ നിലയും വിലയും വിട്ട് ആവശ്യത്തിലേറെ അദ്ദേഹം വികാരവിവശനായി. എനിക്ക് എന്ത് ചെയ്യാൻ കഴിയും? അദ്ദേഹം വിവാഹാഭ്യർത്ഥന ചെയ്തു. അങ്ങനെ വിവാഹാഭ്യർത്ഥന ചെയ്യപ്പെടാൻ ഞാൻ അത്യധികം ആഗ്രഹിച്ചു. നമ്മളിലാർക്കാണ് ആണുങ്ങളുടെ വിവാഹാഭ്യർത്ഥന കേൾക്കാൻ ഇഷ്ടമല്ലാത്തത്?

ഞാൻ കൂട്ടിൽ നിന്നും രക്ഷപ്പെട്ട ഒരു കിളിയായിരുന്നു. എന്നെയാസകലം അദ്ദേഹം മാറ്റിമറിച്ചു. മയക്കോവ്സ്കിയെപോലെ ലൈംഗികവിധേയത്വത്തിലേക്ക് അടിമപ്പെടുത്തുന്ന വിധത്തിലായിരുന്നില്ല അലക്സാണ്ടറുടെ പെരുമാറ്റം. പുരുഷന്റെ സാങ്കല്പികമോഹങ്ങൾക്ക് അനുരൂപമായി അനുസരണശീലവും വിധേയത്വവുമുള്ള ഒരു സ്ത്രീയെ വാർത്തെടുക്കാൻ മയക്കോവ്സ്കിയെപ്പോലെ അദ്ദേഹം യാതൊരു ശ്രമവും നടത്തിയില്ല. അങ്ങനെ അദ്ദേഹം ശ്രമിക്കാതിരുന്നതുകൊണ്ട് കാമഭ്രാന്തനായ മയക്കോവ്സ്കിയെപോലെ ഒരിക്കലും ഉന്മേഷരഹിതനായില്ല. എന്റെ ഭാഗത്തു നിന്നാണെങ്കിൽ അദ്ദേഹത്തെ ലൈംഗികബന്ധത്തിന് പ്രേരിപ്പിക്കാൻ കഴിഞ്ഞതിൽ എനിക്ക് ഒരു പ്രത്യേക സന്തോഷം ഉണ്ടായിരുന്നുവെന്ന് സമ്മതിക്കാതെ വയ്യ. മുപ്പത്തിമൂന്നാമത്തെ വയസ്സിൽ പോലും ഞാൻ അമിതഭോഗാസക്ത ആയിരുന്നു. ഈ സമീപകാലംവരെ ശമിക്കാത്തതും നിയന്ത്രണാതീതമായി വെളിവാക്കപ്പെടുന്നതുമായിരുന്നു എന്റെ ലൈംഗികാസക്തികൾ, പുരുഷബന്ധങ്ങൾ എന്റെ തൃഷ്ണകളെ ശാന്തമാക്കി. സ്നേഹനിധിയായ ദൈവമേ, ഈ ഹോട്ടൽ മുറി ഒരു തരം കുമ്പസാരക്കൂടുപോലെ മാറ്റിത്തീർക്കാൻ കഴിഞ്ഞതിന് ഒരായിരം നന്ദി. ഒരേയൊരു കുറവ് ഓർത്തഡോക്സ് വൈദികൻ മാത്രം. ഒരുപക്ഷേ ലിറ്റ്സ്കിയുടെ ഇവിടത്തെ സാന്നിദ്ധ്യം ആ സ്ഥാനം ഏറ്റെടുക്കും. നിങ്ങൾ ശരിക്കും ഒരു ഓർത്തഡോക്സ് വൈദികനാണോ മിസ്റ്റർ ലിറ്റ്സ്കി?

എല്ലി: (ഇംഗ്ലീഷിൽ) നിങ്ങൾ ഒരു വൈദികനാണോ എന്ന് ലിലിയ ചോദിക്കുന്നു.

ലിറ്റ്സ്കി: (ഇംഗ്ലീഷിൽ ചിരിച്ചുകൊണ്ട്) ലിറ്റ്സ്കി എന്ന പേരോടു കൂടിയ ആളോ? നിങ്ങൾ എന്നോട് കളിതമാശ പറയുകയാണ്. എന്തെങ്കിലും ആണെങ്കിൽ ഞാൻ ഒരു ഓർത്തഡോക്സ് റബ്ബിയാണ്.

എല്ലി: (റഷ്യൻ ഭാഷയിൽ ലിലിയായോട്) അദ്ദേഹം ജൂതനാണ്.

ലിലിയ: എന്റെ ഏറ്റവും നല്ല കാമുകന്മാരിൽ ചിലർ ജൂതന്മാരാണ്. ഞാൻ എവിടെയാണ് നിർത്തിയത്?

നോറ: ഒരു ഡെപ്യൂട്ടി ഉപദേഷ്ടാവിനെ നിർബ്ബന്ധിച്ച് ലൈംഗികബന്ധത്തിൽ അകപ്പെടുത്താൻ മുപ്പത്തിമൂന്നാം വയസ്സിലും സാമർത്ഥ്യം കാണിച്ച, പ്രായാധിക്യംകൊണ്ട് ശരീരവും മനസ്സും തളർന്ന അവസ്ഥയെപ്പറ്റി പറയുകയായിരുന്നു.

ലിലിയ: അതെ. വളരെ നന്ദി നോറ. മനസ്സ് കൂടെക്കൂടെ മറ്റെങ്ങോ ആയിപോകുന്ന പഴകിയ രോഗം ബാധിച്ച എനിക്ക് എന്തു ചെയ്യാൻ കഴിയും? അലക്സാണ്ടർ... ആ പ്രേമബന്ധം അപ്രതീക്ഷിതമായി പെട്ടെന്ന് അവസാനിച്ചു. അത് പറയാൻ എനിക്ക് ദുഃഖമുണ്ട്, പാവം മനുഷ്യൻ! കള്ളക്കഥയുണ്ടാക്കി, അതിന്റെ അടിസ്ഥാനത്തിൽ കുറ്റക്കാരനാക്കി, പത്തുവർഷത്തേക്ക് ശിക്ഷിക്കപ്പെട്ട് സൈബീരിയയിലെ തടങ്കൽ പാളയത്തിലേക്ക് അയയ്ക്കപ്പെട്ടു, അലക്സാണ്ടർ ചിത്രത്തിൽ നിന്നും പുറത്തായപ്പോൾ വൊളോദിയ അദ്ദേഹത്തിന്റെ പഴയ മുറിയിൽ വീണ്ടും നിയമിക്കപ്പെട്ടു. ഞങ്ങൾ വീണ്ടും ഒരു കിളിക്കൂട്ടിനുള്ളിലെ ഏകാന്തവാസികളായി മാറി. കുറെക്കാലമായി ഞങ്ങളുടെ സ്നേഹബന്ധം കുറഞ്ഞെങ്കിലും പിന്നീട് ഗാഢമായി പഴയതുപോലെ അടുപ്പമായി. എന്നാൽ മറ്റൊരു ശാരീരിക ദുരന്തം എന്നെ വേട്ടയാടി. പ്രായമായതിന്റെ വികാരശൂന്യതയും ഓവറിയുടെ പ്രവർത്തനരാഹിത്യവും എന്നെ തളർത്തി. മയക്കോവ്സ്കിയുമായുള്ള ലൈംഗികബന്ധങ്ങൾ ഒരു സംഘർഷഭൂമിയായി മാറുകയായിരുന്നു. എനിക്ക് സമനില നഷ്ടപ്പെട്ടു. എന്റെ ക്ഷിപ്രകോപത്തിനും ഭാവമാറ്റത്തിനും അത് വഴിയൊരുക്കി.

കവിയും ഒസിയയും പതിവുപോലെ എന്റെ ഭാവമാറ്റത്തെ അവഗണിച്ചു. എനിക്ക് മുമ്പേ അവർ ഉറക്കമുണരും. കോഫിയുണ്ടാക്കും. പിന്നെ ഞാൻ അവിടെ ഇല്ല എന്നരീതിയിൽ ബ്രേക്ക്ഫാസ്റ്റ് സമയത്ത് നീണ്ടുനിൽക്കുന്ന സാഹിത്യചർച്ചകളിൽ മുഴുകും. എഡിറ്ററെ കാണുവാനോ കവിതാപാരായണത്തിനോ പുതിയ പ്രണയസല്ലാപസങ്കേതത്തിലേക്കോ മയക്കോവ്സ്കി പോകുന്നതിനു മുമ്പ് എന്റെ ഭർത്താവിന്റെ ശിരസ്സിൽ ഒരു ചുംബനം നൽകാൻ എല്ലായ്പ്പോഴും കുനിയും. ഇരുവശങ്ങളിലും മുറികളുള്ള ഇടുങ്ങിയ ഇടനാഴിയിൽ വെച്ച് അത് മുടക്കം കൂടാതെ ചെയ്യുമ്പോൾ അത് ഒരു അനുഷ്ഠാനമാർഗ്ഗമാണെന്ന് ഒസിയ

തമാശയായി പറയാറുണ്ട്. "നിങ്ങളുടെ ശിരസ്സിൽ മുടി വളരട്ടെ എന്ന പ്രതീക്ഷയിൽ ഞാൻ നിങ്ങളുടെ കഷണ്ടിയിൽ ചുംബിക്കുന്നു." ദേഷ്യപ്പെടുത്താനുദ്ദേശിച്ച് പരിഹാസഭാവത്തിൽ മയക്കോവ്സ്കി ഉറക്കെ പറയും. അത് ഒരു ഹാസ്യനാടകത്തിന്റെ ആവർത്തനമായിരുന്നു. ഫലിതത്തിന്റെ അവസാനനുറുങ്ങുപോലും നഷ്ടപ്പെടുന്നത്ര കൂടുതൽ പ്രാവശ്യം ആ വാക്കുകളും അംഗവിക്ഷേപങ്ങളും അദ്ദേഹം ആവർത്തിച്ചു. എങ്കിലും അത് ആദ്യമായി കേൾക്കുകയാണെന്ന മട്ടിൽ മൂന്നുപേരും ചിരിക്കും. ബന്ധങ്ങൾ വാഹനങ്ങളുടെ ടയറുകളെപോലെ റോഡുകളിൽ നീണ്ടകാലം ഓടുമ്പോൾ തേഞ്ഞുതീരും.

"പ്രിയപ്പെട്ട മാന്യവനിതകളെ, എല്ലാവരുടേയും ജീവിതത്തിലുമുണ്ട് ഈ തേഞ്ഞുതീരൽ. എന്നിട്ടും ഞങ്ങൾ പ്രേമിച്ചു. കവിയും ഞാനും നിരന്തരം ഭോഗിച്ചു. എന്നാൽ അദ്ദേഹത്തിന്റെയും എന്റെയും രതിമോഹങ്ങൾ ക്ഷയിച്ചു വരുന്നതായി അനുഭവപ്പെട്ടു. ഞങ്ങൾ കൂടുതൽ കലഹിച്ചു. എന്റെ അഭിമാനബോധം പൂർണ്ണമായും നിഗൂഢമാക്കിവയ്ക്കാൻ ഒരുക്കമല്ലാത്തതിനാൽ കലഹങ്ങൾ കൂടുതൽ വഷളായി. ഏതോ നിസ്സാരകാര്യത്തെപ്പറ്റി ഉണ്ടായ ഒരു തർക്കത്തിൽ കവിയുടെ പഴയ ഒരു കവിതയുടെ വരികൾ തിരഞ്ഞെടുത്തു. 'അധരങ്ങളെ തണുത്തു മരവിച്ച, പാറ പൊട്ടിച്ചുണ്ടാക്കിയ സന്ന്യാസാശ്രമ'ത്തോട് ഉപമിച്ചുകൊണ്ടുള്ള ഒരു വരി. ഇതിനേക്കാൾ യോഗ്യമായ എന്തെങ്കിലും നിങ്ങൾക്ക് സങ്കല്പിക്കാൻ കഴിയുമോ? മരവിച്ച പാറപൊട്ടിച്ചുണ്ടാക്കിയ എന്റെ അധരങ്ങൾ ഹൃദയമുറിവിൽ നിന്നും രക്തം വലിച്ചെടുക്കുമ്പോൾ പോലും കവി അദ്ദേഹത്തിന്റെ പ്രതിഭയുടെ രത്നഖനികൾ തേടുകയായിരുന്നു. ഉണങ്ങിയിട്ടില്ലാത്ത എന്റെ മുറിവാണതെന്ന് പരസ്യമായി സമ്മതിക്കുന്നു.

എവിടെയാണ് ഞാൻ പറഞ്ഞ് നിർത്തിയത്? ശരിയാണ് 1924-ൽ അലക്സാണ്ടറിനെ അറസ്റ്റ് ചെയ്ത വർഷം മൂന്നുമാസത്തെ വിദേശവാസം ഞാൻ അവസാനിപ്പിച്ചു. പാരീസിലേക്ക് ചെന്ന ഫ്രഞ്ച് ഓഫീസർ ആന്ദ്രേട്രിയോലെറ്റിനെ വിവാഹം കഴിച്ചു ജീവിക്കുന്ന എന്റെ സഹോദരി എത്സയെ സന്ദർശിച്ചു. തണുത്ത് മരവിച്ച ഫാക്ടറികളിൽ അതേകാലത്ത് മയക്കോവ്സ്കി അദ്ദേഹത്തിന്റെ കവിത വായിച്ചുകൊണ്ട് രാജ്യം മുഴുവനും അലഞ്ഞു. ചൂളം വിളിക്കുന്ന കാറ്റിനൊപ്പം ഒരു മഴദിവസം ഒരു നാവികനെപോലെ മെഗാഫോണിലൂടെ അലറിവിളിച്ചുകൊണ്ട് കവിത വായിച്ച അദ്ദേഹത്തെ പറ്റി കേട്ടിട്ടുണ്ട്. അത്യുച്ചത്തിൽ അദ്ദേഹം കവിതാപാരായണങ്ങൾ ചെയ്തിട്ടുണ്ട്. നോവോചെർക്കാസ്ക് വിനിറ്റ്സാ. മാർക്കോവ്, റോസ്റ്റോവ്, ടിഫ്‌ളിസ്, കസാൻ, ടൂല, വൊറോനെസ്, യാൾട്ട. യൂപ്പറ്റോറിയ. വ്യാട്ക്ക. ഉഫാ എന്നിവിടങ്ങളിൽ നിന്നും വന്ന ക്യാൻസൽ ചെയ്യപ്പെട്ട അദ്ദേഹത്തിന്റെ കാർഡുകൾ നിറഞ്ഞ ഒരു ഷൂബോക്സ്

ഞാൻ സൂക്ഷിച്ചിരുന്നു. പൊടുന്നനെ അദ്ദേഹത്തിന്റെ ശബ്ദം നഷ്ടപ്പെട്ടു. ഉറക്കെയുള്ള കവിത ചൊല്ലൽ നിർത്തി. അദ്ദേഹത്തിനുവേണ്ടി കുറഞ്ഞ വിദ്യാഭ്യാസമുള്ള ഒരു ഫോർമാൻ കവിതകൾ ഉറക്കെ ചൊല്ലി.

ഒടുവിൽ ബെർലിനിൽ ഞങ്ങൾ യാദൃച്ഛികമായി കണ്ടുമുട്ടി. മുമ്പ് പറഞ്ഞപോലെ പരസ്പരാകർഷണത്തിന്റെ അഗ്നി മുമ്പത്തെപ്പോലെ കത്തിജ്ജ്വലിക്കുന്നില്ലെന്ന് രണ്ടുപേർക്കും മനസ്സിലായി. ആദ്യമാസങ്ങളിലും പിന്നീടുള്ള വർഷങ്ങളിലും ഉണ്ടായിരുന്ന അഭിനിവേശത്തോടുകൂടിയല്ലെങ്കിലും അദ്ദേഹം എന്നെ സ്നേഹിക്കുന്നുണ്ടായിരുന്നു. ദൈവമേ, അപ്പോഴും അദ്ദേഹത്തെ എത്രമാത്രം ഞാൻ സ്നേഹിച്ചിരുന്നു. പക്ഷേ, ദുർബ്ബലമായ, ഭോഗേച്ഛയോടെയുള്ള സ്നേഹമായിരുന്നു. യഥാർത്ഥത്തിൽ ആഗ്രഹിച്ചിട്ടല്ല, സംസാരിക്കണമല്ലോ എന്നതുകൊണ്ടുമാത്രം. സംസാരിക്കുകയാണെന്ന് തോന്നും. തന്നെയുമല്ല ഞങ്ങൾ പരസ്പരം കാണുന്നതിൽ ഇടവേളകൾ സൃഷ്ടിക്കുകയാണെങ്കിൽ അത് അദ്ദേഹത്തിന് വലിയ ആശ്വാസമായിരിക്കുമെന്നും തോന്നിയിരുന്നു. അദ്ദേഹത്തിന് ഗുണപ്രദമായ ചില അന്ത്യശാസനകൾ ഞാൻ നൽകിയിരുന്നു. ഞങ്ങൾ മൂന്നുപേരും അടുത്ത സുഹൃത്തുക്കളായി തുടരും. ഓരോരുത്തരും അവരവർക്കിഷ്ടമുള്ളതുപോലെ സ്വതന്ത്രമായി ജീവിക്കും എന്ന നിബന്ധനയിൽ മാത്രം. ആ ഉടമ്പടിയുടെ ഉറപ്പിനും സന്ദർഭത്തിന്റെ അടയാളത്തിനും വേണ്ടി അദ്ദേഹം 'ജൂബിലിവർഷം' എഴുതി. ആ കാലഘട്ടത്തിലെ ഏറ്റവും സ്വീകാര്യമായ പ്രവൃത്തി എന്തായിരുന്നു എന്നത് സംക്ഷേപിച്ചു പറയുന്നു.

അദ്ദേഹത്തിന്റെ പ്രവർത്തനകാലങ്ങൾ പിന്നീട് ഏറെ മുന്നോട്ട് പോയില്ല. ഏറെ തടസ്സങ്ങളുണ്ടായിരുന്നു. നിങ്ങൾക്ക് അറിയുമോ, ആ കവിതയിലെ പദങ്ങൾ സൂചിപ്പിക്കുന്നത് കവി കോണിപ്പടിയിലൂടെ ഇറങ്ങുകയാണ് എന്നാണ്. പേജിൽ അത് വിന്യസിച്ച രീതി കാണുന്നില്ലേ?

ഇപ്പോൾ

ഞാൻ

പ്രണയത്തിൽനിന്നും

മുക്തി നേടിയിരിക്കുന്നു

എല്ലി: അദ്ദേഹം പ്രേമത്തിൽ നിന്നും സ്വതന്ത്രനായിരിക്കാം. പക്ഷേ, അദ്ദേഹം നിങ്ങളിൽ നിന്നും സ്വതന്ത്രനായിരിക്കില്ലെന്ന് വ്യക്തിപരമായ അനുഭവത്തിൽ നിന്ന് പറയാൻ കഴിയും..

ലിലിയ: വാസ്തവം.

എല്ലി: ലിലിയ യൂറിയേവ്ന, നിങ്ങളും ഒസിപ്പും അദ്ദേഹവുമായി വേർപിരിയാനാവാത്തവിധം ഒന്നിച്ചവരാണ്. നിങ്ങളുടെ കാവ്യദേവതാസ്ഥാനം ഇപ്പോഴും നിലനിൽക്കുന്നു. നിങ്ങളുടെ പ്രണയജീവിതം ആരുടേയും സഹായമില്ലാത്തതുകൊണ്ട് സാവധാനം കൊഴിഞ്ഞുവീണതിനു ശേഷവും.

ലിലിയ: ആശയങ്ങളും സർഗ്ഗവൈഭവവും നൽകുന്ന സ്രോതസ്സായിരുന്നെന്നോ ഞാൻ? അദ്ഭുതകരവും സുന്ദരവുമായ കവിതയെഴുതാൻ അദ്ദേഹത്തിന് പ്രചോദനമായി തുടരുന്നു എന്ന് നിങ്ങൾ സൂചിപ്പിക്കുകയാണെങ്കിൽ അതിനോട് എനിക്ക് പൂർണ്ണമായും യോജിക്കാൻ കഴിയില്ല.

താത്യാന: നിങ്ങളുടെ അന്ത്യശാസനം അദ്ദേഹം സ്വീകരിച്ചുവോ? അത് അദ്ദേഹത്തിന് ഒരു പ്രചോദനമായിരുന്നോ?

ലിലിയ: (മൗനം.)

താത്യാന: മിണ്ടാത്തതെന്താണ്? താങ്കൾ വിഷമിക്കുന്നുവോ?

ലിലിയ: ഒരു നിമിഷം ക്ഷമിക്കൂ... അതെ, അതെ. എന്റെ അന്ത്യശാസനം. അദ്ദേഹം ഒരു പ്രചോദനമായി കരുതി.

താത്യാന: കവിതയ്ക്കോ പ്രചോദനം?

ലിലിയ: പ്രചോദനമോ... റഷ്യൻ ചൂതാട്ടക്കളിയുടെ, ഭ്രാന്തമായ സംഭവങ്ങളുടെ മറ്റൊരു അരങ്ങേറ്റത്തിലേക്ക്... ആത്മഹത്യയ്ക്ക് അദ്ദേഹം വീണ്ടും ശ്രമിച്ചു. ദൈവത്തിന് സ്തുതി. കഴിഞ്ഞ തവണത്തെപ്പോലെ എന്റെ കൺമുമ്പിൽവെച്ച് ചെയ്യാതിരിക്കാനുള്ള മാന്യതയെങ്കിലും അദ്ദേഹത്തിനുണ്ടായിരുന്നു...

താത്യാന: അങ്ങനെയോ!

ലിലിയ: ദിവസങ്ങളോളം അദ്ദേഹം വെറുപ്പോടെ മുഖം കനപ്പിച്ച് മുറിക്കുള്ളിലായിരുന്നു. വല്ലപ്പോഴും പുറത്തേക്ക് വരും. ഭക്ഷ്യവസ്തുക്കൾ സൂക്ഷിക്കുന്നിടത്തുനിന്നും ഉണങ്ങിയ ബ്രെഡും ചീസും അല്പാല്പം കഴിക്കാൻ മാത്രം. ഒസിപ്പും ഞാനും നിരാശപ്പെടാൻ തുടങ്ങി. എങ്കിലും ഞങ്ങളുടെ പ്രയാസം വാക്കുകളായി പുറത്തുവന്നില്ല. കാരണം ഭയം. ഒരിക്കൽ അതെങ്ങാനും പറഞ്ഞുപോയാൽ ഞങ്ങൾ ഭയപ്പെട്ടിരുന്നത് സംഭവിക്കുമോ എന്ന് വിചാരം. പിന്നീട് ഒരു ദിവസം രാത്രി വളരെ വൈകിയപ്പോൾ അത് സംഭവിച്ചു. മയക്കോവ്സ്കിയുടെ മുറിയിൽ നിന്നും ഒരു പൊട്ടിത്തെറിയുടെ ശബ്ദം കേട്ട് ഞങ്ങൾ ഞെട്ടിവിറച്ചു. ഭിത്തിയിൽ നിന്ന് പുറത്തേക്ക് തള്ളിനിൽക്കുന്ന മുറിയിൽ നിന്നും ഒസിപ് ഓടിവന്നു.

മയക്കോവ്സ്കിയുടെ മുറിയിലേക്ക് ഓടുമ്പോൾ ഞങ്ങൾ ഏതാണ്ട് കൂട്ടിയിടിച്ചെന്ന് പറയാം. വാതിലിനു മുമ്പിൽ വായ തുറന്ന് സ്തംഭിച്ച് പരസ്പരം നോക്കി നിന്നു. ഞങ്ങൾ മുറി തുറക്കുകയാണെങ്കിൽ എന്തായിരിക്കും അകത്ത് കാണുന്ന കാഴ്ചയെന്ന് ഭയപ്പെട്ടു.

അദ്ദേഹം തറയിൽ കിടക്കുകയാകും. ഭയപ്പെടുത്തുന്ന തുറിച്ച കണ്ണുകൾ. വെള്ളഷർട്ടിന്റെ ഇരുണ്ട ദ്വാരത്തിൽ നിന്ന് രക്തം ഒലിച്ചിറങ്ങുന്നുണ്ടാകും. വികൃതമായ അദ്ദേഹത്തിന്റെ ശരീരം കാണാതിരുന്നെങ്കിലെന്ന് ഞങ്ങൾ ആശിച്ചു. അത് സംഭവിക്കാതിരുന്നെങ്കിലെന്ന്, അതിനു ദൃക്സാക്ഷികളാകാതിരുന്നെങ്കിലെന്ന് ആഗ്രഹിച്ചു. മരണമുഖത്തിന്റെ ദുരന്തം കാണരുതേയെന്ന പ്രാർത്ഥനയാണ് ഞങ്ങളെ നിശ്ശബ്ദമാക്കിയത്. എന്നെക്കാൾ ധൈര്യമുള്ള ഒസിപ് അദ്ദേഹത്തിന്റെ ചെരിപ്പിന്റെ അറ്റംകൊണ്ട് വാതിൽ തള്ളിത്തുറക്കാനുള്ള ചുമതല ഏറ്റെടുത്തു. മയക്കോവ്സ്കി മുറിയുടെ മദ്ധ്യത്തിൽ നിൽക്കുകയായിരുന്നു. നന്നായി വസ്ത്രം ധരിച്ച് മുമ്പത്തെ ചൂതാട്ടക്കളി സംഭവത്തിലേതുപോലെ തൂവെള്ള ഷർട്ട്, ഏറ്റവും പുതിയ ബ്രാൻഡ് കോളർ, ടൈ പോലും ഉണ്ട്. ചൂണ്ടുവിരലിൽ തൂങ്ങുന്ന റിവോൾവർ, തോക്കിൻ കുഴലിൽ നിന്നും സാവധാനം പുറത്തേക്ക് വരുന്ന വെടിമരുന്നിന്റെ പുക. രക്തപ്രസാദമില്ലാത്ത ചുണ്ടുകളിൽ തണുത്തുറഞ്ഞ നിഗൂഢമായ ചിരി. സ്വർഗ്ഗസ്ഥനായ, ദയാമയനായ ദൈവമേ, അദ്ദേഹം മച്ചിലേക്ക് തുറിച്ചുനോക്കി നിൽക്കുകയായിരുന്നു. നല്ലവണ്ണം വെളുത്ത പ്ലാസ്റ്റർ പൊടി ഉതിർന്നുവീഴുന്ന ചെറിയ ദ്വാരത്തിലേക്ക്.

മച്ചിലെ ദ്വാരത്തിന് ഉത്തരവാദി ഒസിപ് ആണെന്നവിധം അദ്ദേഹം ദേഷ്യപ്പെട്ട് കുറ്റം പറയാൻ തുടങ്ങി. പിന്നെ ആരോടെന്നില്ലാതെ അദ്ദേഹം ഉച്ചത്തിൽ വിളിച്ചുകൂവി. "മാരകമായ നിശ്ചിതത്വം. അതുതന്നെ പ്രശ്നം. വേദപുസ്തകത്തിൽ ബ്രിക്കിന്റെ അഭിപ്രായത്തിൽ നിങ്ങൾ നീണ്ട സ്പൂൺ ഉപയോഗിക്കുന്ന കാലത്തോളം ചെകുത്താന്റെ കൂടെയിരുന്ന് ഭക്ഷണം കഴിക്കാം. വിശപ്പ് സമൃദ്ധമായി അധികരിച്ചു വരുന്നത് ആസ്വദിക്കാം. വിപത്ത്... വിപത്താണ് ഏറ്റവും നല്ല അദ്ധ്യാപകൻ. ഓരോ കാർമേഘത്തിനും രജതരേഖയുണ്ട്. കവിൾത്തടങ്ങളിലൂടെ കണ്ണുനീർ ചാലുകൾ ഒലിച്ചിറങ്ങുന്നതോടൊപ്പം ഒരു ഗാനശകലം തത്ക്ഷണം രചിച്ച് അദ്ദേഹം പാടാൻ തുടങ്ങി.

"സിൻഡ്രെലയുടെ പാദുകത്തിന്റെ
കുഴപ്പമെന്തായിരുന്നു?
അവളുടെ ശപിക്കപ്പെട്ട ഷൂ
രാജ്യത്തിൽ മറ്റൊരാൾക്കും
പാകമായിരുന്നില്ല എന്നതോ?"

താത്യാന: പാരീസിൽവെച്ച് എനിക്ക് അദ്ദേഹത്തെ അറിയാം. അക്കാലത്ത് ഒരിക്കലും റഷ്യൻ ചൂതാട്ടക്കളിയെപ്പറ്റി അദ്ദേഹം മിണ്ടിയിട്ടേയില്ല. പക്ഷേ, ഇപ്പോൾ എന്തു സംഭവിച്ചു?

ലിലിയ: ഈ ദിവസംവരെ എനിക്കറിയില്ല. റിവോൾവർ അദ്ദേഹം നിറച്ചോ? ബുള്ളറ്റ് ഫയറിംഗ് പിന്നിന് താഴെയുണ്ടെന്ന് ഉറപ്പു വരുത്തിയോ നെഞ്ചിന് നേരെ അത് പിടിച്ചോ? ഒന്നും എനിക്കറിയില്ല. ആ അന്ത്യനിമിഷത്തിൽ മാത്രം ധൈര്യം ചോർന്നതാണോ, മച്ചിലേക്കും വെടിയുതിർക്കാനും കാരണം? നിങ്ങളുടെ ഊഹം തന്നെയാണ് എന്റേയും. അല്ലെങ്കിൽ റഷ്യൻ ചൂതാട്ടക്കളി, വെറുതെ പരീക്ഷിക്കാൻവേണ്ടി സിലിണ്ടർ വട്ടം കറക്കി ഷർട്ടിന്റെ മുമ്പിൽ റിവോൾവർ പിടിച്ച് ഉണ്ടയില്ലാത്ത ചേംബറിൽ വിരൽ അമർത്തി. എന്താവാം സംഭവിച്ചത്? ഒസിപ്പും ഞാനും മുറിയിലേക്ക് കുതിച്ചെത്തുമ്പോൾ ഞങ്ങളുടെ മുഖങ്ങളിൽ സംഭ്രമം കണ്ട് രസിക്കാൻവേണ്ടി മച്ചിലേക്ക് വെടിയുതിർത്തതാണെങ്കിലോ? ആശ്വാസത്തിന്റെ തേങ്ങിക്കരച്ചിലുകൾക്കും ശ്വാസോച്ഛ്വാസത്തിന്റെ കിതപ്പുകൾക്കും ഇടയിൽ ഞാൻ ഉച്ചത്തിൽ ചീത്ത വിളിച്ചു. “ഭീഷണിപ്പെടുത്തി കാര്യം നേടുന്നവൻ” ഞാൻ ഉറക്കെ പറഞ്ഞത് ഓർക്കുന്നു. നിങ്ങളുടെ റിവോൾവറിന് നിങ്ങളുടെ ഹൃദയശൂന്യമായ ഹൃദയത്തിലേക്ക് ഒരു ബുള്ളറ്റ് പായിക്കാൻ കഴിഞ്ഞില്ല. കഷ്ടമായിപ്പോയി. ഒസിപ് എന്നെ നിയന്ത്രിക്കാൻ ശ്രമിച്ചു. പക്ഷേ, എന്റെ കോപം നിയന്ത്രിക്കാൻ കഴിഞ്ഞില്ല. “നിർത്തണ്ട തുടർന്നോളൂ നികൃഷ്ടജന്തു. ഒരു ബുള്ളറ്റുകൂടി നിറയ്ക്കൂ. വീണ്ടും ചെയ്യൂ. നിങ്ങൾക്ക് വേണ്ടി ആത്മഹത്യ ചെയ്യാൻ നിങ്ങളുടെ കാവ്യദേവതയ്ക്ക് സാധ്യമല്ല. സ്വയം അതുചെയ്യാൻ കുറെക്കൂടി ധൈര്യം നേടൂ.” എന്റെ അമർഷം അതിരുകടന്നുവോ എന്ന് എനിക്ക് സംശയമുണ്ട്. (ഇത്രയും കിതച്ചുകൊണ്ടാണ് പറഞ്ഞത്)

സർവ്വശക്തനായ ക്രൈസ്റ്റ്, ഈ ചെറുപ്പക്കാരന്റെ ഡിക്ടാഫോൺ എന്റെ ശ്വാസോച്ഛ്വാസത്തിന്റെ ശബ്ദം പിടിച്ചെടുക്കുമോ? എനിക്ക് ഒരു കുഴപ്പവുമില്ല. എന്റെ ശ്വാസഗതി സാധാരണ രീതിയിലാകട്ടെ.

എല്ലി: (ഇംഗ്ലീഷിൽ ലിറ്റ്സ്കിയോട്) നമുക്ക് ഒരു ചെറിയ ഇടവേളയാകാം. എന്തു പറയുന്നു.

ലിലിയ: വേണ്ട. വേണ്ട. നിങ്ങളുടെ ആ നശിച്ച യന്ത്രം നിർത്തേണ്ട. ലിറ്റ്സ്കി, ഇത് ഞാൻ പറഞ്ഞവസാനിപ്പിക്കട്ടെ. ഈ ദുഃഖകരമായ അനുഭവത്തിൽ നിന്നും എനിക്ക് മോചനം വേണം. ഞാൻ പറഞ്ഞുകൊണ്ടിരുന്നത് എവിടെയാണ്? അയൽക്കാരിൽ ആരോ വെടിയൊച്ച കേട്ടിട്ടുണ്ട്. അവരുടനെ മിലീഷ്യയെ - രണ്ടാം നിര സൈന്യം- വിളിച്ചു. രണ്ട് ഓഫീസർമാർ വന്നു. കെട്ടിടത്തിൽ നിന്ന് വെടിയൊച്ച കേട്ടതിനെപ്പറ്റി അവർ

ചോദിച്ചു. എന്നാൽ മയക്കോവ്സ്കി ഒരു സോവിയറ്റ് സെലിബ്രിറ്റി ആയിരുന്നു. ഒരു സെലിബ്രിറ്റിയുടെ അറസ്റ്റ് അവർ കഴിയുന്നതും ഒഴിവാക്കും. കാരണം ഉന്നതവൃത്തങ്ങളിൽ കവിക്ക് എത്രത്തോളം സ്വാധീനമുണ്ടെന്ന് നമുക്ക് മുൻകൂട്ടി അറിയാനാവില്ല. കുഴപ്പത്തിലാകുന്നത് അറസ്റ്റ് ചെയ്യുന്ന ഓഫീസർമാരായിരിക്കും. കവി വളരെ ശാന്തനായി അവരോട് വിശദീകരിച്ചു. “അദ്ദേഹം റിവോൾവർ വൃത്തിയാക്കുകയായിരുന്നു.” അതിന് ഒരു പെർമിറ്റ് അദ്ദേഹം കാണിച്ചു. “അത് ലോഡ് ചെയ്തിട്ടുണ്ടെന്ന് അറിഞ്ഞില്ല. അബദ്ധത്തിൽ വെടി പൊട്ടി.” ആ വിശദീകരണവും നാല്പത് റൂബിൾ ബില്ലും കൊണ്ട് ആ തന്ത്രം വിജയിച്ചു. പിന്നെ യാതൊരു ബഹളവുമില്ലാതെ ഓഫീസർമാർ സ്ഥലം വിട്ടു. ഒസിപ് ഒരു ബോട്ടിൽ ബൾഗേറിയൻ കോണ്യാക്ക് - ഒരു ഉയർന്ന തരം ബ്രാണ്ടി - കൊണ്ടുവന്നു. അദ്ദേഹത്തിന്റെ എഴുത്തുമേശയ്ക്കടുത്തേക്ക് ഞങ്ങൾ മൂന്നുപേരും കസേരകൾ ചേർത്തിട്ടു. അസാധാരണമായി യാതൊന്നും സംഭവിച്ചിട്ടില്ലാത്ത മട്ടിൽ ചിന്തിക്കാനോ കേൾക്കാനോ കഴിയാത്തത്ര ലഹരിയിലേക്ക് ഞങ്ങൾ കൂപ്പുകുത്തി. ഈ സമയത്ത് ആ ചോദ്യം ചോദിച്ചത് ഒസിപ്പായിരുന്നു. “എന്തുകൊണ്ട്?” അപ്പോൾ മയക്കോവ്സ്കി തന്റെ ഹ്രസ്വസിനിമകളിൽ ഏതോ ഒന്നിൽ എഴുതിയ തിരക്കഥയിൽ നിന്നും വായിക്കുകയാണെന്നപോലെ എന്റെ മേൽ കണ്ണുകൾ ഉറപ്പിച്ച് ആ സംഭാഷണത്തിലെ ഒരു വരി പറഞ്ഞു. “എന്തുകൊണ്ട് പാടില്ല?”

എല്ലി: അർത്ഥശൂന്യമായ ഈ ‘എന്തുകൊണ്ട് പാടില്ല’ എന്ന വരിയിൽ നിന്നും ഒരിക്കലും കവി മുന്നോട്ട് പോയില്ലേ?

ലിലിയ: റഷ്യൻ ചൂതാട്ടക്കളി നാടകത്തിലേക്ക് അദ്ദേഹത്തെ നയിച്ച നിഷ്ഠുരന്മാർ ആരെന്ന് അദ്ദേഹത്തെക്കൊണ്ട് പറയിപ്പിക്കാൻ ഒടുവിൽ എനിക്ക് സാധിച്ചു. ആ വിഷയം ഞങ്ങൾ പലവിധത്തിൽ വിശകലനം ചെയ്തു. ഒരു ബോട്ടിൽ പോളീഷ് വോഡ്ക വളരെ വേഗം ഞങ്ങൾ കുടിച്ചു തീർത്ത ഒരു രാത്രി. എഴുത്തുകാരുടെ യൂണിയൻ കേന്ദ്രത്തിലേക്ക് പുതുതായി കണ്ടെത്തിയ ഒരു ശിഷ്യയെ കാണാൻ ഒസിപ് മുമ്പേ തന്നെ പോയിരുന്നു. ദിവസം മുഴുവനും മഞ്ഞുപെയ്യുകയായിരുന്നു. ഞങ്ങളുടെ ജനലിനു കീഴെ നിരത്തിലൂടെ ക്ഷീണിച്ച് ധൃതിയിൽ നടന്നു പോകുന്നവരുടെ കാലടിശബ്ദങ്ങൾ. പരിസരമാകെ വിമൂകമായിരുന്നു. ഏറെക്കുറെ എനിക്ക് ഓർമ്മയുണ്ട്.

മയക്കോവ്സ്കി പറഞ്ഞു. “പന്നിമുഖവും കാളക്കുളമ്പും ദ്രോഹബുദ്ധിയുമുള്ള, ഒരു റഷ്യൻ ദുർഭൂതത്തിന്റെമേൽ ഞാൻ ഈ കുറ്റം ചുമത്തുകയാണ്. അയാൾ ഞാൻ തന്നെയാണ്.” അയാൾ എന്റെ ബുദ്ധിശക്തിയും ചൂണ്ടുവിരലും കൈവശപ്പെടുത്തിയെന്ന് നിങ്ങളോട് പറഞ്ഞാൽ എന്നെ വിശ്വസിക്കുമോ? “പ്രതീക്ഷയറ്റ് നിരാശനായ എന്റെ

വികൃതമുഖം നിങ്ങൾക്ക് ഞാൻ കൈമാറുകയായിരുന്നു. അപ്പോഴത്തെ എന്റെ ചിന്തകൾ എന്താണോ അതിന്റെ പ്രതിഫലനം." "എന്തുകൊണ്ട്" എന്നത് ഒരു വിഡ്ഢിചോദ്യം മാത്രമാണ്. "അല്ല." നേരിയ അനിഷ്ട ത്തോടെ അദ്ദേഹം അടക്കിച്ചിരിച്ചു. "ലാഭത്തിനുവേണ്ടി പന്തയം കെട്ടാൻ എനിക്ക് എത്രമാത്രം ഇഷ്ടമുണ്ടെന്ന് നിനക്കറിയാമല്ലോ?"

പന്തയം ഒരു ചീട്ടിന്റെ മാറ്റത്തിൽ അല്ലെങ്കിൽ ഒരു നാണയത്തിന്റെ തലയോ വാലോ എന്ന മാറ്റത്തിൽ ചൊവ്വാഴ്ച സാഹിത്യസായാഹ്ന സംഘത്തിൽ എത്തിച്ചേരുന്ന അനേകം അതിഥികളിൽ ആരാണ് ആദ്യം വരുന്നത് എന്ന് പന്തയം വയ്ക്കുന്നത് എനിക്കിഷ്ടമാണ്. നിങ്ങൾ നിങ്ങളുടെ ജീവിതംകൊണ്ട് പന്തയം വെയ്ക്കുമ്പോൾ ആ കളി മറ്റൊരു വിധത്തിലാകുന്നു. ഞാൻ കാഞ്ചി വലിക്കുകയും പിന്നെയും ഞാൻ ജീവിക്കുന്നു എന്ന് കണ്ടെത്തുകയും ചെയ്യുമ്പോൾ അതൊരു പുതിയ ജന്മമാണ്. പുത്തൻപ്രതീക്ഷകളുടെ ജന്മം. മുമ്പത്തെ തെറ്റുകൾ മറ ക്കുകയും പുതിയൊരു മനുഷ്യനായി ജീവിതം ആരംഭിക്കുകയും ചെയ്യുന്നു. എന്റെ ജീവിതം അവസാനിപ്പിക്കാനുള്ള അവസരവും അതിലെ അനുബന്ധദുരിതങ്ങളും വിധി വേണ്ടെന്ന് വെച്ചു. എപ്പോഴും എന്നെ പിന്തുടരുന്ന കാര്യങ്ങൾ അപ്രധാനമാണെന്ന് പെട്ടെന്ന് തോന്നി. ഒരു പുത്തൻ ഉണർവ്വുണ്ടായി. ജീവിതം വീണ്ടും തുടങ്ങാൻ എന്നെ അധി കാരപ്പെടുത്തിയതായി തോന്നി."

എല്ലി: ഈ വിഡ്ഢിത്തം വിശ്വസിക്കരുത്. ബാലിശമെന്ന് പറയുന്നില്ല. ഇത് അദ്ദേഹത്തിന്റെ കാല്പനിക മനോഭാവമല്ലേ?

ലിലിയ: കുശാഗ്രബുദ്ധിയുള്ള നിരീക്ഷകയാണ് എല്ലി. ഒരു ദൃഢമായ മനസ്സാണ് അദ്ദേഹത്തിന്റേയും എന്റെയും. സംശയമില്ല.

റഷ്യയിലെ ഇളംതലമുറയിൽ അദ്ദേഹത്തിന്റെ കവിതകൾ കേൾ ക്കാൻ താത്പര്യമുള്ളവർ കുറഞ്ഞുവരികയായിരുന്നു. അതിൽ അദ്ദേഹ ത്തിന് വിഷാദവും ദുഃഖവും ഉണ്ടായിരുന്നു. റഷ്യൻ അസ്സോസിയേ ഷനിലെ പ്രൊലിറ്റേറിയൻ എഴുത്തുകാരുടെ കുടിലബുദ്ധിക്കാരായ സാംസ്കാരികരാജാക്കന്മാരുമായി അദ്ദേഹം നിരന്തരം വാക്കുതർക്ക ത്തിൽ ഏർപ്പെട്ടു. അവർക്ക് കവിയോട് അസൂയയായിരുന്നു. വിഷലിപ്ത മായ അവരുടെ പകയെ മറ്റൊന്നുകൊണ്ടും വിശദീകരിക്കാൻ കഴിയില്ല. അദ്ദേഹത്തിന്റെ നാടകങ്ങളെയും കവിതകളെയും സിനിമകളെയും ഇടിച്ചുതാഴ്ത്തി പറയുന്നതിൽ ആനന്ദം കണ്ടെത്തിയിരുന്നു. ഞാനും കവിയോട് അകാരണമായ അകൽച്ചകൾ കാണിച്ചിട്ടുണ്ട്. ഞങ്ങളുടെ പരസ്പരമത്സരത്തിന്റെ പശ്ചാത്തലത്തിലാണ് റഷ്യൻ ചൂതാട്ടക്കളികൾ കാണേണ്ടത്. അലക്സാണ്ടറുമായി എനിക്കുണ്ടായ പ്രേമബന്ധത്തിന് അല്ലെങ്കിൽ രഹസ്യസമാഗമങ്ങൾക്ക് എന്നെ ശിക്ഷിക്കാനുള്ള

അദ്ദേഹത്തിന്റെ പദ്ധതികൾ എത്രമാത്രം ആസൂത്രിതമായിരുന്നു എന്ന് തിരിച്ചറിയാൻ എനിക്ക് കഴിഞ്ഞിരുന്നു. നിരപരാധിയായ ഒരാളിനെയാണ് കുറ്റങ്ങൾ ആരോപിച്ച് സൈബീരിയയിലേക്ക് നാട് കടത്തിയത്. എനിക്ക് കവിയെ സ്നേഹിക്കാൻ കഴിയാതിരുന്നതുമൂലമുള്ള മോഹഭംഗത്തിന് അലക്സാണ്ടറുമായുള്ള ബന്ധം എത്രമാത്രം കാരണമായിട്ടുണ്ടെന്ന് വിലയിരുത്തേണ്ടതാണ്. ദൈവത്തിന് അറിയാം അദ്ദേഹം എന്നെ സ്നേഹിച്ചത്രയും സ്നേഹം അദ്ദേഹത്തിന് ഞാൻ നൽകിയിട്ടുണ്ട് എന്ന്. ഞാൻ കവിയുടെ കാവ്യദേവതയായി വാഴ്ത്തപ്പെട്ടവളായിരുന്നു. എന്നാൽ ആ കാവ്യദേവതാസ്ഥാനത്തിന് പരിമിതികൾ ഉണ്ടായിരുന്നു.

ഞാൻ ഓർക്കുന്നു. ഒരിക്കൽ അദ്ദേഹം പൊട്ടിത്തെറിച്ചു. വാക്കുകളുടെ നിലയ്ക്കാത്ത ലാവാപ്രവാഹമായിരുന്നു അത്. അലക്സാണ്ടറുടെ അറസ്റ്റിനുശേഷം ഒന്നോ രണ്ടോ വർഷങ്ങൾക്കുള്ളിലായിരുന്നു അത്. നിസ്സാരമായ എന്റെ കുറെ രഹസ്യസന്ദർശനങ്ങളിൽ ഒന്നിനെപ്പറ്റി ഞങ്ങൾ പരുഷമായി കലഹിച്ചുകൊണ്ടിരുന്നു. സിനിമാനിർമ്മാതാവ് ലിവ്കുലേഷോവുമായുള്ള ചെറിയ ചെറിയ സമ്പർക്കങ്ങൾ... സ്നേഹിതകളേ, കുലേഷോവിനെപ്പറ്റി നിങ്ങൾ കേട്ടിട്ടുണ്ട്. സിനിമാ എഡിറ്റിംഗ് കലയിൽ ധാരാളം പുതുമകൾ അദ്ദേഹം കൊണ്ടുവന്നിട്ടുണ്ട്. അദ്ദേഹത്തിന് ഞാനുമായുള്ള അടുപ്പം വ്യത്യസ്തമായ ഒരു കഥയാണ്. മയക്കോവ്സ്കിയുടെ ദുഃഖകാരണം എന്റെ മനസ്സിൽ പശപോലെ ഒട്ടിച്ചേർന്നിരിക്കുന്നു. അദ്ദേഹം ജീവിതത്തെ സ്നേഹിച്ചു. പക്ഷേ, ജീവിതം അദ്ദേഹത്തെ സ്നേഹിച്ചില്ല. അതായിരുന്നു അദ്ദേഹത്തിന്റെ സങ്കടം.

എല്ലി: അദ്ദേഹം സ്നേഹിക്കുന്നത്രയും നിങ്ങൾക്ക് സ്നേഹിക്കാൻ കഴിയാത്തത് ഇപ്പോൾ ഒരു പരാജയമായി ചിന്തിക്കുന്നത് ഒരു താത്ക്കാലിക വിഭ്രാന്തി മാത്രമാണ്. സ്വയംവധം ശ്രമം. എന്നാൽ അത് റഷ്യൻ ചൂതാട്ടക്കളിക്ക് സമാനമാണ്. ആശ്വസിപ്പിക്കാൻ അസാദ്ധ്യമായ അവസ്ഥയിലായ ഒരുതരം ഭ്രമാത്മകവിഭ്രാന്തി... കവിയോടുള്ള നിങ്ങളുടെ പ്രേമബന്ധം സാവധാനം തേഞ്ഞു തേഞ്ഞ് ഇല്ലാതാകുന്നതിനേക്കാൾ നിങ്ങൾ ചെയ്യേണ്ടത് അത് ആഴത്തിൽ മനസ്സിലാക്കുകയാണ്. അപ്രിയസത്യം നിങ്ങൾ കാണാതെ പോകുന്നു.

ലിലിയ: എനിക്ക് കാണാൻ കഴിയാത്ത എന്ത് അപ്രിയസത്യം?

എല്ലി: അദ്ദേഹത്തെ നിശ്ചയമായും ആശ്വസിപ്പിക്കാൻ കഴിയുമായിരുന്നു. വടക്കേ അമേരിക്കയിൽ വെച്ച് അദ്ദേഹം വളരെ വിവശനായപ്പോൾ ഞാൻ ആശ്വസിപ്പിച്ചു. പാരീസിൽ താനിക്ക് അദ്ദേഹത്തെ ആശ്വസിപ്പിച്ചു. പാരീസിൽ അനുഭവിച്ച സുഖകരമായ സമാശ്വാസം തിരിച്ചു പിടിക്കാൻ ഇവിടെ മോസ്കോയിൽ കഴിയാതെ വന്നപ്പോൾ നോറ അദ്ദേഹത്തെ

ആശ്വസിപ്പിച്ചു. നിങ്ങളുടെ നാണംകെട്ട, സ്വയംപുകഴ്ത്തൽ ശ്രമം സൂചിപ്പിക്കുന്നതെന്തായാലും അതിനേക്കാൾ സങ്കീർണ്ണമായിരുന്നു മയക്കോവ്സ്കിയുടെ സ്വയംവധശ്രമമെന്ന് ഏതു വിഡ്ഢിക്കും മനസ്സിലാക്കാനാവും. ഒരിക്കൽ അദ്ദേഹം ഏറ്റു പറഞ്ഞതാണ്. കവിതയിലേക്ക് തിരിഞ്ഞതിന്റേയും കവിയായി മാറിയതിന്റേയും കാരണങ്ങൾ. തൊണ്ടയിൽ കുടുങ്ങിയ ഒരു വലിയ മുഴ ചുമച്ച് പുറത്തു കളയുവാനായിരുന്നത്രേ അത്. മരണം എന്ന നിരന്തരസാന്നിദ്ധ്യത്തെ അദ്ദേഹം തിരിച്ചറിഞ്ഞിരുന്നു. ഓരോരുത്തർക്കും മുൻകൂട്ടി നിശ്ചയിക്കപ്പെട്ട ഒരു ജീവിതപഥമുണ്ടെന്ന് അദ്ദേഹത്തിന് ബോധ്യപ്പെട്ടിരിക്കുന്നുവത്രേ. എനിക്ക് ഭയം തോന്നിയ ചില നിമിഷങ്ങളായിരുന്നു അത്. "ഞാൻ എന്റെ അന്ത്യത്തോട് അടുക്കുകയാണ്. എന്റെ ഇടംകൈയിന്റെ തള്ളവിരലിലെ മരവിപ്പിൽ വലത്തെ കാലിന്റെ പെരുവിരലിലെ നൊന്തുവിറയലിൽ, ഞാൻ വലിക്കുന്ന സിഗരറ്റുകളുടെയും ഞാൻ കഴിക്കുന്ന ഭക്ഷണത്തിന്റെയും അരുചിയിൽ, ഉയരം കൂടിയ കെട്ടിടങ്ങളെ നോക്കുമ്പോൾ ഉണ്ടാകുന്ന തലചുറ്റലിൽ, നാലാം നിലയിലെ എന്റെ എഴുത്തുമുറിയിലേക്ക് പടികയറുമ്പോൾ ഉണ്ടാകുന്ന ശ്വാസംമുട്ടലിൽ എല്ലാം ഞാൻ അത് അറിയുന്നു. ഞാനെന്റെ അന്ത്യത്തോട് അടുക്കുകയാണ്."

എന്റെ ചെവിയിൽ അദ്ദേഹത്തിന്റെ വാക്കുകൾ ഇപ്പോഴും കേൾക്കാം. "നിങ്ങളുടെ പുഞ്ചിരിയിൽ എനിക്ക് വിശ്വാസ്യമില്ല എലിസബെറ്റാ പെട്രോവ്നാ. ഇത്രത്തോളം പ്രധാനപ്പെട്ട രഹസ്യമായ ചില കാര്യങ്ങൾ ഞാൻ നിങ്ങളോട് വെളിപ്പെടുത്തുമ്പോൾ നിങ്ങൾക്കെങ്ങനെ എന്നെ സംശയിക്കാൻ കഴിയും? എന്റെ ജീവിതപഥത്തിന്റെ അന്ത്യം ആമാശയ ഞരമ്പുകളിൽ, കുടലുകളിൽ, ആന്തരികാവയവങ്ങളിൽ ഞാൻ അറിയുന്നു. ഞങ്ങളുണ്ടാക്കിയ വിപ്ലവം ഭൂഗോളത്തിൽ മുഴുവൻ പരക്കുന്നത് കാണാൻ വേണ്ടത്ര സമയം ജീവിക്കാൻ എനിക്ക് ആഗ്രഹമുണ്ട്. പക്ഷേ..."

അദ്ദേഹത്തോട് ഞാൻ പറഞ്ഞതായി ഓർക്കുന്നു. "ഞാൻ വാക്കു തരുന്നു. എന്റെ ജീവിതത്തിന്റെ അഞ്ചു വർഷങ്ങൾ ഞാൻ നിങ്ങൾക്ക് വായ്പ നൽകും."

"ഇത് നിങ്ങൾ ഗൗരവത്തോടെ കണക്കാക്കുന്നില്ല."

"ഇത് ഗൗരവത്തോടെ എടുക്കാതിരിക്കുന്നത് ഞാനല്ല. നിങ്ങളാണ്."

"എന്റെ ദൈവമേ, നിങ്ങൾ യഥാർത്ഥത്തിൽ അങ്ങനെയാണോ കരുതിയത്? അത് ചെയ്യൂ എനിക്കു വേണ്ടി. നിങ്ങൾക്കു കഴിയുമെങ്കിൽ..."

"അത് ചെയ്യാൻ എനിക്ക് കഴിയും."

"പകരം ഞാൻ നിങ്ങൾക്ക് എന്തു നൽകണം?"

"നിങ്ങളുടെ ഒരു കുഞ്ഞിനെ എനിക്ക് തരൂ."

അർത്ഥശൂന്യമായതിനോടുള്ള അദ്ദേഹത്തിന്റെ അമിതമായ ആകർഷണത്തിന് ഉത്തേജനം നൽകാനായിരുന്നു എന്റെ ആ വാഗ്ദാനം.

"ഈ ഉടമ്പടിക്ക് ഞാൻ സമ്മതിക്കുകയാണെങ്കിൽ നിങ്ങളുടെ ജീവിത ത്തിൽനിന്ന് അഞ്ച് വർഷം കിഴിവ് ചെയ്യാൻ നിങ്ങൾക്ക് സമ്മതമാണോ?"

"നിങ്ങളുടെ ജീവിതത്തിനോട് അഞ്ചുവർഷം കൂട്ടിച്ചേർക്കാൻ എനിക്ക് സമ്മതമാണ്, അതെ." എന്റെ കൈ നീട്ടിയത് ഞാൻ ഓർക്കുന്നു.

"വാക്ക് ഉറപ്പിക്കാമോ?" അദ്ദേഹം കൈപിടിച്ച് കുലുക്കുമ്പോൾ ഉറക്കെ ചിരിച്ചുകൊണ്ട്, "വാക്ക്. ഉറപ്പ്."

താത്യാന: അങ്ങനെ ഒരു പരിവർത്തനഉടമ്പടി സാധ്യമാക്കുകയായി രുന്നോ.?

എല്ലി: ഒരു ഉടമ്പടി തന്നെ. എന്റെ മനസ്സിൽ അദ്ദേഹത്തിന്റെ ജീവിത ത്തിലേക്ക് ഞാൻ അഞ്ചുവർഷം കൂട്ടിച്ചേർത്തു. എനിക്കത് എങ്ങനെ യാണ് ബോദ്ധ്യപ്പെടുത്തേണ്ടതെന്നറിയില്ല. എനിക്ക് കവിയുടെ ഒരു കുഞ്ഞിനെ കിട്ടി താനിക്. യലേന വ്ളാഡിമിറോവ്നാ മയക്കോവ്സ്കായ. അതാണ് അവളുടെ പേര്.

ലിലിയ: ഇനിയും കൂടുതൽ കാലം ജീവിക്കാൻ മയക്കോവ്സ്കി ആഗ്ര ഹിച്ചു. അദ്ദേഹം കീർത്തി ആഗ്രഹിച്ചു. മരണത്തെ അതിജീവിക്കുന്ന കീർത്തി. അതിനെ അനശ്വരത എന്ന് വിളിക്കാം. അദ്ദേഹം ജീവിതത്തെ സ്നേഹിച്ചു. ഒരു വിചിത്രമായ രീതിയിൽ. ഭാവിയിൽ സംഭവിക്കാൻ പോകുന്ന മരണത്തെപ്പറ്റി തന്റെ ചിന്തയ്ക്ക് എത്തിപ്പിടിക്കാവുന്നിട ത്തോളം ചിന്തിച്ചു.

താത്യാന: തന്റെ ചിന്തയ്ക്ക് എത്തിപ്പിടിക്കാവുന്നിടത്തോളം. ആ ചിന്ത അവസാനിപ്പിക്കൂ.

ലിലിയ: ദൈവമേ, അദ്ദേഹത്തിന്റെ വാക്കുകൾ എന്റെ മസ്തിഷ്കത്തിൽ മുദ്രിതമാണ്. സിനിമയ്ക്ക് സ്ക്രിപ്റ്റ് എഴുതുകയും രംഗസജ്ജീകരണ ങ്ങൾ നടത്തുകയും ചെയ്യുന്ന കവിയുടെ വാക്കുകൾ എന്റെ മസ്തിഷ്ക ത്തിൽ അടയാളപ്പെടുത്തിയിട്ടുണ്ട്.

താത്യാന: എങ്ങനെ ഈ റഷ്യൻ ചൂതാട്ടക്കളി സംഭവങ്ങളെ വിശദീ കരിക്കും എല്ലി?

എല്ലി: അദ്ദേഹത്തിന്റെ അനുഭവകഥകൾ കേൾക്കുമ്പോൾ മയക്കോ വ്സ്കിയുടെ അമിതമായ രതിമോഹം നിറഞ്ഞ സാഹസികതകൾ മാത്ര മായി അദ്ദേഹത്തിന്റെ ജീവിതത്തെ ഒതുക്കാനാവില്ല. അദ്ദേഹത്തിന്റെ

ലൈംഗിക ജീവിതാനുഭവങ്ങൾ വ്യത്യസ്തമായ കാഴ്ചപ്പാടിൽ കാണുന്ന നാല്പേർ ഈ മുറിയിൽ തന്നെയുണ്ട്. ഞാൻ അദ്ദേഹത്തിന്റെ കവിതയുടെ ആരാധികയാണ്. അദ്ദേഹത്തിന്റെ സർഗ്ഗശക്തിയിൽ വിശ്വസിക്കുന്നു. അദ്ദേഹത്തിന്റെ ആദ്യത്തെ ആരാധനാവലയത്തിൽപ്പെട്ട ഒരാൾ. അദ്ദേഹം സാഹസികമായി ജീവിച്ചു. പ്രത്യേക രീതിയിൽ പ്രതികരിച്ചു. ഒരു പ്രണയപരാജയം അദ്ദേഹത്തെ നിരാശനാക്കി. അതിനേക്കാളേറെ അദ്ദേഹത്തിന്റെ ഏറ്റവും പുതിയ കവിത എഴുതിയതിനെക്കുറിച്ചുള്ള നിർദ്ദയമായ നിരൂപണമായിരിക്കും അദ്ദേഹത്തെ ഏറെ വേദനിപ്പിക്കുന്നത്. രക്തം ഒഴുകുന്ന വ്രണം ഉണ്ടാക്കുന്നത്. സ്വയംപ്രചാരകനായ ഒരു നിരൂപകൻ കവിയെ പരിഹസിച്ചപ്പോൾ, അത് പുറമെ കാണിച്ചില്ലെങ്കിലും ദിവസങ്ങളോളം മയക്കോവ്സ്കി ക്ഷോഭംകൊണ്ട് ഇളകിമറിഞ്ഞു. കേവലമായ ഒരു പരിഗണനയിൽ മാത്രം അദ്ദേഹം തൃപ്തിപ്പെടുകയില്ല. ലിലിയ മുമ്പ് പറഞ്ഞതുപോലെ പരമമായ ആദരവും പ്രശസ്തിയും അദ്ദേഹത്തിന്റെ ലക്ഷ്യമായിരുന്നു.

ഷൂസിൽ ലോഹലാടം പതിച്ച ഒരു ജോർജ്ജിയൻ കർഷകനെപ്പോലെയായിരുന്നു അദ്ദേഹം. ലിലിയ പറഞ്ഞതുപോലെ ഷൂസ് സോളുകൾ ദീർഘകാലം നിലനിൽക്കാനല്ല, നടത്തത്തിന്റെ താളാത്മകമായ ശബ്ദംകൊണ്ട് അദ്ദേഹത്തിന്റെ ആഗമനം ശ്രദ്ധേയമാക്കാനായിരുന്നു അത്. ധാരാളം പീഡാനുഭവങ്ങൾ ഉള്ള വ്യക്തി ജയിലിൽ വച്ചായിരുന്നു കവിത എഴുതാൻ തുടങ്ങിയത്. നിങ്ങൾ ഓർമ്മിക്കുന്നുണ്ടല്ലോ, അനേകം മാസങ്ങളിലെ ജയിൽവാസത്തെ തിരിഞ്ഞുനോക്കിയത് സ്വന്തം ജന്മദിനത്തെ കാണുന്നതുപോലെ തന്നെയായിരുന്നു. ഫ്രഞ്ചു വിപ്ലവത്തിൽ കോട്ട തകർക്കുന്ന സമയത്ത് ധരിക്കുന്ന സ്ഥാനവസ്ത്രം എങ്ങനെയായിരുന്നുവോ അതുപോലെ.

ബുട്ടിർക്കായിലെ മൂന്നാം നിലയിൽ ഏതോ ഒരു തടവുമുറിയിൽ മയക്കോവ്സ്കി അടയ്ക്കപ്പെട്ടു. പക്ഷേ, അദ്ദേഹം ഒരിക്കലും ഒറ്റയ്ക്കായിരുന്നില്ല. താഴെ ഇടനാഴിയിലെ ഉച്ചത്തിലുള്ള സംഭാഷണങ്ങൾ ചെറിയ വാതായനങ്ങളിലൂടെ കടന്നുവന്നു. തടവുമുറിയിൽനിന്നും തടവുമുറിയിലേക്ക് വാതിലിലെ ചെറിയ ദീർഘചതുരദ്വാരങ്ങളിലൂടെ ദൈനംദിന ഭക്ഷണം ശബ്ദരഹിതമായി വേഗത്തിൽ തള്ളിയിടുന്ന ട്രസ്റ്റികൾ വഴി ലേഖനങ്ങൾ കൈമാറി. ഷൂലേസുകൾ കൊണ്ട് കൂട്ടിക്കെട്ടിയ മാർക്സിസ്റ്റ് ലഘുലേഖകൾ, താഴത്തെ നിലകളിലേക്ക് എത്തിച്ചു.

കാറൽമാർക്സിന്റെ മിച്ചമൂല്യസിദ്ധാന്തത്തേയും ക്രിസ്ത്യൻ അരാജകവാദിയായ ടോൾസ്റ്റോയിയേയും ഫയദേർ ദസ്തയെവ്സ്കിയുടെ ബഹുസ്വരതയേയും പ്രഭാഷണവിഷയമാക്കി രാത്രികളിൽ അവർ ഒത്തുകൂടുമായിരുന്നു. നീണ്ട, ഇടുങ്ങിയ വെന്റിലേഷനടുത്ത് ഒരു

തടവുകാരൻ ഉണ്ടായിരുന്നു. അയാളുടെ പേര് കവി ഒരിക്കലും കണ്ടു പിടിച്ചില്ല. അമേരിക്കൻ കവി വിറ്റ്മാന്റെ കവിതകൾ റഷ്യൻ ഭാഷയിലേക്ക് അയാൾ പരിഭാഷപ്പെടുത്തി. പിന്നെ ഒരു രാത്രി അദ്ദേഹത്തിന്റെ കവിതകൾ ഉറക്കെ ചൊല്ലുകയും ചെയ്തു. വെടിവെച്ച് കൊല്ലാനോ സൈബീരിയയിലേക്ക് അടയ്ക്കാനോ അയാളെ അവിടെ നിന്ന് കൊണ്ടുപോകുന്നതുവരെ അത് തുടർന്നു. ആ കവിതാലാപനത്തിന്റെ പൊരുൾ മയക്കോവ്സ്കിക്ക് കണ്ടെത്താനായില്ല.

ഒരിക്കൽ അദ്ദേഹം എന്നോട് പറഞ്ഞു. "തടവറയിൽ ആകുന്നത് സർവ്വകലാശാലയിൽ പോകുന്നതുപോലെയാണ്. "നിങ്ങളുടെ ശിക്ഷാകാലാവധി നിങ്ങൾ പൂർത്തിയാക്കുന്നത് ഡിഗ്രിപഠനത്തിന് തുല്യമാണ്." അദ്ദേഹം തമാശയായി പറയും.

ബുട്ടിർക്കാസർവ്വകലാശാലയിൽ ബാച്ചിലർ ഓഫ് ആർട്സ് ഡിഗ്രിയുണ്ടത്രെ. ജയിൽ മോചിതനായ ദിവസം ജയിൽകാവൽക്കാർ അദ്ദേഹത്തിന്റെ ആത്മജ്ഞാനം നിറഞ്ഞ ചെറുകവിതകളുടെ തടവറനോട്ട്ബുക്ക് പിടിച്ചെടുത്തു. വാസ്തവത്തിൽ അതൊരു അനുഗ്രഹമായിരുന്നു. ആ കൗമാരകവിതകളുടെ പ്രകാശനം പുത്തൻ ആശയങ്ങളുടെ വക്താവായ കവിയെന്ന നിലയിൽ കീർത്തിക്ക് സഹായകരമാവുകയില്ലെന്ന് പില്ക്കാലത്ത് അദ്ദേഹം തിരിച്ചറിഞ്ഞിരുന്നു. താൻ മനഃപാഠമാക്കിയ സ്വന്തം കവിതകൾ സ്നേഹിതർക്ക് ചൊല്ലിക്കൊടുത്തപ്പോൾ മറ്റുള്ളവരിൽ നിന്ന് താൻ വ്യത്യസ്തനാകുന്നത് എങ്ങനെയെന്ന് അദ്ദേഹം തിരിച്ചറിഞ്ഞിരുന്നു.

റഷ്യൻ കവിയാവുക എന്നാൽ കുലീനമായ, ആദരണീയമായ ഒരു സ്ഥാനം നേടുക എന്നതാണർത്ഥം. ഉണങ്ങാത്ത ഇഷ്ടികകൾ പോലെ ആദ്യകാല കവിതകൾ ശിഥിലമായിപ്പോയത് അദ്ദേഹം അത്ര കാര്യമായി എടുത്തില്ല. ലിലിയ ഞങ്ങളോട് പറഞ്ഞതുപോലെ, ക്രൊൻസ്താദ് രക്തച്ചൊരിച്ചിലിനോട്, അല്ലെങ്കിൽ റഷ്യൻ വിപ്ലവം തെറ്റായ വഴിയിലേക്ക് പോകുന്നതിന്റെ തെളിവുകളോട് അദ്ദേഹം ക്ഷോഭിച്ചു. അദ്ദേഹത്തെ ചിന്താകുലനും അസ്വസ്ഥനും അടിസ്ഥാനപരമായി അതീവദുഃഖിതനും ആക്കിത്തീർത്ത കാര്യം യുവപ്രേക്ഷകരുടെ അസാന്നിദ്ധ്യമായിരുന്നു. ചെറുപ്പക്കാരുടെ ഇടയിൽ ആദ്യമൊന്നും കവി ആരാധിക്കപ്പെട്ടിരുന്നില്ല. ആദരിക്കപ്പെടാൻ, കരഘോഷത്താൽ അംഗീകരിക്കപ്പെടാൻ, പ്രശംസിക്കപ്പെടാൻ അദ്ദേഹം വളരെ ആഗ്രഹിച്ചു. പ്രബുദ്ധനായ ഒരു റഷ്യൻ കവിയുടെ വേഷം അദ്ദേഹം പൂർണ്ണമായും ആടി. അന്ന് അദ്ദേഹത്തിന് മുപ്പത്തിരണ്ട് വയസ്സേയുള്ളൂ. കാലപ്പഴക്കംകൊണ്ട് തേഞ്ഞ് തേഞ്ഞ് ഉപയോഗശൂന്യമായതുപോലെ ഗാനാവിഷ്കാരയോഗ്യങ്ങളായ ആ കവിതകൾ സ്വരഭേദങ്ങളറിയാത്ത ചെവികളിൽ പതിക്കുകയാണോ എന്ന്

അദ്ദേഹത്തിന് തോന്നി. എന്റെ കണ്ണുകൾ അടച്ച് ശ്രദ്ധിച്ചാൽ അദ്ദേഹത്തിന്റെ വിലാപം ഇപ്പോഴും എനിക്ക് കേൾക്കാം. വളരെ അനായാസകരമാണ് റഷ്യയിൽ ഒരു കവി ആയിത്തീരുക. എന്നാൽ ഒരു കവിയായി നിലനിൽക്കുക എന്നത് ഏറെ ക്ലേശകരവുമാണ്. ഇതാണ് അദ്ദേഹത്തെ ഏറ്റവും കൂടുതൽ ദുഃഖിപ്പിച്ചതെന്ന് ന്യൂയോർക്കിൽ വെച്ച് എനിക്ക് മനസ്സിലാക്കാൻ കഴിഞ്ഞു.

ലിലിയ: കുശാഗ്രബുദ്ധിയായ ഒരു നിരീക്ഷകയാണ് നിങ്ങളെന്ന് ഞാൻ പറഞ്ഞത് വീണ്ടും ഓർമ്മിപ്പിക്കുന്നു എല്ലി. ദോഷഫലങ്ങൾക്ക് വഴിവയ്ക്കുന്ന ഫ്രോയ്ഡിന്റെ സ്വപ്നവ്യാഖ്യാനം നിങ്ങളെ അമിതമായി സ്വാധീനിച്ചിട്ടുണ്ടെന്ന് ഞാൻ ഭയപ്പെടുന്നു. മാതാപിതാക്കളിൽ ഒരാളെ കൊല്ലാനും മറ്റൊരാളുമായി ലൈംഗികബന്ധത്തിലേർപ്പെടാനും ഉള്ള തത്ത്വം ഈഡിപ്പസിന്റെയോ എലക്ട്രായുടെയോ അടിസ്ഥാനത്തിൽ വിശദീകരിക്കാൻ കഴിയും. ഈഡിപ്പസ് കോംപ്ലെക്സിനെപ്പറ്റി ഫ്രോയ്ഡിന്റെ വിശകലനം നിർദ്ദേശിക്കുന്നതുപോലെ യഥാർത്ഥ വസ്തുതകൾ അത്ര സങ്കീർണ്ണമല്ല. റിവോൾവറിൽ ഒരു ബുള്ളറ്റ് നിറയ്ക്കാൻ കവിയെ പ്രേരിപ്പിച്ചതിന്റെ വിശദീകരണം തീർച്ചയായും എത്രയോ ലളിതമാണ്. ഒരു സവിശേഷനിലയിൽ വേണം റഷ്യൻ ചൂതാട്ടക്കളിയെ കാണാൻ. പ്രേമത്തോടുള്ള മോഹം പോലെ.

എല്ലി: അദ്ദേഹത്തിന്റെ അസ്തിത്വത്തിൽ നിങ്ങൾ പ്രധാനപ്പെട്ട വേഷം ആടിയിട്ടുണ്ടെന്ന് സ്വയം ബോദ്ധ്യപ്പെടുന്നുവെങ്കിൽ നിങ്ങളുടെ ഇഷ്ടവേഷം എന്തായിരിക്കുമെന്ന് ഒന്ന് ചിന്തിച്ചു നോക്കൂ.

നോറ: മാന്യസ്നേഹിതകളേ, റഷ്യൻ ചൂതാട്ടക്കളി സംഭവങ്ങളെപ്പറ്റി കവിയുടെ വിശദീകരണം ഞാൻ അംഗീകരിക്കുന്നു. പഴയ തെറ്റുകൾ ക്ഷമിച്ച് പുതിയ ബന്ധം സ്ഥാപിക്കാൻ കഴിഞ്ഞതിന്റെ വിജയാഹ്ലാദം. അത് വിഡ്ഢിത്തമോ കാല്പനികമോ. ആകട്ടെ, യഥാർത്ഥത്തിൽ എനിക്ക് ആവശ്യമുള്ളത് ലഭിക്കാനും പുതിയ ജീവിതം തുടങ്ങാനും പലതും ഉപേക്ഷിക്കാൻ ഞാൻ ഒരുങ്ങണം. വ്ളാഡിമർ മയക്കോവ്സ്കിയുടെ ഒരു ഛായപോലുമില്ലാതെ പുതിയ ജീവിതം തുടങ്ങാനും ആ നെറികെട്ട മനുഷ്യന്റെ ഒരുപാട് കാര്യങ്ങൾ മറക്കാനും ഞാൻ തയ്യാറാകണം. പാന്റ്സിന്റെ മുൻബട്ടണുകൾ ഇടണമെന്ന് നിരന്തരം അദ്ദേഹത്തെ ഞാൻ ഓർമ്മിപ്പിച്ചിരുന്നു. അതൊക്കെ ക്ഷമിക്കാം. എന്നാൽ ഒരിക്കലും ക്ഷമിക്കാൻ കഴിയാത്ത ചില കാര്യങ്ങളുണ്ട്. ബോൾഷെവിക് ന്യായാസനങ്ങളുടെ സ്നേഹവാത്സല്യസംരക്ഷണത്തിന് ശിപാർശ ചെയ്തത്.

എല്ലി: അദ്ദേഹം മോഹിച്ച സ്ത്രീയുടെ മുന്നിൽ പാന്റ്സിന്റെ ബട്ടണുകൾ ഇടാൻ അദ്ദേഹത്തിന് കഴിയുമായിരുന്നില്ല എന്നതാണ് യാഥാർത്ഥ്യം.

നോറ: നിങ്ങൾ പറഞ്ഞതിൽ കുറച്ച് സത്യമുണ്ട് എല്ലി. വിപ്ലവത്തിന്റെ കാര്യത്തിൽ മയക്കോവ്സ്കി നല്ല കാര്യപ്രാപ്തിയും പക്വതയും പ്രകടിപ്പിക്കുമായിരുന്നു. സ്ത്രീവർഗ്ഗത്തിന്റെ കാര്യത്തിലാകുമ്പോൾ യൗവ്വനാരംഭത്തിലെ രതിമോഹങ്ങൾ നിറഞ്ഞ ബാലചേഷ്ടകൾ നിറഞ്ഞ പുരുഷനാവുകയായിരുന്നു അദ്ദേഹം. അദ്ദേഹത്തിന് രണ്ട് തലച്ചോറുകൾ ഉണ്ടായിരുന്നു. ഒന്ന് തലയോടിനുള്ളിൽ. മറ്റൊന്ന് ലിംഗത്തിൽ. അദ്ദേഹത്തിന്റെ സ്വഭാവത്തിന് മാർഗ്ഗദർശനം നൽകുന്നതിൽ അവ പരസ്പരം കലഹിച്ചു. അദ്ദേഹത്തെക്കുറിച്ച് ഇല്ലാത്ത കാര്യങ്ങൾ ഞാൻ പെരുപ്പിച്ച് പറയുകയല്ല.

എല്ലി: അദ്ദേഹം എങ്ങനെ പ്രതികരിച്ചു?

നോറ: തൂക്കിക്കൊല്ലാൻ വിധിക്കപ്പെട്ട ജീവിതാവസ്ഥയാണ് ഉദ്ധാരണം എന്ന്. ശിക്ഷാനിർവ്വഹണത്തിനുള്ള താത്ക്കാലിക നിരോധനം.

എല്ലി: അത് അർത്ഥസമ്പുഷ്ടമായ മയക്കോവ്സ്കി കലാസൃഷ്ടി പോലെയാണ്.

താത്യാന: കൊള്ളാം. അദ്ദേഹത്തിന്റെ പാന്റ്സിന്റെ ബട്ടണുകൾ ഇടാൻ വേണ്ടി ഒരിക്കൽപോലും എനിക്ക് ഓർമ്മിപ്പിക്കേണ്ടിവന്നിട്ടില്ല. നിങ്ങൾ ആലങ്കാരികമായി പറയുകയാണെന്ന് ഞാൻ കരുതുന്നു. എന്നാൽ വ്യത്യസ്ത സ്ത്രീകളെ വ്യത്യസ്തമായി പുരുഷന്മാർ സ്നേഹിക്കുന്നു. അത് എല്ലാവർക്കും നന്നായറിയാം. അതൊരു സത്യവുമാണ്.

നോറ: പൊതുവേ പറയുന്നത് ഞാൻ കേട്ടിട്ടുണ്ട്. ഓരോ പുരുഷന്മാരും സ്ത്രീകളെ സ്നേഹിക്കുന്ന രീതി വ്യത്യസ്തമാണ്. ഒരു സ്ത്രീയെ സ്നേഹിക്കുന്നതിൽ പുരുഷൻ പരാജയപ്പെടുന്നതിന്റെ കാരണം പുരുഷനേക്കാൾ പ്രാധാന്യം സ്ത്രീക്കാണ് എന്ന തോന്നലുകൊണ്ടാണത്.

താത്യാന: എന്റെ കന്യകാത്വത്തെ മാനിച്ചുകൊണ്ട് മയക്കോവ്സ്കി കാണിക്കുന്ന സേവനസന്നദ്ധതയുടെ മേൽ നിങ്ങൾ അധിക്ഷേപിക്കുന്നതെന്തിനാണ്? നിങ്ങൾ വിചാരിക്കുന്നതുപോലെ മനംപുരട്ടലുണ്ടാക്കുന്ന വികാരം എനിക്ക് എന്തിനുണ്ടാകണം?

നോറ: നിങ്ങൾ മറ്റൊരാളിന്റെ സ്ഥാനത്താണെങ്കിൽ വിശേഷിച്ചും ഈ ഒരു വിഷമാവസ്ഥയിൽ...

താത്യാന: അത് വളരെ വ്യക്തമാണ്. നിങ്ങളിൽ ആരുംതന്നെ എന്നെപ്പോലെയല്ല. കാരണം നിങ്ങൾക്ക് മൂന്നുപേർക്കും എന്നോട് അസൂയയാണ്.

ലിലിയ: അവൾ പറഞ്ഞത് ശ്രദ്ധിച്ചോ, അദ്ദേഹത്തിന്റെ പ്രേരണയാൽ ലൈംഗികബന്ധത്തിൽ ഏർപ്പെട്ടിട്ടില്ല. നിങ്ങളോ? എന്താശ്ചര്യം!

ഐവാൻ ദി ടെറിബിളിന്റെ ഒരു മിണ്ടാപ്രാണിയായ അടിമ ഏഴാം ഭാര്യ യാകാൻ വിധിക്കപ്പെട്ട് മരിയാ നദായ അദ്ദേഹത്തിന്റെ പ്രേരണയാൽ ലൈംഗികബന്ധത്തിൽ ഏർപ്പെട്ടു എന്നതുപോലെ ഞാൻ പറയുന്നു അത് ഒട്ടും പുതുമയില്ലാത്തതാണ്.

നോറ: ഒരുപക്ഷേ, സിൽക്ക് അടിവസ്ത്രങ്ങൾ ധരിക്കുന്ന ഔദ്യോഗിക സായാഹ്നപാർട്ടികളിൽ ലോഹത്തളികകളിൽ വിളമ്പുന്ന സർവ്വവിധ ഭക്ഷണസാധനങ്ങളും വീട്ടുജോലിക്കാർ താമസിക്കുന്ന, ടെറസ്സു വീടു കളിൽ കൂടെക്കൂടെപോകുന്ന നമ്മുടെ താനിക്ക് തന്റെ പ്രവർത്തി കളെപ്പറ്റി അഹങ്കാരത്തോടെ പറയുകയാണ്, "മയക്കോവ്സ്കിയുമായി ഒരിക്കൽപോലും ലൈംഗികബന്ധം ഉണ്ടായിട്ടില്ലെന്ന്..."

താത്യാന: അതിലൊരു സംശയവുമില്ല. പരുക്കൻ കോട്ടൺ അടിവസ്ത്ര ങ്ങൾ ധരിക്കുന്ന നോറാ...

നോറ: ലിലിയ ഇപ്പോൾ പറഞ്ഞതുപോലെ അടിവസ്ത്രങ്ങൾ ഞാൻ ബോധപൂർവ്വം ഒഴിവാക്കി. സിൽക്കായാലും കോട്ടൺ ആയാലും മയ ക്കോവ്സ്കി അദ്ദേഹത്തിന്റെ സ്റ്റുഡിയോയിലേക്ക് എന്നെ ക്ഷണിച്ച ആ രാത്രിയിൽ എന്റെ അവസ്ഥ അദ്ദേഹത്തിന്റെ കണ്ണുകൾക്ക് ആകർഷക മായി. മാത്രമല്ല അധരസുരതത്തിനും...

ലിലിയ: നിങ്ങളെ എനിക്ക് ഇഷ്ടമാണെങ്കിലും അല്ലെങ്കിലും എന്റെ പ്രിയപ്പെട്ട താത്യാനാ, അത് പ്രധാനപ്പെട്ട ഒരു കാര്യമല്ല. എനിക്ക് നിങ്ങളെ ഒട്ടും മനസ്സിലാകുന്നില്ല. പുരുഷന്മാരെ കൈയെത്തും ദൂരത്ത് നിർത്താൻ അമൂല്യമായ ചാരിത്ര്യം ഉപയോഗിക്കുന്ന സ്ത്രീകളെ എനിക്ക് മനസ്സിലാക്കാൻ കഴിയുന്നില്ല. ആനന്ദത്തിൽ നിന്നും ആനന്ദം ഉൾ ക്കൊള്ളുന്നതിന് പകരം ആനന്ദത്തിൽനിന്നും കുറ്റബോധം ഉൾ ക്കൊള്ളുന്ന രതിവികാരം എന്താണ്? ഇഷ്ടപ്പെടുന്ന പുരുഷന്മാരെ ആർക്കാണ് അകറ്റിനിർത്താനാവുക?

നോറ: മയക്കോവ്സ്കിക്ക് ഒരിക്കൽപോലും അവളുമായി ബന്ധപ്പെടാൻ പറ്റാത്തതിൽ അവൾ അഭിമാനിക്കുകയാണോ, അതോ ദുഃഖിക്കുക യാണോ എന്ന് താനിക്കിന് തീരുമാനിക്കാൻ കഴിയാത്തതുപോലെ തോന്നുന്നു.

ലിറ്റ്സ്കി: (താനിയയോട് ഇംഗ്ലീഷിൽ) നിങ്ങളെപോലെയുള്ള സ്ത്രീ കളെ എന്റെ സ്വദേശമായ ബ്രൂക്ലിന്റെ നഗരഭാഗത്ത് 'രതിക്ക് താത്പര്യ മില്ലാതെ അതിന് പ്രേരിപ്പിക്കുന്നവർ' എന്ന് വിളിക്കുന്നു.

എല്ലി: (പരിഭാഷ ചെയ്യുന്നു) താനിക് ഒരിക്കൽ കവിയുമായി പ്രേമ ചാപല്യത്തിൽ ഏർപ്പെട്ടിട്ടുള്ളതുകൊണ്ട് അയാളോടൊത്ത് ഉറങ്ങാൻ

അയാൾക്ക് ബാദ്ധ്യതയുണ്ടെന്ന് സൂചിപ്പിക്കുന്ന ഒരു ആഭാസപദ പ്രയോഗം അവൾ ഉപയോഗിക്കുകയാണ്.

നോറ: ഈ ബ്രൂക്ലിൻ അവന്റെ രാജ്യമാണോ.?

എല്ലി: ഒരു വിധത്തിൽ പറഞ്ഞാൽ ശരിയാണ്. മാൻഹട്ടൻ ദ്വീപിൽ ജനങ്ങൾ തമാശ പറയുന്നത് കേട്ടിട്ടുണ്ട്. ബ്രൂക്ലിനിൽ കടക്കാൻ നിങ്ങൾക്ക് ഒരു പാസ്പോർട്ട് കൂടിയേ കഴിയൂ എന്ന്.

താത്യാന: ഞാൻ വിചാരിച്ചു ഈ യുവാവിന് റഷ്യൻ ഭാഷ മനസ്സിലാവില്ലെന്ന്.

എല്ലി: നമ്മുടെ സംഭാഷണത്തിന്റെ സാരാംശം കേട്ടിട്ട് അയാൾക്ക് പിടി കിട്ടിയിട്ടുണ്ട്. എന്നാൽ ലൈംഗികപദങ്ങൾ അയാൾ മനസ്സിലാക്കിയിട്ടുണ്ടോ എന്ന് സംശയമാണ്.

താത്യാന: (യുവാവിനോട് റഷ്യൻ ഭാഷയിൽ) നിങ്ങളുടെ പേര് ഒന്നു കൂടി പറയൂ.

ലിറ്റ്സ്കി: (ഇംഗ്ലീഷിൽ) ലിറ്റ്സ്കി. ആർ.

താത്യാന: (റഷ്യൻ ഭാഷയിൽ) ആർ എന്തിനെ സൂചിപ്പിക്കുന്നു?

ലിറ്റ്സ്കി: റാസ്പുട്ടിൻ.

താത്യാന: (റഷ്യൻ ഭാഷയിൽ) ദൈവത്തെ വിചാരിച്ച് നിങ്ങളുടെ ഹെഡ്ഫോണുകൾ ചെവിയിൽവെച്ച് ജോലി ചെയ്യുക. നിങ്ങളുമായി ബന്ധമില്ലാത്ത കാര്യങ്ങളിൽ ശ്രദ്ധിക്കാതെയിരിക്കുക. റാസ്പുട്ടിൻ അതാണ് നിങ്ങളുടെ യഥാർത്ഥ പേരെങ്കിൽ അടിസ്ഥാന നിയമങ്ങൾ നമ്മൾ വ്യവസ്ഥ ചെയ്തിട്ടുണ്ട്. നിങ്ങൾ കാര്യങ്ങൾ കണ്ണുകൊണ്ട് കണ്ടാൽ മതി. പക്ഷേ, യാതൊന്നും കേൾക്കരുത്.

ലിറ്റ്സ്കി: (ഇംഗ്ലീഷിൽ) എന്നെ നിങ്ങൾ കാണണ്ട. ഞാൻ നിങ്ങളെ കണ്ടുകൊള്ളാം, ഒരു ഊമയാകാം.

എല്ലി: (ഇംഗ്ലീഷിൽ) ഊമ? മന്ദബുദ്ധിയോ അതോ മൗനിയോ?

ലിറ്റ്സ്കി: (ഇംഗ്ലീഷിൽ) ഊമ. ചെവികേൾക്കാത്തവനുമാകാം.

എല്ലി: (പരിഭാഷപ്പെടുത്തുന്നു) അയാൾ മിണ്ടാതിരിക്കാംം എന്ന് സമ്മതിക്കുന്നു.

ലിലിയ: റാസ്പുട്ടിനെ പറ്റി പറയുകയാണെങ്കിൽ ഞാനയാളെ ഒരിക്കൽ കണ്ടിട്ടുണ്ട്. യുറാൾ മലനിരകളുടെ താഴ്വാരത്തെ പൊടിനിറഞ്ഞ നഗരം. യെക്കാട്ടെറിൻ ബർഗിലേക്ക് സാർ നിക്കോളാസ് രാജാവും കുടുംബവും സഞ്ചരിക്കുന്ന ട്രെയിൻ. ഒരു കമ്പാർട്ടുമെന്റിൽ എനിക്കെതിരെ ഒരു സന്ന്യാസി ഇരിക്കുന്നുണ്ടായിരുന്നു, അയഞ്ഞ് പിഞ്ഞിത്തുടങ്ങിയ

കറുത്ത തുണികൊണ്ട് സന്ന്യാസി ശിരസ്സ് മൂടിയിരുന്നു. നീണ്ട് ചിതറിക്കിടക്കുന്ന കൽക്കരി കറുപ്പുള്ള താടി. അദ്ദേഹത്തിന്റെ തോൾ സഞ്ചിയിലെ പാകം ചെയ്യാത്ത, മൊരി പിടിച്ച, തൊലിയുള്ള ഉള്ളികളിൽ ഒന്ന് കടിച്ചു തിന്നുമ്പോൾ ശൃംഗാരഭാവമുള്ള വിളറി നീലിച്ച കണ്ണുകളിൽ വെള്ളം നിറഞ്ഞു, അയാൾ കുപ്രസിദ്ധനായ റാസ്പുട്ടിൻ ആയിരുന്നു എന്ന് പിന്നീട് മാത്രമായിരുന്നു ഞാൻ അറിഞ്ഞത്. അയാളുടെ ആശ്രമത്തിൽ രാത്രി ചെലവഴിക്കാൻ എന്നെ ക്ഷണിച്ചു. ഞാൻ ആ ക്ഷണം സ്വീകരിക്കാൻ ഒരുക്കമായിരുന്നു. എന്നാൽ യെക്കാട്ടെറിൻ ബർഗ് സ്റ്റേഷനിൽ വെച്ച് ഒസിയയെ കണ്ടപ്പോൾ ഈ ക്ഷണത്തെപ്പറ്റി പറഞ്ഞപ്പോൾ അദ്ദേഹം സമ്മതിച്ചില്ല.

എല്ലി: ഒസിപ്പിന്റെ അനുവാദം നിങ്ങൾക്ക് ആവശ്യമുണ്ടായിരുന്നോ? നിബന്ധനകളില്ലാത്ത സ്വതന്ത്രവിവാഹത്തിലായിരുന്നു നിങ്ങൾ എന്നാണ് ഞാൻ വിചാരിച്ചത്.

ലിലിയ: ഞങ്ങളുടെ വിവാഹം അപ്പോൾ കഴിഞ്ഞിട്ടേ ഉണ്ടായിരുന്നുള്ളൂ. ഒസിയയും ഞാനും കാമവികാരങ്ങളുടെ തടവിലായിരുന്നു. പിന്നീടാണ് നിയന്ത്രണങ്ങളില്ലാത്ത ഒരു സ്വതന്ത്രലൈംഗികതയിലേക്ക് അതിവേഗം പരിണമിച്ചത്.

നോറ: വിജ്ഞാനപ്രദമായ ആ അനുഭവം നിങ്ങൾക്ക് നഷ്ടപ്പെട്ടു. സാർ ചക്രവർത്തിയുടെ തീവ്രമതവിശ്വാസിയായിരുന്ന ഭാര്യ, അലക്സാൻഡ്രയുമായി ലൈംഗികബന്ധത്തിന് റാസ്പുട്ടിൻ തന്റെ സാധാരണയിൽ കവിഞ്ഞ വലിപ്പമുള്ള ലിംഗം ഉപയോഗിച്ചു എന്ന് പൊതുജനസംസാരം ഉണ്ടായിരുന്നു. (എല്ലിയോട്) ഈ ചെറുപ്പക്കാരന് അയാളുമായി എന്തെങ്കിലും ബന്ധം ഉണ്ടാകുമോ?

ലിറ്റ്സ്കി: (ഇംഗ്ലീഷിൽ) റാസ്പുട്ടിനോടോ അതോ അലക്സാൻഡ്രയോടോ?"

എല്ലി: (ഇംഗ്ലീഷിൽ) ആരോടെങ്കിലും?

ലിറ്റ്സ്കി: (ഇംഗ്ലീഷിൽ) ആരോടും ഇല്ല.

നോറ: (എല്ലിയോട്) താനിക്കിന്റെ അഭിപ്രായത്തോടുള്ള എന്റെ യോജിപ്പ് അസ്വസ്ഥയാക്കുന്നുണ്ടെങ്കിലും അഭിപ്രായപ്രകടനം നടത്താതിരിക്കാൻ അയാളെ നിങ്ങൾ നിർബന്ധിക്കണം. അയാൾ ഇവിടെ വന്നത് റെക്കോർഡ് ചെയ്യാൻ മാത്രമാണ്.

എല്ലി: (ലിറ്റ്സ്കിയോട് ഇംഗ്ലീഷിൽ) നമ്മുടെയിടയിലെ അടിസ്ഥാന നിയമങ്ങൾ നിങ്ങൾക്ക് അനുസരിക്കാൻ കഴിയില്ലെങ്കിൽ ഞങ്ങളുടെ സംഭാഷണം റെക്കോർഡ് ചെയ്യാൻ മറ്റൊരാളെ കണ്ടുപിടിക്കേണ്ടിവരും.

ലിറ്റ്സ്കി: (ഇംഗ്ലീഷിൽ) യൂണിവേഴ്സിറ്റിയിൽ ഒരേ ഒരു വയർഡിക്റ്റാഫോൺ ഉള്ളത് എന്റെ കൈവശമാണ്. ഒരുപക്ഷേ, മോസ്കോയിലെ തന്നെ ഒരെണ്ണം അതാകാം. റഷ്യയിലെ ഒരേയൊരെണ്ണം ഇതാണോ എന്ന് അറിയില്ല. നിങ്ങളുടെ സംഭാഷണം റെക്കോർഡ് ചെയ്യണമെങ്കിൽ ഞാൻ മാത്രമേയുള്ളൂ. ആ ദേഷ്യക്കാരിയോട് പറയൂ. ഞാൻ തെറ്റ് സമ്മതിക്കുന്നു. ഒരാളുടെ രഹസ്യം മറ്റൊരാളോട് ഞാൻ പറയില്ല.

നോറ: അയാൾ എന്തു പറഞ്ഞു.?

എല്ലി: ഒരാളുടെ രഹസ്യം മറ്റൊരാളോട് പറയില്ലെന്ന് അയാൾ പ്രതിജ്ഞ ചെയ്യുന്നു.

ലിറ്റ്സ്കി: (ഇംഗ്ലീഷിൽ) ഇടയ്ക്ക് കയറി പറയുന്നത് ക്ഷമിക്കുക. ഞാൻ അഭിപ്രായപ്രകടനം നടത്തുകയല്ല, അറിയിക്കുകയാണ്. ഒരു വയർ ഡിക്ടാഫോണിൽ ഘടിപ്പിക്കേണ്ടതുണ്ട്.

ലിലിയ: ഇപ്പോൾ അയാൾ എന്താണ് പറഞ്ഞത്?

എല്ലി: ആ സ്ഥാനത്ത് വയർ പിടിപ്പിക്കാൻ പോകുന്നു.

നോറ: യഥാർത്ഥ സമയത്തുതന്നെ അക്കാര്യം വേണ്ടിവന്നു. കുറേ നേരമായല്ലോ ഈ സംഭാഷണം. എനിക്ക് ടോയ്ലെറ്റിൽ പോകണം.

മൂന്നാം സെഷൻ

സംഘർഷമുണ്ടാക്കേണ്ടതില്ല
അത്രയും നമ്മൾ തുറന്നുപറഞ്ഞിട്ടില്ല.

എല്ലി: (ലിലിയോട്) നീയും നിന്റെ ഒസിയയും എങ്ങനെ കണ്ടുമുട്ടിയെന്ന് ഞങ്ങളോട് പറഞ്ഞിട്ടില്ല.

ലിലിയ: എന്റെ പ്രിയപ്പെട്ട കൂട്ടുകാരീ, അന്ന് എനിക്ക് പതിമൂന്ന് വയസ്സ്. എന്റെ ജീവിതത്തിലേക്ക് ഒസിയ നാണിച്ച് നാണിച്ച് കടന്നുവരുമ്പോൾ. ആൺകുട്ടികളുടെ ലോകത്തെപ്പറ്റി ഞാൻ അറിയാൻ തുടങ്ങിയിട്ടേയുള്ളൂ. കാഴ്ചയിൽ ഒരു മുതിർന്ന മനുഷ്യനെപ്പോലെയായിരുന്നു ഒസിയ. നീണ്ടു മെലിഞ്ഞ ശരീരമുള്ളവൻ. ആകർഷകമായ വ്യക്തിത്വം. സുന്ദരൻ. മുഖക്കുരു നിറഞ്ഞവൻ. നാണംകുണുങ്ങിയായ പതിനേഴുകാരൻ. തൊപ്പിയും നീല ജിംനേഷ്യം യൂണിഫോമും ധരിച്ചവൻ. കൂമ്പിവരുന്ന മാർവിടങ്ങളുള്ള പെൺകുട്ടികളെ ഭയപ്പെടുന്നവൻ.

പ്രായപൂർത്തിയായപ്പോൾതന്നെ പുരുഷലിംഗത്തിൽ എന്റെ കണ്ണുകൾ പതിക്കാറുണ്ട്. ഒരു താക്കോൽ പഴുതിലൂടെ അച്ഛന്റേത് ഞാൻ കണ്ടു. പിന്നെ കണ്ടത് അപ്പൂപ്പന്റെ ഗ്രാമവസതിക്ക് സമീപത്തെ അരുവിയിൽ നീന്തുന്ന ഗ്രാമീണ ബാലന്മാരുടെ നഗ്നതയാണ്. ആർക്കിടെക്ച്ചറൽ ഇൻസ്റ്റിറ്റ്യൂട്ട് ലൈബ്രറിയിൽ രഹസ്യമായി പെൺകുട്ടികൾ നോക്കുന്ന ആർട്ട് ബുക്കിലെ ദാവീദിന്റെ വലിയ പ്രതിമയുടെ ചിത്രം എന്നെ ആകർഷിച്ചു. എന്റെ അമ്മ പക്ഷികളേയും തേനീച്ചകളേയുംപറ്റി പഠിപ്പിച്ചു. എന്നാൽ ആനയുടെ തുമ്പിക്കൈപോലെ ഒരു വശത്തുനിന്നും മറ്റൊരു വശത്തേക്ക് ആടുന്ന, വലിയൊരുടലിന്റെ ദുർബ്ബലവും വളയുകയും ചെയ്യുന്ന അപ്രധാനമായ അവയവങ്ങളിൽ ഒന്നിന് എങ്ങനെ യോനിയിലേക്ക് തുളഞ്ഞുകയറാനും ബീജനിക്ഷേപം ചെയ്ത് ഒരു സ്ത്രീയെ ഗർഭിണിയാക്കാനും കഴിയുമെന്ന് മനസ്സിലായില്ല. ലിംഗോദ്ധാരണം എന്താണെന്ന് എന്നെ പരിചയപ്പെടുത്തിയത് ഒസിപ്പായിരുന്നു. ആദ്യത്തെ കൂടിക്കാഴ്ചയ്ക്കുശേഷം ഞങ്ങൾ വീണ്ടും വീണ്ടും കണ്ടുമുട്ടി.

താത്യാന: സ്മരണകൾ എല്ലായ്പ്പോഴും ഉറങ്ങുന്ന വികാരങ്ങളെ വിളിച്ചുണർത്തും. ലിലിയ, തുടരൂ. പിന്നെ എന്തുണ്ടായി?

ലിലിയ: അദ്ദേഹത്തെക്കൊണ്ട് പുഷ്കിനേയോ ദസ്തയെവ്സ്കിയേയോ ലെർമെൻടോവിനേയോ അല്ലെങ്കിൽ ടർജനെവിനേയോപറ്റി സംസാരിക്കാൻ നിങ്ങൾക്ക് സാധ്യമായാൽ, അല്ലെങ്കിൽ തന്റെ ബൈബിൾ എന്ന് അദ്ദേഹം പരാമർശിക്കുന്ന നോവൽ, എൻ.ജി. ചെർണിഷേവ്സ്കിയുടെ "എന്താണ് ചെയ്യേണ്ടത്" അതിനെക്കുറിച്ചൊക്കെ സംസാരിച്ചിരിക്കുമ്പോൾ, കൗമാരവൈകൃതങ്ങൾക്ക് ഒരർത്ഥവുമില്ലാതാകും. ഒരു പുതിയ ലോകം കടന്നുവരും. അദ്ദേഹത്തിന്റെ തവളയുടേതുപോലെ പതിഞ്ഞ കൗമാരശബ്ദം മുതിർന്നയാളുടെ സ്വരപാരുഷ്യത്തിലേക്ക് നീങ്ങുന്ന വർഷം ചെർണിഷേവ്സ്കിയുടെ പുസ്തകം അദ്ദേഹം എന്നെ ഉറക്കെ വായിച്ചുകേൾപ്പിച്ചു. എന്റെ മാറിടം വലുതാകാനും പ്രേമം പൂവിടാനും അഞ്ചുവർഷം എടുത്തു.

പെട്രോവെറിംഗ്സ്കി റോഡിലെ വീട്ടിൽ അച്ഛനമ്മമാരോടും സഹോദരിയോടും കൂടി ഞാൻ താമസിക്കുകയായിരുന്നു. ഞാൻ മോസ്കോ ആർക്കിടെക്ച്ചറൽ ഇൻസ്റ്റിറ്റ്യൂട്ടിൽ ശില്പകലാപഠനവും ഒസിയ മോസ്കോ സ്റ്റേറ്റ് സർവ്വകലാശാലയിൽ നിയമപഠനവും. സംഗീതമേളകളിലും കവിതാപാരായണങ്ങളിലും സർവ്വകലാശാലയുടെ മെഡിക്കൽ ആംഫി തിയ്യേറ്ററിലെ ശവം കീറിമുറിച്ച് പഠിക്കുന്ന സ്ഥലത്തുപോലും ഞങ്ങൾ ഒരുമിച്ചു. വായിച്ച ഏറ്റവും പുതിയ പുസ്തകങ്ങളെപ്പറ്റി ചർച്ച ചെയ്തു. അച്ഛന്റെ വൈൻഡ് ചെയ്തു പ്രവർത്തിക്കുന്ന ഫോണോഗ്രാഫ് മെഷീനിൽ എൻറിക്കോ കറുസോയുടെ അനുരാഗഗീതങ്ങൾ മിക്കപ്പോഴും ഞങ്ങൾ കേട്ടു. അച്ഛന്റെ വിലപിടിപ്പുള്ള അനേകം സൂചികൾക്ക് തേയ്മാനം വരുത്തി. ഞങ്ങൾ രണ്ടുപേരും ചെറുതോണിയിൽ മോസ്കോ നദിയിലൂടെ തുഴയുന്ന തവിട്ടു നിറത്തിലുള്ള ഒരു ഫോട്ടോ ഇപ്പോഴും എന്റെ കൈവശം ഉണ്ട്. "1911 വേനൽകാലം". അതിൽ മാസവും തിയതിയും രേഖപ്പെടുത്തിയിട്ടുണ്ട്. പാലത്തിനടിയിലൂടെ ഞങ്ങൾ കടന്നുപോകുമ്പോൾ അതിന്മേൽനിന്ന് എടുത്തതാണ്. ക്യാമറകൊണ്ട് എടുത്ത ഈ ഫോട്ടോ മയക്കോവ്സ്കിക്ക് പ്രത്യേകം ഇഷ്ടമായിരുന്നു.

നേർത്ത വെള്ളനിറത്തിലുള്ള കണങ്കാൽവരെ നീണ്ടതും കുപ്പായക്കൈയുമുള്ള വസ്ത്രമായിരുന്നു എന്റേത്. പ്രത്യക്ഷത്തിൽ തന്നെ മാറിടം മൂടുന്നതിനേക്കാൾ തുറന്നുകാണിക്കാൻ പറ്റിയ വിധത്തിലായിരുന്നു എന്റെ ബോഡീസ് എന്ന് തോന്നും. ഒരു നാവികന്റെ വരയുള്ള ജേഴ്സിയും മുട്ടിന് മുകളിൽ അയഞ്ഞതും കീഴേ ഇറുങ്ങിയതുമായ പരുക്കൻ തുണി കാലുറയുമാണ് ഒസിയയുടെ വേഷം. ചെറിയ ഇടുങ്ങിയ കാന ഒരു വശത്തേക്ക് ചരിയുകയും ഓടകളിലെ മാലിന്യം നിറഞ്ഞ നദിയിലേക്ക് ഞങ്ങൾ തെറിച്ചുവീഴുമോ എന്ന് ഭയപ്പെടുകയും ചെയ്തു.

അതിനുശേഷം ഒന്നോ രണ്ടോ ആഴ്ചകൾ കഴിഞ്ഞിരിക്കണം. മോസ്കോ ആർട്ട്സ്തിയ്യേറ്റർ കഫേയിൽ ഒരു ദിവസം ഉച്ചകഴിഞ്ഞ് കോഫി കുടിച്ചു കൊണ്ടിരിക്കുമ്പോൾ അപ്രതീക്ഷിതമായി അദ്ദേഹം എന്നോട് പറഞ്ഞു.

"വിപ്ലവത്തിന് അനുകൂലമായി പ്രചാരണം നടത്തിയതിന് സ്കൂളിൽ നിന്നും പുറത്താക്കി. നമ്മൾ ഒരുമിച്ച് ഒരു പുതിയ ജീവിതം തുടങ്ങും. രണ്ടുപേരും ഒരേ ഫ്ളാറ്റിൽ."

ഞങ്ങളുടെ സ്നേഹബന്ധം പൂർണ്ണതയിലെത്തിക്കുക എന്നതായി രുന്നു അദ്ദേഹത്തിന്റെ യഥാർത്ഥ ആവശ്യം. ഞാൻ അപ്പോഴും കന്യക യായിരുന്നു. ഞാൻ ചിന്തിച്ചു. എപ്പോൾ മരിക്കും എന്ന് അറിയില്ല. അത് ഇന്ന് അല്ലെങ്കിൽ നാളെ. തന്നെയുമല്ല, ഒരു കന്യകയായി മരിക്കാൻ നിശ്ചയമായും ഞാൻ ആഗ്രഹിക്കുന്നില്ല. അത് തുറന്ന് പറഞ്ഞത് ഞാനാ യിരുന്നു. ലൈംഗികബന്ധം വേണം എന്ന് ആവശ്യപ്പെട്ടതും ഞാൻ തന്നെ.

ആശങ്കയൊന്നുമില്ലാതെ ശാന്തഭാവത്തിൽ ഒസിയ പറഞ്ഞു.

"എന്തുകൊണ്ട് ആയിക്കൂടാ?" ഞാൻ ചോദിച്ചു:

"സമ്മതം എന്നാണോ?" വിഡ്ഢിത്തമോ തെറ്റോ പറഞ്ഞുപോയ തുപോലെ ലജ്ജിച്ച് ഞാൻ അങ്ങനെ തന്നെയെന്ന് പറഞ്ഞു. ആ രാത്രി ഒരു സുഹൃത്തിന്റെ ഒറ്റമുറി അപ്പാർട്ടുമെന്റിൽ ഞങ്ങൾ ഒരുമിച്ചുറങ്ങി. ഒരിക്കൽപോലും ഒരു പെണ്ണിന്റെ മുമ്പിൽ വിവസ്ത്രനായിട്ടില്ലാത്ത അദ്ദേഹം ലൈറ്റിടാൻ തീരെ സമ്മതിച്ചില്ല. ആദ്യമായിട്ടാണെങ്കിലും ഞങ്ങളുടെ കൈമാറ്റം വിസ്മയകരമായ അനുഭവമായിരുന്നു. സംഭോ ഗത്തെ പറ്റി അദ്ദേഹം വായിച്ചിട്ടുണ്ടാകണം. എങ്ങനെ പ്രവർത്തിക്കണ മെന്ന് അദ്ദേഹത്തിന് അറിവുള്ളതുപോലെ തോന്നി. എന്നെ സംബന്ധി ച്ചിടത്തോളം 'ആനയുടെ അയഞ്ഞ ദൃഢമായ തുമ്പിക്കൈ'യുടെ നിഗൂഢ പ്രശ്നവും പരിഹരിച്ചു.

അടുത്ത പ്രഭാതത്തിൽ ബ്രേക്ക്ഫാസ്റ്റ് കഴിക്കുമ്പോൾ ചവയ്ക്കൽ അദ്ദേഹം പെട്ടെന്ന് നിർത്തി. സ്വന്തം ഷൂസിൽ സൂക്ഷിച്ചു നോക്കി, ഒരു തീരുമാനം മനസ്സിലുറപ്പിച്ചു. എന്നാൽ എങ്ങനെ പറയണം എന്നറിയാതെ വിഷമിച്ചു. എന്നോട് അദ്ദേഹത്തെ വിവാഹം ചെയ്യാൻ ആവശ്യപ്പെട്ടു. തീരുമാനിച്ചതാണെങ്കിലും അറിയാതെ പറഞ്ഞുപോയ ആ വിവാഹാ ഭ്യർത്ഥന എന്നെപ്പോലെ അദ്ദേഹത്തേയും ഞെട്ടിപ്പിച്ചു.

"എന്തുകൊണ്ട് ആയിക്കൂടാ." അദ്ദേഹത്തിന്റെ വാക്കുകൾ കട മെടുത്ത് ഞാൻ ആവർത്തിച്ചു.

എന്റെ മറുപടി അദ്ദേഹത്തെ സ്തബ്ധനാക്കി. എന്റെ "എന്തുകൊണ്ട് ആയിക്കൂടാ" എന്നതിന്റെ അർത്ഥവും 'സമ്മതം' തന്നെ എന്ന് മനസ്സിലാ ക്കാൻ ആ പ്രഭാതത്തിന്റെ പകുതിസമയം വേണ്ടിവന്നു. 1912 ഫെബ്രുവരി

26-ാം തീയതി സ്വകാര്യ ചടങ്ങിൽ വെച്ച് ഞങ്ങൾ വിവാഹിതരായി. ഒരു വിവാഹ സമ്മാനം പോലെ മോസ്കോയുടെ ഹൃദയഭാഗത്ത് ഞങ്ങൾക്കു വേണ്ടി ഒരു പുതിയ ഫ്ളാറ്റ് എന്റെ മാതാപിതാക്കൾ പൂർണ്ണമനസ്സോടെ ഏർപ്പാട് ചെയ്തു. വിവാഹദിവസം രാത്രി എന്റെ അമ്മ ഞാൻ അപ്പോഴും കന്യകയാണെന്ന വിശ്വാസത്തിൽ കട്ടിലിന് സമീപം മേശമേൽ പാരമ്പര്യരീതി അനുസരിച്ച് മധുരപലഹാരങ്ങളും പഴങ്ങളും ഒരുക്കി വെച്ചു. എന്റെ അമ്മയേക്കാൾ പ്രായോഗികബുദ്ധി കൂടുതലുള്ള ഒസിയ ഒരു ബോട്ടിൽ പോളീഷ്ഷാംപെയിൻ ആരോടോ ചോദിച്ചുവാങ്ങി യിരുന്നു.

താത്യാന: എന്തൊരു ഹൃദ്യമായ ആരംഭം ലിലിയ!

ലിലിയ: അതെ. ഹൃദ്യമായിരുന്നു. ഒസിയയും ഞാനും തമ്മിലുള്ള ബന്ധം അപൂർവ്വവുമായിരുന്നു. ഒന്നാം ദിവസം മുതൽ അദ്ദേഹം കൂട പ്പിറപ്പിനെപ്പോലെ ആയിരുന്നെങ്കിലും ഒരു ഭർത്താവിന്റെയത്രയും ഉയർന്നില്ല. ഞാൻ സൂചിപ്പിക്കുന്നതെന്തെന്ന് നിങ്ങൾക്ക് മനസ്സിലായല്ലോ. ഞങ്ങൾ കമിതാക്കളാകുന്നതിനും വളരെമുമ്പ് സുഹൃത്തുക്കളായിരുന്നു. ഞങ്ങൾ കമിതാക്കളല്ലാതായപ്പോൾ സുഹൃത്തുക്കളായി.

എല്ലി: നിങ്ങളുടെ കാര്യമോ നോറ? നിങ്ങൾ മയക്കോവ്സ്കിയെ എങ്ങനെ കണ്ടുമുട്ടിയെന്ന് പറഞ്ഞിട്ടില്ലല്ലോ.

നോറ: പറയാൻ കഴിയുന്നതിനേക്കാൾ ദുഷ്കരമായതാണ് യാഥാർത്ഥ്യം. ഒരു റോമൻ ശ്മശാനഭൂമിയിൽനിന്നുള്ള തലയോട്ടിലെ മണ്ണും പൊടിയും സൂക്ഷ്മതയോടെ തുടച്ചുനീക്കുന്ന ഒരു പുരാവസ്തു ഗവേഷണം പോലെ യാണ് ഭൂതകാലം ഖനനം ചെയ്യുന്ന ഏർപ്പാട്.

എല്ലി: കവി ഒരിക്കൽ എന്നോട് പറഞ്ഞിട്ടുണ്ട്. ഭൂതകാലം വർത്തമാന കാലത്തെ സമ്പുഷ്ടമാക്കുന്നു എന്ന്. രാത്രിയിൽ നമ്മുടെ കണ്ണുകളിൽ വീഴുന്ന വെളിച്ചം ലക്ഷക്കണക്കിന് വർഷങ്ങൾക്കു മുമ്പ് ജഡമായി തീർന്ന ഒരു നക്ഷത്രത്തിൽ നിന്നും വരുന്നതായിരിക്കുമെന്ന്.

നോറ: ശരിതന്നെ. മയക്കോവ്സ്കി ഭാവന ചെയ്ത ഭൂതകാലം എന്റെ വർത്തമാനകാലത്തെ സമ്പുഷ്ടമാക്കുന്നു. തിരിഞ്ഞു നോക്കുമ്പോൾ വലിയ സംഘർഷത്തോടെ ആയിരുന്നില്ലെന്ന് മാത്രം. അർബാത്ത് ജില്ല യിൽ വ്രാഷെക്കിലെ മെയർഹോൾഡിന്റെ ഒരു നാടകത്തിനുശേഷം നടത്തിയ പാർട്ടിയിൽ വെച്ച് അദ്ദേഹം കൗശലപൂർവ്വം എന്നെ വശ ത്താക്കി. ഡോക്ടർ ചെക്കോവിന്റെ "കടൽക്കാക്ക" മഞ്ഞുകാല പുനഃ സൃഷ്ടിയായി സെവ്ലോഡ് സംവിധാനം ചെയ്തു. നിക്കോളാ യേവ്നയുടെ വേഷം ഞാൻ അഭിനയിച്ചു. അനേകം വേദികളിൽ നാടകം അവതരിപ്പിക്കപ്പെട്ടു. വാരികകളിലെ നിരൂപണങ്ങളിൽ ഞാൻ പ്രത്യേകം

പ്രശംസിക്കപ്പെട്ടു എന്ന് ഇതോടൊപ്പം പറയട്ടെ. അവസാന നാടകാവത രണത്തിന്റെ തിരശ്ശീല താഴ്ന്ന ആ രാത്രിയിൽ അഭിനേതാക്കളും സംഘാംഗങ്ങളും അതിന്റെ സമാപനം ആഘോഷിക്കാൻ ഒത്തുകൂടിയ സന്ദർഭം. അവിടെയാണ് കവി പ്രത്യക്ഷപ്പെട്ടത്.

മീൻ സൂപ്പ് നിറച്ച വലിയൊരു ചീനപാത്രം. ഐസ്പെട്ടിയിൽ നിന്നും അപ്പോൾ മാത്രം പുറത്തെടുത്ത വോഡ്ക. അമേരിക്കൻ നീഗ്രോ സംഗീതം ജാസ് മിസ്റ്റർ വിക്ടറിന്റെ ഗ്രാമഫോണിൽ മുഴങ്ങുന്നു. സ്വെവ്ലോഡിന്റെ നീണ്ട ഓക്ക്മേശമേൽ സർവ്വതും നിരത്തിയിട്ടുണ്ട്. അഭിനേതാക്കളിൽ രണ്ടുപേർ അമേരിക്കൻ ഐക്യനാടുകളിലെ ചാൾസ്റ്റൺ സംസ്ഥാനത്തിന്റെ പേരിട്ട ഒരുതരം നൃത്തം ചെയ്തു. ഒരു കൊഡാക്ക് ക്യാമറ കൊണ്ട് രംഗസജ്ജീകരണത്തിന്റെ ജോലിക്കാരൻ പടങ്ങൾ എടുത്തു.

മറ്റൊരു മുറിയിൽ പാസ്റ്റർനാക്കിന്റെ ഹാംലെറ്റ് പരിഭാഷയുടെ ടൈപ്പ് ചെയ്ത കോപ്പിയിൽ നിന്നും ചില ഭാഗങ്ങൾ ഒരു നടൻ ചൊല്ലി. മോസ്കോ നാടകസംഘങ്ങൾ ആ പരിഭാഷ പരസ്പരം കൈമാറി ക്കൊണ്ടിരുന്നു. ബ്ലാക്ക്ഫോറസ്റ്റിലെ ഒരു ജർമൻ സ്പായിൽ ക്ഷയരോഗം പിടിച്ച് ഡോക്ടർ ചെക്കോവ് മരിക്കുന്നതിനു മുമ്പ് അദ്ദേഹത്തിന്റെ സഹോദരിക്ക് എഴുതിയ കത്ത് ഉച്ചത്തിൽ വായിക്കാൻ, ഒരു പ്രത്യേക സന്ദർഭത്തിൽ സ്വെവ്ലോഡ് എന്നോട് ആവശ്യപ്പെട്ടു. ഷോർട്ട് സൈറ്റ് ഉള്ളതിനാൽ ആ ആവശ്യത്തിനു വേണ്ടി കണ്ണടവെച്ച് അനേകം ഖണ്ഡികകൾ ഞാൻ വായിച്ചു. ഒരു കലാകാരന്റെ ഛായാചിത്രം എന്ന നോവലിൽ ഐറിഷ് കഥാകാരൻ ജെയിംസ് ജോയ്സ് സ്വീകരിച്ച ബോധധാരാസങ്കേതം ഇതിൽ ഉപയോഗിച്ചിട്ടുണ്ട്. ഡോക്ടർ ചെക്കോ വിന്റെ വളരെ പ്രസിദ്ധമായ വാക്യത്തോടെയാണ് എഴുത്ത് അവസാനി ക്കുന്നത്.

“എന്റെ നിയമവിധേയമായ ഭാര്യയാണ് എന്റെ മരുന്ന്. എന്റെ വെപ്പാട്ടി യാണ് സാഹിത്യം.”

അർദ്ധരാത്രിയോടടുത്തപ്പോൾ വീട്ടിൽ പോകുന്നതിനെപ്പറ്റി അലസ മായി ഞാൻ ചിന്തിക്കുകയായിരുന്നു. കണ്ണട എവിടെയോ വെച്ച് മറന്ന കാര്യം പെട്ടെന്ന് ഓർമ്മ വന്നു. അത് ഉപേക്ഷിച്ച് പോകുന്ന കാര്യം ചിന്തിക്കാനാവില്ല. കണ്ണടയില്ലാതെ വീടിന്റെ മുൻവാതിൽ തുറക്കാൻ എനിക്ക് സാധിക്കില്ല. മാത്രമല്ല ഈ രാത്രി ഒരു കട്ടിലിൽ ഉറങ്ങണ മെങ്കിൽ ഭർത്താവിനെ ഉണർത്തേണ്ടിവരും. ഞാൻ അല്പം മദ്യപിച്ചിട്ടു ണ്ടല്ലോ.

ലിലിയ: അല്പമോ? അർദ്ധരാത്രിയിലോ? ഒരു നാടകാവതരണ പാർട്ടിക്ക് ശേഷമോ?

നോറ: നല്ലവണ്ണം മദ്യപിച്ചിരുന്നു. ഞാൻ ഉറക്കെ വിളിച്ചു പറഞ്ഞു. "എന്റെ കണ്ണട കണ്ടുപിടിക്കുന്നയാൾക്ക് വികാരസാന്ദ്രമായ ഒരു രാത്രി ഞാൻ വാഗ്ദാനം ചെയ്യുന്നു." സത്യമായും ഒരു തമാശ പറയുകയായിരുന്നു ഞാൻ. എന്നാൽ അവിടെ ഉണ്ടായിരുന്നവർ ഞാൻ പറഞ്ഞത് ആഘോഷത്തോടെ ഏറ്റെടുത്തു. ഉത്സാഹത്തിമിർപ്പോടെ ഉറക്കെ ചിരിച്ച് ഉന്മത്തരായി സെവ്ലോഡിന്റെ ഫ്ളാറ്റ് മുഴുവൻ കണ്ണട തെരയാൻ തുടങ്ങി. ഫ്ളാറ്റിലെ കാർപ്പെറ്റുകൾ ചുരുട്ടി. സെറ്റികളിൽ നിന്നും കുഷനുകൾ വലിച്ചു പൊക്കി. അനേകം ഉച്ഛിഷ്ടവസ്തുക്കൾ ഇടുന്ന കൂടകൾ, വലിപ്പുകൾ വലിച്ച് തുറന്ന് അവയ്ക്കുള്ളിലെ സാധനങ്ങൾ എല്ലാം ഓക്കുമേശമേൽ വിതറി. ഫ്ളാറ്റിലെ സ്ത്രീകളുടെ പാവാട പോക്കറ്റുകളിലെ സാധനങ്ങൾ വളരെ അശ്രദ്ധമായി പുറത്തെടുത്തു. ആ അന്വേഷണം എല്ലാവരേയും ചിരിപ്പിച്ചു. കൂടുതൽ ലഹരിയിലായവരിൽ ഒരാൾ അയാളുടെ സ്നേഹിതരുടെ ശരീരം മുഴുവൻ തപ്പിനോക്കാൻ തുടങ്ങിയപ്പോൾ മറ്റുള്ളവർ കുലുങ്ങിക്കുലുങ്ങി ചിരിച്ചു. നല്ലവണ്ണം ബ്ലീച്ചു ചെയ്ത ഒരു സ്വർണ്ണമുടിക്കാരിയോടൊപ്പം മയക്കോവ്സ്കി വൈകുന്നേരംതന്നെ എത്തിയിരുന്നു. അവൾ ഒരു ചെറിയ കാബറെ സംഘത്തിലെ പാട്ടുകാരിയായിരുന്നു. മറ്റുള്ളവരുടെ ശ്രദ്ധയിൽ പെട്ട് പ്രശംസിക്കപ്പെടാൻ പ്രസിദ്ധനായ നമ്മുടെ കവിയുടെ കൈയിൽ തൂങ്ങിയാണ് അവൾ വന്നത്.

ടൈൽ വിരിച്ച സ്റ്റൗവ്വിന് മുകളിലും ജാലകങ്ങളുടെ താഴെയുള്ള അലമാരകളിലും മേശകൾക്ക് കീഴിലും വെപ്രാളത്തോടെ പലരും കണ്ണട അന്വേഷിച്ചുകൊണ്ടിരിക്കെ എന്താണ് സംഭവിക്കുന്നത് എന്നറിയാതെ മയക്കോവ്സ്കി തന്റെ കൂട്ടുകാരിയെയും ചുറ്റും നൃത്തം ചെയ്യുന്ന ജോടികളേയും വിട്ട് എന്റെ സമീപത്തേക്ക് വന്നു.

"മയക്കോവ്സ്കി വ്ളാഡിമിർ വ്ളാഡിമിറോവിച്ച്?" അദ്ദേഹം പരിചയപ്പെടുത്തി.

"ഞാൻ പൊളോൺസ്കായ, തിയേറ്ററിലെ സഖാക്കൾക്ക്. സുഹൃത്തുക്കൾക്ക് ഞാൻ, നോറ..."

യാതൊരു ബഹുമാനവും കാണിക്കാതെ ഞാൻ പ്രതികരിച്ചു.

ഒട്ടും താമസിക്കാതെ അദ്ദേഹം മറുപടി നൽകിയതായി ഞാൻ ഓർക്കുന്നു.

"ഞാൻ ആരുടെ കൂട്ടത്തിലാണ് ചേരേണ്ടത്? തിയേറ്ററിലെ സഖാക്കളുടെ കൂടെയോ, അതോ നോറയുടെ ചങ്ങാതിമാരുടെ കൂടെയോ?" എന്റെ കണ്ണുകളിലേക്ക് അദ്ദേഹത്തിന്റെ കണ്ണുകൾ ഉയർത്തി നോക്കുന്നതിനു മുമ്പ് ഇറക്കം കൂട്ടി തയ്ച്ച ബ്ലൗസിലേക്ക് സൂക്ഷ്മാംശങ്ങൾ വരെ കാണാൻ സാധ്യമാകുന്നത്ര അടുത്തേക്ക് അദ്ദേഹത്തിന്റെ തല ചരിച്ചു.

"നിങ്ങൾ എന്തോ ഒന്ന് തിരയുകയാണെന്ന് തോന്നുന്നു." എന്റെ അനുവാദത്തിന് വേണ്ടി ചോദിച്ച് ശല്യപ്പെടുത്താതെ സുപരിചിതമായ ചില പ്രയോഗങ്ങൾകൊണ്ട് എന്നെ ഹൃദയത്തിലേക്ക് അടുപ്പിക്കുകയായിരുന്നു കവി.

"എന്റെ കണ്ണട ഞാൻ എവിടേയോ മറന്നുവെച്ചിട്ടുള്ളതായി തോന്നുന്നു." കുറെക്കൂടി ഔപചാരികത കലർന്ന മറുപടിയായിരുന്നു എന്റേത്.

എന്തോ കള്ളനാട്യത്തോടെ ചിരിച്ച് കോട്ടിന്റെ മുന്നിലെ പോക്കറ്റിലേക്ക് കൈകടത്തുന്നത് ഞാൻ കണ്ടു. തൊപ്പിയിൽനിന്നും ഒരു മുയലിനെ സൃഷ്ടിക്കുന്ന മാന്ത്രികന്റെ ഊർജ്ജസ്വലതയോടെ കണ്ണട പുറത്തെടുത്തു.

"നിങ്ങൾ അത് താഴെ വച്ചപ്പോൾ ഞാൻ കട്ടെടുത്തു." ഒരു നിമിഷം പോലും വൈകാതെ അദ്ദേഹം അത് സമ്മതിച്ചു.

"നിങ്ങളുമായി പരിചയപ്പെടാൻ അത് ഉപയോഗിക്കണമെന്ന ഒറ്റ ലക്ഷ്യമേ എനിക്കുണ്ടായിരുന്നുള്ളൂ. പക്ഷേ. ഇപ്പോൾ ആകെ മാറിപ്പോയി, പ്രശസ്തനടി പൊളോൺസ്കായോടൊപ്പം വികാരസാന്ദ്രമായ ഒരു രാത്രി ഭ്രാന്തമായ എന്റെ സങ്കല്പങ്ങൾക്കും അപ്പുറത്താണ്. അത് ഞാൻ സമ്മതിക്കുന്നു. എന്റെ പ്രതിഫലം ഞാൻ ആവശ്യപ്പെടുന്നു."

ക്ഷോഭത്തോടെ, സംഭ്രമത്തോടെ, ഇടർച്ചയോടെ പെട്ടെന്ന് ഞാൻ പറഞ്ഞു. "നിങ്ങൾ മനസ്സിലാക്കൂ. ഞാൻ ഒരു നേരമ്പോക്ക് പറയുകയായിരുന്നു."

അത്യന്തം കാമോദ്ദീപകമായ അദ്ദേഹത്തിന്റെ പുഞ്ചിരിയുടെ സമർപ്പണം ഞാൻ ഓർക്കുന്നു. സംഘർഷത്തിന് അയവുവരുത്താൻ കഴിയാത്ത അവസ്ഥയിൽ സ്ത്രീകളെ പെട്ടെന്ന് വീഴ്ത്താനും തീവ്രമായ സ്നേഹത്തിലേക്ക് നയിക്കാനും കഴിയുന്ന വിധത്തിലുള്ള പുഞ്ചിരി.

"നിങ്ങൾ പ്രതിഫലം പ്രഖ്യാപിച്ചപ്പോൾ കേവലം ഒരു ഫലിതം പറയുകയാണെന്ന് നാടകസഖാക്കൾ കരുതുമെന്ന് നിങ്ങൾ ആഗ്രഹിച്ചിട്ടുണ്ടാകും." അദ്ദേഹം പറഞ്ഞു. "പക്ഷേ അത് സമ്മതിക്കൂ പ്രിയപ്പെട്ട നോറോവ്ക്കാ, നിങ്ങൾക്ക് നന്നായറിയാം. നിങ്ങൾ എന്താണോ വാഗ്ദാനം ചെയ്തത് അത് ഞാൻ സ്വീകരിക്കുന്നു. മയക്കോവ്സ്കിയുമൊത്തുള്ള വികാരസാന്ദ്രമായ ഒരു രാത്രിയിൽ സംഭവിക്കാൻ സാധ്യതയില്ലാത്തത് സംഭവിക്കും. നിങ്ങളുടെ ആഗ്രഹം നിങ്ങളെ തടയുന്ന ചങ്ങലകളെ തകർക്കും. അത് ഇന്നലെത്തേതുപോലെ തോന്നിപ്പിക്കും. ഇന്നലെയാകട്ടെ അസാധാരണമാംവിധം ഇന്നത്തേതുപോലെ തോന്നും. നാളെ

ഇന്നത്തേതിൽനിന്നും തിരിച്ചറിയാൻ കഴിയാത്തവിധമാകും." ആ രംഗത്തിന്റെ അന്ത്യത്തിനുവേണ്ടി അദ്ദേഹത്തിന്റെ പുഞ്ചിരി വീണ്ടും തെളിഞ്ഞു.

"ഞാൻ തെറ്റാണെങ്കിൽ അത് തിരുത്താനുള്ള സ്വാതന്ത്ര്യവും ഉണ്ട്." അദ്ദേഹം വെല്ലുവിളിച്ചു.

"തെറ്റാണ്." ഞാൻ എന്റെ നിലപാടിൽ ഉറച്ചു നിന്നു. എന്റെ നിശ്ചയ ദാർഢ്യം പ്രകടിപ്പിക്കാൻ കഴിയാവുന്നത്ര ഉച്ചത്തിൽ പറഞ്ഞു. "നിങ്ങൾ പരിപൂർണമായും തെറ്റാണ്..."

"അതിന് ഒരു പ്രാധാന്യവുമില്ല." അദ്ദേഹം അതേവിധം തിരിച്ചടിച്ചു. "നമുക്ക് പുറപ്പെടാം." എന്റെ കണ്ണട ഉയർത്തിപ്പിടിച്ച് സായാഹ്ന സാഹിത്യസദസ്സുകളിൽ അദ്ദേഹത്തിന്റെ ഭാവഗീതങ്ങൾ ചൊല്ലുമ്പോൾ ഉപയോഗിക്കുന്ന വന്യമായ ശബ്ദത്തിൽ ആർത്തുവിളിച്ചു.

"ഞാൻ, വ്ളാഡിമിർ വ്ളാഡിമിറോവിച്ച് മയക്കോവ്സ്കി, ഭ്രാന്തമായ മനസ്സോടും മോഹങ്ങൾ നീറിപ്പുകയുന്ന ശരീരത്തോടും കൂടി നിങ്ങൾ പരസ്യമായി വാഗ്ദാനം ചെയ്ത വികാരസാന്ദ്രമായ രാത്രി നിയമാനു സൃതം ഇതിനാൽ അവകാശപ്പെടുന്നു."

പ്രധാന മുറിയിലെ അഭിനേതാക്കൾ സ്തുതികീർത്തനം ചൊല്ലാൻ തുടങ്ങി. "വാക്ക് - പാലിക്കൂ - നോ-റ, വാക്ക് - പാലിക്കൂ - നോ-റ, വാക്ക് - പാലിക്കൂ - നോ-റ."

എല്ലി: എന്നിട്ട് നിങ്ങൾ അത് ചെയ്തോ? വാക്ക് പാലിച്ചോ?

താത്യാന: അവൾ അത് ചെയ്തില്ല. അങ്ങനെ പറഞ്ഞത് തമാശയായി രുന്നു എന്ന് ആർക്കും മനസ്സിലാകും.

ലിലിയ: തീർച്ചയായും അവൾ അത് ചെയ്തു. ആ സന്ദർഭത്തിലായിരി ക്കണം ബോധപൂർവ്വം അവൾ അടിവസ്ത്രം ഒഴിവാക്കിയിരിക്കുന്നത് കവി കണ്ടുപിടിച്ചത്. അത് സിൽക്കോ കോട്ടണോ ആയാലും.

നോറ: ബ്രിക് ദമ്പതികളോടൊപ്പം ഒരേ കൂരയ്ക്കു കീഴെ താമസിക്കാ തിരുന്നപ്പോൾ മയക്കോവ്സ്കി മാറി താമസിച്ച സ്റ്റുഡിയോയിലേക്കാണ് മഞ്ഞ് പെയ്യുന്ന രാത്രിയിൽ എന്നെ കൊണ്ടുപോയത്. പ്രേമനൗക എന്ന് പേരിട്ട ആ ഒറ്റമുറി ഫ്ളാറ്റ്. ലൂബിയാങ്ക തടവറയിൽ നിന്നും അകലെ യല്ലാത്ത ലൂബിയാൻസ്കി പാസ്സേജിൽ അഞ്ചു നിലകളുള്ള കെട്ടിടത്തിൽ നാലാമത്തെ ഫ്ളോറിൽ ആയിരുന്നു. എന്റെ കണ്ണുകൾ അടച്ചാൽ അതിന്റെ ജീർണ്ണതയും വായുസഞ്ചാരമില്ലാതെ പൂപ്പലിന്റെ ദുർഗന്ധവും എനിക്ക് ഇപ്പോഴും അനുഭവപ്പെടുന്നു. ഒട്ടും വിലപിടിപ്പില്ലാത്ത അത്യാ വശ്യത്തിനു മാത്രമുള്ള ഫർണിച്ചർ. രണ്ടോ മൂന്നോ പേർക്ക് ഇരിപ്പിട മായി ഉപയോഗിക്കുന്ന മരക്കട്ടിൽ. ലെനിന്റെ ഫ്രെയിം ചെയ്ത ഫോട്ടോ

വെച്ച ഒരു വട്ടമേശ, കോഫി ടേബിൾ ആയി ഉപയോഗിക്കുന്ന സ്റ്റൂളിൽ പഴയ ഒരു ടെലിഫോൺ. രണ്ടുപേർക്ക് ഒരേ സമയം അകത്തു കടക്കണമെങ്കിൽ ചെരിഞ്ഞേ പറ്റൂ. നേരെ കടന്നാൽ തമ്മിൽ ഉരസുന്നത്ര ഇടുങ്ങിയത്. പൊട്ടിയ പാത്രങ്ങളും ഗ്ലാസുകളും മത്സ്യങ്ങളും ടിന്നുകളും വീഞ്ഞ് കുപ്പികളും മേൽമൂടിയില്ലാത്ത ടോയ്‌ലറ്റോടുകൂടിയ കുളിമുറിയും തൊട്ടടുത്ത് പൽപൊടി ഉണങ്ങി പറ്റിപ്പിടിച്ച് പുകയിലക്കറപിടിച്ച ഓവൽ ആകൃതിയിലുള്ള സിങ്ക്.

സത്യത്തിൽ മയക്കോവ്സ്കിയുടെ പ്രേമനൗക ഒരു പുരുഷ സങ്കേതം ആയിരുന്നു. മൂത്രത്തിന്റെ രൂക്ഷഗന്ധമുള്ള വീതികൂടിയ ഇരുമ്പുകോണി കയറിച്ചെല്ലുന്നത് സ്റ്റുഡിയോയിലേക്കാണ്. എല്ലാ ഫ്ളാറ്റുകൾക്കും ടോയ്‌ലറ്റുകൾ ഇല്ല. ടോയ്‌ലറ്റുകൾ ഉള്ള എല്ലാ താമസക്കാരും അത് ഉപയോഗിക്കാറില്ല. ഞാൻ മൂക്ക് പൊത്തിപ്പിടിച്ചുനിന്നു. സ്റ്റുഡിയോയുടെ ഒരേയൊരു ജാലകത്തിന്റെ പുറംഷട്ടറിലൂടെ മഞ്ഞുവീഴ്ച കാണാം. മോസ്കോയുടെ പ്രധാന പൊതുവീഥികളിൽ ബോൾഷെവിക്കുകൾ അടുത്ത കാലത്ത് സ്ഥാപിച്ച വഴിവിളക്കുകൾ ചൊരിയുന്ന മങ്ങിയ പ്രകാശം മഞ്ഞുവീഴ്ചയെ തെളിച്ചമുള്ളതാക്കി. ഷിഫ്റ്റ് കഴിഞ്ഞ് കാവൽക്കാർ ലൂബിയങ്ക തടവറയ്ക്ക് പുറത്തെ ഡ്ഷെറിൻസ്കി സ്ക്വയർ മുറിച്ചു കടക്കുമ്പോൾ അവർക്കുവേണ്ടി ട്രോളികാറുകൾ ബ്രേക്ക് പിടിക്കുന്നതിന്റെ ശബ്ദം ഇടയ്ക്കിടെ കേൾക്കാം. ആ രാത്രി കുറെ സമയം ബെഡ്ഡിൽ കിടന്നു. വലിയ മഞ്ഞുപടലങ്ങൾ സാവധാനം നീങ്ങുന്നത് ജാലകത്തിലൂടെ കണ്ടുകൊണ്ട്. കവിയുടെ തലയ്ക്ക് മുകളിലെ കരിപിടിച്ച ജാലകചില്ലുകളിൽ കാറ്റ് തട്ടുമ്പോൾ ഉണ്ടാകുന്ന കിരുകിരുശബ്ദം കേട്ടുകൊണ്ട്. പ്രാണവായു കുറഞ്ഞ് ശ്വാസം കിട്ടാൻ വിഷമിക്കുന്ന തലചുറ്റലുണ്ടാകുന്നത്ര ഉയരത്തിലേക്ക് സാങ്കല്പിക ബഹിരാകാശ വാഹനങ്ങളിൽ ഒന്നിൽ ഞങ്ങൾ ഉയർന്നുപോകുന്നതായി ഭാവന ചെയ്യാൻ എന്തെളുപ്പം!

എല്ലി: ഉയർന്നുപോകുന്നതെന്തായാലും നിശ്ചയമായും താഴേക്ക് വരും.

നോറ: (ദുഃഖത്തോടെ) ശാസ്ത്രനോവൽ എനിക്കിഷ്ടമാണ്. മറ്റുലോകങ്ങളിൽ ഒന്ന് മാത്രമാണ് ഭൂമി. ഭാരമില്ലായ്മകൊണ്ട്, ചിന്തിക്കാൻ പോലും കഴിയാത്ത വിധത്തിൽ ഞങ്ങൾ ഉയർന്ന് ഉയർന്ന് പ്രപഞ്ചത്തിന്റെ അതിവിദൂരതീരത്ത് ഗാലക്സികളുടേയും ബാഹ്യസീമയ്ക്കും അപ്പുറത്ത് എത്തുന്നതുവരെ പോകണമെന്ന മോഹം ഞാൻ ഉറക്കെ വിളിച്ചുപറഞ്ഞതായി ഓർമ്മിക്കുന്നു. എന്റെ ഈ മായാദൃശ്യം കവിക്ക് വളരെ ഇഷ്ടപ്പെട്ടു. ഒരു ദിവസം സിനിമയിലോ നാടകത്തിലോ ഇത് ഒരു രൂപകമായി രൂപാന്തരപ്പെടുത്തി ഉപയോഗിക്കും എന്ന് പറഞ്ഞുകൊണ്ട് അദ്ദേഹത്തിന്റെ ഡയറിയിൽ അത് എഴുതിവെച്ചു. തന്റെ ബോൾഷെവിക്കുകളോടുള്ള കൂറും വിപ്ലവത്തോടുള്ള പ്രതിബദ്ധതയും അദ്ദേഹം

പറഞ്ഞുകൊണ്ടിരുന്നു. അദ്ദേഹത്തിന്റെ സംസാരത്തിനും ശരീരചലനങ്ങൾക്കും ചില പ്രത്യേകതകളുണ്ടായിരുന്നു. മറ്റെവിടെയെങ്കിലും നോട്ടം ഉറപ്പിച്ച് നമ്മളെ അപ്രധാനമാക്കുന്നവിധം സംസാരിക്കുമെങ്കിലും നമ്മുടേതിൽ നിന്നും ഒട്ടും വ്യത്യസ്തമല്ലാത്തതുപോലുള്ള ഒരു ഹൃദയാഭിമുഖ്യം ഉണ്ടായിരിക്കും. കാരണം അദ്ദേഹം സഖാവാണ്. സ്റ്റാലിന്റെ പഞ്ചവത്സരപദ്ധതികളെക്കുറിച്ച് പറഞ്ഞു. മഞ്ഞുമലകൾ ഉരുകിവരുന്ന വെള്ളത്തിൽനിന്നും ഹൈഡ്രജൻ ഊർജ്ജം ഉല്പാദിപ്പിക്കുന്ന കൂറ്റൻ ഡാമുകളെക്കുറിച്ച് സൂചിപ്പിച്ചു. സമയബന്ധിതമായി പൂർത്തിയാക്കാൻ സംഘടിപ്പിച്ച പഞ്ചവത്സരപദ്ധതികൾക്ക് തുല്യമായി ഇതരലോകവ്യവസ്ഥയ്ക്കും ചിലതുണ്ടെന്ന് വ്യക്തമാക്കി. ഇതര ലോകങ്ങളിൽ കവികൾ ഉറക്കെ വായിക്കുന്ന കവിതകൾ വേറിട്ട പ്രചാരണപ്രവാഹത്തിൽ മുങ്ങിപ്പോവുകയാണ്. യാഥാർത്ഥ്യം മനസ്സിലാക്കാൻ കഴിവ് നഷ്ടപ്പെട്ടവരുടെ കർണങ്ങളിൽ വീഴുന്ന കവിതയുടെ വിലാപങ്ങൾക്ക് ഒരർത്ഥവുമില്ലാതാകുന്നു. ഇതെല്ലാം അദ്ദേഹം പറയുന്നത് തമാശയായിട്ടായിരിക്കും എന്ന് ഞാൻ ആദ്യം കരുതി. എന്നാൽ, കവിയുടെ കണ്ണുകളിലേക്ക് ഒന്ന് സൂക്ഷിച്ചുനോക്കിയപ്പോൾ ഫലിതം കണ്ടില്ല. പെട്ടെന്ന് കനത്തുവരാവുന്ന ഒരു വിഷാദത്തിന്റെ വിദൂരഛായമാത്രം.

ലിലിയ: 1920കളുടെ അവസാനകാലത്ത് വിഷാദം കൂടെക്കൂടെയും കഠിനമായും മയക്കോവ്സ്കിയെ ബാധിച്ചിട്ടുണ്ട്. 1930 കളിൽ അദ്ദേഹത്തിന് ജീവിച്ചിരിക്കാൻ കഴിയുമോ എന്ന് ഒസിപ്പും ഞാനും ഭയപ്പെട്ടു. കൂട്ടുകാരികളെ, നിങ്ങളിൽ ആരെങ്കിലും ഓർക്കുന്നുണ്ടോ, അദ്ദേഹത്തിന്റെ കവിതയായ 'കൈകെ' കമ്മ്യൂണിസ്റ്റ് പാർട്ടി അംഗത്തെ രോഷാകുലമാക്കിയത്?

നോറ: ഒരു ദിവസം രാത്രി മെയർഹോൾഡിനെ മയക്കോവ്സ്കി ആ കവിത 'കൈകെ' വായിച്ചുകേൾപ്പിച്ചത് ഓർക്കുന്നു. (എല്ലിയോടും താത്യാനയോടും) റഷ്യയിലെ സോവിയറ്റ് ഭരണകൂടത്തിന്റെ ജൂതമതവിരുദ്ധ നയത്തോടുള്ള എതിർപ്പായിരുന്നു. ഒരു ഹൃദയവിലാപമായിരുന്നു ആ കവിത.

ലിലിയ: ബോധവൽക്കരണവകുപ്പ് ആ കവിതയെ നിന്ദിച്ചപ്പോൾ ഒസിപ്പും ഞാനും മയക്കോവ്സ്കിയുടെ നീണ്ടുനിന്ന ചിരിയിൽ നിറഞ്ഞു കണ്ടത്, മുഴങ്ങിയത് ഫലിതരസത്തേക്കാൾ നീതിരഹിതമായ പരാമർശത്തോടുള്ള വിദ്വേഷമായിരുന്നു, ജൂതത്താവളമായ അർബാത്തിലെ പോയറ്റ്സ് കഫേയിൽ വെച്ച് ജൂതരാഷ്ട്രവാദത്തെ നിഷേധിച്ച്, ഉച്ചത്തിൽ കലഹിച്ചതിനെപ്പറ്റി ഒരുപക്ഷേ, അദ്ദേഹം ചിന്തിച്ചിട്ടുണ്ടാവാം. 'കൈകെ'യിലൂടെ ഏറെക്കുറെ പൂർണ്ണമായും താൻ തെറ്റായിരുന്നു എന്നും ഇസ്രായേൽരാഷ്ട്രവാദം ശരിയായിരുന്നു എന്നും അദ്ദേഹം തിരിച്ചറിഞ്ഞു.

മാർക്സിസ്റ്റ് റഷ്യ ജൂതരാഷ്ട്രവാദികൾക്കുള്ള സഹായം നിർത്തലാക്കിയില്ല. ജൂതരാഷ്ട്രത്തെ നിരാകരിച്ചു.

എല്ലി: അദ്ദേഹത്തിന്റെ കവിത 'കൈകെ' ലോകത്തിലെ ബധിര കർണ്ണങ്ങളിൽ പതിക്കുന്ന വിലാപങ്ങളുടെ ഓർമ്മപ്പെടുത്തലുകളായിരുന്നു. ലിലിയ ചൂണ്ടിക്കാണിച്ചതുപോലെ 1920 കളുടെ അവസാനം അദ്ദേഹം മോഹഭംഗത്താൽ എത്രമാത്രം ഉത്സാഹരഹിതനായിരുന്നു എന്നത് എല്ലാവർക്കും മനസ്സിലാക്കാൻ കഴിയും. ഇതുവരെ ആരോടും പറഞ്ഞിട്ടില്ലാത്ത ഒരു രഹസ്യം നിങ്ങളോട് പറയാം. 1920 കൾ അവസാനിക്കുന്ന കാലത്ത് പ്രതീക്ഷകൾ അസ്തമിച്ച എന്റെയും ഉത്സാഹം നഷ്ടപ്പെട്ടു. ന്യൂയോർക്കിലെ തെരുവുകൾ വെണ്ണക്കല്ലുകൾ വിരിച്ച സ്വർഗ്ഗീയപാതകളല്ലെന്ന് ഞാൻ മനസ്സിലാക്കി. വിഷാദവും നൈരാശ്യവും എന്നെ കീഴ്പ്പെടുത്തി. വാൾസ്ട്രീറ്റ് തകർച്ചയും വലിയ സാമ്പത്തിക മാന്ദ്യവും കൊണ്ട് പാതയോരങ്ങളിലെ സൂപ്പ്കടകൾക്കു മുമ്പിൽ ക്യൂ നിൽക്കുന്ന ഭവനരഹിതരായ ജനക്കൂട്ടങ്ങളെക്കൊണ്ടായിരുന്നു 1929-ൽ തെരുവുകൾ നിറഞ്ഞു നിന്നിരുന്നത്. സർവ്വസമ്പത്തുക്കളും പ്രതീക്ഷകളും നഷ്ടപ്പെട്ട് ഉയരംകൂടിയ കെട്ടിടങ്ങളുടെ ജനലുകളിലൂടെ താഴേക്ക് ചാടിയ വ്യവസായികളുടെ ചിതറിയ ശവശരീരങ്ങൾ എവിടേയും കാണാമായിരുന്നു. റൊട്ടിയുടെ പുറംപൊളികൾക്കുവേണ്ടി കുപ്പത്തൊട്ടികളിൽ ചികഞ്ഞു നോക്കുന്ന തൊഴിൽരഹിതർ താമസിക്കുന്ന ചെറ്റക്കുടിലുകൾ നിറഞ്ഞ നഗരപ്രാന്തപ്രദേശങ്ങൾ. മുതലാളിത്ത മാതൃക പരക്കെ തകർന്നടിഞ്ഞുവെന്ന് വിശ്വസിക്കപ്പെട്ടു. അമേരിക്കയുടെ പ്രസിഡണ്ട് എച്ച് ഹൂവർ അയോഗ്യനാണെന്ന് പൊതുവെ കരുതി. ഈ സന്ദർഭത്തിൽ മാതൃരാജ്യമായ റഷ്യയിലേക്ക് തിരികെ പോകുന്നതാണ് എന്തുകൊണ്ടും നല്ലതെന്ന ആശയം ഉദിച്ചുയർന്നു. ഭാവിയിൽ പ്രതീക്ഷയ്ക്ക് സാധ്യതയുള്ള രാജ്യത്തിലാണ് എന്റെ കുഞ്ഞുമകൾ വളരേണ്ടതെന്ന് ഞാൻ വിചാരിച്ചു. സോവിയറ്റ് റഷ്യയെ ഒരു നല്ല രാജ്യമായി സൃഷ്ടിക്കുന്നതിൽ ചെറിയ തോതിലെങ്കിലും എന്റെ സംഭാവന നൽകണമെന്നുപോലും ചിന്തിച്ചു.

താത്യാന: കവി ഇതേപ്പറ്റി അറിഞ്ഞോ?

എല്ലി: സോവിയറ്റ് റഷ്യയിൽ കവിയും അദ്ദേഹത്തിന്റെ സഖാക്കളും സൃഷ്ടിക്കാൻ ആഗ്രഹിക്കുന്ന കമ്മ്യൂണിസ്റ്റ് മാതൃകയും വിപ്ലവത്തിനു വേണ്ടിയുള്ള അദ്ദേഹത്തിന്റെ ആവേശവും എന്നെ എത്രമാത്രം ആഴത്തിൽ സ്വാധീനിച്ചിട്ടുണ്ടെന്നും അമേരിക്കയിൽ കാര്യങ്ങൾ എത്രമാത്രം ഭീതിപ്പെടുത്തുന്നതാണെന്നും പറഞ്ഞുകൊണ്ട് ചിന്താക്കുഴപ്പം ഉൾക്കൊള്ളുന്ന ദീർഘമായ ഒരു കത്ത് ഞാൻ അദ്ദേഹത്തിന് എഴുതി. തിരിച്ചു വരുകയും ഞങ്ങളുടെ കുട്ടിയെ മോസ്കോയിൽ വളർത്തുകയും ചെയ്താലെന്തെന്ന ആശയത്തെപ്പറ്റി കുറച്ചുനാളായി ചിന്തിക്കുകയാണെന്ന് അദ്ദേഹത്തോട് പറഞ്ഞു.

ലിലിയ: പക്ഷേ, നിങ്ങൾ തിരികെ പോയില്ലല്ലോ.

എല്ലി: ഇല്ല. ഞാൻ മടങ്ങിപ്പോയില്ല. 1929 ഡിസംബറിൽ എന്നെ തേടി ഒരു കമ്പിസന്ദേശമെത്തി. അതിൽ കൈയൊപ്പ് ഇല്ല. എന്നാൽ, അത് മയക്കോവ്സ്കിയിൽനിന്നാണെന്ന് അറിഞ്ഞു. അത് എന്റെ കത്തിനുള്ള മറുപടി ആയിരുന്നു. അതിൽ അഞ്ച് വാക്കുകൾ മാത്രം. "ഇങ്ങോട്ട് വരരുത്. നമുക്ക് തെറ്റുപറ്റി."

താത്യാന: ദൈവമേ, ആ മഹാനായ സഖാവ് മയക്കോവ്സ്കി അത് എഴുതി. അവസാനം അദ്ദേഹവും അത് തിരിച്ചറിഞ്ഞു.

എല്ലി: (സംസാരിക്കാൻ കഴിയാത്തത്ര വികാരാധീനയായി തലയാട്ടുക മാത്രം ചെയ്യുന്നു.)

നോറ: ശ്രദ്ധിക്കൂ. മയക്കോവ്സ്കി എന്ന ഒരേ ഒരാൾക്ക് മാത്രമല്ല 1920 കളുടെ അവസാനകാലത്ത് ആവേശം നഷ്ടപ്പെട്ടത്. ഞാനും അതിലുൾപ്പെടുന്നു. ബോൾഷെവിക്കുമായി ബന്ധപ്പെട്ടല്ല ഞാൻ നിരാശപ്പെട്ടത്. എന്നെ അവഗണിക്കാൻ അവർക്ക് പ്രോത്സാഹനമാകും എന്ന പ്രതീക്ഷയോടെ ഞാൻ അവരെ അവഗണിച്ചു. പൊതുവായി ആളുകളോടും പ്രത്യേകിച്ച് മയക്കോവ്സ്കിയോടും പുറംതിരിഞ്ഞു നിന്നു. ഒരു കാര്യം പ്രത്യേകം പറയട്ടെ, സ്വാധീനിച്ച് വശത്താക്കാൻ കഴിയാത്തത്ര സവിശേഷ വ്യക്തിയായിരുന്നു കവി. തോടിനുള്ളിലെ ബദാം കൈക്കലാക്കി എന്ന് നിങ്ങൾ കരുതുന്ന അതേ നിമിഷം തന്നെ അദ്ദേഹം മറ്റൊരാളായി മാറിക്കഴിഞ്ഞിട്ടുണ്ടാകും. എല്ലാം എളുപ്പത്തിൽ മനസ്സിലാക്കാനും അത് ഉപയോഗപ്പെടുത്താനും കഴിയും എന്ന നിങ്ങളുടെ ധാരണയ്ക്കും അപ്പുറമായിരുന്നു അദ്ദേഹം. പുറമെ കാണിക്കുന്ന വ്യക്തിത്വത്തിൽനിന്ന് അദ്ദേഹം തന്റെ ഉള്ളിന്റെയുള്ളിലേക്ക് പിൻവലിയുന്നു. ഭാവനാലോകത്ത് കവിതയുടെ പിന്നിൽ എപ്പോഴും അഭയം കണ്ടെത്തുന്നു.

എനിക്ക് അദ്ദേഹത്തെ അന്നും ഇന്നും മനസ്സിലായിട്ടില്ല. അതാണ് സത്യം. ഇത്രമാത്രം ഹൃദയശൂന്യമായി എന്നോട് പെരുമാറാൻ അദ്ദേഹത്തിന് എങ്ങനെ സാധിച്ചു എന്ന് മനസ്സിലാകുന്നില്ല. (റാസ്പുട്ടിനോട്) റാസ്പുട്ടിൻ ഈ സംഭാഷണം നിങ്ങൾ പകർത്തി എഴുതുമ്പോൾ എന്റെ "ഹൃദയശൂന്യമായി" എന്ന പ്രയോഗം "അതിക്രൂരമായി" എന്ന് ദയവു ചെയ്ത് മാറ്റുക. ഞാൻ എത്രമാത്രം ക്രിസ്തുവിനോട് പ്രാർത്ഥിക്കാൻ ആഗ്രഹിച്ചു! ഒരു നികൃഷ്ടജീവിയായിരുന്നു അദ്ദേഹം. സ്റ്റുഡിയോയിലേക്ക് അദ്ദേഹത്തോടൊപ്പം ആ ഭീകരമായ അർദ്ധരാത്രിയിൽ പോകരുതായിരുന്നു. അദ്ദേഹം എന്നെ പ്രശംസിച്ച് ബോൾഷെവിക് അധികാരത്തിന്റെ വാത്സല്യപരിരക്ഷണത്തിന് നിയോഗിക്കുകയും ചെയ്തു. (അവളുടെ കണ്ണട കാണിക്കുന്നു) ഇവിടെ നോക്കൂ. കണ്ണടകളും ഫ്രെയിമുകളും വിറ്റിരുന്ന വെളുത്ത വൃദ്ധദമ്പതികൾ ഉണ്ടായിരുന്നു. പാരീസിലെ വെൻഡോം പ്ലേസിന് അകലെ അപ്രധാനമായ ഒരു തെരുവിലായിരുന്നു

അവരുടെ കട. ഞാനവരിൽ നിന്നും വാങ്ങിയ ഈ കണ്ണട ശരിക്കും ആമത്തോടുകൊണ്ടുണ്ടാക്കിയതായിരുന്നു. നല്ലൊരു തുക കൊടുക്കുകയും ചെയ്തു. അനിഷേധ്യമായ മരണത്തെ ഓർമ്മിപ്പിക്കുന്ന വസ്തുവായി ഞാനിത് ഈ കാലമത്രയും സൂക്ഷിച്ചുവെച്ചു. ജീവിതത്തിൽ ഒരിക്കലും ഉണ്ടായിട്ടില്ലാത്ത ഒരു സംഭവമാകട്ടെയെന്ന് വിചാരിച്ചു. ക്രിസ്തു അനുഗ്രഹിക്കട്ടെ.

താത്യാന: ആമത്തോടിൽ നിർമ്മിച്ച ഒരു കണ്ണട ഒരു ഫ്രഞ്ച് കെട്ടുകഥയുമാകാം. ആ കണ്ണട ധരിക്കുന്ന സ്ത്രീയുടെ യശസ്സിനേക്കാൾ തുച്ഛമായ വിലയേയുള്ളൂ അതിന്. നോറ ചിരിക്കുന്നതെന്താണ്? ഞാൻ എന്തെങ്കിലും തമാശ പറഞ്ഞോ?

നോറ: ഒരു സംഭവം ഓർത്ത് ഞാൻ ചിരിക്കുകയാണ്. അടുത്ത പ്രഭാതത്തിൽ എന്റെ വീട്ടുപടിക്കൽ മോട്ടോർ സൈക്കിളിൽ ഒരു സന്ദേശവാഹകൻ വന്നു. ഉച്ചയോടെ ഞാൻ വീട്ടിലെത്തി. വസ്ത്രം മാറ്റുന്ന കാര്യം ചിന്തിക്കാതെ മാനസികാസ്വാസ്ഥ്യം കാരണം ഉറക്കത്തിൽ വീണുപോയി. ഭർത്താവിന് എന്നെ ഉണർത്തേണ്ടിവന്നത്രയും ഉറക്കത്തിലായിരുന്നു ഞാൻ. മോസ്കോയ്ക്ക് അടുത്ത കാടുകളിൽ കാണുന്ന ഒരുതരം ഓർക്കിഡുകളുടെ ബൊക്കെ ആ ദൂതൻ കൊണ്ടുവന്നിരുന്നു. അതിന് മേൽ ചുവന്ന മഷിയിൽ കൈകൊണ്ട് എഴുതിയ വാക്കുകൾ: "സ്പാസിബോ സാ മിർ..."

ലിറ്റ്സ്കി: (വയർറെക്കോർഡറിൽ നിന്നും തല ഉയർത്തി ഇംഗ്ലീഷിൽ) 'നിങ്ങൾ എനിക്ക് നൽകിയ ലോകത്തിന് നന്ദി' എന്ന അർത്ഥത്തിൽ. കവി മയക്കോവ്സ്കി എഴുതിയ വാക്കുകൾ.

എല്ലി: (ഇംഗ്ലീഷിൽ വ്യാജോക്തിയിൽ) "നന്ദി റാസ്പുട്ടിൻ." (റഷ്യൻ ഭാഷയിൽ നോറയോട്) അങ്ങനെ നിങ്ങൾ തീർച്ചയായും അദ്ദേഹത്തിന് പ്രതിഫലം നൽകി. ഒരു വികാരസാന്ദ്രമായ രാത്രി.

താത്യാന: എന്റെ ദൈവമേ, എനിക്ക് എന്തോ കടുത്ത അസ്വാസ്ഥ്യം തോന്നുന്നു.

ലിലിയ: അങ്ങനെയല്ലെങ്കിൽ അവൾ ഒരു വിഡ്ഢിയാകുമായിരുന്നു. നിങ്ങൾ ചെയ്യേണ്ടിയിരുന്നത് തന്നെ നിങ്ങൾ ചെയ്തു താത്യാനാ.

താത്യാന: നിങ്ങളിൽ ആരും തന്നെ അതു മനസ്സിലാക്കിയില്ല. വികാരതീവ്രമായ ദിനങ്ങൾ വൊളോദിയയ്ക്കും എനിക്കും ഉണ്ടായിട്ടുണ്ട്. കിടക്കയിലെ പ്രാകൃതാവസ്ഥയിലേക്ക് പോകേണ്ട കാര്യം വേണ്ടിവന്നില്ല. പാരീസിൽ ഒരു പാത മുറിച്ചുകടക്കുമ്പോൾ തഴമ്പുള്ള വിരലുകൾകൊണ്ട് അദ്ദേഹം എന്റെ കൈമുട്ടിൽ മുറുകെ പിടിച്ചു. സാമാന്യത്തിലധികം വിസ്തൃതമായ അദ്ദേഹത്തിന്റെ കൈത്തലം കൊണ്ട് എന്റെ നട്ടെല്ലിന് അമർത്തി. എന്റെ കൈക്ക് പിന്നിൽ പരുക്കൻ ചുണ്ടുകൾ ഉരച്ച് ചൂടു

പിടിപ്പിച്ചു. ഒരു ടെലിഗ്രാമിലെ ചിഹ്നപ്രകടനങ്ങൾ പോലെ ഇഴയടുപ്പമുള്ള സ്നേഹപ്രകടനങ്ങൾ പരസ്പരം കൈമാറി. നിശ്ചയമായും നിങ്ങളുടെ മുഖംചുളിക്കൽ നിർത്തരുത് കൂട്ടുകാരേ. നിങ്ങൾ മറയില്ലാതെ ഹൃദയം തുറന്ന് ചിരിക്കൂ. സ്നേഹിക്കാൻ വേണ്ടത്രയും നമ്മൾ നിഷ്കളങ്കരായിരിക്കുന്നതുപോലെ ടെലിഗ്രാം ചിഹ്നങ്ങൾ നിങ്ങൾ അനുഭവിച്ചിട്ടുണ്ടാകാം. ലിലിയയുടെ വരണ്ട അധരങ്ങൾക്കിടയിലെ മധുരപ്രയോഗങ്ങൾ, നോറയുടെ അഗാധഗർത്തങ്ങളുടെ സംഭോഗം, ടെലിഗ്രാമുകളിലെ ചിഹ്നങ്ങളിലെ നിഗൂഢസന്ദേശങ്ങൾ ഉൾക്കൊള്ളുന്ന ഗൂഢാർത്ഥം എന്നിവ മനസ്സിലാക്കാൻ ഇത്തരം രതിവൈകൃതവ്യായാമങ്ങൾ നിങ്ങളെ യോഗ്യരാക്കുകയില്ല. എനിക്ക് നിങ്ങളെപ്പറ്റി സങ്കടം തോന്നുന്നു.

ലിലിയ: (സാവധാനം കൈകൊട്ടി പുകഴ്ത്തിക്കൊണ്ട്) മൂന്ന് ചിയേഴ്സ് എന്റെ വിശുദ്ധകന്യകേ... നിങ്ങൾ കന്യകാരാജ്ഞിയുടെ മനുഷ്യാകാരമായിരുന്നു, എങ്കിലും കവിയുടെ കാവ്യദേവതയായിരുന്നില്ല. കവിയെ അറിയാൻ ഫ്രഞ്ച് കുലീനതയ്ക്കാവില്ല. കവിയുടെ ജീവരക്തമായ കാവ്യദേവതയുടെ രൂപഭാവം കൈക്കൊള്ളാൻ നിങ്ങൾക്കാവില്ല.

താത്യാന: നിങ്ങൾ എന്നെ വെറുക്കുന്നുവോ ലിലിയാ? ഇവിടെയുള്ള മാന്യവനിതകളെല്ലാം ഉള്ളിന്റെയുള്ളിൽ എന്നെ വെറുക്കുന്നു എന്ന് ഞാൻ സംശയിക്കുന്നു. ഇരയുടെ ക്ലേശത്തിൽ നിന്നും കേവലം സുഖം കിട്ടാൻ വേണ്ടി നിങ്ങൾ പ്രകോപിപ്പിക്കുന്നു. എതിരാളികളെ ഞെരിപിരി കൊള്ളിച്ച് നിങ്ങൾ ആനന്ദിക്കുന്നു. പാരീസിൽ വെച്ച് മയക്കോവ്സ്കി എന്നോട് പ്രണയാഭ്യർത്ഥന നടത്തിയപ്പോൾ ഞാൻ വിശുദ്ധകന്യക ആയിരിക്കാം. നല്ലതിനായാലും ചീത്തയ്ക്കായാലും ഞാൻ ഏറ്റവും സുഖസമ്പന്നമായ ഒരു സമൂഹത്തിലെ അംഗമായിരുന്നു. സ്വാഭാവികത ഒട്ടുമില്ലാത്ത ഒരു സമൂഹത്തിൽ ജീവിച്ച എനിക്ക് ഒരു സ്ത്രീയുടെ നടത്തത്തിൽ അവൾ എത്രമാത്രം ലൈംഗികമൂർച്ഛ അനുഭവിച്ചിട്ടുണ്ടെന്ന് പറയാൻ കഴിയും. പെട്ടെന്ന് അദ്ഭുതപ്പെട്ട് നിങ്ങളുടെ മുഖം വല്ലാതെ തുടുത്തല്ലോ ലിലിയാ. മയക്കോവ്സ്കിയുടെ കാമുകിയായിരുന്ന കാലത്ത് അങ്ങനെയൊന്ന് നിങ്ങൾ അനുഭവിച്ചിട്ടില്ലേ...? ദ്രവയോനിയിലെ കൃസരി വഴുപ്പിൽ പേശികൾ ചലിപ്പിച്ചുകൊണ്ട്...

ലിറ്റ്സ്കി: (ഇംഗ്ലീഷിൽ) താത്യാനയ്ക്ക് ഒരു സ്കോർ.

ലിലിയ: താത്യാനയുടെ ദുരാരോപണത്തെ ഒരു നിഷേധം കൊണ്ട് ഞാൻ മഹത്ത്വവൽക്കരിക്കുന്നില്ല.

നോറ: മാത്രമല്ല നിഷേധത്തിന്റെ അഭാവംകൊണ്ട് ഒരു ആത്മനിന്ദയെന്നപോലെയാണെന്ന് സമ്മതിക്കലുമില്ല.

ലിറ്റ്സ്കി: (എല്ലിയോട് ഇംഗ്ലീഷിൽ) നോറ ഇപ്പോൾ പറഞ്ഞതെന്തെന്ന് എനിക്ക് പിടികിട്ടിയില്ല.

എല്ലി: (ഇംഗ്ലീഷിൽ) നോറ പറഞ്ഞതിന്റെ അർത്ഥം ലിലിയയുടെ മുഖ ഭാവത്തിൽ നിന്നും അവൾക്കും മനസ്സിലായിട്ടില്ലെന്ന് തീർച്ച.

താത്യാന: പറയാം. കവിയോടൊപ്പം ഞാൻ റഷ്യയിലേക്ക് തിരിച്ചു പോകുമായിരുന്നെങ്കിൽ അദ്ദേഹത്തിന്റെ ഭാര്യയായിട്ടു തന്നെ ആയിരിക്കണം. അല്ലാതെ ഒരു കാമുകിയെപ്പോലെയല്ല. തന്നെയുമല്ല ഞാൻ അദ്ദേഹത്തെ ഒഴിവാക്കിയിട്ടില്ല. അദ്ദേഹം എന്നെ ഒഴിവാക്കി. പാരീസിലേക്ക് മടങ്ങിവരാമെന്നും വാക്ക് പറഞ്ഞിരുന്നു. പക്ഷേ, അദ്ദേഹം വന്നില്ല. എത്രകാലം ഞാൻ കാത്തിരിക്കണം? അന്ന് എനിക്ക് ഇരുപത്തിമൂന്ന് വയസ്സ്. ഒരു യുവതിക്ക് നല്ല വർഷങ്ങൾ കുറച്ചേയുള്ളൂ.

എല്ലി: (ലിറ്റ്സ്കിയോട് ഇംഗ്ലീഷിൽ) നിങ്ങൾ എന്തുകൊണ്ടാണ് കൈയടിച്ച് പ്രശംസിക്കുന്നത്?

ലിറ്റ്സ്കി: (ഇംഗ്ലീഷിൽ) ലിലിയയുടെ അസുഖകരമായ വാക്കുകൾ താത്യാന അതേ നിലയിൽ നേരിട്ടു.

എല്ലി: (ഇംഗ്ലീഷിൽ) റാസ്പുട്ടിൻ, നിങ്ങൾ പൂർണ്ണമായും നിയന്ത്രിച്ചേ പറ്റൂ. ഞങ്ങളുടെ ദേഷ്യം പിടിച്ച വഴക്കുകളിൽ നിങ്ങൾ പക്ഷം ചേരരുത്. നമ്മൾ തമ്മിലുള്ള അടിസ്ഥാനനിബന്ധനകളിൽനിന്ന് വ്യതിചലിക്കാൻ പാടില്ല.

താത്യാന: (നോറയെ നോക്കിക്കൊണ്ട്) നീ കവിയെ നിന്റെ കിടക്കയിലേക്ക് സ്വീകരിക്കുമ്പോൾ, അദ്ദേഹം എന്നോട് പ്രണയം അഭ്യർത്ഥിക്കുകയായിരുന്നുവെന്ന് നീ അറിഞ്ഞിട്ടുണ്ടാകണം. കർത്താവിന്റെ വിശുദ്ധ മാതാവേ, ഒരു നടിയുമൊത്തുള്ള വികാരസാന്ദ്രമായ രാത്രിക്കു വേണ്ടി മയക്കോവ്സ്കി എന്നെ വഞ്ചിച്ചെന്ന് ഞാൻ ചിന്തിക്കുമ്പോൾ...

നോറ: ഒരു രാത്രിയല്ല താനിക്... അനേകം രാത്രികൾ. ബാഹ്യവിഷയങ്ങൾ ഒന്നും ഉണ്ടായിരുന്നില്ല. കൊച്ചുവർത്തമാനം ഇല്ല. ഗൂഢാർത്ഥം തിരഞ്ഞുപിടിച്ച് മനസ്സിലാക്കേണ്ട. ടെലിഗ്രാമുകൾ ഇല്ല. വികാരതീവ്രമായ രതിയുടെ ഒരു രാത്രി കഴിഞ്ഞ് മറ്റൊരു രാത്രി. തുടർന്ന് മറ്റൊരു രാത്രി. അവസാനമില്ലാത്ത ഒരു സിനിമയിലെ അഭിനേതാക്കളായിരുന്നു ഞങ്ങൾ. സിനിമ ഒരിക്കലും തീർന്നില്ല. തിയേറ്ററിലെ വിളക്കുകൾ ഒരിക്കലും തെളിഞ്ഞില്ല.

സുവ്യക്തമായ ആ വാക്ക് *ശുഭം* വെള്ളിത്തിരയിൽ തെളിഞ്ഞിരുന്നെങ്കിൽ. അങ്ങനെയൊന്നുമില്ലാതെ അനുസ്യൂതമായി, വിദൂര പ്രപഞ്ച തീരത്തേക്ക് ഗാലക്സികളിലേക്ക്...

എല്ലി: ലജ്ജയില്ലാതെ രതിവികാരത്തെ വാക്കുകൾകൊണ്ട് ഉരച്ചുരച്ച് ഇവ്വിധം സംസാരിക്കേണ്ട ആവശ്യമുണ്ടോ?

നോറ: നിങ്ങൾ യഥാർത്ഥസമൂഹവുമായി പൊരുത്തപ്പെടേണ്ടതുണ്ട്. കുറേക്കൂടി പക്വമതിയാവേണ്ടതുണ്ട്.

താത്യാന: എന്റെ ദൈവമേ, ഇങ്ങനെയൊക്കെ സംഭവിക്കുമോ? അനശ്വര പ്രേമവും വിവാഹാഭ്യർത്ഥനയും പ്രഖ്യാപിക്കുന്ന ടെലിഗ്രാമുകളും കത്തുകളും കൊണ്ട് എന്നെ മയക്കോവ്സ്കി ആക്രമിക്കുകയായിരുന്നു. എന്റെ ഏറ്റവും പ്രിയപ്പെട്ട, വാത്സല്യഭാജനമായ, പ്രിയതമയായ താനിക്ക് ഞാൻ നിന്റെ കരം ചുംബിക്കുന്നു. വിധി നമ്മളെ പരസ്പരം യോജിപ്പിച്ചു. നിന്നെ കൂടാതെയുള്ള ജീവിതം എന്ന ചിന്ത അസഹ്യമാണ്. നിന്റെ ഹൃദയവികാരം എന്റെ മോഹവുമായി യോജിക്കാൻ വേണ്ടവിധത്തിൽ അല്പം ക്രമീകരിക്കൂ...ദയവുചെയ്ത് എന്നെ പൂർണ്ണമായി സ്നേഹിക്കൂ... കവി മയക്കോവ്സ്കിയുടെ കാവ്യദേവതയെന്ന ചുമതല ഏറ്റെടുക്കൂ. നിന്റെ കരവലയങ്ങൾക്കുള്ളിൽ വാർദ്ധക്യം പ്രാപിക്കാൻ നീ എന്ന അനുവദിക്കൂ... അക്കാലമത്രയും എന്നോടൊത്ത് അദ്ദേഹം ശയിക്കുകയായിരുന്നു.

ഇപ്പോൾ ഞാൻ എല്ലാം പറയാം. അദ്ദേഹത്തിന്റെ ആവർത്തിച്ചാവർത്തിച്ചുള്ള വിവാഹാഭ്യർത്ഥനകളിൽനിന്ന്. പാരീസിലെ സുഖകരമായ എന്റെ ജീവിതം ഉപേക്ഷിക്കുന്നതിൽനിന്ന്. സെർജി പ്രൊക്കോവിനോടും മാർക് ചഗാളോടും ഉള്ള സൗഹൃദം അവസാനിപ്പിക്കുന്നതിൽ നിന്ന്. ഹൗസ് ചാനലിന്റെ ഫാഷൻ മോഡൽ ജോലി ഉപേക്ഷിക്കുന്നതിൽ നിന്ന്. ഇവയിൽനിന്നെല്ലാം അപ്പോൾ ഞാൻ വളരെ അകലെയായിരുന്നു. മൂന്നാം തവണ കവിക്ക് പാരീസിൽ തിരിച്ചുവരാൻ സാധിക്കുമായിരുന്നെങ്കിൽ, അദ്ദേഹം വാക്കു പറഞ്ഞിരുന്നവിധം എന്നെ കൂടെക്കൊണ്ടുപോകുമായിരുന്നെങ്കിൽ അദ്ദേഹത്തിന്റെ ഭാര്യയായി സോവിയറ്റ് റഷ്യയിലേക്കുള്ള തിരിച്ചു പോക്കിനെ നിഷേധിക്കുവാനുള്ള മനശ്ശക്തി എനിക്കുണ്ടാകുമായിരുന്നില്ല എന്നത് ശരിയാണ്. ഒരായിരം തവണ ശരിയാണ്. എന്റെ ഏറ്റവും ഉന്മത്തമായ നൈമിഷികാവേശങ്ങൾക്ക് കീഴടങ്ങുകയും അദ്ദേഹത്തെ ഞാൻ വിവാഹം കഴിക്കുകയും ചെയ്യുമായിരുന്നു. എന്റെ ജീവിതത്തെപ്പറ്റി ഏറെ ഭയപ്പെട്ടിരുന്ന ഒരു രാജ്യത്തേക്ക് മടങ്ങുന്നതായാൽപോലും കവിയെ ഞാൻ ആത്മാർത്ഥമായി കാത്തിരുന്നു.

ലിലിയ: ഏതെങ്കിലും സുന്ദരിക്കുട്ടിയെ വൊളോദിയയ്ക്ക് പരിചയപ്പെടുത്തണമെന്ന് എന്റെ സഹോദരിയോട് ആവശ്യപ്പെട്ടപ്പോൾ ഞാൻ തീർച്ചയായും ഒരു വിഡ്ഢിത്തം ചെയ്യുകയായിരുന്നു. സംഭവിച്ചതെന്തെന്ന് മനസ്സിലാക്കാൻ എന്റെ കാഴ്ചപ്പാടിലൂടെ നിങ്ങൾ കാണാൻ ശ്രമിക്കണം. മാനസികമായി വളരെയധികം സമ്മർദ്ദത്തിലായ വൊളാദിയ ഒക്ടോബർ 28-ാം തിയതി ഫ്രാൻസിലേക്ക് പോയി. ബെലോറുസ്ക്കായ സ്റ്റേഷനിൽ ഒസിപ്പും ഞാനും അദ്ദേഹത്തെ യാത്ര അയയ്ക്കുമ്പോൾ ഞങ്ങളോട് അദ്ദേഹം പറഞ്ഞ അവസാനവാക്കുകൾ. "ഒരു അഗാധപ്രേമത്തിനു

മാത്രമേ എന്നെ രക്ഷിക്കാൻ കഴിയൂ" എന്നാണ്. അദ്ദേഹത്തിന്റെ മനസ്സിലെ അഗാധപ്രേമം നിങ്ങളായിരുന്നു എന്ന് നിങ്ങൾ വിശ്വസിക്കുന്നു എല്ലി. അദ്ദേഹത്തിന്റെ അരുമയായ കുഞ്ഞുകുട്ടിയുമായി നൈസിലേക്ക് നിങ്ങൾ വരുന്ന വിവരം മയക്കോവ്സ്കിയെ അറിയിക്കുന്ന ഒരു കേബിൾ സന്ദേശം നിങ്ങൾ അയച്ചിരുന്നു. ഫ്രഞ്ച് റിവീരായിൽ നിങ്ങളേയും ചെറിയ പെൺകുഞ്ഞിനേയും കാണാൻ അദ്ദേഹം അവസരം ഒരുക്കിയെന്നറിഞ്ഞപ്പോൾ ഒസിപ്പും ഞാനും ഏറ്റവും കൂടുതൽ ഭയപ്പെട്ടു. അദ്ദേഹം ജനിപ്പിച്ച പെൺകുഞ്ഞിന്റെമേൽ കണ്ണുകൾ പതിച്ചപ്പോൾ തന്നെ അദ്ദേഹത്തിന്റെ ഹൃദയവികാരം മാറിയിട്ടുണ്ടാകുമെന്ന് വിശ്വസിച്ചു. ന്യൂയോർക്കിലേക്ക് അദ്ദേഹത്തിന്റെ പ്രിയപ്പെട്ട ബ്രൂക്ലിൻ ബ്രിഡ്ജിലേക്കു മടങ്ങാൻ നിങ്ങൾ അദ്ദേഹത്തിന് പ്രചോദനം നൽകിയെന്ന് വിശ്വസിച്ചു. പാരീസിൽ നിന്ന് അദ്ദേഹത്തിന്റെ ശ്രദ്ധ തിരിക്കാൻ കഠിനശ്രമം ചെയ്തെങ്കിലും അത് വിഫലമായി. പ്രയോഗക്ഷമമല്ലാത്ത മനുഷ്യർക്കും എലികൾക്കും വേണ്ടി തയ്യാറാക്കിയ ഉൽകൃഷ്ട പദ്ധതികളിൽ ചിലതിനെപ്പറ്റിയുള്ള ഒരു സ്കോട്ടിഷ് കവിതയുടെ ജർമ്മൻ പരിഭാഷ ഞാൻ വായിച്ചിട്ടുണ്ട്. പാരീസിലെ സുന്ദരിക്കുട്ടിയുമൊത്തുള്ള ശൃംഗാരചേഷ്ടകൾ ഞങ്ങൾ അധികം വൈകാതെ അറിഞ്ഞു. ഇവിടെയുള്ള താത്യാനാ, നിങ്ങൾ കേൾക്കുക. എല്ലിയേയും ചെറിയ പെൺകുഞ്ഞിനേയും അപേക്ഷിച്ച് നിങ്ങൾ ഞങ്ങൾക്ക് വലിയൊരു ഭീഷണിയായിത്തീർന്നു. മയക്കോവ്സ്കിയുടെ "പാരീസ് കത്തുകൾ" എന്ന കവിതയുടെ ഒരു കോപ്പി മയക്കോവ്സ്കി എനിക്ക് അയച്ചുതന്നപ്പോൾ ഒരു അപകടത്തിന്റെ മുന്നറിയിപ്പ് കിട്ടി. ഞങ്ങളുടെ ജീവിതമാർഗ്ഗങ്ങൾ പരസ്പരം ഒന്നിച്ചതിനുശേഷം അദ്ദേഹത്തിന്റെ കവിതകളിൽ ഒന്ന് ആദ്യമായാണ് സ്ത്രീവർഗ്ഗത്തിൽപെട്ട മറ്റൊരു സ്ത്രീക്ക് വൊളോദിയ സമർപ്പിക്കുന്നത്. അത് നിങ്ങൾക്കായിരുന്നു താത്യാനാ. അത് വായിക്കുമ്പോൾ എന്റെ മനോവ്യഥ എത്രയെന്ന് സങ്കല്പിച്ചു നോക്കൂ.

"നീയാണ് മോസ്കോവിലേക്കുള്ള
പിരിവഴികൾ തകർത്തെറിഞ്ഞത്.
ഹൃദയത്തിന്റെ ചാലകവഴികൾ
വീണ്ടും മോസ്കോവിലേക്ക്
തുറന്നിരിക്കുന്നു."

വൊളോദിയ മോസ്കോയിലേക്ക് തിരിച്ചെത്തുന്നതിനും വളരെ മുമ്പ് സംഭവിച്ച കാര്യങ്ങളെപ്പറ്റി നികൃഷ്ടമായ വിശദവിവരങ്ങൾ എന്റെ സഹോദരി പറയുകയും അവയെല്ലാം സ്ഥിരീകരിക്കുകയും ചെയ്തു. അദ്ദേഹവും കന്യകാരാജ്ഞിയായ താത്യാനയും അഞ്ച് ആഴ്ചകൾ വേർപ്പെടാനാവാത്തവിധം ഒരുമിച്ച് കഴിച്ചുകൂട്ടിയത്. ഞാനതറിഞ്ഞിരുന്നു...

നോറ: ഏത് നേരവും കന്യകാരാജ്ഞി ഒരു പാതിവ്രത്യബെൽട്ടിന്റെ സംരക്ഷണത്തിൽ... എന്നിട്ടും അവളോടൊത്ത് പ്രയാസങ്ങളില്ലാതെ കഴിച്ചുകൂട്ടുന്ന പ്രിയകവി മയക്കോവ്സ്കി.

താത്യാന: ഞാൻ ധരിക്കാറില്ല. പാതിവ്രത്യസംരക്ഷണ ബെൽട്ട്. എനിക്ക് അതിന്റെ ആവശ്യമില്ല. കവി മാന്യനായിരുന്നു.

ലിലിയ: നോറയുടെ ചോദ്യത്തിന് ഉത്തരം ഞാൻ പറയാം. കവി അദ്ഭുതകരമായി അതിജീവിച്ചതിനു കാരണമുണ്ട്. പാരീസിലെ വേശ്യാലയങ്ങളിൽ ഒരെണ്ണത്തിൽ രാത്രികൾ ചെലവഴിച്ചിരുന്നു. കന്യകാരാജ്ഞിയോട് പകൽ പ്രണയാഭ്യർത്ഥന. രാത്രികൾ വേശ്യകളോടൊത്ത്. ബ്ലൂണ്ടൽ തെരുവിലെ ഓക്സ് ബെല്ലസ് ആയിരുന്നു അദ്ദേഹത്തിന്റെ പ്രിയപ്പെട്ട വേശ്യാഗ്രഹം. സ്ത്രീകളോട് പ്രേമം കാണിക്കാൻ പ്രത്യേകമായ പരിശീലനം നേടിയ നീണ്ട കൈകാലുകളുള്ള ഒരു നേതാവ് അവിടെ കാണുമായിരുന്നു. മയക്കോവ്സ്കി അവളുടെ മുന്നിലും നേതാവ് അവളുടെ പിന്നിലും.

സായാഹ്നത്തിൽ അദ്ദേഹം നിങ്ങളെ സന്ദർശിക്കും. താത്യാനാ, എന്നിട്ട് വിവാഹാഭ്യർത്ഥന. അതും മുട്ടുകുത്തി നിന്നുകൊണ്ട്. അതേ രാത്രി അദ്ദേഹം ഒരു വേശ്യയോട് വദനസുരതം ആവശ്യപ്പെട്ടു. വീണ്ടും മുട്ടുകുത്തി നിന്ന് കാലുറകൾ താഴ്ത്തി... ഈ സമയത്തേക്കുമാത്രം നിങ്ങളോടുള്ള പ്രണയാഭ്യർത്ഥന എങ്ങനെ നിഷ്ഫലമായിപ്പോയെന്ന് ചിന്തിക്കുമ്പോൾ യാതൊരു അനുകമ്പയും തോന്നിയില്ല. അദ്ദേഹത്തിന്റെ ഭാര്യയാകുന്നതിനെപ്പറ്റി സംസാരിക്കാനും സോവിയറ്റു റഷ്യയിലേക്ക് അവളോടൊപ്പം തിരിച്ചുപോകാനും കവി രണ്ടാം തവണയും പാരീസിലേക്ക് പോയി. ദൈവേച്ഛയാൽ ആ ആശയം നിങ്ങളെ പുളകം കൊള്ളിച്ചില്ല. അദ്ദേഹത്തിന്റെ വിവാഹാഭ്യർത്ഥനയോട് നിങ്ങളുടെ പ്രതികരണം തണുപ്പൻ മട്ടിലായിരുന്നു എന്ന് എനിക്ക് കേബിൾ സന്ദേശം അയച്ചിരുന്നു. നിങ്ങൾ ഒരിക്കൽ സ്നേഹിച്ച റഷ്യയോടുള്ള ഗൃഹാതുരത്വത്തിനും വിഷാദത്തിനും ഇടയിൽ, ഒട്ടും അയവില്ലാത്ത സ്റ്റാലിൻ നിയമഭരണത്തിൽ അമർന്ന രാജ്യത്തോടുള്ള എതിർപ്പിനും ഇടയിൽ, എന്തു ചെയ്യണമെന്നറിയാതെ നിങ്ങൾ ചാഞ്ചാടുകയായിരുന്നെന്ന് അദ്ദേഹം പറഞ്ഞു. നിങ്ങൾ 'അതെ'യെന്നോ 'ഇല്ല'യെന്നോ പറഞ്ഞില്ല. അതെ അല്ലെങ്കിൽ അല്ല എന്നു പറയാൻ കഴിയാത്ത നിങ്ങളുടെ പരാജയത്തിന്റെ അർത്ഥം എന്താണ്? പ്രേമാന്ധനായ മയക്കോവ്സ്കി മോസ്കോയിൽ തിരിച്ചെത്തിയ ഉടനെ മൂന്നാം തവണയും ഈ നിർമ്മലകന്യകയെ പ്രേമിച്ച് വിവാഹം ചെയ്യാമെന്ന പ്രതീക്ഷയിൽ പാരീസിലേക്ക് മടങ്ങാനുള്ള പദ്ധതി പരസ്യമാക്കി. അത് ഒക്ടോബർ 29-ാം തിയതി ആയിരിക്കണം. ഒസിയ ഒരു വിദഗ്ധമായ പദ്ധതി, ഒരു പരിധിവരെ അസ്വസ്ഥതയുണ്ടാക്കുന്നതായ ഒരു പദ്ധതിയുമായി വന്നു. വിവാഹത്തിനുശേഷം ഒസിയ നിയമം പഠിച്ച കാര്യം നിങ്ങൾക്ക് അറിയില്ലായിരിക്കാം.

രഹസ്യപ്പൊലീസിനുവേണ്ടി വിപ്ലവത്തിനുശേഷം ഒരു നിയമവിദഗ്ധനായി ഒസിപ് ജോലി ചെയ്തിട്ടുണ്ട്. അദ്ദേഹത്തിന് ഇപ്പോഴും അവിടത്തെ ആളുകളെ അറിയാം. അതിലൊരാൾ ഞങ്ങളുടെ ചൊവ്വാഴ്ച സാഹിത്യ ചർച്ചാവിരുന്നുകളിൽ ഇടയ്ക്കൊക്കെ വരുമായിരുന്നു. ഒടിഞ്ഞ മൂക്കുള്ള ഉദ്യോഗസ്ഥൻ യാക്കോവ് അഗ്രനോവ് ആണ് അത്. അയാൾ എന്റെ കിടക്കയിലേക്ക് പോലും വരുമായിരുന്നു. പക്ഷേ, അത് മറ്റൊരു കഥ. രഹസ്യപ്പൊലീസിൽ സഖാവ് യാക്കോവിന്റെ ജോലി എന്തായിരുന്നുവെന്ന് എനിക്ക് വ്യക്തമായി അറിയില്ല. ചിലരുടെ കാര്യത്തിൽ അത്തരം ചോദ്യങ്ങൾ ഞാൻ ഒഴിവാക്കിയിരുന്നു. അവിടെ അദ്ദേഹം പ്രധാനപ്പെട്ട ഒരു സ്ഥാനം വഹിച്ചിരുന്നു. രാജ്യം വിടാൻ വീണ്ടും മയക്കോവ്സ്കിയെ അനുവദിക്കുകയാണെങ്കിൽ പാശ്ചാത്യനാട്ടിലേക്ക് രക്ഷപ്പെട്ടേക്കും എന്ന് ഒരു സൂചന ഒസിപ് അഗ്രനോവിന് നൽകി. ബോൾഷെവിക്ക് വിരുദ്ധയായ ആൾ, പാരീസിൽ താമസിക്കുന്ന ഒരു റഷ്യൻ രാഷ്ട്രീയ അഭയാർത്ഥിയുമായി മയക്കോവ്സ്കി ഭ്രാന്തമായ പ്രണയത്തിലായതാണ് കാരണം. ഈ വിവരം വിദേശകാര്യ മന്ത്രാലയത്തിന് യാക്കോവ് കൈമാറിയിട്ടുണ്ടാകണം. വിസാ അപേക്ഷകളിൽ തീരുമാനം എടുക്കുന്നത് വൈകിയെങ്കിലും പരസ്പരം കാണാനുള്ള അനുവാദം ലഭിച്ചില്ല. ഔദ്യോഗികമായ തിരസ്കാരഅറിയിപ്പ് 1929 ഒക്ടോബർ 10-ാം തീയതി മയക്കോവ്സ്കിക്ക് കിട്ടി. മോസ്കോ-ബർലിൻ-പാരീസ് പുൾമാനിൽ പോകാൻ അദ്ദേഹം നിശ്ചയിച്ച അതേ ദിവസം, പാരീസിലേക്കുള്ള കവിയുടെ മൂന്നാം പര്യവേക്ഷണവും തകർന്നുപോയി. കന്യകാരാജ്ഞിയുടെ കന്യകാത്വം വെടിയാനുള്ള അഭിലാഷവും നിയമാനുസൃതമായി അദ്ദേഹത്തിന്റെ ഭാര്യയായി തീരാനുമുള്ള തീരുമാനവും അതിന്റെ ആരംഭത്തിന് മുമ്പുതന്നെ ലക്ഷ്യം കണ്ടില്ല.

താത്യാന: എന്റെ ദൈവമേ, അക്കാലമത്രയും അത് നിങ്ങളായിരുന്നു, അല്ലേ! രാജ്യം വിടാനുള്ള വിസ അദ്ദേഹം നേടുന്നതിൽ പരാജയപ്പെട്ടതിനു പിന്നിലും...

ലിലിയ: ഈ സത്യം തുറന്നുപറയുന്നതിൽ യാതൊരു ദോഷവും ഇല്ലെന്ന് വിചാരിക്കുന്നു. സംഭവിച്ചു കഴിഞ്ഞതിനെപ്പറ്റി കരയുന്നതിൽ എന്തർത്ഥം? മയക്കോവ്സ്കിയും എനിക്കും തമ്മിൽ യാതൊരു രഹസ്യവും ഇല്ലായിരുന്നു. അദ്ദേഹം നിങ്ങളെ തേടിവന്നത് എന്തെങ്കിലും മാനസികചാപല്യം കൊണ്ടല്ല. എന്റെ പ്രിയപ്പെട്ട താത്യാനാ, കവിക്ക് അത്രത്തോളം ഇഷ്ടം നിങ്ങളോടുണ്ടായിരുന്നു. നിങ്ങൾ അദ്ദേഹത്തിന്റെ കാവ്യദേവതമാരുടെ നീണ്ട നിരയിലെ ഏറ്റവും അവസാനത്തേതായിരുന്നു. തുറന്നുപറയട്ടെ, അതിന്റെ യുക്തി എനിക്ക് പിടികിട്ടുന്നില്ല. സവിശേഷ വൈദഗ്ധ്യവും സഹനശക്തിയും നിശ്ചയദാർഢ്യവും ആവശ്യമുള്ള ഒരു മുഴുവൻ സമയ ജോലിയാണ് *കാവ്യദേവത സ്ഥാനം.* മരണം ഒഴിച്ച്

മറ്റെല്ലാ കാര്യങ്ങളിലും കവിക്ക് ഏകാഗ്രതയുണ്ടാക്കാൻ പ്രചോദനം നൽകുന്ന കഴിവ് ഉണ്ടായിരിക്കണം. ഈ ലക്ഷ്യം നേടാൻ ദൈവികമായ ഉദാത്തസങ്കല്പങ്ങൾ സ്വാംശീകരിക്കണം. അവർക്ക് രണ്ട് വിശിഷ്ട ഗുണങ്ങൾ അത്യാവശ്യം. ശാരീരിക സൗന്ദര്യവും ആത്മീയ നിഗൂഢ തയും. നിങ്ങൾക്ക് ശാരീരികസൗന്ദര്യമുണ്ട്. എന്നാൽ ആത്മീയ നിഗൂഢത യില്ല. അതിനെക്കുറിച്ച് നിങ്ങൾക്ക് വേണ്ടത്ര ഗ്രാഹ്യമുള്ളതായി തോന്നു ന്നുമില്ല. ഒരു കന്യകയേക്കാൾ കൂടുതൽ ദുർഗ്രാഹ്യയാണ് അനേകം കാമുകന്മാരുള്ള ഒരു സ്ത്രീ. ആർക്കാണ് അത് നിഷേധിക്കാൻ കഴിയുക? കവി, കാര്യങ്ങളെ നേർവിപരീതമായേ കാണൂ എന്നത് ദുഃഖകരമാണ്. കന്യകാത്വത്തിന്റെ അസാധാരണമായ അവസ്ഥ, മേലിൽ ഉണ്ടാകാനിട യുള്ള കാത്തിരിപ്പിന്റെ അന്ത്യത്തിലുള്ള, ഉന്മാദലഹരിയുള്ള ലൈംഗി കാനുഭവം, ഇതൊക്കെയാവാം കവിയുടെ മനസ്സിനെ താളം തെറ്റിക്കു ന്നത്. അന്യദേശത്തേക്കുള്ള മറ്റൊരു വിസയ്ക്കുവേണ്ടി, അനുകൂല സന്ദർഭത്തിനുവേണ്ടി മോസ്കോയിൽ കാത്തിരിക്കുമ്പോൾ അദ്ദേഹം നിങ്ങൾക്കുവേണ്ടി തയ്യാറാക്കിയ അനേകം ടെലിഗ്രാം സന്ദേശങ്ങൾ നിങ്ങൾക്ക് അയയ്ക്കുന്നതിനുമുമ്പുതന്നെ ഉറക്കെ എന്നെ വായിച്ചു കേൾപ്പിക്കുമായിരുന്നു. അദ്ദേഹത്തിന്റെ *"വിധി ഞങ്ങളെ ഒരുമിപ്പിച്ചു. നിങ്ങളില്ലാത്ത ജീവിതം അസഹനീയമാണ്."* ഇതെല്ലാം ഒസിപ്പിന്റെയും കൂടി സംഭാവനയായിരുന്നു. അദ്ദേഹത്തിന്റെ *"നിങ്ങളുടെ ഹൃദയവികാരം എന്റെ പ്രതീക്ഷയുമായി പൊരുത്തപ്പെടുത്തുക."* ആ വരികൾ എന്റെ വിനീതമായ സംഭാവനയായിരുന്നു. അദ്ദേഹത്തിന്റെ പ്രണയക്കമ്പി സന്ദേശങ്ങളുടെ കരടുരൂപം എഡിറ്റ് ചെയ്യുന്നത് ഞങ്ങൾക്ക് വലിയ തമാശയായിരുന്നു.

താത്യാന: വീണ്ടും നിങ്ങൾക്കിഷ്ടപ്പെട്ട പൂച്ചയും എലിയും കളിക്കുക യാണ്. സഹിക്കാനാവാത്ത പ്രകോപനം. നിങ്ങൾ പറയുന്നതൊന്നും ഞാൻ വിശ്വസിക്കുന്നില്ല ലിലിയ. മയക്കോവ്സ്കി എന്നെ സ്നേഹിക്കു ന്നതുകൊണ്ട് എന്നെ ശിക്ഷിക്കാൻ നിങ്ങൾ ഇറങ്ങിപുറപ്പെട്ടിരിക്കുക യാണല്ലേ?

ലിലിയാ: നിങ്ങൾക്ക് ഇഷ്ടമുള്ളതുപോലെ വിശ്വസിക്കുകയോ സംശയി ക്കുകയോ ചെയ്യാം. നോക്കൂ. ഞങ്ങളെ ഭയപ്പെടുത്തിയത് നിങ്ങളെ അദ്ദേഹം വിവാഹം ചെയ്യുകയും മോസ്കോയിലേക്ക് തിരികെ കൊണ്ടു വരുകയും ചെയ്യും എന്നതല്ലായിരുന്നു. അദ്ദേഹത്തെ വിവാഹം ചെയ്യാൻ നിങ്ങൾ സമ്മതിക്കും, എന്നാൽ മോസ്കോയിലേക്ക് മടങ്ങാൻ വിസമ്മ തിക്കും എന്നതായിരുന്നു. അങ്ങനെ പാരീസിൽ ഒരു പ്രവാസിയായി ത്തീരാൻ അദ്ദേഹം നിർബ്ബന്ധിതനാകും. ഞങ്ങളുടെ മൂന്ന് പേരുടെ ഒരു മിച്ചുള്ള ജീവിതത്തിന് നിങ്ങൾ ഭീഷണിയാകുമായിരുന്നു. ഞങ്ങളുടേത് മൂന്നുപേർ ചേർന്നുള്ള, ബന്ധനങ്ങളില്ലാത്ത തുറന്ന ജീവിതമായിരുന്നു. ഒരേ കൂരയ്ക്ക് കീഴേ ഞങ്ങൾ ജീവിച്ചു. ഞങ്ങളിൽ ആരെങ്കിലും ഒരാൾ

കാമുകിയോടൊപ്പമോ കാമുകനോടൊപ്പമോ പോകാതിരിക്കുമ്പോൾ ഒരുമിച്ച് ഭക്ഷണം കഴിക്കും. അദ്ദേഹത്തിന്റെ പോസ്റ്ററുകൾക്ക്, ഫിലിം പ്രൊജക്ടുകൾക്ക് കൂട്ടായി പ്രയത്നിച്ചു. എന്റെ പ്രചോദനം മൂലം എഴുതിയ അദ്ദേഹത്തിന്റെ കവിതകൾ ഒസിപ് പ്രസിദ്ധീകരിച്ചു. ഞങ്ങളുടെ വരുമാനം സ്വാർത്ഥതയില്ലാതെ പങ്കിട്ടെടുത്തു.

നോറ: വരുമാനം ഒരുമിച്ച് ചേർക്കലിനെപ്പറ്റി മയക്കോവ്സ്കി എന്നോട് പറഞ്ഞിട്ടുണ്ട്. നിങ്ങളുടെ ഭക്ഷണത്തിന്റെ വരുമാനമാർഗ്ഗം അദ്ദേഹമായിരുന്നു. യഥാർത്ഥ വരുമാനമുള്ള ഒരേയൊരു വ്യക്തി. അദ്ദേഹത്തിന്റെ സിനിമകളിലൂടെ, ലഘുലേഖകളിലൂടെ, കവിതയിലൂടെ നിങ്ങളും നിങ്ങളുടെ പ്രിയപ്പെട്ട ഒസിപ്പും മയക്കോവ്സ്കി നൽകിയ പണംകൊണ്ട് മാത്രം ജീവിച്ചു. യാഥാർത്ഥ്യത്തെ നിങ്ങൾ മറച്ചുവെയ്ക്കരുത് ലിലിയ. കപ്പലിന്റെ അടിത്തട്ടിൽ പറ്റിപ്പിടിച്ചുവളരുന്ന കക്കകളെപോലെ നിങ്ങളും ഒസിപ്പും കവിയോട് ഒട്ടിച്ചേർന്നു. വളരെയേറെ പരിചിതമായ ബൊഹീമിയ ജീവിതശൈലി നഷ്ടപ്പെടുത്താൻ നിങ്ങൾ ആഗ്രഹിച്ചില്ല. നിങ്ങൾക്ക് വരുമാനം ഉണ്ടാക്കി തരുന്നയാൾ മൂന്നാം തവണയും പാരീസിലേക്ക് പോകാൻ നിങ്ങൾ ഇഷ്ടപ്പെട്ടില്ല. കാരണം അദ്ദേഹം അവിടെ സ്ഥിരതാമസമാകും. നിങ്ങളുടെ കൂട്ടായ വരുമാനം നിലയ്ക്കും എന്ന് ഭയപ്പെട്ടു.

ലിലിയ: നിങ്ങൾക്കെങ്ങനെ അത് പറയാൻ കഴിഞ്ഞു നോറാ? നിങ്ങൾ ഇപ്പോൾ പറഞ്ഞത് എനിക്ക് ചിന്തിക്കാൻകൂടി കഴിയാത്ത കാര്യമാണ്. ഒസിയയും ഞാനും അവരവരുടെ രീതിയിൽ മയക്കോവ്സ്കിയെ ആത്മാർത്ഥമായി സേവിച്ചു. സ്നേഹിച്ചു. അദ്ദേഹത്തെ കൂടാതെയുള്ള ജീവിതം ചിന്തിക്കാനേ കഴിയുമായിരുന്നില്ല.

നോറ: ഞാൻ അദ്ദേഹത്തിന്റെ ഏറ്റവും ഒടുവിലത്തെ ആളായിരുന്നു. എന്നാൽ പ്രാധാന്യത്തിൽ ഒട്ടും താഴെയല്ല. അദ്ദേഹത്തിന്റെ ഏറ്റവും ഉള്ളറയിലുള്ള രഹസ്യങ്ങളും എന്നോട് പറഞ്ഞിട്ടുണ്ട്. ഒന്നും മറച്ചു വച്ചില്ല. കൂടെക്കൂടെ മന്ത്രി കാര്യാലയത്തിലെ വിസാഓഫീസിലേക്ക് നിർബ്ബന്ധമായി പോയിരുന്നപ്പോഴൊക്കെ ദ്രോഹബുദ്ധിയുള്ള ആ പാദസേവകൻ, ലെനിന്റെ ചുമർചിത്രത്തിന്മേൽ സൂക്ഷിച്ചു നോക്കിക്കൊണ്ട് വ്യത്തിഹീനവും അർത്ഥശൂന്യവുമായ എന്തെങ്കിലും ഒഴിവുകഴിവുകൾ പറയും. അദ്ദേഹത്തെ ഒഴിവാക്കുന്നതിനു പിന്നിൽ ഒസിപ്പും നിങ്ങളുമാണെന്ന് അധികം വൈകാതെ ഞാൻ സംശയിച്ചു. രഹസ്യപ്പൊലീസിൽ നിങ്ങൾക്ക് സ്വാധീനമുള്ള ഒരു സുഹൃത്ത് ഉണ്ടായിരുന്നു എന്ന് അദ്ദേഹം അറിഞ്ഞു. വല്ലപ്പോഴുമുള്ള നിങ്ങളുടെ കാമുകൻ ഒടിഞ്ഞ മൂക്കിൽ ഒട്ടിച്ചു വച്ച കണ്ണടയുള്ള കുപ്രസിദ്ധ സഖാവ് അഗ്രാനോവിനെ ഞാൻ കണ്ടിട്ടുണ്ട്. പാസ്റ്റർനാക്ക് ഏറ്റവും പുതിയ കവിതകൾ ചൊല്ലുന്നത് കേൾക്കാൻ നിങ്ങളുടെ ഫ്ളാറ്റിൽ ഞാൻ വന്ന ആ സമയത്ത് അയാൾ ജനലിനരികെ സ്റ്റൂളിൽ ഇരിക്കുന്നുണ്ടായിരുന്നു. (പാസ്റ്റർനാക്ക്

സ്വെറ്റെയ്വയുടെ ദുർഗ്രഹമായ കവിത ചൊല്ലിയതും മദ്യപിച്ച ജിം നേഷ്യം വിദ്യാർത്ഥികളെപ്പോലെ രണ്ടു കവികളുടെ മൽപിടുത്തവു മൊക്കെയുള്ള അന്നത്തെ ആ സായാഹ്നവിരുന്ന് ആർക്കും മറക്കാൻ കഴി യില്ല. രഹസ്യപ്പൊലീസുകാരന്റെ നരച്ച മുടി പറ്റെ വെട്ടി ബുദ്ധിജീവി കപടവേഷം കെട്ടിയിരുന്നതായി മയക്കോവ്സ്കി വിവരിച്ചു. പലപ്പോഴും അദ്ദേഹം ക്ഷണിക്കപ്പെടാതെയാണ് ആ സായാഹ്ന വിരുന്നുകളിൽ പങ്കെ ടുത്തിരുന്നത്. വോഡ്ക കുപ്പി അലസമായി ഒരു പ്രത്യേക രീതിയിൽ പിടിച്ചുകൊണ്ട് നിങ്ങളുടെ സായാഹ്ന സാഹിത്യചർച്ചകളിൽ അനേകം പ്രാവശ്യം അദ്ദേഹം പ്രത്യക്ഷപ്പെട്ടിട്ടുണ്ട്. രാഷ്ട്രീയ കാരണങ്ങളാൽ സ്വരാജ്യമായ റഷ്യ വിട്ടുപോയ ഒരു സ്ത്രീയുമായി മയക്കോവ്സ്കി ഭ്രാന്തമായ സ്നേഹത്തിലായിരുന്നുവെന്നും പാരീസിലേക്ക് തിരികെ പോകാൻ വീണ്ടും അനുവദിച്ചാൽ അദ്ദേഹം പശ്ചിമദേശത്തേക്ക് കുടി യേറുമെന്നും അങ്ങനെയെങ്കിൽ സോവിയറ്റ് റഷ്യയ്ക്ക് ഒരു പ്രമുഖ കവിയെ നഷ്ടപ്പെടുമെന്നും അധികാരികൾക്ക് മുന്നറിയിപ്പ് നൽകി ക്കൊണ്ട് ഒസിപ്പും നിങ്ങളും രഹസ്യപ്പൊലീസിന് ഔദ്യോഗികമായി അപേക്ഷ എഴുതി കൊടുത്തിട്ടുണ്ടെന്ന് കവി മനസ്സിലാക്കിയിരുന്നു. നമ്മുടെ താനിക്കിനെപോലെ വഷളാക്കപ്പെട്ട ഒരു വെളുത്ത റഷ്യൻ രാജ കുമാരിയെ വിവാഹം ചെയ്യാൻ മയക്കോവ്സ്കി സ്വരാജ്യം വിട്ടുപോകു ന്നത് തീർച്ചയായും കനത്ത ആഘാതമായിരിക്കും. ഈ രാജ്യം വിട്ടു പോകൽ മുതലാളിത്ത പത്രങ്ങൾ കൊട്ടിഘോഷിക്കുന്ന തലവാക്യങ്ങളെ പ്പറ്റി ഊഹിക്കാം. *സ്വർഗ്ഗരാജ്യം നഷ്ടപ്പെട്ടു. പ്രതീക്ഷകൾക്ക് വിപരീത മായി തൊഴിലാളികളുടെ സ്വർഗ്ഗരാജ്യം സ്വർഗ്ഗരാജ്യമല്ലാതായി.*

എല്ലി: ഞാൻ മയക്കോവ്സ്കിയുടെ മകൾ യെലേന വ്ളാഡിമിറോ വ്നായെ നൈസിലേക്ക് കൊണ്ടുവന്നപ്പോൾ കുട്ടിക്ക് മൂന്ന് വയസ്സ് തികെ ഞ്ഞിട്ടില്ലായിരുന്നു. കവിയെ അമേരിക്കയിലേക്ക് പ്രലോഭിപ്പിച്ചു കൊണ്ടു പോകാൻ മകളെ (ഞങ്ങളുടെ മകളെ) ഉപയോഗിക്കാൻ സത്യത്തിൽ ഒരിക്കലും ഉദ്ദേശിച്ചിട്ടില്ലായിരുന്നു. ദൈവനാമത്തിൽ ഞാൻ ആണ യിടുന്നു. നിഗൂഢമോ സ്വീകാര്യമല്ലാത്തതോ ആയ ഒരു താത്പര്യവും ഉണ്ടായിരുന്നില്ല. അദ്ദേഹം കുടുംബജീവിതവുമായി ഇഴുകിച്ചേരുമെന്ന് ഒരിക്കലും ഭാവന ചെയ്തിട്ടുപോലുമില്ല. അദ്ദേഹം മകളെ മടിയിലിരുത്തി മാറോട് ചേർത്ത് പുണരുമ്പോൾ കിട്ടുന്ന അത്യാനന്ദത്തിനുവേണ്ടി മാത്രം ഒരു ഒഴികഴിവെന്നവണ്ണം മകളുടെ നഖങ്ങൾ മുറിച്ചു. ഇല്ല, ഞാൻ യെലേനയെപ്പറ്റി മാത്രമേ ചിന്തിച്ചുള്ളൂ. അവളുടെ കണ്ണുകൾ അവളുടെ അച്ഛന്റെമേൽ പതിയേണ്ടത് വളരെ പ്രധാനപ്പെട്ട കാര്യമാണെന്ന് വിശ്വസിച്ചു. അങ്ങനെ അവൾക്ക് അച്ഛനുണ്ടെന്ന് അറിയട്ടെ എന്ന് വിചാരിച്ചു...

നോറ: നിങ്ങൾ അദ്ദേഹത്തെ അമേരിക്കയിലേക്ക് തിരിച്ചു കൊണ്ടുവരാൻ

പ്രലോഭിച്ചിട്ടുണ്ടെങ്കിൽ കവി അവിടെ തുടർന്നും ജീവിക്കുമായിരുന്നു എന്ന കാര്യത്തിൽ എനിക്ക് ഉറപ്പില്ല.

ലിലിയ: അമേരിക്ക കവിയെ അവിടെ തുടർന്നും ജീവിക്കാൻ പ്രചോദിപ്പിക്കുമായിരുന്നുവോ എന്ന് ഞാനും സംശയിക്കുന്നു.

എല്ലി: അദ്ഭുതം, വിചിത്രം. ഞങ്ങൾ കണ്ടുമുട്ടിയ ആ രാത്രി അദ്ദേഹം അതുതന്നെ ഉറക്കെ പറഞ്ഞതായി കേട്ടു. "ന്യൂയോർക്കിലെ മയക്കോവ്സ്കിയുടെ ജീവിതകഥ നിങ്ങളെ സന്തോഷിപ്പിക്കും." ഈസ്റ്റ് 67-ാം തെരുവിലെ സെൻട്രൽ ഓപ്പറ ഹൗസിൽ കവിത ചൊല്ലാൻ മാർക്സിസ്റ്റ് മാസിക നവജനതയിലെ മാധ്യമപ്രവർത്തക സഖാക്കൾ മയക്കോവ്സ്കിയെ ക്ഷണിച്ചു. അവിടെ തിങ്ങിക്കൂടിയ യുവകമ്മ്യൂണിസ്റ്റുകൾ 'കമ്മ്യൂണിസ്റ്റ് ഇന്റർനാഷണൽ' ആലപിച്ചുകൊണ്ട് ഇടിമുഴക്കങ്ങളോടെ സന്ദർശകനായ റഷ്യൻ കവിയെ ആവേശപൂർവ്വം സ്വീകരിച്ചു. ആലാപനം അവസാനിപ്പിച്ചപ്പോൾ എല്ലാവരും എഴുന്നേറ്റ് നിന്ന് കൈയടിച്ചു. മാത്രമല്ല കാലടികൾ താളാത്മകമായി ചലിപ്പിച്ച് പട്ടാളമാർച്ചിന്റെ ശബ്ദം ഉയർത്തി. മയക്കോവ്സ്കി ഉറക്കെ കേണപേക്ഷിച്ചു. (ആ സംഭവ വിവരണം നിങ്ങൾ വിശ്വസിക്കുമെങ്കിൽ) "സഖാക്കളെ, സഖാക്കളെ, ദയവായി ഇത് ഒരു രാഷ്ട്രീയ സംഭവമായി രൂപപ്പെടുത്തരുത്. അവർ എന്റെ വിസ റദ്ദാക്കും."

കവിതാപാരായണത്തിനുശേഷം എഴുന്നേറ്റ് നിന്ന് വീണ്ടും ഒരു കൂട്ട കൈയടിക്കുശേഷം മാൻഹട്ടൻ ദ്വീപിന്റെ പശ്ചിമതീരത്ത് മയക്കോവ്സ്കിയുടെ ബഹുമാനാർത്ഥം ഒരുക്കിയ വലിയ ഒരു പാർട്ടിയിലേക്ക് മാധ്യമപ്രവർത്തകർ അദ്ദേഹത്തെ നിർബ്ബന്ധിപ്പിച്ചു കൊണ്ടുപോയി. അവിടെ ന്യൂയോർക്കിലെ ഇടതുപക്ഷ ബുദ്ധിജീവികൾ അദ്ദേഹത്തെ വലയം ചെയ്തു. അന്യദേശക്കാരനായ, അന്യഉപഗ്രഹജീവിയായ, വിദൂരലോകത്തുനിന്ന് വരുന്ന വിപ്ലവകവിയുടെ വശീകരണത്തിൽ അവരെല്ലാം അകപ്പെട്ടു. അദ്ദേഹത്തിന്റെ പരിഭാഷപ്പെടുത്തിയ ഓരോ വാക്കിലും അവർ ഒട്ടിച്ചേർന്നുനിന്നു. യുവതികൾ അദ്ദേഹത്തിന്റെ കൈകളിൽ അവരുടെ മാർവ്വിടങ്ങൾ അമർത്തുകയായിരുന്നു. അദ്ദേഹത്തിന്റെ ബാഹ്യമായ വിനയഭാവത്തെ നൈസർഗ്ഗികമായ അധികാരഗർവ്വം കീഴടക്കിയപ്പോൾ മയക്കോവ്സ്കി ഒട്ടും ആലോചിക്കാതെ ഏതാണ്ടിതേവിധം ഉറക്കെ പറഞ്ഞു.

"അമേരിക്ക എന്നെ മാറ്റിത്തീർക്കും. അല്ലെങ്കിൽ ഞാൻ അമേരിക്കയെ മാറ്റിത്തീർക്കും. എന്റെ സന്ദർശനത്തിനു ശേഷം നമ്മളിലാരും മുമ്പത്തേതുപോലെയാവില്ല എന്ന് എനിക്കുറപ്പുണ്ട്." അദ്ദേഹത്തിന്റെ വാക്കുകൾ പരിഭാഷപ്പെടുത്തിയപ്പോൾ എല്ലാവരും സന്തോഷം കൊണ്ട് തുള്ളിച്ചാടി.

"അമേരിക്കയെ മാറ്റിത്തീർക്കുക. അമേരിക്കയെ മാറ്റിത്തീർക്കുക." അവർ സ്തുതിഗാനം പാടി.

അമിതാഹ്ലാദം കൊണ്ട് മുഖം തുടുത്ത് നമ്മുടെ കവി തൊട്ടടുത്തു നിന്ന യുവതിയുടെ അരക്കെട്ടിൽ പെട്ടെന്ന് കടന്ന്പിടിച്ച് അവളെ ശിരസ്സ് മച്ചിൽതട്ടുന്നതുവരെ ഉയർത്തി. (ഭാഗ്യം, അവൾ അടിവസ്ത്രം ധരിച്ചിരുന്നു.) ബുദ്ധിജീവികളുടെ മനസ്സ് വികാരംകൊണ്ട് നിറഞ്ഞു. അതുകൊണ്ട് അവർ മറ്റൊന്നും ചിന്തിച്ചില്ല.

സന്ദർശകനായ റഷ്യക്കാരനുമേൽ സ്നേഹപ്രകടനങ്ങൾ ചൊരിയാത്ത അപ്പാർട്ടുമെന്റിലെ ഏക വ്യക്തി ഞാൻ മാത്രമായിരുന്നു. 'നവജനത' പത്രാധിപന്മാരിൽ ഒരാൾ അദ്ദേഹത്തിനുവേണ്ടി കുറേ കടലാസുകൾ പരിഭാഷ ചെയ്യാൻ വേണ്ടി എന്നെ ക്ഷണിച്ചിരുന്നു. എന്നെ വശീകരിച്ച് കീഴ്പെടുത്താൻ അയാൾ ശ്രമിച്ചുകൊണ്ടിരിക്കുകയായിരുന്നു. അത് വേണ്ടത്ര വിജയിച്ചില്ലെന്ന് കൂട്ടിച്ചേർക്കട്ടെ. അതുകൊണ്ട് കൂടുതൽ പേജുകൾ പരിഭാഷപ്പെടുത്താൻ ചുമതലപ്പെടുത്തി എന്നെ അവിടെ പിടിച്ചു നിർത്താൻ ശ്രമിക്കുകയാണ്. അയാളുടെ ഗ്രീൻവിച്ച് വില്ലേജ് ഫ്ളാറ്റിലേക്ക് എന്നെ കൂട്ടിക്കൊണ്ട് പോകാനും ശ്രമിച്ചു. ഒരു ഓപ്പറ ഗായികയായ അയാളുടെ ഭാര്യ സ്വയംപ്രഖ്യാപിതസാഹിത്യ നിരൂപകയെന്ന നിലയിൽ അപ്പോൾ ദൂരയാത്രയിലായിരുന്നു.

എനിക്ക് ജോലി അത്യാവശ്യമായിരുന്നതുകൊണ്ട്, എല്ലാ ആവശ്യങ്ങളും നിർവ്വഹിക്കാൻ വേണ്ട പണം മോഡലിംഗിൽ നിന്നും കിട്ടുന്നത് വാടകയ്ക്ക് പോലും തികയാതിരുന്നതുകൊണ്ട് അയാൾ പറയുന്നതെല്ലാം അനുസരിക്കുന്നുവെന്ന ഭാവേന അവിടെ തുടർന്നു. ആ രാത്രിയിൽ മൃദുലമായ ആവരണങ്ങളുള്ള ഒരു കസേരയിൽ കണങ്കാലുകൾ പിണച്ച് ആട്ടിക്കൊണ്ട് അടുത്തകാലത്ത് പ്രസിദ്ധീകരിച്ച ഒരു നോവലിന്റെ പുറംകവറിലെ വിവരണം വായിച്ച് മുറിയുടെ ഒരു മൂലയിൽ ഞാൻ ഇരിക്കുകയായിരുന്നു. (നോവലിന്റെ പേരോ എഴുത്തുകാരനെയോ ഓർമ്മ വരുന്നില്ല.) വളരെ പെട്ടെന്ന് രണ്ട് ചായക്കപ്പുകളിൽ നാടൻ വിസ്കി നിറച്ച് എന്റെ കസേരയുടെ മുമ്പിൽ അയാൾ പ്രത്യക്ഷപ്പെട്ടു. ഒന്ന് എനിക്ക് നൽകി. ഒരു വാക്ക് പോലും പറയാതെ, ഒരു ചിരി പോലുമില്ലാതെ കപ്പുകൾ ഞങ്ങൾ കൂട്ടിമുട്ടിച്ചു. ശുദ്ധമായ വോഡ്കയെന്ന വിധം അദ്ദേഹം വിസ്കി ഒരു കവിൾ നിറച്ച് വിഴുങ്ങി. ഞാൻ അല്പാല്പമായി കഴിച്ചു. സാധാരണ മട്ടിലുള്ള എന്റെ ഭാവം അദ്ദേഹത്തെ അസ്വസ്ഥനാക്കിയതായി തോന്നി.

'മയക്കോവ്സ്കി വ്ളാഡ്' അദ്ദേഹം സ്വയം പരിചയപ്പെടുത്തി."

ഞാൻ അദ്ദേഹത്തെ തടഞ്ഞു. "നിങ്ങൾ ആരാണെന്ന് എനിക്കറിയാം. എല്ലാവർക്കും നിങ്ങളെയറിയാം. എന്തിന് ഈ നാടകംകളി? സെവൻത്ത് അവന്യു സബ്ബ്വേയിൽ ക്ലേശം സഹിച്ച് വരാനും നിശ്ചലമായ ഈ വെസ്റ്റ് സൈഡ് കായൽ തീരത്ത് ഈ രാത്രി കൂട്ടംകൂടാനും കാരണം നിങ്ങളാണ്. വെസ്റ്റ് സൈഡിന്റെ വടക്കുഭാഗത്തേക്ക് യാത്ര ചെയ്ത്

ഒരാൾ എത്തണമെങ്കിൽ അയാൾക്ക് ആഹ്ലാദകരമായ ഒരു നല്ല കാരണം ഉണ്ടാകണം. അത് നിങ്ങളാണ്. നിങ്ങൾ നഗരത്തിന്റെ 'റൊട്ടി'യാണ്, അമേരിക്കൻ ഇംഗ്ലീഷിൽ അവർ അങ്ങനെ പറയുന്നു." ഇഷ്ടത്തോടെയല്ല ഞാൻ സംസാരിച്ചത്.

ഒരു റഷ്യക്കാരിയെപ്പോലെ റഷ്യൻ ഭാഷ സംസാരിക്കുമെന്ന കാര്യം അറിഞ്ഞപ്പോൾ ഉമിനീർ വായിൽനിന്നും ഇറ്റിറ്റു വീഴുന്നത്ര ചുണ്ടുകൾ വിസ്തൃതമാക്കിക്കൊണ്ട് അദ്ദേഹം വിശാലമായി ചിരിച്ചു. അത് കാണാതിരിക്കാൻ എനിക്ക് കഴിഞ്ഞില്ല. "നഗരത്തിന്റെ റൊട്ടി" അദ്ദേഹം പൂർണ്ണമായും മോശമായ ഇംഗ്ലീഷിൽ ആവർത്തിച്ചു.

ആ പദപ്രയോഗം ഞാൻ വിശദീകരിച്ചു. തുടർന്ന് അദ്ദേഹം അത് മനസ്സിലാക്കി എന്ന് കാണിക്കാൻ എന്റെ ഗ്ലാസുമായി അദ്ദേഹത്തിന്റെ ഗ്ലാസ്സ് കൂട്ടിമുട്ടിച്ചു. എന്നിട്ട് വിചിത്രമായ ഒരു കാര്യം ചെയ്തു. ശേഷിച്ച വിസ്കിയിൽ തള്ളവിരൽ മുക്കി മറ്റേന്തിനെപ്പറ്റിയോ ചിന്തിച്ച് നനഞ്ഞ വിരൽകൊണ്ട് അധരങ്ങൾ തലോടി. ആ സമയമത്രയും ചായക്കപ്പിന്റെ പിടിക്കു മുകളിലൂടെ അദ്ദേഹം എന്നെ വിശദമായി നിരീക്ഷിക്കുകയായിരുന്നു.

നോറ: വൈനിലോ വോഡ്കയിലോ മറ്റേന്തിലായാലും തള്ളവിരൽ മുക്കുന്ന പ്രവർത്തിയും ചുണ്ടുകൾ സ്നിഗ്ധമാക്കുന്നതും ഒരു ഞരമ്പു വലിയായിരുന്നു. ഒന്നിലേറെ തവണ ഞാൻ അത് ശ്രദ്ധിച്ചിട്ടുണ്ട്. അദ്ദേഹം ആശങ്കാകുലനായിരിക്കുമ്പോൾ അദ്ദേഹത്തിന്റെ സംഭാഷണം വലിച്ചു നീട്ടേണ്ടതെങ്ങനെയെന്ന് വ്യക്തമായ ധാരണയില്ലാതിരിക്കുമ്പോൾ അത് അദ്ദേഹം ചെയ്തിരുന്നു. ഒരു സംഭോഗമോഹസാഫല്യത്തിലെത്തുന്നതുവരെ സംഭാഷണം എങ്ങനെ നിലനിർത്തുമെന്ന ആത്മവിശ്വാസം ഇല്ലാതിരിക്കുമ്പോഴും.

ലിലിയ: നോറയോട് ഞാൻ യോജിക്കുന്നു. തള്ളവിരൽ പ്രയോഗം തീർച്ചയായും ഒരു ഞരമ്പുരോഗിയുടെ ലക്ഷണമായിരുന്നു. എന്നാൽ ആ അംഗവിക്ഷേപം വിഷയാസക്തിയുടെ സൂചനയാണ്. കേവലം സാധാരണമായ വ്യാഖ്യാനമായിരുന്നു ഒസിപ്പിന്റേത്. മഞ്ഞുകാലങ്ങളിൽ കവിയുടെ ചുണ്ട് വിണ്ടുകീറുമായിരുന്നു. വിണ്ടുകീറിയ ചുണ്ടുകൾ കൂടെക്കൂടെ സ്നിഗ്ധമാക്കേണ്ടിയിരുന്നു.

താത്യാന: എന്റെ അനുഭവത്തിൽ അദ്ദേഹം അങ്ങനെ ചെയ്യുന്നത് ഞാൻ കണ്ടിട്ടില്ല. ശൈത്യകാലത്തുപോലും. എന്റെ സാന്നിദ്ധ്യത്തിൽ സംഭാഷണം നീട്ടിക്കൊണ്ടുപോകാൻ ആയാസപ്പെടുന്നതും കണ്ടിട്ടില്ല.

നോറ: കവിയിലെ മൃഗീയവികാരത്തെ മെരുക്കാൻ പ്രാപ്തയായിരുന്നു നിങ്ങൾ എന്നതിന്റെ സൂചനയാണിത്. തന്നെയുമല്ല ഞങ്ങൾ അങ്ങനെ ആയിരുന്നില്ല എന്നും.

താത്യാന: മുമ്പ് നിങ്ങൾ അതെങ്ങനെ പറഞ്ഞു? ഇപ്പോഴും...

ലിലിയ: മാന്യസുഹൃത്തുക്കളേ, ദൈവത്തെയോർത്ത്......

എല്ലി: ഞാൻ തുടരട്ടെ. അധരങ്ങളിൽ തള്ളവിരൽ തലോടുന്നത് ശ്രദ്ധിക്കുമ്പോൾ എന്നെ വാഴ്ത്തി പറയാൻ യോജിച്ചവിധത്തിൽ അദ്ദേഹത്തിന്റെ ശ്രദ്ധാകേന്ദ്രമായി മാറാൻ എനിക്ക് മോഹമുണ്ടായിരുന്നു. അദ്ദേഹത്തിന്റെ ആ കാത്തിരിപ്പ് അവസാനിപ്പിക്കാൻ, അതിനെ ഭഞ്ജിക്കാൻ ഞാൻ വികൃതമായി ചിരിച്ചു. “ഒരു റഷ്യൻ വനിതയുടെ സാന്നിദ്ധ്യത്തിൽ ഞാൻ ഏറെ സന്തോഷിക്കുന്നു. എന്നാൽ നിങ്ങൾ സ്വയം പരിചയപ്പെടുത്തിയില്ല.” എന്നാണ് അദ്ദേഹം പറഞ്ഞിരുന്നത്.

എല്ലി: “എല്ലി ജോൺസ്.” ഞാൻ പരിചയപ്പെടുത്തി.

“ജോൺസ് എന്നത് നമ്മുടെ റഷ്യൻ വർഗ്ഗപരമായ പേരല്ലെന്ന് ഞാൻ വിചാരിക്കുന്നത് തെറ്റാണോ?” കവി ചോദിച്ചു.

“ജോൺസ് ഇംഗ്ലീഷ് പേരാണ്.” ഞാൻ വിശദീകരിച്ചു. “എന്റെ വിവാഹപൂർവ്വനാമം എലിസബെത്താ പെട്രോവ്നാ സിബർട്ട്. അപകടകരമായ അവസ്ഥയിൽ നിന്നും എന്നെ രക്ഷിച്ചയാളെ ഞാൻ വിവാഹം കഴിച്ചു. റഷ്യയിൽ ഒരു സന്നദ്ധസംഘടനാപ്രവർത്തകനായിരുന്ന ഇംഗ്ലീഷ്കാരൻ ജോർജ്ജ് ജോൺസ്. ഒരു ബ്രിട്ടീഷ് പാസ്പോർട്ടിന് എന്നെ അർഹയാക്കിയ ഇംഗ്ലീഷുകാരൻ. രാജ്യത്തിന് പുറത്തുപോകാൻ അർഹയാക്കിയ ബ്രിട്ടീഷ് പാസ്പോർട്ട്. സോവിയറ്റ് റഷ്യയിൽ നിന്ന് രക്ഷപ്പെടാൻ എനിക്ക് കഴിഞ്ഞത് അങ്ങനെ ആയിരുന്നു. എന്റെ ജീവിതത്തിന്റെ രക്ഷയ്ക്കും.” എന്നെ ചിന്താക്കുഴപ്പത്തിലാക്കി അദ്ദേഹം തീവ്രമായ ഒരു നോട്ടം പകർന്നു. അദ്ദേഹം പറയുകയായിരുന്നു.

“നിങ്ങളുടെ ഇംഗ്ലീഷ് രക്ഷകൻ ഈ രാത്രിയിൽ നിങ്ങളെ അനുഗമിക്കുകയില്ലെന്ന് ഞാൻ കരുതുന്നു.”

“ജോർജ്ജും ഞാനും ഇപ്പോൾ ഏറെക്കുറെ വേറിട്ടു താമസിക്കുകയാണ്.” ഞാൻ സ്വരം താഴ്ത്തി പറഞ്ഞു.

അദ്ദേഹത്തിന് ആശ്വാസമായി. സന്തോഷിക്കുന്നതു കണ്ടു. നൂറ് മീറ്റർ ഓട്ടത്തിൽ ഒന്നാമനായെന്ന് വിചാരിച്ചിട്ടുണ്ടാകും. എത്ര സുന്ദരം! വിവാഹബന്ധം വേർപ്പെടുത്തിയ റഷ്യൻ വനിത. ഞാൻ ആവേശത്തോടെ പറഞ്ഞു. “വെളുത്ത റഷ്യൻവനിത. ബോൾഷെവിക്കുകളെയും അവരുടെ വീണ്ടുവിചാരമില്ലാത്ത വിപ്ലവകാരികളേയും വെറുക്കുന്ന ഒരാൾ. എന്റെ അഭിപ്രായങ്ങൾ വ്യത്യസ്തമാണ്. ബോൾഷെവിക്കുകൾ കുറ്റവാളി സംഘങ്ങളാണ്. തടവുപുള്ളികളാകാതിരിക്കാനുള്ള തന്ത്രങ്ങൾ ആവിഷ്കരിച്ച്, അവർ എതിരാളികൾക്ക് ഉപയോഗപ്രദമായ സ്ഥലങ്ങൾ നശിപ്പിക്കുന്നതിന് മുമ്പ്, എല്ലാവരേയും സൈബീരിയായിലേക്ക് കെട്ടുകെട്ടിക്കണം.”

എനിക്ക് അറിയാവുന്ന മയക്കോവ്സ്കി ഇത് വ്യക്തിപരമായ അധിക്ഷേപമായി കരുതിയിരിക്കണം. അദ്ദേഹം ഏതാണ്ട് ഈവിധം പറഞ്ഞത് ഞാൻ ഓർമ്മിക്കുന്നു. "നിങ്ങൾ എന്നെ അവഗണിച്ചതിന്റെ കാരണം ഇപ്പോൾ എനിക്ക് മനസ്സിലാകുന്നു. നിങ്ങളെ ഞാൻ ഭയപ്പെടുന്നു. സോവിയറ്റ് റഷ്യ നിങ്ങളെ ഭയപ്പെടുന്നു. ആയിരക്കണക്കിന്, പതിനായിരക്കണക്കിന് തൊഴിലാളികളും സൈനികരും സ്ത്രീകളും പെട്രോഗ്രാഡ് തെരുവുകളിലേക്ക് ഇറങ്ങി, സാർ ചക്രവർത്തിയെ സ്ഥാനഭ്രഷ്ടനാക്കിയത് നിങ്ങളെ ഭയപ്പെടുത്തുന്നു. തെരുവ് കോർണറുകളിൽ കെട്ടി ഉയർത്തിയ മരപ്ലാറ്റ്ഫോമുകളിൽ നിന്ന് വ്ളാഡിമിർ ലെനിനും ലിയോൺ ട്രോട്സ്കിയും വിപ്ലവത്തിനുവേണ്ടി ജനക്കൂട്ടത്തെ ഉദ്ബോധിപ്പിക്കുന്നത് നിങ്ങളെ ഭയപ്പെടുത്തുന്നു, സൈബീരിയയിലെ ലേബർക്യാമ്പുകളിൽ നിന്നും മോചിപ്പിക്കപ്പെട്ട, എല്ലും തൊലിയുമായ തടവുപുള്ളികൾ മേരിൻസ്കീയിലെ രാജകീയ പ്രൗഢിയുള്ള മുറികളിൽ ഇരച്ചുകയറി ബാലെ നർത്തകികളെ നോക്കുന്നത് നിങ്ങളെ ഭയപ്പെടുത്തുന്നു. വിരൽനഖങ്ങളിൽ ചളി നിറഞ്ഞ, അഴുക്ക് പുരണ്ട്, അലസരായ നീല ക്കോളർ തൊഴിലാളിവർഗ്ഗം യഥാർത്ഥത്തിൽ ഫാക്ടറി ഉടമസ്ഥരാകുകയും ഭരണകൂട നായകത്വം വഹിക്കുകയും ചെയ്യും എന്ന ആശയം നിങ്ങളെ ഭയപ്പെടുത്തുന്നു.

വടക്കേ അമേരിക്കയിലെ ഐക്യനാടുകളിലേക്ക് രാജ്യം വിട്ട് കുടിയേറുന്നതിനു മുമ്പ് ബോൾഷെവിക് അനുഭാവികളുമായി ഞാൻ മണിക്കൂറുകളോളം വാദിച്ചിട്ടുണ്ട്, അവരെ പരിഷ്കൃതരാക്കാൻ കഴിയുമോ എന്ന് ചിന്തിക്കാൻ. അവർ അവരുടെ നിലപാടുകളിൽ നിന്ന് മാറുമോ എന്നറിയാൻ. എന്തോ ചീഞ്ഞുനാറുന്നുണ്ടെന്ന് സ്വയം അംഗീകരിക്കാൻ വേണ്ടത്ര അവർ ഉയർന്നില്ല. എല്ലാവർക്കും തുല്യരായ ഒരു സാങ്കല്പിക റഷ്യയെ അംഗീകരിക്കാൻ കഴിയുന്നത്ര അവർ വളർന്നില്ല. എന്നാൽ ചില സഖാക്കൾ, അവർ ആരെങ്കിലുമാകട്ടെ ആരേക്കാളും കൂടുതൽ തുല്യരാണ്. ഈ സംഭാഷണം സോവിയറ്റ് റഷ്യയിൽ അല്ല എന്നതുകൊണ്ട് ഒരല്പം പോലും ഞാൻ ഭയപ്പെടുത്തുന്നില്ല."

കവിയോട് ഞാൻ പറഞ്ഞു. "ഏതവസ്ഥയിലും നിങ്ങൾ വിപ്ലവകാരികൾ ഒരേതരംതന്നെ. നിങ്ങൾ ബോൾഷെവിക്കുകൾ അവരവരുടെ മേന്മയ്ക്കായി മാത്രം പ്രവർത്തിക്കുന്ന, കണ്ണിൽ ചോരയില്ലാത്തവരാണ്."

കവി, ചായക്കപ്പിലെ അവസാനത്തെ തുള്ളിയും ധൃതിയിൽ വിഴുങ്ങി. "മാർക്സിസ്റ്റുകൾക്ക് ഒരു വിശ്വാസ പ്രമാണമുണ്ട്. അവർ ആത്യന്തിക ലക്ഷ്യത്തിൽ വിശ്വസിക്കുന്നു." താഴ്ന്ന് ശബ്ദത്തിൽ ന്യായീകരിച്ചു കൊണ്ട് അദ്ദേഹം പറഞ്ഞു. "അവർ ഒരർത്ഥത്തിലും ശക്തിഹീനരാകാൻ പാടില്ല. അത് നമ്മുടെ വിസ്തൃതമായ റഷ്യയുടെ ദൈനംദിനഭരണം പെട്ടെന്ന് നിശ്ചലമാക്കും. അങ്ങനെ അവർ ഒരു വിഷമാവസ്ഥയിലാകുകയാണെങ്കിൽ പുനരുദ്ധരിക്കാൻ കഴിയാത്തവിധം റഷ്യ ശിഥിലമാകും."

"മറ്റൊരുവിധത്തിൽ പറഞ്ഞാൽ ഏത് ഹീനലക്ഷ്യവും ബോൾഷെവിക്ക് മാർഗ്ഗത്തെ സാധൂകരിക്കും."

ഞാൻ പുച്ഛത്തോടെ ചിരിച്ചു. "നിങ്ങളുടെ വിശ്വാസം നിങ്ങളെ രക്ഷിക്കട്ടെ. നിങ്ങളുടെ തുറന്ന മനസ്സിനെ ഞാൻ നിന്ദിക്കുകയല്ല. എന്നാൽ അത് നിങ്ങളുടെ അബദ്ധമായ ഒരു അഭിപ്രായമാണ്. നിങ്ങളുടെ വ്യവസ്ഥിതിയിൽ വലിയ പദ്ധതികൾക്കുവേണ്ടി അടിമവേല ചെയ്യുന്ന നിർമ്മാണതൊഴിലാളികളുടെ ഗവണ്മെന്റ് ഏജൻസികൾ ന്യായീകരിക്കപ്പെടുന്നു. ഗ്രാമങ്ങളെ അനാഥമാക്കുന്ന നാഗരിക വ്യവസായവല്ക്കരണം, ഗ്രാമീണമേഖലയിലെ കർഷകരുടെ വിളകൾ സർക്കാർ പിടിച്ചെടുക്കുന്നത്, എന്നിവയും ന്യായീകരിക്കപ്പെടുന്നു. പാർട്ടിപരിപാടിക്ക് നൂറുശതമാനം അനുഭാവം വേണമെന്ന ദുശ്ശാഠ്യം നിങ്ങളുടെ വീട്ടുവാതിലിലെ ഭയപ്പെടുത്തുന്ന രഹസ്യപ്പൊലീസിന്റെ മുട്ട് ന്യായീകരിക്കുന്നു. അതല്ല നിങ്ങൾ അതൊന്നും അംഗീകരിക്കുന്നില്ലെങ്കിൽ ഈ ബോൾഷെവിക്ക് വിസർജ്ജനം മുഴുവൻ വിഴുങ്ങാൻ ദയവുചെയ്ത് പറയരുത്. ഓരോരുത്തരും അവനവന്റെ കഴിവിനനുസരിച്ച് ഉല്പാദിപ്പിക്കുക, ഓരോരുത്തരും അവനവന്റെ ആവശ്യമനുസരിച്ച് സ്വീകരിക്കുക, എന്തൊരു അസംബന്ധം! ഒരു തൊഴിലാളിയുടെ കഴിവിന്റെ അനേകം സാദ്ധ്യതകളിൽ നിന്നും ഒന്ന് തെരഞ്ഞെടുക്കുന്നത് ആരാണ്? അയാളുടെ ആവശ്യങ്ങൾ നിർണ്ണയിക്കുന്നത് ആരാണ്? നിശ്ചയമായും ധാരാളം സമ്പാദിക്കുന്ന ഏതെങ്കിലും ബോൾഷെവിക്ക് പാർട്ടിയുടെ ഔദ്യോഗിക ഭാരവാഹി, ഒരു ഫാക്ടറി ഉടമയായ മുതലാളി തൊഴിലാളിയെ ചൂഷണം ചെയ്യുന്നതിനേക്കാൾ കൂടുതൽ ചൂഷണം ചെയ്യുന്നു. ഈ ബോൾഷെവിക്ക് ചൂഷകനെ വെടിവെച്ചിടുന്നതുവരെ ഭീമവും നഗ്നവുമായ ഈ ചൂഷണം തുടർന്നുകൊണ്ടിരിക്കും."

ഇതേപ്പറ്റി അദ്ദേഹം അല്പം ചിന്തിച്ചു. അപ്പോഴെല്ലാം എന്റെ കണ്ണുകളിലേക്ക് സൂക്ഷിച്ച്, ഏതോ അർത്ഥം ഒളിപ്പിച്ച് പാളിനോക്കി. "ബോൾഷെവിക് വിസർജ്ജനം എന്ന് നിങ്ങൾ വിളിച്ചതെന്തുകൊണ്ടാണെന്ന് ചിന്തിക്കുന്ന അവസ്ഥയിൽ ഞാൻ എത്തിയിരിക്കുന്നു." ചീകിയൊതുക്കാത്ത ചപ്രതലമുടി തടവിക്കൊണ്ട് അദ്ദേഹം പറഞ്ഞു. ആഴ്ചകളോളം അദ്ദേഹം യാത്രയിലായിരുന്നതുകൊണ്ട് മുഖഭാവത്തിൽ ഒരു ആലസ്യഭാവമുണ്ടായിരുന്നു.

അദ്ദേഹം പറഞ്ഞു. "ജീവിതം ഒരു മരണശിക്ഷയാണെന്ന അടിസ്ഥാന ആശയത്തിൽ നിന്നും ഞാൻ ആരംഭിച്ചു. തണുത്ത നദി ഒഴുകുന്ന സ്വർഗ്ഗീയ മരുപ്പച്ചയിലേക്ക് മോസസും ജീസസും മുഹമ്മദും എഴുപത്തിരണ്ട് കന്യകമാരും വരവേൽക്കുന്ന മരണാനന്തര കല്പിതകഥകൊണ്ട് നിങ്ങളെ വേദനയിൽ നിന്ന് മോചിപ്പിക്കാനല്ല എന്റെ ഉദ്ദേശ്യം. എന്റെ വിഷയം, എന്റെ കൃത്യാന്തരം, എന്റെ അസ്വസ്ഥത, മരണത്തിന് മുമ്പുള്ള ജീവിതമാണ്. എന്റെ സഖാക്കളും ഞാനും ഇവിടെ ഭൂമിയിൽ ഒരു മരുപ്പച്ച

സൃഷ്ടിക്കാൻ ആഗ്രഹിക്കുന്നു. അതും നമ്മുടെ ജീവിതകാലത്തുതന്നെ. ഒരു മാർക്സിസ്റ്റിനെപോലെ ഞാൻ അത്രത്തോളം ബോൾഷെവിക്കല്ല. അതിനർത്ഥം ഞാനവരെ അനുഗമിക്കുന്നു, അനുകൂലിക്കുന്നു, പ്രോത്സാഹിപ്പിക്കുന്നു എന്നുതന്നെയാണ്. ഈ തൊഴിലാളികളുടെ സ്വർഗ്ഗം സൃഷ്ടിക്കാൻ പോകുന്ന റഷ്യയിലെ വിപ്ലവത്തെ പരിഹസിക്കാതിരിക്കൂ. പ്രിയപ്പെട്ട വെളുത്ത റഷ്യൻ സ്ത്രീയേ... അന്യവൽക്കരണം അവസാനിപ്പിക്കാനും അതിന്റെ നാശത്തിൽനിന്ന് രക്ഷിക്കാനും റഷ്യയ്ക്ക് വിപ്ലവം ആവശ്യമുണ്ട്. അതിന്റെ അഭാവത്തിൽ സാറിസ്റ്റ് ജീർണ്ണതയുടെ ആഴത്തിലേക്ക് നമ്മൾ കൂടുതൽ മുങ്ങിത്താഴുമായിരുന്നു. വിപ്ലവത്തിന് ഇറങ്ങിപുറപ്പെട്ടവർ ബോൾഷെവിക്കുകളാണ്. അതുകൊണ്ട് ഞാൻ അവരോടൊത്തു ചേർന്ന് പ്രവർത്തിക്കുന്നു. വിപ്ലവം അതിന്റെ ശരിയായ പാതയിൽ തന്നെയാണെന്ന് ഉറപ്പു വരുത്താൻ..."

"ശരിയായ പാതയിൽ!" ഞാൻ പരിഹാസസ്വരത്തിൽ ഉരുവിട്ടു. വിശിഷ്ടാതിഥിയുമായി വാദിക്കാൻ ധൈര്യപ്പെടുന്നത് ആരാണെന്ന് കാണാൻ അനേകം കണ്ണുകൾ ഞങ്ങളുടെ വഴിയിലേക്ക് നോക്കുന്നത് കടക്കണ്ണുകൊണ്ട് ഞാൻ കണ്ടു. ആസക്തിയുടെ കണ്ണുകൾ. ലജ്ജയില്ലാതെ ഞാൻ വിളിച്ചു കൂവി. "പക്ഷേ, വിപ്ലവം ശരിയായ പാതയിലാണെന്ന് ഞാൻ വിശ്വസിച്ചിരുന്നു. ലെനിന്റെ ലോക്കോമോട്ടീവ് എഞ്ചിന്റെ പാളത്തിൽ നിന്ന് എനിക്ക് പുറത്ത് കടക്കാൻ കഴിയുന്നതിനു മുമ്പ്."

അദ്ദേഹം മറുപടി പറഞ്ഞത് ഞാൻ നന്നായി ഓർക്കുന്നു. "ലെനിന്റെ വിപ്ലവഎഞ്ചിൻ ബോൾഷെവിക്കുകൾക്ക് വിജയം നേടിക്കൊടുത്തു. ആ പാതയിൽ കവിതയിലൂടെ ഊർജ്ജം വിതറിയവൻ മയക്കോവ്സ്കി. ഇരുപതാം നൂറ്റാണ്ടിലേക്ക് റഷ്യയെ കൊണ്ടുവന്നത് ബോൾഷെവിക്കുകളായിരുന്നു." സോവിയറ്റ് ലോക്കോമോട്ടീവ് ചിഹ്നമുള്ള ഒരു പോക്കറ്റ് വാച്ച് അദ്ദേഹം പുറത്തേക്ക് വലിച്ചെടുത്തു. സി.സി.സി.പി. എന്ന അക്ഷരങ്ങൾ മിന്നുന്നവിധം പോളീഷ് ചെയ്തിട്ടുള്ളതായി തോന്നി.

'നവജനത'യുടെ വേദിയിൽ ഒരാൾ മയക്കോവ്സ്കിയോട് അദ്ദേഹത്തിന്റെ കവിതകളിൽ ഒന്ന് ചൊല്ലുവാൻ ആവശ്യപ്പെട്ടു.

"അയാളെന്താണ് പറയുന്നത്?" കവി ചോദിച്ചു.

"അദ്ദേഹം നിങ്ങളുടെ കവിതകളിൽ ഒന്ന് ഉറക്കെ പാടാൻ ആവശ്യപ്പെടുന്നു."

"അവർക്ക് റഷ്യൻ ഭാഷ മനസ്സിലാക്കാൻ കഴിയാത്തതുകൊണ്ട് അത് ആവശ്യമില്ല." ആ അഭ്യർത്ഥന പുറംകൈ വീശി ഒഴിവാക്കിക്കൊണ്ട് അദ്ദേഹം പറഞ്ഞു.

"മുമ്പ് ഒരിക്കലും ഞാൻ ഒരു വെളുത്ത റഷ്യക്കാരിയോട് സംസാരിച്ചിട്ടില്ല." അദ്ദേഹം പെട്ടെന്ന് പറഞ്ഞു. "എനിക്ക് നിങ്ങൾ ഒരു പുത്തൻ

അനുഭവമാണ്." അദ്ദേഹം ആത്മവിശ്വാസമില്ലാത്തവിധം ചിരിച്ചു. ഞാൻ സംശയം പ്രകടിപ്പിക്കുംവിധം തോൾ മേലോട്ട് ഉയർത്തി.

"ഒരു കവിയോട് മുമ്പൊരിക്കലും ഞാനും സംസാരിച്ചിട്ടില്ല." ഞാൻ സമ്മതിച്ചു.

"പക്ഷേ, ഞാൻ ഒന്നാമതായും സർവ്വപ്രധാനമായും ഒരു പുരുഷനാണ്. ഒരു കവിയും കൂടിയാണ്. പുരുഷനാണ് പ്രഥമൻ. കവി അതിനുശേഷം മാത്രം. നിങ്ങൾക്ക് പുരുഷന്മാരെ നേരത്തെതന്നെ പരിചയമുണ്ടായിരിക്കും."

"എന്തുകൊണ്ടാണ് എന്ന് എന്നോട് ചോദിക്കരുത്." ഞാൻ പറഞ്ഞു.

"ബഹിരാകാശത്തു നിന്നുള്ള ഈ അസാധാരണ വ്യക്തിയുടെ ആത്മാവിന്റെ ആവരണം ഞാൻ പെട്ടെന്ന് അഴിച്ചുമാറ്റുകയായിരുന്നു. ഞാൻ ഒരുമിച്ചുറങ്ങിയ പുരുഷന്മാർ, എന്റെ ഭർത്താവടക്കം യാതൊരു വ്യത്യാസവുമില്ലാതെ മുൻകൈ എടുക്കുന്നതിൽ വിമുഖരായിരുന്നു. നിരസിക്കപ്പെടുന്ന അവസ്ഥ പുരുഷന്മാർ അത്യന്തം ഭയപ്പെടുന്നു. അതുകൊണ്ട് ആദ്യനീക്കത്തിന് ധൈര്യമില്ല."

എന്റെ സംഭാഷണം ഏതു ദിശയിലേക്കാണ് നീങ്ങുന്നതെന്ന് കവി പെട്ടെന്ന് മനസ്സിലാക്കി. "മുൻകൈ എടക്കേണ്ടത് യഥാർത്ഥത്തിൽ സ്ത്രീയാണ്. പുരുഷനെ വശീകരിച്ച് കീഴ്പ്പെടുത്തേണ്ട ചുമതല എന്റേതാണ്." അദ്ദേഹം തുടർന്നു. "നിങ്ങൾ തിരസ്കരിക്കുമെന്നോർത്ത് ഞാൻ മുൻകരുതലെടുത്തതാണ്."

"എങ്ങനെ ചെയ്തു? ആരിലൂടെ?"

അദ്ദേഹം ദേഷ്യപ്പെട്ട് ഉച്ചത്തിൽ ആക്രോശിച്ചു. "തിരസ്കരണം കൊണ്ട്. സംശയമില്ല. പലപ്പോഴും ഞാൻ തിരസ്കരിക്കപ്പെട്ടിട്ടുണ്ട്. പക്ഷേ, അതിനെ ഒരിക്കലും ഭയപ്പെടുന്നില്ല. ഇപ്പോൾ തന്നെ മോസ്കോയിൽ ഒരു തിരസ്കാരത്തിന്റെ ഇരയാണ് ഞാൻ. അതുകൊണ്ടാണ് നിങ്ങളെ അനുനയിപ്പിച്ച് വശത്താക്കാൻ ഞാൻ മുൻകൈ എടുത്തത്."

ഞാൻ ചിരിച്ചപ്പോൾ അദ്ദേഹവും ചിരിച്ചു. ഞങ്ങളുടെ ആദ്യത്തെ നിയമാനുസൃതമല്ലാത്ത അധാർമ്മികവൃത്തിയായി പരിണമിച്ചത് ആ ചിരിയായിരുന്നു.

ഇപ്പോൾ എല്ലാം വ്യക്തമായിരിക്കുന്നു. ഞാൻ ചിന്തിച്ചിരുന്നതെന്തായിരുന്നുവോ അത് കവി ഉച്ചത്തിൽ പറഞ്ഞത് ഓർക്കുന്നു. "നിങ്ങൾ ഒരു പുത്തൻഅറിവായിരുന്നു. എനിക്ക്."

അസുഖകരമായ സത്യം ഇതാണ്. വ്ളാഡിമർ മയക്കോവ്സ്കി അപ്രതിരോധ്യനായിരുന്നു. അദ്ദേഹത്തിന്റെ കവിതയായ 'എന്റെ പ്രപഞ്ചം' നോക്കുക.

"നിങ്ങൾക്കു ഫ്രഞ്ച് അറിയാം
ഹരിക്കാനും പെരുക്കാനുമറിയാം
പക്ഷേ നാടകസദസ്സിനോടൊപ്പം
ഒരു യുഗ്മഗാനം പാടാനാകുമോ?
അറിയാമോ ട്രാമുകളുടെ ഭാഷണങ്ങൾ?"

ഒരേസമയം അഹങ്കാരവും നിർഗുണനാണെന്ന ഭാവവും ശാരീരികമായ ശക്തിയും വൈകാരികമായ ദൗർബ്ബല്യവും അദ്ദേഹം പ്രകടിപ്പിച്ചു. ഒരു തുറന്ന പുസ്തകം പോലെ അദ്ദേഹത്തിന്റെ ചിന്തകൾ നിങ്ങൾക്ക് വായിക്കാൻ കഴിയും. അതേസമയം നിഗൂഢത നിറഞ്ഞ ഒരു തന്ത്രശാലിയെപോലെ ദുർഗ്രാഹ്യനും ആകുമായിരുന്നു. അദ്ദേഹത്തെ വെറുതെ എപ്പോഴും ശ്രദ്ധിച്ചിരിക്കാൻ തോന്നുമായിരുന്നു. നിങ്ങൾ അദ്ദേഹത്തെ ഒന്നുകിൽ ഇഷ്ടപ്പെടും. അല്ലെങ്കിൽ വെറുക്കും. അദ്ദേഹവുമായി ഇടപഴകുന്നിടത്തോളം അത് കാര്യമാക്കേണ്ടതില്ല. എന്നാൽ അദ്ദേഹത്തിന്റെ ചഞ്ചലവ്യക്തിത്വത്തിന്റെ കാന്തശക്തി നിങ്ങളുടെ ശരീരം അറിയും. നമ്മുടെയുള്ളിലേക്ക് ഒരു സുഗന്ധാനുഭവം നിറയും. വികാരസാന്ദ്രമായ ഒരു ലോകത്തിന്റെ ദിശകളിലൂടെ, ദിക്ക് കൃത്യമായി നിശ്ചയിക്കപ്പെട്ട ഏതോ മാർഗ്ഗത്തിലൂടെ നമ്മൾ സഞ്ചരിക്കുകയാണെന്ന് തോന്നും. ഞാനെന്ന അഹങ്കാരം നമ്മിൽ നിന്ന് ചോർന്നുപോകും. ഓർമ്മയിൽ അവശേഷിക്കുന്ന ഒരേയൊരു കാര്യം, നമ്മൾ അനുഭവിച്ച വാക്കുകൾ കൊണ്ട് പറഞ്ഞറിയിക്കാനാവാത്ത ആനന്ദലഹരിയാണ്. അത് പറയാതെ വയ്യ.

നോറ: നമ്മളെല്ലാം മുഖസ്തുതിയിൽ ആകൃഷ്ടരായി ഏതെങ്കിലും വിധത്തിൽ മയക്കോവ്സ്കിയുടെ വശീകരണവലയത്തിൽ നിലംപൊത്തി വീണിട്ടുണ്ട്.

ലിലിയ: ആനന്ദലഹരിയിൽ എന്നത് ഒരു വീഴ്ചയായി കരുതാനാവില്ല...

നോറ: യഥാർത്ഥത്തിൽ അവയുടെ അർത്ഥം ഒന്നുതന്നെയാണ്.

ലിലിയ: അവ വളരെ വ്യത്യസ്തമായ കാര്യങ്ങളുമാണ്.

താത്യാന: അവൾ കഥ പൂർത്തിയാക്കട്ടെ. എല്ലി തുടർന്ന് പറയൂ.

എല്ലി: വെളുപ്പിന് മൂന്നുമണി. വിരുന്നിന്റെ യാത്രാക്ഷീണം മാറി. പുത്തൻ ഉണർവ്വായി. ഹാഷിഷിന്റെ ദുർഗന്ധവും പരസ്പരം പൊരുത്തമില്ലാത്ത അരഡസൻ ഭാഷകളുടെ അസന്തുഷ്ടമായ കലമ്പലുകളും വിശാലമായ അപ്പാർട്ടുമെന്റിൽ നിറഞ്ഞു. സ്വീകരണമുറിയിൽ രണ്ട് നീഗ്രോഗായകർ യഹൂദരുടെ വീണ വായിക്കുന്നു. ഒരാൾ കോർനെറ്റ് (പിച്ചളയുടെ ചെറിയ ട്രംപെറ്റ് പോലെയുള്ള സംഗീത ഉപകരണം) മറ്റൊരാൾ ബൂഗി-വൂഗി എന്നോ മറ്റോ പേരുള്ള ജാസ്സിലെ ഏറ്റവും പുതിയ രാഗം കൊണ്ട്

സദസ്സിനെ സന്തോഷിപ്പിക്കുകയായിരുന്നു. വള്ളിട്രൗസർ ധരിച്ച യുവാക്കൾ അവരുടെ ഷർട്ടിന്റെ കൈ കൈമുട്ടുവരെ മടക്കി വിയർപ്പുകൊണ്ട് നനഞ്ഞ മുടി പിന്നിലേക്ക് ഒതുക്കി വെച്ചു. ഇറക്കി ഉടുത്ത നീളം കുറഞ്ഞ സ്കർട്ട് ധരിച്ച യുവതികൾക്കൊപ്പം അവർ അശ്ലീലം തോന്നിപ്പിക്കുന്ന ബ്ലാക്ക്ബോട്ടം നൃത്തം ചെയ്യുകയായിരുന്നു. ശിരസ്സ് ചെരിച്ച് യുവജനങ്ങളെ സശ്രദ്ധം വീക്ഷിച്ചുകൊണ്ട് സുന്ദരമായ അധരങ്ങളിൽ അർദ്ധമന്ദസ്മിതത്തോടെ ഇരിക്കുകയായിരുന്ന മയക്കോവ്സ്കിയെ ഞാൻ ശ്രദ്ധിച്ചുനോക്കി. അദ്ദേഹത്തിന്റെ അദ്ഭുത ജീവികളായ ബോൾഷെവിക്കുകൾ എങ്ങനെയാവും ഈ ബോൾറൂം നൃത്തം ചെയ്യുക? 1920കളുടെ ആദ്യപാതത്തിൽ ഈ നൃത്തം നിരോധിച്ചതാണല്ലോ എന്ന് ഞാൻ ഓർത്തു. അത് നിർബ്ബന്ധമായും സ്വവർഗ്ഗരതിയിലേക്ക് നയിക്കും എന്നാണ് അന്നവർ പറഞ്ഞത്. മയക്കോവ്സ്കി ഇക്കാര്യം ഓർത്തുകൊണ്ടിരിക്കുകയാണെന്ന് ഞാൻ സങ്കല്പിച്ചു. വാക്കുകളുടെ നിർവ്വചനത്തെപ്പറ്റി അർത്ഥശൂന്യമായ വാഗ്വാദത്തിൽ ബുദ്ധിജീവികൾ മുഴുകി, അളവില്ലാത്തത്ര ജിൻ കഴിച്ച് അവശരായിക്കൊണ്ടിരുന്നു. എന്നെ വശീകരിച്ച് കീഴ്പ്പെടുത്താൻ ശ്രമിച്ച നമ്മുടെ പത്രാധിപർ അപ്പോൾ കുടിയേറ്റ നിയമങ്ങളെക്കുറിച്ച് വിശദീകരിക്കുകയായിരുന്നു. ആശ്രയിച്ച രാജ്യത്ത് അനുവദിക്കപ്പെട്ട നിശ്ചിത അവകാശങ്ങൾ ഉള്ള വിദേശികൾ... എല്ലാം അദ്ദേഹത്തിന്റെ ഗൂഢമോഹങ്ങളുടെ വ്യാഖ്യാനങ്ങൾ...

"ലൈംഗിക പ്രതീകാത്മകത്വം അടിസ്ഥാനമാക്കിയ, ചിത്രകാരിയായ ഓക്കീഫിയ പൂക്കളെക്കുറിച്ച് നടത്തിയ പഠനങ്ങൾ, കാൽവിൻ കൂളിഡ്ജിന്റെ അമേരിക്കയിലെ ടെക്സ്റ്റ്ബുക്ക് വിവരണങ്ങൾക്ക് സമാനമാണെന്ന് നമ്മുടെ പത്രാധിപർ കണ്ടെത്തി. ആശ്രിതരാജ്യത്തിൽ വെള്ളക്കാരനായാലും നീഗ്രോ ആയാലും നിശ്ചയിക്കപ്പെട്ടതാണെങ്കിലും അനുവദിക്കപ്പെട്ട വ്യത്യസ്ത അവകാശങ്ങൾ ഉണ്ട്." അദ്ദേഹം വിശദീകരിച്ചു.

വേറാക്രൂസിൽ നിന്നും വാങ്ങിയ നിറമുള്ള സിഗരറ്റുകളിൽ അവസാനത്തേത് പുകച്ചുകൊണ്ട് ഒരു ജൂത ട്രേഡ് യൂണിയനിസ്റ്റുമായി മയക്കോവ്സ്കി ഗൗരവപൂർവ്വം സംസാരിക്കുകയായിരുന്നു. ജൂതഭാഷയായ യിദ്ദീഷിൽ അദ്ദേഹം ചോദ്യങ്ങൾ ചോദിച്ചുകൊണ്ടിരുന്നു. കവി മറുപടി നൽകിയതോ കവിയുടെ ദേശഭാഷയായ ജോർജ്ജിയൻ ഭാഷയിലും. അത് ഞാൻ കണ്ടുപിടിച്ചത് പിന്നീടാണ്. ഒരാൾ പറയുന്നത് മറ്റൊരാൾക്ക് ഒരു വാക്കുപോലും മനസ്സിലായില്ല, എങ്കിലും ചൂടേറിയ വാദപ്രതിവാദങ്ങൾക്ക് ഭാഷ തടസ്സമായില്ല. ബധിരന്റെ സംഭാഷണം സ്നിഗ്ധമാക്കാൻ വിസ്കിക്ക് ഇത്രത്തോളം കഴിവുണ്ടെന്നുള്ളത് നിസ്സാരകാര്യമല്ല. നീഗ്രോ ജാസ് കലാകാരന്മാരിൽ ഒരാൾ - കിംഗ് ഒലിവർ. കോർണറ്റ് കൊണ്ട് മയക്കോവ്സ്കിയെ ചൂണ്ടി ചോദിച്ചു. "അദ്ദേഹം ഏതു രാജ്യക്കാരനാണ്?" റഷ്യയിൽ നിന്നാണെന്ന് പറഞ്ഞപ്പോൾ അയാൾ പരിഹാസത്തോടെ

കവിയുടെ മാറിടത്തിൽ വിരൽമുട്ടുകൾ അമർത്തി. "ചോദിക്കൂ, അയാളുടെ ഈ റഷ്യയിൽ കറുത്ത മനുഷ്യർ ഉണ്ടോ എന്ന്."

ആ ചോദ്യം ഞാൻ പരിഭാഷപ്പെടുത്തിയപ്പോൾ കവി പല്ലിളിച്ചു കാട്ടി. "അയാളോട് പറയൂ, വർണ്ണവ്യത്യാസമുള്ള ലക്ഷക്കണക്കിന് മനുഷ്യരുണ്ട്. അവർ റഷ്യയിൽ മദ്ധ്യേഷ്യയിലാണ്. അവരെല്ലാം മഞ്ഞനിറക്കാരാണ്."

"മഞ്ഞ!" കിംഗ് ഒലിവർ ആർത്തുവിളിച്ചു. പിന്നെ മനസ്സിലാക്കാൻ പ്രയാസമായ ചില വാക്കുകളും.

മയക്കോവ്സ്കിയുടെ ഔദ്യോഗിക വിചാരണ ആരംഭിച്ചതേയുള്ളൂ. ഒരു ഉപരോധം പ്രതീക്ഷിച്ചുകൊണ്ട് നഗരസമ്പന്നമേഖലയിലെ താമസക്കാരായ വീര്യസമ്പന്നരും സാഹിത്യതത്പരരുമായവർ അദ്ദേഹത്തിന് ചുറ്റും നിന്നു. കൊളംബിയ സർവ്വകലാശാലയിൽ പോസ്റ്റ്ഗ്രാജ്വേറ്റ് ക്ലാസ്സിൽ സാഹിത്യം പഠിപ്പിച്ചിട്ടുള്ള, കവിതകളെഴുതുന്ന, ഒരു പ്രായമേറിയ ഒരു സ്ത്രീ മയക്കോവ്സ്കിയുടെ കവിതയിലെ താളക്രമത്തിന്റെ സ്രോതസ്സ് വ്യക്തമാക്കാൻ അദ്ദേഹത്തോട് ആവശ്യപ്പെട്ടു. ഞാനത് പരിഭാഷപ്പെടുത്തിയപ്പോൾ ചായക്കപ്പിൽ വിസ്കി വീണ്ടും നിറയ്ക്കാൻ എടുത്ത സമയത്ത് അദ്ദേഹം അതേപ്പറ്റി ചിന്തിച്ചു. പിന്നീട് മനസ്സില്ലാമനസ്സോടെ നൽകിയ വിശദീകരണത്തിൽനിന്നും ഒട്ടും കലർപ്പില്ലാത്ത മയക്കോവ്സ്കിയെ എനിക്ക് വ്യക്തമായി തിരിച്ചറിയാൻ കഴിഞ്ഞു. "പ്രിയപ്പെട്ട അമേരിക്കൻ മാന്യവനിതേ, ലുബിയാൻസ്കി സ്ക്വയറിൽ നിന്ന് മോസ്കോയിലെ നോഗിൻ സ്ക്വയറിലേക്ക് പോകുന്ന 7-ാം നമ്പർ ബസ്സ് പെട്ടെന്ന് പരുക്കൻ ശബ്ദത്തോടെ ഓടാൻ തുടങ്ങുന്നതിൽനിന്ന് എന്റെ താളക്രമം ഉദ്ഭവിക്കുന്നു."

പ്രിയപ്പെട്ട അമേരിക്കൻമാന്യവനിത ചിന്താക്കുഴപ്പത്തോടെ എന്നെ നോക്കി. "നിങ്ങളുടെ റഷ്യൻ കവി ഞങ്ങളോട് ഒട്ടും ഗൗരവമില്ലാതെ ഫലിതം പറയുന്നു."

"ഗൗരവമുള്ള കാര്യങ്ങൾ അദ്ദേഹം ഫലിതരൂപത്തിൽ പറയുന്നു എന്നേയുള്ളൂ." ഞാൻ പറഞ്ഞു.

ടൈംസ് സ്ക്വയറിലെ വലിയ ഗെയ്ന്റ് സി ഗില്ലറ്റ് റെയ്സർ പരസ്യബോഡിലെ ചിത്രത്തിലുള്ള തന്റെ പ്രശസ്തിയുടെ അവകാശവാദവുമായി ഒരു പരസ്യ മോഡൽ കടന്നുവന്നു. നല്ലവണ്ണം മദ്യപിച്ചിരുന്നു. നാസികാദ്വാരത്തിലേക്ക് വിരൽ കടത്തിക്കൊണ്ട് അയാൾ പറയുകയായിരുന്നു.

"ഒരു മൈൽ അകലെ നിന്നായാലും ഒരു കൊമ്മിയുടെ ഗന്ധം ഞാൻ പിടിക്കും." ഏമ്പക്കങ്ങൾക്കിടയിൽ അദ്ദേഹം പറഞ്ഞൊപ്പിച്ചു.

“സോവിയറ്റ് റഷ്യയിലെ ഓരോന്നിനും വലിപ്പവും ഗുണമേന്മയും ഉണ്ട്, ശരിയല്ലേ? സോവിയറ്റ് റഷ്യയിലെ കൊമ്മികൾക്ക് കിട്ടുന്നതിനേക്കാൾ വലിപ്പവും ഗുണമേന്മയുള്ള എന്തെങ്കിലും നരകം പിടിച്ച സാധനം ന്യൂയോർക്കിലും സൃഷ്ടിക്കപ്പെടേണ്ടതാണ്.”

വളരെ സാവധാനം ചിരിച്ചുകൊണ്ട് മയക്കോവ്സ്കി മൂക്കിന്റെ ദ്വാരത്തിൽ ചൂണ്ടുവിരൽ കടത്തി. “ഒരു മൈൽ അകലെ നിന്നുപോലും ഒരു മദ്യപാനിയുടെ മണം എനിക്കും അറിയാനാവും.” അദ്ദേഹം പറഞ്ഞു. “അയാളോട് പറയൂ. വലുത് അനിവാര്യമായും ഗുണമേന്മയുള്ളതാണെന്ന ക്ലാസിക് അമേരിക്കന്റെ അബദ്ധധാരണയാണ് അയാൾ സൃഷ്ടിക്കുന്നതെന്ന്.”

എന്റെ പരിഭാഷ രണ്ടാംതവണയും ഞാൻ ആവർത്തിച്ചപ്പോൾ പുരുഷ മോഡൽ ഉറപ്പിച്ചു പറഞ്ഞു. “വലുത് ഏറെ നല്ലത്.”

റഷ്യൻ കവിയോട് ഞാൻ അഭ്യർത്ഥിച്ചു. “അയാൾക്ക് വലുത് കൊടുക്കൂ. നല്ലത് തത്ക്കാലം മറന്നേക്കൂ.”

മയക്കോവ്സ്കി താൻ എല്ലാവരുടേയും ശ്രദ്ധാകേന്ദ്രമാകുന്നത് നല്ലവണ്ണം ആസ്വദിക്കുന്നുണ്ടായിരുന്നു.

“വലുത് ഇവിടെയാണ് ഉള്ളത്. നോക്കൂ, നിങ്ങളുടെ ബ്രൂക്‌ലിൻ പാലം. നിങ്ങളുടെ വുൾവർത്ത് കെട്ടിടം. അതിന് അയ്യായിരം ജനലുകളുണ്ടെന്ന് ആരോ എന്നോട് പറഞ്ഞിട്ടുണ്ട്. നിങ്ങൾക്ക് അടിപ്പാതയുണ്ട്. അതിലൂടെ വിസ്തൃതമായ നഗരചേരിയുടെ ഒരറ്റത്തുനിന്നും മറ്റേഅറ്റം വരെ ഞാൻ യാത്ര ചെയ്തിട്ടുണ്ട്. അക്കൂട്ടത്തിൽ മേന്മയേറിയ ഒരു വസ്തു നിങ്ങളുടെ മനുഷ്യസഹായമില്ലാതെ പ്രവർത്തിക്കുന്ന യന്ത്രമാണ്. അതിനോട് എനിക്ക് ഭയഭക്തിയുണ്ട്. യു.എസ് നാണയങ്ങൾ നീണ്ട് ഇടുങ്ങിയ ദ്വാരത്തിലേക്ക് ഇടുകയും ചെറിയ ചില്ല് വാതിൽ തുറക്കുകയും കൊതികൊണ്ട് വായിൽ വെള്ളമൂറുന്ന മൂന്ന് അടുക്കുകളുള്ള ടർക്കി സാന്റ്‌വിച്ച് കുത്തിനിർത്തിയ ഒരു ടൂത്ത് പിക്കോടും കുക്കുമ്പർ അച്ചാറോടും കൂടി പുറത്തേക്ക് വരുകയും ചെയ്യുമ്പോൾ എനിക്ക് എന്തെന്നില്ലാത്ത അദ്ഭുതവും സന്തോഷവും ഉണ്ടാകുന്നു. അയാളോട് പറയൂ, മോസ്കോയിൽ ഞങ്ങൾക്ക് ഓട്ടോമാറ്റുകൾ ഇല്ല. എന്നാൽ തിരിച്ചു ചെന്നാൽ ഉടനെ അത് ഞങ്ങൾ സ്ഥാപിക്കും. ഞങ്ങളുടെ കമ്മ്യൂണിസ്റ്റ് ഓട്ടോമാറ്റുകൾ കൂടുതൽ നല്ലതായിരിക്കും. കമ്മ്യൂണിസ്റ്റ് സാന്റ്‌വിച്ചുകൾ ഇവിടെ ക്യാപിറ്റലിസ്റ്റ് ന്യൂയോർക്കിലുള്ളവയേക്കാൾ വലിപ്പം ഏറിയതും ഗുണമേന്മയുള്ളതും ആയിരിക്കും.”

“ഒരു കൊമ്മിയെ ചുരണ്ടി നോക്കുക.” പുരുഷമോഡൽ പറയാൻ തുടങ്ങി. എന്നാൽ മയക്കോവവ്സ്കിയുടെ കൃഷ്ണമണികളെ ഇരുണ്ട കാർമേഘം മറച്ചതുകൊണ്ട് മറ്റൊന്നും കാണാൻ കഴിയാത്തതുകൊണ്ട്

അയാൾ ആ വാക്യം പൂർത്തിയാക്കാതിരിക്കുന്നതാണ് നല്ലതെന്ന് അയാൾ നിശ്ചയിച്ചു.

ഒരു നിമിഷത്തേക്ക് ന്യൂയോർക്കിലെ അംബരചുംബികളേയും പാലങ്ങളേയും ഓട്ടോമാറ്റുകളെയും മറക്കുക. അമേരിക്കയെപ്പറ്റിയുള്ള നേരിട്ടുള്ള അനുഭവങ്ങളുടെ അടിസ്ഥാനത്തിൽ അമേരിക്കയെക്കുറിച്ച് അദ്ദേഹം എന്തായിരിക്കും പറയുക? ട്രെയിൻ യാത്രയിൽ ചില രംഗങ്ങൾ അദ്ദേഹം കണ്ടതാണ്. അപ്പോൾ അദ്ദേഹത്തിന്റെ മുന്നിൽ പുരുഷവസ്ത്രങ്ങൾ ധരിച്ച ഒരു ലെസ്ബിയൻ എഴുത്തുകാരി തന്റെ സ്ത്രീസുഹൃത്തിന്റെ ബോഡീസിനുള്ളിലേക്ക് കൈ കടത്തുന്നതാണ് കണ്ടത്.

"നമുക്ക് മുന്നോട്ട് നീങ്ങാം. പരിഭാഷപ്പെടുത്തൂ." ഞങ്ങളുടെ വിശിഷ്ടാതിഥിയെ ഒരു കലഹത്തിലേക്ക് ഉൾപ്പെടുത്താൻ ഞാൻ മടിച്ചു നിന്നു.

"അമേരിക്കയെപ്പറ്റിയുള്ള നിങ്ങളുടെ അനുഭവത്തിലധിഷ്ഠിതമായ പ്രതികരണങ്ങൾ അറിയാൻ അവർ ആഗ്രഹിക്കുന്നു." ഞാൻ കവിയോട് പറഞ്ഞു.

മയക്കോവ്സ്കി പെട്ടെന്ന് ഒരു കൈ എന്റെ അരക്കെട്ടിനെ ചുറ്റി. അപ്പോൾ എനിക്കും ചിന്താക്കുഴപ്പമൊന്നും തോന്നിയില്ല. ഞാൻ അനങ്ങിയില്ല. "അമേരിക്ക" അദ്ദേഹം തുറന്നു പറഞ്ഞു. കൂട്ടുകാരിയുടെ മാറിടത്തിൽ ആ ലെസ്ബിയന്റെ കൈ ഒട്ടിച്ചേരുന്നതിൽ അദ്ദേഹത്തിന്റെ നോട്ടം തറഞ്ഞുനിന്നു. "തീർച്ചയായും ഒരു അലിഗറി ആണത്. അതുകൊണ്ട് ഞാൻ അർത്ഥമാക്കുന്നത് ലൗകികമായ എല്ലാ അലിഗറികളെയും പോലെ ഉപരിതലത്തിന് താഴെ നിഗൂഢാർത്ഥം അന്വേഷിക്കാൻ ഒരാൾ ബാദ്ധ്യസ്ഥനാണ് എന്നതാണ്. ആഖ്യാനത്തിന്റെ ധാർമ്മികവശം ആ നിഗൂഢതയിലാണ് അന്വേഷിക്കേണ്ടത്."

"വിശുദ്ധപശു" അവജ്ഞയോടെ ലെസ്ബിയൻ എഴുത്തുകാരി പറഞ്ഞു. "ഒരു ലൈംഗികരോഗം പോലെ അദ്ദേഹം അലിഗറി ശബ്ദം പുറപ്പെടുവിക്കുന്നു."

"അമേരിക്കയുടെ കാര്യത്തിൽ അത് ഒരു രോഗത്തിൽ നിന്നും വേർതിരിച്ച് കാണാൻ കഴിയാത്തതാണ്." ഞാൻ പരിഭാഷപ്പെടുത്തിയപ്പോൾ കവി പ്രത്യുത്തരം നൽകി.

"ഈ രാജ്യത്തിന്റെ ഒന്നാമത്തെ തെറ്റ് ഭാഷയാണ്. പ്രചോദനം നൽകുന്ന കാവ്യദേവതകൾ കവികൾക്കില്ല. കാരണം അമേരിക്കൻ നാമരൂപങ്ങൾക്ക് ലിംഗഭേദമില്ല. കാവ്യദേവതകളില്ലാത്ത കവികൾ ഒഴുക്കിനൊത്തു നീന്തി ഭൗതികശൂന്യതയിൽ നശിക്കുന്നു. ഉൾക്കനമില്ലാത്ത നിശ്ശബ്ദയായി അർത്ഥശൂന്യതയായി വിക്ഷേപിക്കപ്പെടുന്നു."

ഒരു നീണ്ട മോങ്ങലോടെ ലെസ്ബിയൻ ശബ്ദമുണ്ടാക്കി. അപ്രതീക്ഷിതമായി സംഭവിച്ച തടസ്സം കാര്യമാക്കാതെ, പ്രത്യേകമായ യാതൊരു ഭാവപ്രകടനമില്ലാതെ മയക്കോവ്സ്കി വിശകലനം തുടർന്നു. "നാമലിംഗഭേദത്തിന്റെ അഭാവം വലിയൊരു വൈകല്യമേയല്ലെന്നവിധം അന്യവത്ക്കരണവും ചൂഷണവും കൊണ്ട് രോഗാതുരമാണ് അമേരിക്ക. ഈ വ്യാധി അനിവാര്യമായ ആത്യന്തികനാശം സൃഷ്ടിക്കുമെന്ന് നിങ്ങൾ ചിന്തിക്കുന്നില്ലെങ്കിൽ വിപ്ലവത്തിന്റെ ഒരു ഡോസ് മരുന്ന് കൊണ്ട് രോഗവിമുക്തി ഉണ്ടാകണമെന്ന് ആഗ്രഹിക്കുന്നില്ലെങ്കിൽ എന്തായിരിക്കും ഈ രാജ്യത്തിന്റെ വിധിപ്രഖ്യാപനം?" ഇത്രയും പറഞ്ഞതിനുശേഷം വടക്കേഅമേരിക്കയെ മുറിച്ച് യാത്ര ചെയ്യുമ്പോൾ എഴുതിയ കവിതയുടെ വരികൾ ഉച്ചത്തിൽ അലമുറയിടുന്നതുപോലെ മയക്കോവ്സ്കി പാടി. അമേരിക്കൻ ഇംഗ്ലീഷിലേക്ക് എനിക്ക് സാധ്യമാകുന്നത്ര നന്നായി അത് കിംഗ്സ് പരിഭാഷപ്പെടുത്തി. *വളച്ചുകെട്ടലുകളില്ലാതെ ഞാൻ പറയാം.*

"പ്രിയ കൊളംബസ്, നിങ്ങൾ ഒരു മൂഢനാണ്.
നിങ്ങൾക്കു പകരം ഞാനാണെങ്കിൽ
കുടിയേറ്റക്കാരിൽനിന്ന് ഞാനത് അടച്ചിടുമായിരുന്നു
അമേരിക്കയെ വൃത്തിയോടെ സൂക്ഷിക്കാൻ.
നല്ല ഒരു അമേരിക്കയ്ക്കുവേണ്ടി വീണ്ടും
രണ്ടാം തവണ ഞാൻ തുറന്നിടുമായിരുന്നു."

മയക്കോവ്സ്കിയുടെ കവിതയ്ക്കു മുന്നിൽ സാഹിത്യതത്പരരായ വിദ്യാസമ്പന്നരുടെ വിനയാന്വിതമായ കരഘോഷം ഉയർന്നു. എന്നാൽ അദ്ദേഹത്തിന്റെ കലാസൃഷ്ടി അല്പം മാത്രമേ അവർ മനസ്സിലാക്കിയിട്ടുള്ളൂ എന്ന് എളുപ്പത്തിൽ നമുക്ക് മനസ്സിലാക്കാൻ കഴിയും. മിക്കവാറും എല്ലാവർക്കും ആ കവിതകൾ മനസ്സിലാക്കാൻ വിഷമമായിരുന്നു. അവർ സാവധാനത്തിൽ അവിടെനിന്നും ഒഴിഞ്ഞുപോകാൻ തുടങ്ങി.

സ്ത്രീകൾ ചായക്കപ്പുകളിൽ വീണ്ടും ജിൻ നിറച്ചു. ആ വിരുന്നു സൽക്കാരം എങ്ങനെയോ അലങ്കോലമായി. ലേഡീസ് ഗാർമെന്റ് വർക്കേഴ്സ് യൂണിയനിലെ ഒരു കൂട്ടം ഈസ്റ്റ് സൈഡ് സ്ത്രീകളുമായി ശൃംഗരിക്കുകയായിരുന്നു കവി. കിംഗ് ഒലിവർ സ്വീറ്റ് ജോർജിയ ബ്രൗണിന്റെ മുൻതയ്യാറെടുപ്പില്ലാത്ത ജൂതന്മാരുടെ വീണാപരിപാടിയിൽ പങ്കുചേരാൻ സ്വീകരണമുറിയിലേക്ക് തിരിച്ചു പോയി. മയക്കോവ്സ്കി കോട്ടുവായിട്ടു. ക്ഷീണത്താലല്ല വിരസതയാൽ. ഞങ്ങൾ ഇവിടം വിടുന്നു. ആതിഥേയരെ ആശ്ലേഷിക്കാതെ തിരിച്ചുപോകുന്നു എന്നാണ് അതിനർത്ഥം. ഞങ്ങളുടെ കിടപ്പുമുറിയിലെ കിടക്കകളിലേക്ക് ചെല്ലുമ്പോൾ അർദ്ധനഗ്നരായ രണ്ടുപേർ രതിയിലേർപ്പെടുന്നത് കണ്ടു. മദ്യലഹരിയിൽ ഓർമ്മപിശകുള്ള അതിഥികൾ യാതൊരു ഔചിത്യവുമില്ലാതെ

മുറികളിലെ കട്ടിലുകൾ തിരയുകയായിരുന്നു. കവി അപ്പോൾ തന്നെ ബ്രോഡ്‌വേയിലേക്കുള്ള ഇരുചക്ര ഒറ്റക്കുതിരവണ്ടി ബലാൽക്കാരമായി പിടിച്ചു നിർത്തി. ഞങ്ങളെ നഗരമദ്ധ്യത്തിലെ ബ്രൂക്‌ലിൻ പാലത്തിലേക്ക് കൊണ്ടുപോകാൻ. തലേദിവസം അവിടെ സന്ദർശിച്ച അദ്ദേഹം ആ സ്ഥലം അത്രമാത്രം ഇഷ്ടപ്പെട്ടിരുന്നു.

മുഖത്ത് കുറ്റിരോമവും ഒരാഴ്ച പഴക്കമുള്ള വിസ്കിയുടെ ദുർഗന്ധത്തിന്റെ ശ്വാസവും ഉള്ള ഒരു അയർലന്റുകാരനായിരുന്നു കുതിരവണ്ടിയുടെ ഡ്രൈവർ. ഞങ്ങൾ പിൻസീറ്റിലിരുന്ന് റഷ്യൻ ഭാഷയിൽ സംസാരിക്കുന്നത് കേട്ടപ്പോൾ ഞങ്ങളെ അദ്ഭുതപ്പെടുത്തിക്കൊണ്ട് അയാൾ ലോകനേതൃത്വത്തിനുള്ള ആദ്യപടിയായി ജൂതന്മാർ റഷ്യയിൽ വിപ്ലവം ആരംഭിച്ചതിനെപ്പറ്റി പറയാൻ തുടങ്ങി. “എന്റെ ഇടവക പള്ളിയുടെ വാർത്താക്കുറിപ്പിലെ വൃത്തികെട്ട വിവരങ്ങൾ ഞാൻ വായിച്ചു.” വിസ്കി ലഹരിയിൽ ഞങ്ങളെ നോക്കി അയാൾ ഉറക്കെ പറഞ്ഞു. “ഇവിടെ ന്യൂയോർക്ക് നഗരത്തിലെ ജേക്കബ്ബ് ഷിഫ് എന്ന ജൂതൻ അവിടെ റഷ്യൻ ബോൾഷെവിക്കുകളെ സാമ്പത്തികമായി സഹായിക്കുകയാണ്. നിങ്ങളുടെ ട്രോട്സ്കി ‘ബ്രോൺഷ്ടീൻ സ്റ്റെറ്റ്’ എന്ന ജൂതനാമമുള്ള ഒരാളാണ്. ഷിഫിന്റെ സ്വർണ്ണ ബാറുകൾ റഷ്യയിലേക്ക് അദ്ദേഹം കള്ളക്കടത്തിലൂടെ കൊണ്ടുപോയി. ചുകപ്പിന്റെ അട്ടിമറി സംഘത്തിന് അധികാരം പിടിച്ചെടുക്കാൻ സാമ്പത്തിക സഹായം ചെയ്യുന്നു. നിങ്ങളുടെ സിനോവീവ് അയാളുടെ യഥാർത്ഥ പേര് അഡ്ഫെൽബാം. നിങ്ങളുടെ കാമെനീവ് അയാളുടെ യഥാർത്ഥ പേര് റോസൻഫെൽഡ്, നിങ്ങളുടെ ട്രോട്സ്കി... ഈ അന്താരാഷ്ട്ര ജൂത ഉപജാപത്തിന്റെ മുന്നൊരുക്കങ്ങൾ ചെയ്യുന്ന മുഖ്യഭടന്മാരാണ് അവരെല്ലാം., കമ്മ്യൂണിസ്റ്റ് മാനിഫെസ്റ്റോ എഴുതിയ വ്യക്തി, എന്താണയാളുടെ പേര്? മാർക്സ്. അയാളുടെ മുത്തച്ഛൻ ഒരു ജൂത റബ്ബി ആയിരുന്നു.

ക്രിസ്തുവിന്റെ വിശുദ്ധ മാതാവേ, നിങ്ങളുടെ ലെനിൻ പോലും അത് അങ്ങേയറ്റം നിഷേധിച്ചിട്ടുണ്ടെങ്കിലും അദ്ദേഹത്തിന്റേയും ബോൾഷെവിക് ഞരമ്പുകളിൽ ജൂതരക്തം ഉണ്ടായിരുന്നു. ലെനിന്റെ അമ്മയുടെ മുത്തച്ഛൻ ഒരു യുക്രെയിൻ ജൂതനായിരുന്നു. ചേരിപ്രദേശത്തുനിന്ന് പുറത്തുകടക്കാനും ഏതെങ്കിലും സ്കൂളിൽ ചേരാനും വേണ്ടി സ്വയം ജ്ഞാനസ്നാനം ചെയ്ത ജൂതൻ. ശ്രദ്ധിച്ചു കേൾക്കണം. ഇതൊന്നും ഞാൻ ഉണ്ടാക്കി പറയുന്നതല്ല. ഈ ബോൾഷെവിക്കുകൾ സിയോണിസ്റ്റുകൾ ആണ്. പലസ്തീൻ ദേശീയപ്രസ്ഥാനക്കാരെപ്പോലെ സിയോണിസ്റ്റുകൾ കമ്മ്യൂണിസ്റ്റുകളായി അഭിനയിക്കുന്നു. കപട വേഷധാരികൾ. ക്രിസ്ത്യൻ റഷ്യക്കെതിരെയുള്ള ജൂത ഉപജാപമാണ് റഷ്യൻ വിപ്ലവം. അയർലണ്ടും അമേരിക്കയും അവർ അധീനത്തിലാക്കുന്നതിന് മുമ്പ് ദൈവം അവരെ ശിക്ഷിച്ച് കത്തിജ്ജ്വലിക്കുന്ന ഫർണസ്സിലേക്ക് വീഴ്ത്തട്ടെ.”

ഭയംകൊണ്ട് ആ അർത്ഥശൂന്യമായ സംഭാഷണം ഞാൻ പരിഭാഷപ്പെടുത്തിയില്ല. മദ്യത്തിന്റെ ലഹരി പിടിച്ച മയക്കോവ്സ്കിയും ആ ഡ്രൈവറുമായി മുഷ്ടിയുദ്ധത്തിൽ അത് അവസാനിക്കുകയേയുള്ളൂ.

ട്രോസ്കിയേയും ലെനിനേയും പറ്റി അയാൾ സംസാരിച്ചതെന്താണ്?" ഞങ്ങൾ പാലത്തിനടുത്തേക്ക് നീങ്ങുന്നതിനിടയ്ക്ക് കവി ആവശ്യപ്പെട്ടു. "നമ്മൾ റഷ്യക്കാരായതുകൊണ്ട് നമ്മൾ ട്രോട്സ്കിയേയും ലെനിനേയും വ്യക്തിപരമായി അറിയുമെങ്കിൽ അദ്ദേഹത്തിന്റെ ആദരവ് അവരെ അറിയിക്കണമെന്നാണ് അയാൾ ആവശ്യപ്പെടുന്നത്." മയക്കോവ്സ്കി സന്തോഷത്താൽ മതിമറന്നു.

"നിങ്ങൾ മനസ്സിലാക്കൂ." അദ്ദേഹം ഉച്ചത്തിൽ പറഞ്ഞു.

"ഈ ക്യാപിറ്റലിസ്റ്റ് ചതുപ്പുനിലത്തിൽ നല്ല മനുഷ്യരുണ്ട്. റഷ്യയിൽ നമ്മൾ ചെയ്യാൻ ശ്രമിക്കുന്നതെന്താണെന്ന് അറിഞ്ഞ് അംഗീകരിക്കുന്നവർ. താങ്കൾ മറിച്ചാണ് ചിന്തിക്കുന്നതെങ്കിലും."

വണ്ടിക്കൂലി 3.50 ഡോളർ ആയി. കവിക്ക് മനോവ്യഥയോടുകൂടി എന്നോട് അത് കടംവാങ്ങേണ്ടി വന്നു. അദ്ദേഹത്തിന്റെ മണിപേഴ്സ് ഹോട്ടൽ മുറിയിൽ മറന്നുവെച്ചിരുന്നു. ഞാൻ തെറ്റായ പരിഭാഷയാണ് പറഞ്ഞുതന്നത് കവി അറിഞ്ഞില്ല. കമ്മ്യൂണിസ്റ്റ് ഇന്റർനാഷണലിൽ നിന്നുള്ള ഒരു സഖാവിന്റെ സാന്നിദ്ധ്യത്തിലായിരുന്നു എന്നതുപോലെയാണ് കവി പെരുമാറിയത്. ഒറ്റക്കുതിരവണ്ടിക്കാരന്റെ കൈയിൽ എന്തെങ്കിലും കാര്യമായി ടിപ്പ് കൊടുക്കാനുള്ള ശ്രമം നടത്തിയതും അതുകൊണ്ടുതന്നെ. കൂലിയിൽ കൂടുതൽ യാതൊന്നും ടിപ്പായി കൊടുക്കരുതെന്ന് എനിക്ക് നിർബ്ബന്ധമുണ്ടായിരുന്നു. ഞാൻ കൂടുതൽ വെറുക്കുന്നത് ഏതെന്ന് പറയാൻ പ്രയാസം. ബോൾഷെവിക്കുകളേയോ അതോ ജൂതവിരുദ്ധരെയോ? കുതിരക്കാരനിൽ നിന്ന് എനിക്ക് കിട്ടിയത് നികൃഷ്ടമായ ഒരു നേട്ടമായിരുന്നു. സമയം പുലർച്ചെ ആയിരുന്നതുകൊണ്ട് വഴിയിൽ ഒരു വാഹനവും ഉണ്ടായിരുന്നില്ല. കാർ ലെയിനിലേക്ക് എത്താൻ ഞങ്ങൾ ബ്രൂക്ലിൻ പാലത്തിന്മേൽ വിലങ്ങനെ നടന്നു. ആനക്കൊമ്പിന്റെ പിടിയുള്ള വാക്കിംഗ്സ്റ്റിക്ക് കവിക്ക് ഉണ്ടായിരുന്നു. അതുകൊണ്ട് പാലത്തിന്റെ സസ്പെൻഷൻ കേബിളുകളിൽ അദ്ദേഹം ലഘുവായി തട്ടി. ഒരു അതിബൃഹത്തായ വീണയുടെ കമ്പികൾ മീട്ടിക്കൊണ്ടുള്ള ഒരു വീണവായനയ്ക്ക് എന്നതുപോലെ അദ്ദേഹം താളാത്മകമായി ചലിച്ചു. പൈതഗോറസ് വേർതിരിച്ചറിഞ്ഞ സംഗീതത്തിന്റെ തലങ്ങൾ സൃഷ്ടിക്കാൻ അദ്ദേഹം വെമ്പൽ കൊണ്ടു. പാലത്തിന്റെ നിർമ്മാണചാതുര്യം കവിയെ അദ്ഭുതപ്പെടുത്തി. മാൻഹട്ടൻ ദ്വീപിനും ബ്രൂക്ലിൻ സമതലപ്രദേശങ്ങൾക്കുമിടയിൽ വിശാലമായ ആകാശത്തിനു കീഴെ എന്റെ കണ്ണുകളുടെ അവിശ്വസനീയത മുമ്പിൽ, നാൽപതിലേറെ നിലകളുള്ള സിംഗർസ്ക്യൂയിംഗ് അവ്യക്തമായി അകലെ

നിൽക്കുമ്പോൾ, ഉത്സാഹപൂർവ്വം അദ്ദേഹം ഉറക്കെ പാടി. പിന്നീട് അറിയപ്പെട്ട "ഓഡ് ടു ദി ബ്രൂക്‌ലിൻ ബ്രിഡ്ജ്."

ശക്തി സംഭരിക്കുന്നതെങ്ങനെയെന്ന് നോക്കൂ.

"മൻഹട്ടനിലെ ഉരുക്കുകാലിൽ നിവർന്നുനിന്നു,
ഒറ്റക്കമ്പിയിൽ രാഗം തീർത്തു
കമ്പിയും കയറുമേന്തി ബ്രൂക്‌ലിൻ പാലം
നിന്നിലേക്ക് വലിച്ചടുപ്പിക്കുവാൻ ഇതാ
മയക്കോവ്സ്ക്കി ഉപവിഷ്ടനായിരിക്കുന്നു."

ഞാൻ സമ്മതിക്കുന്നു. വെറുതെ ഈ വരികൾ ആലാപനം ചെയ്യുമ്പോൾ എന്റെ കണ്ണുകൾ ഈറനണിയുന്നു.

ലിലിയ: അത് കേൾക്കുമ്പോൾ എന്റേയും കണ്ണുകൾ നനയുന്നു.

നോറ: മയക്കോവ്സ്കിയുടെ കവിതകൾ എന്റെ കണ്ണുകളെ ഈറനാക്കാതെയായിട്ട് നാളുകൾ ഏറെയായി. എന്നാൽ അദ്ദേഹം ഞങ്ങളോട് പുകഴ്ത്തി പറഞ്ഞ ബോൾഷെവിക് ഭരണത്തിന്റെ മൃദുല സ്നേഹ സംരക്ഷണത്തെപ്പറ്റി ചിന്തിക്കുന്ന ഓരോ സമയവും മോഹഭംഗം കൊണ്ട് അത് എന്നെ കരയിക്കുന്നു.

എല്ലി: തിരിഞ്ഞുനോക്കുമ്പോൾ ഭൂമിയിലെ ഇരുപതിലേറെ വർഷങ്ങളിൽ ഏറ്റവും അവിശ്വസനീയ നിമിഷം ബ്രൂക്‌ലിൻ പാലത്തിലെ അദ്ദേഹത്തിന്റെ വലിയ ശബ്ദത്തിലുള്ള കവിതാലാപനം കേട്ടതായിരുന്നു എന്ന് ഇപ്പോൾ ഞാൻ മനസ്സിലാക്കുന്നു. ഈ പ്രതിഭാശാലി, ഈ ഗോലിയാത്ത് എങ്ങനെയാണ് റഷ്യൻ വിപ്ലവത്തിന്റെ പടക്കുതിരയായത്? അദ്ദേഹം അതിലേക്ക് കാലിടറി വീണതായിരിക്കുമോ? അദ്ദേഹത്തിന് തെറ്റ് പറ്റിയതായിരിക്കുമോ? ദൈവമേ, അദ്ദേഹം എങ്ങനെയാണ് എന്റെ ജീവിത തീരത്ത് അടിഞ്ഞുകയറിയത്? എന്റെ ജീവിതത്തിന്റെ കവിയോടൊത്തുള്ള ഫ്രെയിം അനശ്വരമായി, നിശ്ചലമായി നിലനിർത്താൻ സാധിച്ചിരുന്നെങ്കിൽ...

ലിറ്റ്സ്കി: (ഇംഗ്ലീഷിൽ) പ്രൊജക്റ്റ് ചെയ്യുന്നയാളിന്റെ അശ്രദ്ധമൂലം ഒരു ഫ്രെയിം നിശ്ചലമാകുമ്പോൾ ലൈറ്റിനോട് പൊരുത്തപ്പെടാത്ത വസ്തു ഫിലിമിലുണ്ടെങ്കിൽ കരിഞ്ഞു പോകുകയും പ്രതിരൂപം നശിക്കുകയും ചെയ്യും.

എല്ലി: (ഇംഗ്ലീഷിൽ) ഫിലിം നശിച്ചു പോകുകയാണെങ്കിൽ പ്രതിരൂപം എന്റെ മസ്തിഷ്കത്തിൽ നിലനിൽക്കും. കുഴിമാടത്തിനല്ലാതെ മറ്റൊന്നിനും അതു തുടച്ചുനീക്കാൻ കഴിയില്ല. (റഷ്യൻ ഭാഷയിൽ) ഇപ്പോൾ പോലും നിങ്ങളോട് ഞാൻ സംസാരിക്കുമ്പോൾ എന്റെ മനക്കണ്ണിൽ ബ്രൂക്‌ലിൻ പാലത്തിൽ ഞങ്ങൾ ആലിംഗനം ചെയ്യുന്നത് എനിക്ക്

കാണാം. എന്റെ ചെവിയിൽ അദ്ദേഹം മന്ത്രിച്ചപ്പോൾ ഉണ്ടായ ഈറ നണിഞ്ഞ നിശ്വാസം ഏതാണ്ട് പൂർണ്ണമായും അനുഭവിക്കുന്നു.

"നമുക്ക് നമ്മുടെ പ്രതിജ്ഞകൾ കൈമാറാം." അദ്ദേഹം പറഞ്ഞു.

അദ്ദേഹത്തിന്റെ ആ നിർദ്ദേശത്തിൽ ഞാൻ ഏറെ അസ്വസ്ഥയായിരിക്കണം.

"എന്നാൽ നമ്മൾ തമ്മിൽ പരസ്പരം യാതൊന്നും അറിയില്ല." ഞാൻ പതുക്കെ പറഞ്ഞു.

"ഒരാൾ പ്രതിജ്ഞ കൈമാറുമ്പോൾ അത് അത്യന്തം ഔന്നത്യമുള്ളതാകുന്നു."

അദ്ദേഹം ഉറപ്പിച്ചു പറഞ്ഞു. "നമ്മുടെ ബന്ധം ദുഷിക്കാതിരിക്കണം. പരസ്പരം വെറുക്കാതിരിക്കണം."

"നമ്മുടെ പ്രതിജ്ഞകൊണ്ട് നിങ്ങൾക്കെന്തുണ്ടാകും?"

"അനാവശ്യവർത്തമാനത്തിൽ ഏർപ്പെടില്ലെന്ന് നമുക്ക് പരസ്പരം പ്രതിജ്ഞ ചെയ്യാം."

"നമ്മൾ ഗാഢസൗഹൃദത്തിലാകുന്നതിന് മുമ്പേ ഗാഢസൗഹൃദത്തോടെ നമ്മൾ സംസാരിക്കണമോ?"

കവി സമ്മതഭാവത്തിൽ തലയാട്ടിയത് ഞാൻ ഓർക്കുന്നു.

അദ്ദേഹത്തിന്റെ തത്ക്ഷണ സൗഹൃദത്തിനുവേണ്ടിയുള്ള അഭിലാഷം സഫലമാക്കാൻ എന്തെങ്കിലും പറയാൻ വേണ്ടി ഞാൻ ആലോചിച്ചു.

മറ്റൊന്നും ചിന്തിക്കാതെ ഞാൻ പറയാൻ തുടങ്ങി. "ഏതാനും വസ്ത്രങ്ങളല്ലാതെ മറ്റു യാതൊന്നുമില്ലാതെ ഞാൻ ന്യൂയോർക്കിൽ വന്നു."

അദ്ദേഹത്തിന്റെ ചുമൽചലിപ്പിക്കൽ ഞാൻ ഓർക്കുന്നു.

അതിന്റെ അർത്ഥം അക്ഷമയാണെന്ന് ഞാൻ കരുതി. "ഏതാനും വസ്ത്രങ്ങളല്ലാതെ നിലനിൽക്കാൻ എനിക്ക് എങ്ങനെ സാധിച്ചുവെന്ന് നിങ്ങൾ ചോദിച്ചേക്കാം."

"കുറച്ച് വസ്ത്രങ്ങൾ മാത്രമായി ഈ രാജ്യത്ത് നിങ്ങൾ എങ്ങനെ നിലനിന്നു?"

"തോളത്തെ വിഴുപ്പുഭാണ്ഡങ്ങൾ എടുത്തു മാറ്റിക്കൊണ്ട്, പുതു വസ്ത്രങ്ങൾ അണിഞ്ഞുകൊണ്ട്." അതുകേട്ട് അദ്ദേഹം പരിഹസിച്ചു. ഒച്ചവെച്ചു.

"ഗാഢസൗഹൃദസംഭാഷണത്തെപ്പറ്റിയുള്ള നിങ്ങളുടെ ആശയം ഇതാണോ? നിങ്ങളുടെ പ്രായത്തിൽ ന്യൂയോർക്കിലെ ഓരോരുത്തർക്കും

ഒന്നോ രണ്ടോ കാമുകന്മാർ ഉണ്ടായിട്ടുണ്ടാകണം." ഷോക്കേറ്റതുപോലെ ഒരു നിമിഷം ശ്വാസം നിലച്ചുപോയി. പിന്നെ വീണ്ടും തുടർന്നു. "എന്റെ ജീവിതത്തിൽ എനിക്ക് ഒരു ഭർത്താവ് ഉണ്ടായിരുന്നു. മറ്റൊരു ഭർത്താ വിനെ ആവശ്യമില്ല..."

"അത് അല്പം ഭേദപ്പെട്ട കാര്യമാണ്. നിങ്ങൾ അത് മുമ്പേ പറ ഞ്ഞിട്ടുണ്ട്."

"എനിക്ക് അനേകം കാമുകന്മാർ ഒരിക്കലും ഉണ്ടായിട്ടില്ല."

എന്റെ കാലിന്റെ ഉള്ളനടിവരെ ഒരു തളർച്ച, ശ്വാസം എടുക്കാൻ കഴിയാത്ത അവസ്ഥയിലേക്ക് ഞാൻ തളർന്നു വീഴുമെന്ന ഘട്ടം വന്നു. എങ്ങനെയോ എന്നെ നേരിടാനുള്ള ധൈര്യം സംഭരിച്ച് ഞാൻ ശ്വാസം വലിച്ചുതുടങ്ങി.

"ശാരീരികബന്ധത്തിൽ നിന്നുള്ള ആനന്ദം ഒരിക്കലും ഉണ്ടാ യിട്ടുമില്ല."

"നിങ്ങൾ പറയുന്നത് ശരിയാണെന്ന് വിശ്വസിക്കുന്നുണ്ടെന്ന് കരുതു ന്നുണ്ടോ?"

ഞാൻ ആലോചിച്ചു ക്രമപ്പെടുത്തിയ മറുപടിയേക്കാൾ വലുതായി രിക്കണം എന്റെ വേദനാനിർഭരമായ നിശ്ശബ്ദത നൽകിയ പ്രതികരണം. കാരണം അദ്ദേഹത്തിന്റെ വളരെ പതിഞ്ഞ വാക്കുകൾ എനിക്ക് കേൾ ക്കാൻ കഴിഞ്ഞു. "നിങ്ങളും ഞാനും പരസ്പരം പ്രേമിക്കുമ്പോൾ അതിന് മാറ്റം വരും."

താത്യാന: "വളരെ ആനന്ദപ്രദം. പാരീസിൽ ഞാൻ അറിഞ്ഞ കവിയാണ് നിങ്ങൾ വിവരിച്ച മയക്കോവ്സ്കി."

എല്ലി: മയക്കോവ്സ്കി ന്യൂയോർക്കിൽ ഉണ്ടായിരുന്ന എട്ട് ആഴ്ചക്കാലം ആനന്ദപ്രദമായിരുന്നു. ഞങ്ങൾ വേർപിരിയാൻ കഴിയാത്തവരായി തീർന്നു എന്ന് പറയുമ്പോൾ ഒരു സർക്കാർ രഹസ്യം കയ്യൊഴിയുകയല്ല. ആ സമയമത്രയും ഞങ്ങളുടെ പ്രതിജ്ഞയോട് സത്യസന്ധരായിരുന്നു എന്നാണർത്ഥം. ഒരിക്കൽ പോലും അർത്ഥശൂന്യമായ വർത്തമാനം പറ ഞ്ഞില്ല. ശ്വാസം കഴിക്കുന്ന കാര്യം അദ്ദേഹം മറന്നുപോകുന്നത്ര വേഗത്തിൽ കവിയുടെ വാക്കുകൾ അദ്ദേഹത്തിന്റെ വായിൽ നിന്നും പുറ ത്തേക്ക് ഒഴുകിയ സന്ദർഭങ്ങൾവരെ ഉണ്ടായിട്ടുണ്ട്. ദീർഘനേരം വെള്ളത്തിനടിയിൽപെട്ട ഒരാളെപോലെ വാക്യങ്ങളുടെ ഏറ്റവും അസാ ധാരണ ഭാഗങ്ങളിൽ ശ്വാസം എടുക്കാൻ വേണ്ടി അദ്ദേഹം വർത്തമാനം നിർത്തും. മുങ്ങിത്താഴലിൽനിന്നും അദ്ദേഹത്തെ രക്ഷിക്കാൻ ഞാൻ എന്തെങ്കിലും പറഞ്ഞു നിർത്തും.

ശാരീരികമായി ദൃഢമൈത്രിയിലാകുമ്പോൾ കവിയെ പോലെ തന്നെ യായിരുന്നു ഞആനും എന്ന് പറയാൻ ലജ്ജിക്കുന്നില്ല. മതിയാകാത്ത അവസ്ഥ. കാമസൂത്രത്തിന്റെ ആദ്യവസാനം ഞങ്ങൾ പര്യവേക്ഷണം നടത്തി. ഭോഗലീലകളിൽ ഞങ്ങളുടേതായ രൂപകങ്ങൾ ആവിഷ്കരിച്ചു. രാത്രിയിലെ ഏറ്റവും അവസാനത്തെ സംഭോഗം കൃത്യം പ്രഭാതത്തിൽ. പകൽ സമയംവരെ ഒരിടവേള കണ്ടെത്തിയിരുന്നു എന്നുമാത്രം. അദ്ദേഹത്തെ റെസ്റ്റോറന്റുകളിൽ സൽക്കരിക്കുന്നവരിൽനിന്നും ബോൾ ഷെവിക്ക് റഷ്യയെപ്പറ്റി ചോദ്യങ്ങൾ ചോദിക്കുന്നവരുമായ സാഹിത്യ തത്പരരിൽനിന്നും അദ്ദേഹം വേഗത്തിൽ ഒഴിഞ്ഞു മാറും. അവർക്ക് റഷ്യ യുടെ ഭൂപടമല്ലാതെ മറ്റൊരു അറിവും ഉണ്ടായിരുന്നില്ലല്ലോ. രഹസ്യമായി കിട്ടുന്ന ഇടനേരങ്ങളിലെ പകൽസമയത്തും ഞങ്ങൾ ഭോഗിച്ചു. സത്യം പറഞ്ഞാൽ അദ്ദേഹത്തെ ഞാൻ ഭ്രാന്തമായി സ്നേഹിച്ചു. അദ്ദേഹം എന്നോട് ആവശ്യപ്പെട്ടിരുന്നെങ്കിൽ അതേ നിമിഷം തന്നെ അദ്ദേഹത്തിന് ഞാൻ വിവാഹവാഗ്ദാനം നൽകുമായിരുന്നു. ഞാൻ അദ്ദേഹത്തെ വിവാഹം ചെയ്യുകയും റഷ്യയിലേക്ക് അദ്ദേഹത്തോടൊപ്പം തിരിച്ചു ചെല്ലുകയും ചെയ്യുമായിരുന്നു. ഞാൻ വെറുക്കുന്ന ഭീകരരായ ബോൾ ഷെവിക്കുകളുണ്ടെങ്കിൽ പോലും.

ലിലിയ: നിങ്ങളുടെ അഭിപ്രായത്തിൽ എന്തുകൊണ്ട് അദ്ദേഹം വിവാഹാ ഭ്യർത്ഥന ചെയ്തില്ല?

എല്ലി: മൂന്നോ നാലോ ദിവസം കൂടുമ്പോൾ നിങ്ങൾ എഴുതിയ ദീർഘവും അസുഖകരവുമായ കത്തുകൾ അദ്ദേഹത്തിന് ലഭിച്ചു. അവയിൽ പലതും അദ്ദേഹം എന്നെ ഉറക്കെ വായിച്ചു കേൾപ്പിച്ചിട്ടുണ്ട്. അതു കൊണ്ട് നിഷ്കളങ്കത അഭിനയിക്കേണ്ട. അദ്ദേഹത്തിന് ദിവസവും കിട്ടിയ ടെലിഗ്രാമുകൾ കാൽമുട്ടോളം ഉയരത്തിലുള്ള തോൽ ഷൂസ് ധരിച്ച് മോട്ടോർ സൈക്കിളിൽ സഞ്ചരിക്കുന്ന വെസ്റ്റേൺ യൂണിയൻ സന്ദേശ വാഹകൻ വിതരണം ചെയ്തതായിരുന്നു അത്. "നിങ്ങൾ എവിടേക്കാണ് അപ്രത്യക്ഷമായത്? നിങ്ങളുടെ വിശേഷങ്ങൾ എഴുതുക. നിങ്ങൾ ആരുടെ കൂടെയാണെങ്കിലും അത് സാരമില്ല. വീട്ടിലേക്ക് വരാതിരിക്കരുത്. നിങ്ങൾക്ക് വരാൻ സാധ്യക്കുമെങ്കിൽ ഒട്ടും വൈകരുത്."

ഒരു നീണ്ട തോൽവാറിൽ കെട്ടിയിട്ട് അദ്ദേഹത്തെ സൂക്ഷിക്കുന്ന വിധത്തിലായിരുന്നു എഴുത്തുകൾ.

ലിലിയ: നിങ്ങളുടെ കിടക്കയിൽ അദ്ദേഹത്തിന്റെ ഊഷ്മളമായ ശരീരം ഉണ്ടായിട്ടും വെസ്റ്റേൺ യൂണിയൻ ടെലിഗ്രാമുകളോടും കൂടെക്കൂടെ വന്ന കത്തുകളോടും നിങ്ങൾക്ക് മത്സരിക്കാൻ കഴിഞ്ഞില്ലെന്നാണോ പറയു ന്നത്? അത് എങ്ങനെ വിശ്വസിക്കും?

താത്യാന: അദ്ദേഹം എന്നെ വിവാഹാഭ്യർത്ഥന ചെയ്തപ്പോഴും ഞങ്ങൾ കിടക്ക പങ്കിട്ടിരുന്നില്ല.

നോറ: പതിവുപോലെ ആത്മപ്രശംസ... ഒരു പ്രേമബന്ധം തകർത്ത ശേഷം നിങ്ങൾ അദ്ദേഹത്തിന് നൽകിയ ദുഃഖവും ചിന്താക്കുഴപ്പവുമല്ലേ താനിക്ക്...

താത്യാന: ദയവായി പറയൂ. എന്നിൽനിന്ന് അദ്ദേഹത്തിന് എന്ത് തിരിച്ചടിയാണുണ്ടായത്? അദ്ദേഹം നിങ്ങളോടൊത്തുള്ള ഉറക്കം നിർത്തിയിട്ട് നീണ്ട കാലമായി ലിലിയ. അമേരിക്കയും എല്ലിയും അദ്ദേഹത്തിൽ നിന്നും നാല് വർഷം പിന്നിലായിക്കഴിഞ്ഞു. അദ്ദേഹം ജനിപ്പിച്ച മകളെ അദ്ദേഹത്തിന് പരിചയപ്പെടുത്താൻ എല്ലി നൈസിലേക്ക് വന്നിരുന്നു. എങ്കിലും ലിലിയായുടെ സഹോദരി എത്സാ പാരീസിൽ വെച്ച് എന്നെ പരിചയപ്പെടുത്തുമ്പോൾ നിങ്ങൾ ചിത്രത്തിൽ പോലും ഇല്ലായിരുന്നു.

ലിലിയ: അങ്ങേയറ്റം ഭീകരമായ തെറ്റിലേക്ക് തിരിഞ്ഞ ഒരു വിപ്ലവത്തിൽ നിന്നും അദ്ദേഹം പിന്നോട്ട് തെറിക്കുകയായിരുന്നു. ജോസഫ് സ്റ്റാലിൻ, വ്യക്തിപരമായ നിസ്സാരകുറ്റങ്ങൾ പോലും വലിയ ഗൂഢാലോചനകളുടെ തെളിവുകളായി സ്ഥാപിച്ചു. അദ്ദേഹത്തിന്റെ ഒരേയൊരു പ്രതിയോഗി ട്രോട്സ്കിയെ നിരന്തരം പലവിധത്തിൽ ക്ലേശിപ്പിച്ച് നാടുകടത്തി.

പാർട്ടിയുടെ ഏറ്റവും പ്രിയപ്പെട്ട ധിഷണാശാലി മേൽഘടകത്തിലെ ഉന്നതനായ സഖാവ് ബുഖാറിനെ പ്രധാനപ്പെട്ട ചുമതലകളിൽ നിന്നും സ്റ്റാലിൻ ഒഴിവാക്കി. സ്റ്റാലിൻഭരണത്തെപ്പറ്റി യുക്ത്യാധിഷ്ഠിത വിമർശനം ചെയ്യാൻ കഴിവുള്ളവരാരും റഷ്യയിൽ ശേഷിച്ചില്ല. കാർഷിക പ്രശ്നത്തിന് ഒരു ശാശ്വതപരിഹാരമായി ഒരു പദ്ധതി അദ്ദേഹം രൂപപ്പെടുത്തുന്നുണ്ടായിരുന്നു. ദുരിതപൂർണ്ണമായ ചെറിയ കൃഷിയിടങ്ങളും ഒന്നോ രണ്ടോ പശുക്കളും ഉള്ള കൃഷിക്കാരായിരുന്നു റഷ്യയിലെ അവശേഷിക്കുന്ന ക്യാപിറ്റലിസ്റ്റുകൾ. അവരെയെല്ലാം കൂട്ടുകൃഷിയിലേക്ക് ബലാൽക്കാരമായി ചേർക്കുക, കൂട്ടുകൃഷിയിടങ്ങളിൽ കർഷകർ പ്രോലിറ്റേറിയറ്റ് ഫാക്ടറികളിൽ ജോലി ചെയ്യുന്നതുപോലെ. അതിനർത്ഥം നിശ്ചിത ശമ്പളത്തിൽ നിശ്ചിതസമയം ജോലി എന്ന ആശയമായിരുന്നു. അതിവേഗം ഒരു ദുരന്തം സംഭവിക്കുമെന്ന് മയക്കോവ്സ്കി ഭയപ്പെട്ടിരുന്നു. യുക്രെയ്നിലെ ക്ഷാമം അതിന്റെ അനിവാര്യമായ ഫലമായിരുന്നു. ഒരു കാലഘട്ടത്തിന്റെ ചരിത്രവുംകൂടി വിലയിരുത്തണം താത്യാന...

താത്യാന: മറ്റൊരു സ്ത്രീയുമായി കവി പ്രേമത്തിലാകുന്നത് നിങ്ങൾക്ക് യഥാർത്ഥത്തിൽ അംഗീകരിക്കാൻ കഴിയില്ല. ശരീരങ്ങൾ തമ്മിലുള്ള സമാഗമത്തിന്റെ പ്രശ്നമായിരുന്നില്ല അത്. മനസ്സുകളുടെ സമാഗമമായിരുന്നു. നമ്മുടെയെല്ലാം കാര്യത്തിലെന്നപോലെ അദ്ദേഹം ശപഥം ചെയ്തു. "ഭോഗാസക്തി പരിഗണിക്കാതെ ആത്മാർത്ഥസുഹൃത്തുക്കളാകാം."

നോറ: ശാരീരികമായ ആനന്ദനിർവൃതിയില്ലാതെ നിങ്ങൾക്ക് ആത്മൈക്യം സാധ്യമായി എന്നാണോ? ജീസസ്... ഞങ്ങൾ കണ്ടുമുട്ടിയ ആദ്യരാത്രിയിൽ ഇതേ കാര്യം തന്നെ എന്നോട് അദ്ദേഹം പറഞ്ഞു. ശാരീരികബന്ധത്തിനൊരുങ്ങുന്ന ഓരോ സന്ദർഭത്തിലും ഓരോ പുതിയ മധുരഭാഷണങ്ങളുമായി ആ വൃത്തികെട്ട മനുഷ്യൻ വരും. ഒരുപക്ഷേ അദ്ദേഹം ഒരു കവിയായതുകൊണ്ടാകാം.

ലിലിയ: ദൈവനാമത്തിൽ ഞാൻ സമ്മതിക്കുന്നു. നിങ്ങൾ എന്നെ അദ്ഭുതസ്തബ്ധയാക്കി താത്യാനാ. ഒടുവിൽ ഉന്നതകുലജാതനായ ഫ്രഞ്ചുകാരൻ വിക്കോണ്ടിയെ നിങ്ങൾ വിവാഹം ചെയ്തു. നിങ്ങളുടെ നിഷ്കളങ്കതയോടൊപ്പം കന്യകാത്വവും അദ്ദേഹത്തിന് സമർപ്പിച്ചു. ഞാനിപ്പോൾ പറഞ്ഞുവരുന്നത് മറ്റൊരു കാര്യമാണ്. പഴയ ആത്മാക്കളുടെ സംഭവം എന്ന മട്ടിൽ നിങ്ങൾ വിരസമായ വിഷയങ്ങൾ ആവർത്തിക്കുകയാണ്. പുരുഷന്മാരേയും സ്ത്രീകളേയും ആത്മബന്ധത്തിൽ ആയിത്തീരാൻ പ്രേരിപ്പിക്കുന്നതെന്താണെന്ന യാഥാർത്ഥ്യം സങ്കീർണ്ണവും മാറ്റം വരുത്താൻ അസാദ്ധ്യവുമാണെന്ന് ഇപ്പോൾ തീർച്ചയായി.

എല്ലി: വളരെ ലളിതമായി വസ്തുതകൾ പറയാൻ നിങ്ങൾ ശ്രദ്ധിച്ചിരിക്കാം ലിലിയ. നിങ്ങളുടെ അഭിപ്രായത്തിൽ സ്ത്രീപുരുഷന്മാരെ ആത്മബന്ധത്തിലേക്ക് നയിക്കുന്ന ഘടകങ്ങൾ എന്തൊക്കെയാണ്?

ലിലിയ: അത് അത്രയ്ക്കൊന്നും സങ്കീർണമല്ല. പുരുഷവർഗ്ഗം ചിന്തിക്കുന്നത് ആത്മബന്ധമെന്നാൽ രതിയാണ്. എന്നാൽ സ്ത്രീകൾ ചിന്തിക്കുന്നത് രതിയുടെ അനിവാര്യതയാണ് ആത്മബന്ധമെന്നും.

നോറ: കാമുകന്മാരുടെ കൂട്ടത്തിൽ കവിയെ നിലനിർത്താൻ കഴിയാത്തതിന്റെ കാരണം വിവേകബുദ്ധിയിൽ ചില മൂല്യമോ ആശയമോ ഉണ്ടെന്നുള്ളതാണ്.

ലിലിയ: നോക്കൂ പുണ്യവാളത്തി, മെട്രോപൊളിറ്റൻ സെർജിയസിനേക്കാൾ വിശുദ്ധമൂർത്തിയാകരുത്. എന്റെ പ്രിയപ്പെട്ട നോറാ, മോസ്കോയിലുള്ളവരെല്ലാം പ്രിയപ്പെട്ട വൊളോദിയയുമായി നിങ്ങളുടെ നിരന്തര കലഹത്തിന് സാക്ഷ്യം വഹിച്ചിട്ടുണ്ട്. ബോൾഷോയിലെ വെസ്റ്റിബ്യൂളിൽ, ക്രെംലിൻ സ്വീകരണത്തിൽ, എവിടെയെല്ലാം നിങ്ങൾ വഴക്കടിച്ചു? സോവിയറ്റുകളുടെ പുതിയ കൊട്ടാരത്തിൽ അവർ അദ്ദേഹത്തിന്റെ സ്കെച്ചുകൾ അനാച്ഛാദനം ചെയ്തപ്പോൾ, ഐൻസ്റ്റീൻ അത് ഷൂട്ടു ചെയ്തുകൊണ്ടിരുന്നപ്പോൾ, അൽമാ അട്ടാ സ്റ്റുഡിയോവിൽ വെച്ച് പോലും നിങ്ങൾ വഴിക്കടിച്ചു, വീണ്ടും ഒരു സീൻ മുഴുവനും ഷൂട്ട് ചെയ്യാൻ ഡയറക്ടർ നിർബ്ബന്ധിതനായി. ബോൾഷെവിക് ഭരണത്തിന്റെ സ്നേഹവാത്സല്യങ്ങൾക്കുമുന്നിൽ പ്രോത്സാഹജനകമായ ചില നിർദ്ദേശങ്ങൾ അദ്ദേഹം ഞങ്ങൾക്ക് നൽകിയതിന്റെ തലേരാത്രിയിലെ രാജകീയ കലഹ

കഥ. ചോക്ലേറ്റു പെട്ടികളിൽ കീറിയെടുത്ത കടലാസുകഷ്ണങ്ങളിൽ ആക്ഷേപവാക്കുകൾ കുത്തിക്കുറിച്ച് നിങ്ങൾ പരസ്പരം മുഖാമുഖം ചുരുട്ടി വലിച്ചെറിയുമ്പോഴും അത്താഴഭക്ഷണത്തിനെത്തിയ അതിഥി കളുടെ മുമ്പിൽ മേശയ്ക്കിരുവശത്തേയും എറിഞ്ഞുകളിക്കുമ്പോഴും വഴക്ക്... അതെല്ലാം മോസ്കോയിൽ പാട്ടായിരുന്നു.

താത്യാന: നിങ്ങൾ എന്നോട് തർക്കിക്കുകയാണോ?

നോറ: അദ്ദേഹം വലിയവനായിരിക്കാം. വലിയ വലിയ കാര്യങ്ങൾ ക്കിടയിൽ അദ്ദേഹത്തിന്റെ വിശ്വാസവഞ്ചനയെക്കുറിച്ച് പറയുകയാ യിരുന്നു. കവിയോടൊത്തുള്ള എന്റെ പിണക്കങ്ങൾ, കലഹങ്ങൾ...

താത്യാന: നിങ്ങളെ അദ്ദേഹം ചതിക്കുകയായിരുന്നു എന്ന് സൂചിപ്പി ക്കുകയാണോ?

നോറ: ശുദ്ധ അസംബന്ധം! ഓ, അവളിപ്പോൾ ചൊവ്വാഗ്രഹത്തിൽ നിന്ന് ഭൂമിയിലേക്ക് പൊട്ടിവീണിരിക്കുകയാണ്. (താത്യാനയുടെ നേർക്ക് പരി ഹാസത്തോടെ തിരിഞ്ഞുകൊണ്ട്) താത്യാനാ, എന്താണ് യഥാർത്ഥ്യം എന്ന് നിങ്ങൾ തിരിച്ചറിയണം. അദ്ദേഹം നിങ്ങളോട് വിവാഹാഭ്യർത്ഥന ചെയ്യുമ്പോൾ നിങ്ങളുടെ മൃദുലപാദങ്ങളിൽ തീവ്രാനുരാഗത്തോടെ വീഴാൻ വേണ്ടി, പാരീസിലേക്ക് തിരികെ പോകാനുള്ള വിസയ്ക്ക് വേണ്ടി ക്യൂ നിൽക്കുമ്പോൾ അദ്ദേഹം എന്നെയും ചതിക്കുകയായിരുന്നു. അദ്ദേഹ ത്തിന്റെ കൂടെ നിയമാനുസൃതഭാര്യയായി റഷ്യയിലേക്ക് തിരിച്ചു പോകാൻ സദാസമയവും നിങ്ങളോട് മധുരവചനത്താൽ പ്രേരിപ്പിക്കു മ്പോഴും അദ്ദേഹം എന്നോടൊത്ത് രമിക്കുകയായിരുന്നു. യഥാർത്ഥത്തിൽ അത് അദ്ദേഹത്തിന്റെ കുറ്റമല്ല. ഓരോ മണിക്കൂറു കൂടുമ്പോഴും മദ്യ പാനികൾക്ക് നിശ്ചിത അളവ് മദ്യം ആവശ്യമുള്ളതുപോലെയായിരുന്നു. ഒരു സ്ത്രീയുടെ ഊഷ്മളശരീരം അദ്ദേഹത്തിന് ആവശ്യമുണ്ടായിരുന്നു. ജോലിയില്ലാത്ത ദിവസങ്ങളിൽ കവി മൂന്ന് നേരവും ശാരീരികബന്ധം പുലർത്തി. ശമനമില്ലാത്ത വികാരഉറവുകൾ ഉള്ള ദിവസമാണെങ്കിൽ അത് നാല് നേരവും ആകുമായിരുന്നു. അത് എന്നെ ശുണ്ഠി പിടിപ്പിച്ചു. അദ്ദേഹ ത്തിന്റെ പദ്ധതികളിൽ 'എ' സ്ഥാനത്തല്ല ഞാൻ 'ബി' സ്ഥാനത്താണ് നിൽക്കുന്നതെന്ന് മനസ്സിലായി. ശരിയാണ് എന്ന് ഞാൻ സമ്മതിക്കുന്നു. മറ്റു അവസരങ്ങളുടെ അഭാവത്തിൽ അടിയന്തിരമായി ഉപയോഗിക്കുന്ന ഒരാളായി അദ്ദേഹം എന്നെ കണ്ടപ്പോൾ എനിക്ക് ദേഷ്യം വന്നു, അദ്ദേഹ ത്തിന്റെ ഇഷ്ടകാമുകിമാരിൽ എന്നെ മുൻപന്തിയിൽ ഉൾപ്പെടുത്തിയിരു ന്നെങ്കിൽ അത് നന്നായേനേ. ആ നികൃഷ്ടജന്തുവിന് വേണ്ടി എന്റെ ഭർത്താവിനേയും എന്റെ ജോലിപോലും ഉപേക്ഷിക്കാൻ ഞാൻ തയ്യാറാ കുമായിരുന്നു. അയാളുടെ രതിദേവതയായി ഞാൻ മാറുമായിരുന്നു. ആ മധുരാനുഭവം ഒട്ടും മോശമാകില്ല താനിയാ. കരലാളനകളിലൂടേയും

പുറംകൈയിലെ മധുരചുംബനങ്ങളിലൂടേയും നീയത് അനുഭവിച്ചിട്ടുണ്ട്. പക്ഷേ, നീയറിയാതെ പോയ ഒരുപാട് വിശേഷങ്ങൾ അദ്ദേഹത്തിന്റെ സ്വഭാവത്തിലുണ്ട്, മറക്കാനാവത്ത ആ മധുരാനുഭവങ്ങൾ നിന്റെ വിഡ്ഢിത്തം കലർന്ന നിഷ്കളങ്കതകൊണ്ട് നീ സ്വയം നിഷേധിച്ചു. ആ സ്വർഗ്ഗീയാനന്ദം നീയനുഭവിക്കാതെ പോയി.

താത്യാന: രഹസ്യങ്ങളൊന്നും അദ്ദേഹം എന്നിൽ നിന്നും മറച്ചുവച്ചില്ല. ഹൃദയത്തിലുള്ളതെല്ലാം എന്നോട് പറഞ്ഞിരുന്നു.

നോറ: രതിമോഹത്തിന്റെ രീതിക്ക് സഹായകമായ അദ്ദേഹത്തിന്റെ ഹൃദയം ഒഴികെ. മറച്ചു വെക്കുവാൻ യാതൊന്നുമില്ലത്തവിധം അദ്ദേഹത്തിന്റെ നഗ്നശരീരത്തെ സ്പർശിച്ച എനിക്ക് ഹൃദയവും തൊട്ടറിയാൻ കഴിഞ്ഞു. എല്ലാം പറഞ്ഞുകഴിഞ്ഞാലും എങ്ങനെയൊക്കെ ചെയ്താലും അദ്ദേഹത്തിന് മാന്യനായ കവിയാകാൻ കഴിഞ്ഞിരുന്നു. ബോൾഷെവിക്കുകൾക്കുവേണ്ടി അതിശയോക്തിപരമായ പരസ്യപ്രസ്താവനകൾ എഴുതാതിരിക്കുമ്പോൾ അദ്ദേഹം കുറേക്കൂടി നല്ലവനാകുമായിരുന്നു. വാസ്തവത്തിൽ എനിക്ക് ഛർദ്ദിക്കാൻ തോന്നുമായിരുന്നു. ലെനിനുവേണ്ടി അദ്ദേഹം പ്രചരിപ്പിച്ച മധുരം കലർത്തിയ പോസ്റ്ററുകൾ കാണുമ്പോൾ... ജീവിച്ചിരിക്കുന്നതിനേക്കാൾ ജീവനുള്ള ലെനിൻ... അത്തരം ചില സന്ദർഭങ്ങൾ ഒഴിവാക്കിയാൽ കവി അതിവിദഗ്ധനായ ഒരു കാമുകനാണെന്ന് പറയാം. ആനന്ദം നൽകി ആനന്ദം സ്വീകരിക്കുന്ന അപൂർവ്വപുരുഷവംശത്തിൽ പെടുന്ന ആളായിരുന്നു. ഓരോ രതിവേളയിലും എന്നോട് രതിമൂർച്ഛ ഉണ്ടായോ എന്ന് അന്വേഷിച്ചിരുന്നു. തന്നോടൊപ്പം ലൈംഗികപങ്കാളിക്കും രതിമൂർച്ഛയുണ്ടാകണം എന്ന കാര്യത്തിൽ കവിക്ക് നിർബ്ബന്ധമുണ്ടായിരുന്നു. അക്കാര്യം സമ്മതിക്കുമ്പോൾ കവിയുടെ കണ്ണുകളിൽ കൗമാരസഹജമായ ആഹ്ലാദം നിറയും. കവിയുടെ കാപട്യമില്ലാത്ത മുഖഭാവങ്ങൾ കാണുന്നതിനുവേണ്ടി രതിമൂർച്ഛയുണ്ടായി എന്ന് എല്ലാവരും സമ്മതിക്കും. നിങ്ങൾക്ക് നഷ്ടപ്പെട്ടത് സ്വർഗ്ഗീയാനന്ദത്തിന്റെ ആ മൂർച്ഛകളാണ്. എന്റെ പ്രിയപ്പെട്ട താനിക്ക്, ഒടുവിൽ എന്തുണ്ടായി? നിങ്ങളുടെ പരമപവിത്രമായ കന്യകാത്വം കവിയുടെ ഭോഗാസക്തിയുടെ ആനന്ദരസത്തേക്കാൾ നിങ്ങൾക്ക് പ്രാധാന്യമുള്ളതായി...

എല്ലി: മയക്കോവ്സ്കി അമേരിക്കയിൽ ഉണ്ടായിരുന്ന ഏതാനും ആഴ്ചകൾ... അദ്ദേഹത്തിന്റെ രതിമോഹങ്ങൾ ഞാൻ ശരിക്കും അനുഭവിച്ചു. അമേരിക്കയിൽ വരുമ്പോൾ ഞാൻ ഒന്നുമറിയാത്ത ഒരു പൊട്ടിപ്പെണ്ണായിരുന്നു. അമേരിക്കൻ തെരുവുകൾ വെണ്ണക്കല്ലുകൾ വിരിച്ചതായിരിക്കുമെന്ന് ഞാൻ സ്വപ്നം കണ്ടിരുന്നു. പക്ഷേ കവിയോടൊത്ത് നടക്കുമ്പോൾ വാസ്തവത്തിൽ അത് വെണ്ണക്കല്ലുകൾ വിരിച്ച പാതകൾ തന്നെയായിരുന്നു. കവിയോടൊത്ത് മിനുത്ത പാറക്കല്ലുകൾ പതിച്ച ആ

തെരുവിലൂടെ എത്രയോ വട്ടം നടന്നു. നോറയ്ക്ക് അത് അറിയാം. കവി പ്രലോഭിപ്പിക്കുന്നവനായിരുന്നു എന്നാൽ അതിസുമുഖനായ കാമുകനും. ബ്രൂക്‌ലിൻ പാലത്തിൽ വെച്ച് അദ്ദേഹം എന്നോട് ചെയ്ത പ്രതിജ്ഞ യ്ക്ക് അനുബന്ധമായി ഞാൻ ഓർക്കാതെപോയ എന്റെ ശരീരഭാഗ ങ്ങളെല്ലാം അദ്ദേഹം അന്വേഷിച്ചുകണ്ടെത്തുകയായിരുന്നു. അങ്ങനെ യൊക്കെ ചിലത് എന്റെ ശരീരത്തിലുണ്ടെന്ന് അപ്പോൾ മാത്രമാണ് ഞാൻ മനസ്സിലാക്കിയത്. അദ്ദേഹത്തിന്റെ കരസ്പർശനത്തിലൂടെ...

നോറ: അദ്ദേഹം നിങ്ങൾക്ക് സ്ത്രൈണ രതിമൂർച്ഛ നൽകി എന്നതിനെ മറ്റൊരുവിധത്തിൽ പറയുകയാണ്.

എല്ലി: ജീവിതത്തിലെ ചില വിശിഷ്ട സന്ദർഭങ്ങളെ അശ്ലീലമായി ചിത്രീ കരിക്കാനുള്ള പ്രവണത നിങ്ങളിലുണ്ട്, നോറാ...

നോറ: സ്ത്രീയുടെ രതിമൂർച്ഛയുമായി ബന്ധപ്പെട്ടിട്ടാണോ അശ്ലീലത നിലനിൽക്കുന്നത്? അതിനെക്കുറിച്ച് ഒരു തീരുമാനം ലിലിയ എടുക്കട്ടെ... പറയൂ...

ലിലിയ: നിങ്ങളിൽ ആരെക്കാളും നന്നായി അദ്ദേഹത്തിന്റെ രതിമോഹം ഞാൻ അറിഞ്ഞിട്ടുണ്ടെന്ന് എനിക്ക് ധൈര്യമായി പറയാം. ദീർഘമായ ഞങ്ങളുടെ മൂന്നുപേരും ഒരുമിച്ചുള്ള പ്രണയജീവിതത്തിൽ, ഒന്നിലേറെ സന്ദർഭങ്ങളിൽ, എന്റെ അധരങ്ങളിൽ അദ്ദേഹത്തിന്റെ അധരങ്ങളമർത്തി ഉറങ്ങിയിട്ടുണ്ട്... എന്റെ പ്രിയപ്പെട്ട താത്യാനാ, നിങ്ങളുടെ കണ്ണുകൾ വികസിക്കുന്നതിൽ നിന്ന് എനിക്ക് അത് മനസ്സിലാകുന്നു. ഞാൻ പറയാൻ ഉദ്ദേശിക്കുന്നതിനെപ്പറ്റി നിങ്ങൾ നിശ്ചയമായും മനസ്സിലാക്കിയിട്ടുണ്ട്. എനിക്കത് പറയാതെ വയ്യ. അദ്ദേഹത്തിന്റെ അമർന്നിരുന്ന ചുണ്ടുകൾ എന്റെ ചുണ്ടുകളിലായിരുന്നില്ല. ഇപ്പോൾ നിങ്ങൾക്ക് എല്ലാവർക്കും ഞാൻ പറഞ്ഞതിന്റെ ഗൂഢാർത്ഥം മനസ്സിലായല്ലോ. താത്യാനയുടെ മുഖം ലജ്ജകൊണ്ട് തുടുക്കുന്നു ബീറ്റ്റൂട്ട് പോലെ.

താത്യാന: (ലജ്ജയോടെ) എനിക്ക് അങ്ങനെയില്ല.

ലിറ്റ്സ്കി: (ഇംഗ്ലീഷിൽ) യഥാർത്ഥത്തിൽ ഉണ്ട്.

താത്യാന: കണ്ടോ ഇയാൾ വീണ്ടും തുടങ്ങി. അയാളുടെ വായ സീൽ വെച്ച് അടച്ചുവെന്നാണ് ഞാൻ കരുതിയത്.

എല്ലി: ശരിയാണ്. ലിലിയയുടെ ചുവന്ന മുടിയേക്കാൾ താനിക്കിന്റെ മുഖം ചുവന്നു.

ലിലിയ: നോറയ്ക്ക് ഇതിൽ അഹങ്കരിക്കാൻ കാരണമൊന്നുമില്ല. കവിയെ മനസ്സിലാക്കുന്നതിൽ നിങ്ങൾക്ക് തെറ്റ് പറ്റിയിട്ടുണ്ട്. കവിയെ ഒരു വിഷയാസക്തനായി മാത്രം നിങ്ങൾ മനസ്സിലാക്കി. അനായാസം മനസ്സി ലാക്കാൻ പ്രയാസമുള്ള വ്യക്തിയാണ് അദ്ദേഹം. പക്ഷേ, നന്മകളുള്ള

വ്യക്തിയും. സമൂഹത്തിലെ താഴെത്തട്ടിലുള്ളവരോട് അടുത്ത ബന്ധം ഉള്ളതുകൊണ്ട് അനീതികളോട് അദ്ദേഹം കലഹിക്കുന്നു. താഴെത്തട്ടിൽ നിന്ന് പോരാട്ടവീര്യത്തോടെ ഉയർന്നു വന്നവൻ, താഴെത്തട്ടിലുള്ള ലൈംഗികഅഭിരുചികളുമായി മുകൾത്തട്ടിലേക്ക് ഉയർന്നുവന്ന കവിക്ക് ധാരാളം കുറവുകളുണ്ട്. യാഥാർത്ഥ്യം അതാണെങ്കിലും അദ്ദേഹം ഗംഭീര ഭാവമുള്ള കവിയിൽ കുറഞ്ഞൊന്നുമല്ലായിരുന്നു. യാഥാർത്ഥ്യം എന്ന വാക്കാണ് ഞാൻ ഉപയോഗിച്ചത്. ഞാൻ പറഞ്ഞത് വാക്യാർത്ഥത്തിൽ എടുക്കണമെന്നില്ല. കവിയെക്കുറിച്ച് ആർക്കും മോശം അഭിപ്രായം ഇല്ല. എന്റെ ഒസിപ്പിനോട് ചോദിക്കൂ, പാസ്റ്റർനാക്കിനോട് ചോദിക്കൂ, അന്നാ അഹമത്തോവയോട് ചോദിക്കൂ. എന്തിനു സാർചക്രവർത്തിയെ വധിച്ച ബോൾഷെവിക്കുകളെ വെറുത്ത സ്വെറ്റൈവയ്ക്കുപോലും മയക്കോ വ്സ്കി ആരാധ്യനായിരുന്നു. ജോസഫ് സ്റ്റാലിനും കവിയെ പുകഴ്ത്തി യാണ് സംസാരിച്ചത്. സോവിയറ്റ് കാലഘട്ടത്തിലെ ഏറ്റവും സർഗ്ഗധ നനായ കവിയായി മയക്കോവ്സ്കിയെ അദ്ദേഹം വാഴ്ത്തിയിരുന്നു. അതി നിബിഡമായ മൂടൽമഞ്ഞിനെ തുളച്ചുകയറുന്ന കവിതകൾ മയക്കോ വ്സ്കി എഴുതി. അത് അത്യന്തം സാന്ദ്രമായ തലച്ചോറുകളിലേക്ക് പോലും തുളച്ചിറങ്ങി.

നോറ: ഒരേ സമയം വ്യത്യസ്തമേഖലകളിൽ പ്രവർത്തിക്കാൻ കഴിയുന്ന വിധമുള്ള സർഗ്ഗവൈഭവങ്ങളാണ് അദ്ദേഹത്തിന് ദൈവം നൽകിയത്. വലതുകൈകൊണ്ട് ഭാവഗാനാത്മകകവിതകളുടെ നവീനമാതൃകകൾ രൂപപ്പെടുത്തി. ഇടുതുകൈകൊണ്ട് ബുദ്ധിജീവികളെ രസിപ്പിക്കാൻ പ്രാധാന്യം കുറഞ്ഞ സിനിമകൾ നിർമ്മിച്ചു. നൈറ്റ്ഷിഫ്റ്റ് കഴിഞ്ഞ് വരുന്ന അക്ഷരാഭ്യാസമില്ലാത്ത ഫാക്ടറി ജോലിക്കാർക്ക് വേണ്ടി അദ്ദേഹ ത്തിന്റെ ഒഴിവുസമയങ്ങളിൽ കവിത ചൊല്ലി. അതുമല്ലെങ്കിൽ ബോൾ ഷെവിക്കുകൾക്ക് പ്രചാരണ പോസ്റ്ററുകൾ തയ്യാറാക്കി.

ലിലിയ: സിനിമാ നിർമ്മാണം മയക്കോവ്സ്കിക്ക് ഒരു നേരംപോക്ക് ആയിരുന്നില്ല നോറ. ആ കലാരൂപത്തിന്റെ സാദ്ധ്യതകളെക്കുറിച്ച് കൂടുതൽ അറിയാനുള്ള മോഹമായിരുന്നു. തിരക്കഥ എഴുതാൻ അദ്ദേഹം ഇഷ്ട പ്പെട്ടു. സിനിമ നിർമ്മിക്കാൻ ഉദ്ദേശിച്ച് തയ്യാറാക്കിയ കുറിപ്പുകൾ കൊണ്ട് ഡയറി നിറഞ്ഞിരുന്നു. ചലച്ചിത്രം ഷൂട്ട് ചെയ്യുമ്പോഴുള്ള വൈകാരികോ ത്തേജനം അദ്ദേഹം ഇഷ്ടപ്പെട്ടു. അഭിനേതാക്കളുമായി ഇടപെടുമ്പോൾ ഒരു തരം മാസ്മരികലഹരി അദ്ദേഹം അനുഭവിച്ചിരുന്നു.

നോറ: നിങ്ങൾക്ക് തോന്നുന്നത് എന്തുതന്നെ ആയാലും പറഞ്ഞോളൂ. സിനിമകൾ അദ്ദേഹത്തിന്റെ സർഗ്ഗവൈഭവത്തിൽനിന്നും ശ്രദ്ധ ചിതറി പ്പോയ നിസ്സാരസംരംഭങ്ങളായിരുന്നു. സർഗ്ഗശക്തിയുണ്ടായിരുന്ന അദ്ദേഹം കൂടുതൽ ശ്രദ്ധയും ഊന്നലും കൊടുക്കേണ്ടത് കവിതയിലായിരുന്നു.

ലിലിയ: ഞാൻ അദ്ദേഹത്തിന്റെ മൂന്ന് സിനിമകളിൽ അഭിനയിച്ചിട്ടുണ്ട്. സിനിമയുടെ ഗുണമേന്മയെക്കുറിച്ച് പറയാൻ ഞാനാളല്ല. മൂന്നെണ്ണത്തിൽ ഏറ്റവും ഒടുവിലത്തേത് എനിക്ക് താത്പര്യമുണ്ടായിരുന്ന സിനിമയായിരുന്നു. അതിന്റെ പേര് 'അഭ്രപാളികളുടെ വിലങ്ങ്' പ്രിയമഹിളകളേ, നിങ്ങളിലാരെങ്കിലും ആ സിനിമ കണ്ടിരുന്നുവോ? ഇല്ല. നിങ്ങൾ കണ്ടിട്ടുണ്ടെന്ന് ഞാൻ കരുതുന്നില്ല. വെള്ളിത്തിരയിലെ ഒരു നർത്തകിയുടെ ആകാരംഭംഗിയുടെ മോഹവലയത്തിൽ അകപ്പെട്ട ഒരു വിവാഹിതനായ ചിത്രകാരന്റെ വേഷം വൊളോദിയ ചെയ്തു. ചിത്രകാരൻ ബാലെ നർത്തകിയെ വശീകരിച്ച് വലയിൽ കുടുക്കുന്നു. ആരും സിനിമയിൽ അഭിനയിക്കുകയായിരുന്നില്ല. നമ്മുടെ പച്ചയായ ജീവിതമായിരുന്നു അത്. കലാജീവിതത്തെ അനുകരിക്കുന്നതിന്റെ മറ്റൊരു ഉദാഹരണം. നഗരത്തിലെ എല്ലാ സിനിമാസ്ക്രീനുകളിൽനിന്നും ഒരിക്കൽ ഈ ബാലെ നർത്തകി അപ്രത്യക്ഷമായപ്പോൾ പൊതുപ്രതിഷേധങ്ങൾ ഉയർന്നു. ഒടുവിൽ സ്ക്രീനിലേക്കും സിനിമയിലേക്കും അവളെ കൊണ്ടുവരുന്നു. ഗ്ലെൻഡിനിക്കോവ്സ്കി തെരുവിലെ സിനിമാറ്റോഗ്രാഫി മന്ത്രാലയത്തിൽ സിനിമ പ്രദർശിച്ചപ്പോൾ എല്ലാവരും എഴുന്നേറ്റുനിന്ന് ദീർഘനേരം കൈയടിച്ചു സ്വീകരിച്ചു. അതോടൊപ്പം അനേകം പത്രങ്ങളിൽ അനുകൂലമായ ചിത്രനിരൂപണങ്ങളും ഉണ്ടായിരുന്നു. മയക്കോവ്സ്കി ഇതിൽ ഉൾപ്പെടുന്ന കാലത്ത് സിനിമ ഏറ്റവും ആവേശകരമായ പുതിയ മാധ്യമമായിരുന്നു. കവിയുടെ ചലച്ചിത്രങ്ങൾ സിനിമാനിർമ്മാണത്തിലെ ആദ്യകാലപരീക്ഷണങ്ങളായിരുന്നു എന്ന് നമ്മൾ ഓർമ്മിക്കേണ്ടതുണ്ട്. അവയുടെ ഗുണമേന്മകൊണ്ട് ആ കലാസൃഷ്ടികൾ മൗലികമായിരുന്നു. തങ്ങളും കൂടി പങ്കാളികളായ സിനിമയാണ് എന്ന തോന്നൽ കാഴ്ചക്കാർക്ക് അത് നൽകിയിരുന്നു. ജനകീയഭാവനയെ നിയന്ത്രിക്കാനും രൂപപ്പെടുത്താനും അദ്ദേഹത്തിന്റെ സിനിമകൾക്ക് സാധിച്ചു.

എല്ലി: നോക്കൂ, അദ്ദേഹം വലിയ കവിയാണെന്നോ സിനിമാക്കാരനാണെന്നോ പറയേണ്ട കാര്യം എനിക്കില്ല. എന്തൊക്കെ സംവിച്ചാലും സംഭവിച്ചിട്ടില്ലെങ്കിലും അദ്ദേഹത്തിന്റെ സർഗ്ഗപ്രതിഭയല്ല എന്നെ ആകർഷിച്ചത്. എല്ലാ വസ്തുതകളും കണക്കിലെടുക്കുമ്പോൾ മനസ്സിലാക്കാൻ പ്രയാസമുള്ള, വ്യത്യസ്ത ഭാവങ്ങളോടുകൂടിയ മനുഷ്യനായിരുന്നു അദ്ദേഹം. ഓരോ സന്ദർഭങ്ങളിലും നവീനതയും വ്യത്യസ്തതയും സൃഷ്ടിക്കാൻ കഴിയുന്ന ആൾ. അവയെല്ലാം തയ്യൽക്കാരൻ തുന്നിയ പലമാതിരി പുത്തൻ സൂട്ടുകളാണെന്ന ഭാവമായിരുന്നു അദ്ദേഹത്തിന്. അതുപോലെ അദ്ദേഹത്തിന്റെ തന്നെ വ്യത്യസ്തഭാവങ്ങൾ വ്യത്യസ്ത കാമുകിമാർക്കു വേണ്ടി രൂപപ്പെടുത്തിയതായിരുന്നു. എനിക്കു വേണ്ടി അദ്ദേഹം രൂപപ്പെടുത്തിയ ഭാവം അതുല്യമായിരുന്നു. അത് ഒരു മാതൃകാ ബോൾഷെവിക്കിന്റേതായിരുന്നു. ബോൾഷെവിക്കുകളെ ഞാൻ

തെറ്റായി വിലയിരുത്തുന്നുവെന്ന് അത് എന്നെ ബോദ്ധ്യപ്പെടുത്തി. നമ്മൾ കൂടുതൽ ചിന്തിച്ചാൽ റഷ്യൻവിപ്ലവത്തിന്റെ ആദർശാധിഷ്ഠിതഭാഗം തള്ളിക്കളയാനൊക്കാത്തതാണെന്ന് മനസ്സിലാകും. എല്ലാ വിപ്ലവങ്ങൾക്കും രണ്ടു മുഖങ്ങളുണ്ടെന്ന ആശയം എന്റെ ബോധത്തിലേക്ക് തിരിച്ചു വന്നു. ഏതു മാർഗ്ഗവും സ്വീകാര്യമാണെന്ന മൃഗീയമുഖഭാവം, അത് ഒന്നാമത്തെ മുഖം.

അമേരിക്കൻ വിപ്ലവകാരികളുടെ ആക്രമസ്വഭാവം ശ്രദ്ധിക്കുക. മനോരോഗിയായ ജോർജ്ജ് രാജാവിനോട് കൂറു പുലർത്തിയ കൊളോണിയലിസ്റ്റുകളെ അവർ വേട്ടയാടി. പലപ്പോഴും നിഷ്ഠുരമായി കൊല ചെയ്തു. ഏതു മാർഗ്ഗവും സ്വീകാര്യമാണെന്ന ആശയത്തോട് വിയോജിച്ചവരുടെ തല കൊയ്തുകളഞ്ഞ ഫ്രഞ്ച് വിപ്ലവകാരികളുടെ രീതിയെപ്പറ്റി ചിന്തിച്ചു നോക്കൂ. രണ്ടാമത്തെ മുഖം ആദർശാത്മക മുഖഭാവമാണ്. ഞങ്ങൾ ലോകത്തെ അഭിവൃദ്ധിപ്പെടുത്താൻ പോകുകയാണ്. ദാരിദ്ര്യം തുടച്ചുനീക്കാൻ പോകുകയാണ്. ഞങ്ങൾ മുതലാളിത്ത ചൂഷണം ഇല്ലാതാക്കാനും അങ്ങനെ ഒരു വർഗ്ഗരഹിത കമ്മ്യൂണിസ്റ്റ് സമൂഹം സൃഷ്ടിക്കാനും പോകുകയാണ്. ആദർശാത്മക മുഖത്തിനു മുന്നിൽ ഞാൻ തല കുനിക്കുന്നു.

എന്റെ ജീവിതത്തിലേക്ക് മയക്കോവ്സ്കി വരുന്നതിന് മുമ്പ് ബോൾഷെവിക്കുകളുടെ ക്രൂരമായ മുഖം മാത്രമേ ഞാൻ കണ്ടിട്ടുള്ളൂ. സ്റ്റാലിന്റെ ദാഹത്തെപ്പറ്റിയുള്ള കഥകൾ ഞാൻ കേട്ടിട്ടുണ്ട് ആഭ്യന്തരയുദ്ധകാലത്ത് അദ്ദേഹം നൂറുകണക്കിന് വെളുത്ത റഷ്യക്കാരെ വകവരുത്താൻ കല്പന പുറപ്പെടുവിച്ചു വോൾഗാ നദിയിലേക്ക് അവരുടെ പത്തേമാരികൾ തള്ളിവിട്ടു. ദൈവമേ, അവരുടെ കൈകാലുകൾ മുറുകെ കെട്ടിയിട്ടിട്ട്.... എന്റെ കണ്ണുകൾകൊണ്ട് ഞാനത് കണ്ടിട്ടുണ്ട്. വെളുത്ത റഷ്യക്കാരുടെ ശിരസ്സുകൾ കുന്തങ്ങളിൽ ഉരുക്കുമുനകളിൽ കുത്തി നിർത്തി മോസ്കോ തെരുവുകളിലൂടെ കൊസ്സാക്കുകൾ പരേഡു ചെയ്യുന്നത്. യൂറോപ്പ് കടന്ന് അറ്റ്ലാന്റിക്ക് കടന്ന് വടക്കേ അമേരിക്കയിൽ ഐക്യനാടുകളിലേക്ക് ഞാൻ ഓടി രക്ഷപ്പെട്ടത് അതുകൊണ്ടാണ്. ബോൾഷെവിസത്തിന്റെ മറ്റൊരു മുഖം കാണാൻ മയക്കോവ്സ്കി എന്നെ പ്രാപ്തയാക്കി. അദ്ദേഹം എന്നെ ക്ഷണിച്ചിരുന്നെങ്കിൽ അദ്ദേഹത്തെ അനുഗമിച്ച് ഞാൻ റഷ്യയിലേക്ക് മടങ്ങുമായിരുന്നു. ഞാൻ അദ്ദേഹത്തോടൊത്ത് ജീവിക്കുമായിരുന്നു. പരിശുദ്ധമായ വൈവാഹിക ബന്ധത്തോട് കൂടിയോ അല്ലാതെയോ ബോൾഷെവിസത്തിന്റെ ആദർശാത്മക മുഖത്തെപ്പറ്റി അന്വേഷിക്കാനും കൂടുതൽ അറിയാനുംവേണ്ടി, റഷ്യൻ വിപ്ലവത്തിനുവേണ്ടി ഫലപ്രദമായി സംഭാവന ചെയ്യാൻ മിതമായിട്ടാണെങ്കിൽ പോലും ഞാൻ ശ്രമിക്കുമായിരുന്നു.

നോറ: യാഥാർത്ഥ്യങ്ങൾ മറ്റെവിടെയോ ആണ്. മയക്കോവ്സ്കി സ്വയം സമർപ്പിച്ച വിപ്ലവത്തിന് ഒരു ആദർശാത്മകമുഖം ഉണ്ടായിരുന്നു. അതായിരുന്നു പലപ്പോഴും മൃഗീയതയുടെ മുഖംമൂടിയാൽ ആവരണം ചെയ്യപ്പെട്ടിരുന്നത്. 1918ലെ ലെനിന്റെ റെഡ്സ്റ്റാർ എത്ര മൃഗീയമായാണ് ആളുകളെ കൊല ചെയ്തിരുന്നത്, അവർ റഷ്യൻ ജനതയെ വർഗ്ഗങ്ങളായി വിഭജിച്ചു. ഭാവിയിൽ രാജ്യത്തിന്റെ ശത്രുക്കളായിത്തീരാൻ സാദ്ധ്യതയുള്ള ആയിരക്കണക്കിന് ആളുകളെ കൊല്ലുകയോ നാടുകടത്തുകയോ ചെയ്തു. 1921ൽ അന്നാ അഹമത്തോവയുടെ ആദ്യഭർത്താവ് നിക്കോളെ ഗുമിചീവിന്റെ വധത്തെ തുടർന്ന് ചുവന്ന ഭീകരത നാടെങ്ങും അലയടിച്ചു. ലിലിയ നമ്മളെ പറഞ്ഞ് വിശ്വസിപ്പിച്ചവിധം പൊതുജനമദ്ധ്യത്തിൽ കുരിശു വരച്ചതുകൊണ്ട് അയാളെ വെടിവെച്ചു. അനേകം പേർ ചിന്തിച്ചുകൊണ്ടിരുന്നത് അയാൾ ഉറക്കെ പറഞ്ഞതുകൊണ്ട് വെടിവെച്ചു. ലെനിന്റെ മുഖ്യപിൻതുടർച്ചക്കാരൻ ജോസഫ് സ്റ്റാലിൻ. വിപ്ലവത്തിന്റെ ഭയങ്കരമായ മറ്റൊരു മുഖം. നിങ്ങളുടെ കാഴ്ചപ്പാടിൽ, ലിലിയ, ഞാൻ അഹങ്കാരിയായി തോന്നുന്നുണ്ടെങ്കിൽ ക്ഷമിക്കുക. തീർച്ചയായും നിങ്ങൾ എല്ലാവരേക്കാളും കൂടുതൽ മയക്കോവ്സ്കിയുടെ ലൈംഗികത ഞാൻ മനസ്സിലാക്കിയതുകൊണ്ടാണ് ഇപ്രകാരം പറയുന്നത്. ഞാൻ മുറുകെപിടിക്കുന്ന എന്റെ ഓരോ വാക്കും ശ്രദ്ധിച്ചു കേൾക്കുക. നല്ല കാമുകനെന്നോ ചീത്ത കാമുകനെന്നോ വിഭജനമില്ല. പുരുഷവംശത്തെ നല്ല കാമുകനും ചീത്ത കാമുകനുമായി രൂപാന്തരപ്പെടുത്തുന്നത് സ്ത്രീയാണ്. സ്ത്രീയുടെ സഹവാസത്തിനനുസരിച്ചാണ് പുരുഷൻ നല്ലവനാകുന്നതും ചീത്തയാകുന്നതും...

ലിലിയ: ദൈവമേ, ശരിയല്ല അപ്പറഞ്ഞത്. എന്തിനും ഏതിനും സ്ത്രീകളാണ് കുറ്റക്കാർ, പുരുഷന്മാർ പറയുന്നത് നിങ്ങളും ഏറ്റു പറയുന്നു. ഏത് ഉദ്യമത്തിന്റെയും ജയത്തിന്റെയും പരാജയത്തിന്റെയും ഉത്തരവാദിത്വം കിടക്കയിലായാലും അല്ലെങ്കിലും സ്ത്രീയുടെ മേൽ ചുമത്തുന്നു. കിടക്കയിൽ പുരുഷന്റെ പ്രവൃത്തി അപര്യാപ്തമാണെങ്കിൽ അത് ഭാര്യയുടെ കുറ്റമാണ്. ജീവിതത്തിൽ അയാളുടെ പ്രവർത്തനം അപര്യാപ്തമാണെങ്കിൽ കുറ്റം അമ്മയുടേതാണ്. സുവിശേഷത്തിലോ നോറാ, പാവംപിടിച്ച കീഴടക്കപ്പെട്ട ഈ പുരുഷന് യഥാർത്ഥത്തിൽ എന്തിന്റെ ഉത്തരവാദിത്വമാണ്?

നോറ: അയാളുടെ ശരീരം വൃത്തിയാക്കേണ്ട ഉത്തരവാദിത്വം അയാളുടേതാണ്. അയാളുമായി നിങ്ങൾ ബന്ധപ്പെടുമ്പോൾ മലമൂത്രഗന്ധം കുറഞ്ഞു കിട്ടും (എല്ലിയോട്) മനസ്സിലായോ? നമ്മൾ പറഞ്ഞതെന്താണെന്ന് റാസ്പുട്ടിൻ അക്ഷരംപ്രതി തിരിച്ചറിയുന്നുണ്ട്. അയാളെ നോക്കൂ. അയാൾ യഥാർത്ഥത്തിൽ ലജ്ജിക്കുകയാണ്.

താത്യാന: ഞാനും ലജ്ജിക്കുന്നു. നിങ്ങളെക്കൊണ്ട് ഞാൻ ചിന്താക്കുഴപ്പത്തിലാണ്. എനിക്ക് വല്ലാത്ത നാണക്കേട് തോന്നുന്നു. നിങ്ങൾ തരം താഴ്ന്ന സെക്സിനുവേണ്ടി സംസാരിക്കുന്നു എന്ന് ചിന്തിക്കുമ്പോൾ... നിങ്ങൾ കാമാസക്തി കൂടിയ സ്ത്രീയാണ് നോറാ. കാമാസക്തി, കാർക്കശ്യം, അപക്വത... മയക്കോവ്സ്കി നിങ്ങളെ കൈയൊഴിഞ്ഞതിൽ അദ്ഭുതമില്ല.

ലിറ്റ്സ്കി: (ഇംഗ്ലീഷിൽ) നിങ്ങളുടെ സംഭാഷണം മുറിഞ്ഞു പോകുന്നത് ക്ഷമിക്കുക. മാന്യവനിതകളേ, എന്നാൽ–

നോറ: നിങ്ങളുടെ ആ നശിച്ച ഡിക്റ്റാഫോണിനെപ്പറ്റി എന്നോട് വീണ്ടും പറയേണ്ട. അയാൾ ഇപ്പോൾ പുതിയ വയർ ഘടിപ്പിക്കുക മാത്രമേ ചെയ്യുന്നുള്ളൂ.

എല്ലി: (ലിറ്റ്സ്കിയോട് ഇംഗ്ലീഷിൽ) നിങ്ങളുടെ വയറുകൾക്ക് എത്രനേരം റെക്കോർഡ് ചെയ്യാൻ കഴിയും?

ലിറ്റ്സ്കി: (ഇംഗ്ലീഷിൽ) മുപ്പത് മിനിറ്റ്. വയർ അത്യധികമായി ഉപയോഗിക്കുന്നില്ലെങ്കിൽ. ഈ മെഷീൻ ഒരു ആദിമാതൃകയാണ്. പിയേഴ്സ് 55 ബി മാഗ്നെറ്റിക് വയർ റെക്കോർഡിന്റെ പ്രൊഡക്ഷൻ മോഡൽ. നിങ്ങൾ റഷ്യക്കാർ വിളിക്കുന്ന ഗ്രെയ്റ്റ് പാട്രിയോട്ടിക് യുദ്ധത്തിനുശേഷം മാക്കിയുടെ ഡിപ്പാർട്ടുമെന്റ് സ്റ്റോറിൽ വില്പനയ്ക്ക് വെച്ചത് നാനൂറ് ഡോളറിന് വിറ്റു എന്നാണ് കേട്ടത് - ഞാനിത് ഒരു വയർ പ്രത്യേകം ഘടിപ്പിച്ച് ഒരു മണിക്കൂർ സംഭാഷണം റെക്കോർഡ് ചെയ്യാൻ സജ്ജമാക്കി.

എല്ലി: (ഇംഗ്ലീഷിൽ) ഈ ആദ്യമാതൃകാമെഷീൻ എങ്ങനെ നിർത്തും?

ലിറ്റ്സ്കി: (ഇംഗ്ലീഷിൽ) നിങ്ങൾ വർത്തമാനം പറയാൻ ഇപ്പോൾ ശ്രമിക്കുന്നില്ലെങ്കിൽ ചിലത് ഞാൻ പറയാം. എന്റെ അമ്മ സയദ് ലിറ്റ്സ്കി ബ്രൂക്ലിൻ നേവിയാർഡിലെ ഒരു വൺ-സ്റ്റാർ അഡ്മിറലിന്റെ സെക്രട്ടറിയായിരുന്നു. എന്റെ അമ്മയും അച്ഛനും അമേരിക്കൻ കമ്മ്യൂണിസ്റ്റ് പാർട്ടിയുടെ കാർഡുള്ള അംഗങ്ങളായിരുന്നു. അമേരിക്കയിൽ വിപ്ലവം ഉണ്ടാകുമെന്ന് അവർക്ക് വിശ്വാസം ഉണ്ടായിരുന്നു. എന്നാൽ അവരുടെ ജീവിതകാലത്ത് അത് സംഭവിക്കുമോ എന്ന കാര്യത്തിൽ ഉറപ്പില്ലായിരുന്നു. അതുകൊണ്ട് അവരുടെ എല്ലാ പ്രതീക്ഷകളും സോവിയറ്റ് റഷ്യയിലും സഖാവ് സ്റ്റാലിനിലും ഉറപ്പിച്ചു. മോസ്കോ സ്റ്റേറ്റ് സർവ്വകലാശാലയിൽ അപേക്ഷിക്കാൻ അവർ എന്നെ പ്രോത്സാഹിപ്പിച്ചത് അതുകൊണ്ടാണെന്ന് ഞാൻ കരുതുന്നു. ഞാൻ റഷ്യയിലേക്ക് പോകുന്നു എന്ന് കേട്ടപ്പോൾ എനിക്ക് സമ്മാനിക്കുന്നതിനുവേണ്ടി അഡ്മിറലിന്റെ ഓഫീസിൽ നിന്നും അമ്മ പിയേഴ്സ് ഡിക്ടാഫോൺ മോഷ്ടിച്ചിരുന്നു. റോയൽ മെയിൽ കപ്പൽ മെറിഡിയാനയിൽ എന്നെ യാത്രയയ്ക്കാൻ എത്തിയപ്പോൾ മോസ്കോയിലേക്ക് കൊണ്ടുപോകാൻ ഒരു കാർഡ്ബോർഡ് പെട്ടി അമ്മ

കൊണ്ടുവന്നു. എന്റെ യാത്രയയപ്പ് സമ്മാനം ക്രിസ്തുമസ്സ് കവറിംഗ് പേപ്പർ കൊണ്ട് പൊതിഞ്ഞിരുന്നു. മോഷ്ടിച്ച സാധനങ്ങൾ മറച്ചു വയ്ക്കാൻ എന്റെ അമ്മയുടെ രീതി അതായിരുന്നു. ഡിക്ടാഫോൺ ബോൾഷെവിക്കുകൾക്ക് കൈമാറാനായിരുന്നു അമ്മയുടെ നിർദ്ദേശം. അവർക്ക് അതേപോലെ ഒന്ന് ഉല്പാദിപ്പിക്കാൻ കഴിയുമെന്ന് അമ്മ വിചാരിച്ചിരുന്നു. അങ്ങനെയാകുമ്പോൾ ഓഫീസ് ഉപകരണങ്ങളുടെ കാര്യത്തിൽ സോവിയറ്റ് കമ്മ്യൂണിസം അമേരിക്കൻ മുതലാളിത്തത്തിന് പിന്നിലാകുകയില്ലല്ലോ...

എല്ലി: (ഇംഗ്ലീഷിൽ) അങ്ങനെ നിങ്ങൾ ചെയ്തോ?

ലിറ്റ്സ്കി: തീർച്ചയായും ഞാൻ ശ്രമിച്ചു. യൂണിവേഴ്സിറ്റി മുഖ്യഭരണാധികാരിയേയും വിദേശവിദ്യാർത്ഥികളുടെ ഡീനിനേയും സർവ്വകലാശാലയിലെ ബോൾഷെവിക് ഉദ്യോഗസ്ഥനെയും ഞാൻ പിയേർസ് പ്രദർശിപ്പിച്ച് ബോദ്ധ്യപ്പെടുത്തി. അവരിൽ ഒരാൾപോലും സോവിയറ്റ് റഷ്യ ഡിക്ടാഫോൺ മെഷീനുകൾ നിർമ്മിക്കുന്നതിൽ താത്പര്യം കാണിച്ചില്ല. ഈ മെഷീനുകൾ അവരുടെ വളരെ പ്രായം കുറഞ്ഞ ലൈംഗികഭാവം നിറഞ്ഞ സെക്രട്ടറിമാരുടെ സ്ഥാനങ്ങൾ അപഹരിച്ചേക്കുമെന്ന് അവർ ഭയന്നിരുന്നു.

എല്ലി: (ഇംഗ്ലീഷിൽ) നിങ്ങൾക്ക് അത് എങ്ങനെ മനസ്സിലാക്കാൻ കഴിഞ്ഞു റാസ്പുട്ടിൻ?

ലിറ്റ്സ്കി: (ഇംഗ്ലീഷിൽ) "ഞാൻ അവരുടെ സ്ഥാനത്തായിരുന്നെങ്കിൽ അതുതന്നെ ചെയ്യുമായിരുന്നു. കേൾക്കൂ, നാല് വർഷം മുമ്പ് സ്റ്റാലിൻ അദ്ദേഹത്തിന്റെ ആദ്യത്തെ ആറ്റംബോംബ് പൊട്ടിച്ചു." അമ്മ ഫലിതം പറഞ്ഞു. റഷ്യക്കാർ ഒടുവിൽ നിർമ്മിച്ച ബോംബിന്റെ ആദിരൂപരേഖ മാത്രമേ അമേരിക്കൻ കമ്മ്യൂണിസ്റ്റുകൾക്ക് മോഷ്ടിച്ചു കടത്താൻ സാധിച്ചുള്ളൂ. അതേസമയം സഖാവ് സ്റ്റാലിനു വേണ്ടി ഒരു യഥാർത്ഥ പിയേർസ് 55 ബി മാഗ്നറ്റിക് വയർ റെക്കോർഡർ തന്നെ എന്റെ അമ്മ മോഷ്ടിച്ചു. കമ്മ്യൂണിസ്റ്റ് ലോകത്തിന്റെ ആദരണീയ നായകൻ അമ്മയുടെ സംഭാവനയെ ആദരിച്ചുവെന്ന് അമ്മയ്ക്ക് ബോദ്ധ്യപ്പെട്ടില്ല. പക്ഷേ, അവർ പറഞ്ഞു, "അത് സാരമില്ല. അവർ അത് പുനർനിർമ്മിക്കും. തീർച്ചയായും പിയേർസ് മാഗ്നറ്റിക് വയർ റെക്കോർഡർ മാർക്സിസ്റ്റ് ദർശനമായ വർഗ്ഗരഹിതസമൂഹത്തിന് മുന്നോട്ട് പോകാൻ സഹായമായിരിക്കും. അവിടെ ധനികനോ ദരിദ്രനോ പുരുഷനോ സ്ത്രീയോ വെളുത്തതോ കറുത്തതോ എന്ന വകതിരിവുണ്ടാവില്ല. എല്ലാവരുടേയും സംഭാഷണം റെക്കോർഡ് ചെയ്യാൻ കഴിയും എന്ന സാധ്യതയെപ്പറ്റി വിചാരിച്ചു നോക്കൂ മിസ്സ്. എന്റെ അമ്മ ന്യൂയോർക്കിലെ ബ്രൂക്ലിൻ പട്ടണത്തിൽ നിന്നുള്ള സയിദ് ലിറ്റസ്കിക്ക് നിങ്ങളുടെ ആദരണീയനായ കവി മയക്കോവ്സ്കിയുടെ കവിതകൾക്കും പോസ്റ്ററുകൾക്കും സിനിമകൾക്കും

കമ്മ്യൂണിസത്തിനുംവേണ്ടി ചെയ്യാൻ കഴിഞ്ഞതിനേക്കാൾ കൂടുതൽ സാധിച്ചിട്ടുണ്ട്."

എല്ലി: (ചിരിച്ചുകൊണ്ട് ഇംഗ്ലീഷിൽ) നിങ്ങളുടെ അമ്മയോടുള്ള എല്ലാ ബഹുമാനത്തോടും കൂടി പറയാം. അമേരിക്കൻ ആറ്റംബോംബിന്റെ രൂപ മാതൃക സ്റ്റാലിന് നൽകിയ അമേരിക്കൻ കമ്മ്യൂണിസ്റ്റുകൾ അവരുടെ ജീവൻ അപകടപ്പെടുത്തുകയായിരുന്നു. അവരിൽ രണ്ടുപേർ ജൂലിയസും ഇതൽ റോസൻ ബർഗും വധശിക്ഷയ്ക്ക് വിധിക്കപ്പെട്ടു. മിസ്സിസ് ലിറ്റ്സ്കി പിയേർസ് മാഗ്നറ്റിക് വയർ റക്കോർഡർ നൽകിയതിനും ശിക്ഷാർഹയാണ്.

എന്നാൽ ലക്ഷക്കണക്കിന് റഷ്യക്കാർക്ക് കവി മയക്കോവ്സ്കി ബോൾഷെവിക് വിപ്ലവത്തിന്റെ പ്രതിരൂപമായ അവതാരമാണ്. അതിന് ഒരു നിയമസാധുത അദ്ദേഹം നൽകി. ഒരു മഹാനായ കവിക്കു മാത്രമേ ഒടുവിൽ ആഭാസമായി തീർന്ന വ്യവസ്ഥിതിക്കുമേൽ നിയമസാധുത ചാർത്തിക്കൊടുക്കാൻ കഴിയുകയുള്ളൂ. മാന്യതയുടേയും അന്തസ്സിന്റേയും കവചം അദ്ദേഹം ബോൾഷെവിക്ക് പ്രസ്ഥാനത്തിന് ചാർത്തിക്കൊടുത്തു.

നോറ: ജീസസ്സ്, റാസ്പുട്ടിന്റെ ശ്രദ്ധ തിരിക്കാതിരിക്കുക. അയാൾ ആ വയർ മാറ്റി മറ്റൊന്ന് വയ്ക്കട്ടെ.

ഇടവേള

കേസ് ഫയൽ R23373

നീല കാർഡ്ബോർഡ് പുറംകവറിലെ ലേബലിൽ മുദ്ര ചെയ്ത തടിച്ചു കറുത്ത അക്ഷരങ്ങൾ ഇങ്ങനെയായിരുന്നു, രഹസ്യപ്പൊലീസ് ഫയൽ No. 23373. കേസ് രേഖകളുടെ പുറംകവറിനുള്ളിൽ ടൈപ്പ് ചെയ്ത ഒരു പേര് കാണുന്നു. മയക്കോവ്സ്കി വ്ളാഡ്മിർ വ്ളാഡിമിറോവിച്ച്. പുറംപേജിൽ പച്ച മഷിയിൽ മിഖായേൽ ഫ്രിനോവ്സ്കി സെക്കന്റ് ചീഫ് ഡയറക്ടറേറ്റിൽ അഞ്ചാം വിഭാഗത്തിൽ ഉപമുഖ്യൻ എന്നും തവിട്ടുനിറമുള്ള മഷിയിൽ കൗണ്ടർസൈൻ ചെയ്തിട്ടുള്ള ആൾ വിശേഷിപ്പിക്കപ്പെട്ടത്: സ്റ്റാലിന്റെ കുറ്റക്കാരെ തൂക്കിക്കൊല്ലുന്ന ചുമതലക്കാരനായ റുഡോൾഫോവിച്ച് മെൻഷിൻസ്കി ചീഫ് എന്നും ആ പേജിന്റെ മുകളിൽ വലത്തേ കോർണറിൽ ഒരു ചെക്ക്മാർക്കും ഇനീഷ്യലുകളും ചേർത്ത് മെൻഷിൻസ്കിയുടെ ഉന്നതാധികാര നിരയിലെ മുഖ്യൻ കമ്മിസ്സാർ, ഇന്റീരിയർ മന്ത്രാലയം എന്നും കാണുന്നു. നിക്കോളൈ ലിജോവിന്റെ ഒപ്പ് ആണെന്ന് വ്യക്തം. മയക്കോവ്സ്കിയെപ്പറ്റിയുള്ള രഹസ്യഫയൽ സ്റ്റാലിൻ വായിച്ചിട്ടുണ്ട് എന്നതിന് യാതൊരു തെളിവും ഇല്ല. “തീരുമാനവും ശിപാർശയും” കമ്മിസ്സാർ ലിജോവിന്റെ പതിവ് പ്രതിവാര മീറ്റിംഗുകളിൽ ഒന്നിൽ ഒരുപക്ഷേ സ്റ്റാലിന് വാക്കാൽ കൈമാറിയിട്ടുണ്ടാകാൻ സാധ്യതയുണ്ട്.

കേസ് രേഖകളുടെ ഒന്നാം പേജിലെ പ്രാരംഭ പ്രസ്താവന. 1927 ഡിസംബർ 27-ാം തിയ്യതിയിലെ ടെലിഗ്രാമിന്റെ അടിസ്ഥാനത്തിൽ സെക്കന്റ് ചീഫ് ഡയറക്ടറേറ്റ് അഞ്ചാം ഡിപ്പാർട്ടുമെന്റിന്റെ രണ്ടാം ഉപമുഖ്യൻ എം. ഫ്രിനോവ്സ്കിയോട് കവി-നാടകകൃത്ത് പൊതുപ്രവർത്തകൻ മയക്കോവ്സ്കിയെപ്പറ്റി അന്വേഷിക്കാൻ നിർദ്ദേശിച്ചു. പ്രമുഖ സാംസ്കാരിക ബൗദ്ധികപ്രതിഭകളെ പരസ്യവിമർശനം നടത്തിയ മയക്കോവ്സ്കിയെ എപ്പോൾ വേണമെങ്കിലും കേന്ദ്രനിർദ്ദേശപ്രകാരം ചോദ്യം ചെയ്യാം. ഇതുവരെ വ്യക്തിപരമായി ചോദ്യം ചെയ്യപ്പെട്ടിട്ടില്ല. ബുദ്ധിജീവികളായ തിരുത്തൽവാദികൾ, വ്യാവസായിക അട്ടിമറിക്കാർ, വലതു-ട്രോട്സ്കിയിസ്റ്റ് ഭീകരവാദികൾ, രാജ്യഭരണവാദികൾ, സ്വതന്ത്ര ജൂതരാഷ്ട്രവാദികൾ, മെൻഷെവിക്കുകൾ, കുലാക്കുകൾ, വെളുത്ത റഷ്യൻ സംരക്ഷകർ കൂടാതെ സോവിയറ്റ് വിരുദ്ധശക്തികൾ എന്നിവരെപ്പറ്റി അന്വേഷിക്കാൻ പരിചയം നേടിയ മൂന്ന് രഹസ്യപ്പൊലീസ് പ്രതിനിധികളെ മയക്കോവ്സ്കിയെപ്പറ്റി അന്വേഷിക്കാൻ ചുമതലപ്പെടുത്തി. അവരുടെ റിപ്പോർട്ട് ഇതോടു ചേർത്തുവയ്ക്കുന്നു.

മയക്കോവ്സ്കി വി.വി.

ജനനം 1893 ജൂലൈ 19-ാം തിയതി റഷ്യൻ സാമ്രാജ്യത്തിന്റെ ഭാഗമായ ജോർജിയ കുട്ടൈസി ഗവർണറേറ്റിൽ ജനിച്ചു. പിതാവ് വ്ളാഡിമിർ

കോൺസ്റ്റാന്റിനോവിച്ച് കൊസ്സാക്ക് വംശജൻ, വനംവകുപ്പ് ഉദ്യോഗസ്ഥൻ, താഴ്ന്ന കുലീനവർഗ്ഗക്കാരൻ. പ്രോലിറ്റേറിയൻവേരുകളുടെ യാതൊരു ലക്ഷണവുമില്ല.

മാതാവ്: അലക്സാൻഡ്രേ അലെക്സിയേവ്ന, യുക്രേനിയൻ കുല വംശത്തിലെ വീട്ടമ്മ, അദ്ധ്യാപകരുടേയും കണക്കെഴുത്തുകാരുടേയും ബൂർഷോ കുടുംബത്തിലെ മൂന്നാമത്തെ മകൾ. പ്രോലിറ്റേറിയൻ വേരുകളുടെ തെളിവില്ല.

വി. മയക്കോവ്സ്കിക്ക് രണ്ട് സഹോദരിമാരുണ്ട്. ഓൾഗ വ്ളാഡിമിറോവ്നായും ലൂഡിമിലാ വ്ളാഡിമിനോവ്നായും. രണ്ടുപേരുമായി ബന്ധപ്പെട്ട പൊലീസ് ഫയലുകളില്ല.

ഭാഷാ പരിജ്ഞാനം: റഷ്യനും ജോർജിയനും

13-ാമത്തെ വയസ്സിൽ കുട്ടൈസി ജിംനേഷ്യത്തിൽ പഠിച്ചിട്ടുണ്ട്. അവിടെവെച്ച് സോഷ്യലിസ്റ്റ് പ്രകടനങ്ങളിൽ പങ്കെടുത്തു. അയാളുടെ പിതാവിന്റെ രണ്ട് ഷോട്ട്ഗണ്ണുകൾ പ്രാദേശിക അരാജകവാദികൾക്ക് നൽകാൻ മോഷ്ടിച്ചിട്ടുണ്ടെന്ന് സംശയിക്കപ്പെട്ട ആൾ. തെളിവുകളുടെ അഭാവത്തിൽ ചാർജ്ജുകളൊന്നും ഫയൽ ചെയ്തിട്ടില്ല.

പുസ്തകം ബൈൻഡ് ചെയ്യുമ്പോൾ തുരുമ്പിച്ച സൂചി കൈയിൽ തറച്ചതുകൊണ്ട് വിഷാംശമേറ്റതിനാൽ പിതാവ് 1905 ൽ മരിച്ചു.

പിതാവിന്റെ മരണശേഷം മയക്കോവ്സ്കിയോടും അയാളുടെ രണ്ട് സഹോദരികളോടും കൂടി അമ്മ മോസ്കോയിലേക്ക് പോയി. അവിടെ വിദ്യാർത്ഥികൾക്ക് മുറികൾ വാടകയ്ക്ക് നൽകി ഭക്ഷണത്തിനുവേണ്ട പണം സമ്പാദിച്ചു. ബോൾഷെവിക്ക് പാർട്ടിയുമായി ബന്ധപ്പെട്ട യുവ മാർക്സിസ്റ്റുകളായിരുന്നു അവിടത്തെ വാടകക്കാർ, വാടകക്കാരിൽ ഒരാൾ സാർഭരണത്തിനെതിരായ പ്രവർത്തനങ്ങൾക്കൊണ്ട് അറസ്റ്റ് ചെയ്യപ്പെടുകയും വധിക്കപ്പെടുകയും ചെയ്തു. രണ്ടാമതൊരാൾ അറസ്റ്റ് ഒഴിവാക്കാൻ ആത്മഹത്യ ചെയ്തു. മയക്കോവ്സ്കിയുടെ അമ്മ സ്വീകരിച്ച വിദ്യാർത്ഥിവാടകക്കാരുടെ സ്വാധീനമാണ് മയക്കോവ്സ്കിയുടെ മാർക്സിനോടും ബോൾഷെവിക്കുകളോടും ഉണ്ടായ താത്പര്യത്തിന് കാരണം.

മോസ്കോയിൽ അയാൾ നമ്പർ 5 സ്കൂളിൽ ചേർന്നു. ഇൻഡസ്ട്രിയൽ ആർട്സ് സ്കൂളിലേക്ക് മാറി. ജിംനേഷ്യം ഫീസ് നൽകാൻ അമ്മയ്ക്ക് സാധ്യമായിരുന്നില്ല എന്നതുതന്നെ കാരണം.

പഠനകാലത്ത് റഷ്യൻ സോഷ്യൽ ഡെമോക്രാറ്റിക്ക് പാർട്ടിയുടെ ബോൾഷെവിക് വിഭാഗത്തിൽ അയാൾ ചേർന്നു, കോമ്രേഡ് കോൺസ്റ്റൻന്റൈൻ എന്ന അപരനാമത്തിൽ ഇടതുപക്ഷ ആശയങ്ങളുടെ പഠനക്കൂട്ടായ്മകളിൽ പങ്കെടുത്തു. പ്രചാരണ ലഘുലേഖകൾ വിതരണം ചെയ്തു. ഫാക്ടറികളിലേക്ക് തൊഴിലാളികളെ ചേർക്കാൻ യാത്ര ചെയ്തു. നോവിൻസ്കി തടവറയിൽ നിന്നും വനിതാ പ്രവർത്തകരെ നിയമവിധേയമല്ലാത്ത വിധത്തിൽ പുറത്തുകൊണ്ടുവരാനുള്ള ഗൂഢാലോചനയിൽ ഉൾപ്പെട്ടതുകൊണ്ട് പതിനാറാം വയസ്സിൽ ഒരു വർഷത്തേക്ക് ബുട്ടിർക്കാ

ജയിലിൽ തടവുശിക്ഷ അനുഭവിച്ചു. കലഹസ്വഭാവം, വാർഡനോടും സുരക്ഷാഭടന്മാരോടും അനുസരണക്കേട്, മറ്റ് തടവുകാരെ നിയമലംഘനം നടത്താൻ പ്രേരിപ്പിക്കൽ, പ്രേരണ നൽകൽ തുടങ്ങിയ കാരണങ്ങളാൽ ശിക്ഷാകാലയളവിൽ ഏകാന്തതടവിലായിരുന്നു. ജയിലിൽ വെച്ച് കവിത എഴുതാൻ തുടങ്ങിയെന്ന് അയാൾ പറഞ്ഞു. ജയിൽ മോചിതനായപ്പോൾ അയാളുടെ കവിത എഴുതിയ നോട്ടുപുസ്തകം വാർഡൻ പിടിച്ചെടുത്ത് കത്തിച്ചു. തടവറ റെക്കോർഡിൽ അയാളുടെ ചെറുപ്രായം കൊണ്ടാണ് സൈബീരിയായിലേക്ക് അയയ്ക്കാതിരുന്നത് എന്നു പറയുന്നു.

1910–ൽ ജയിൽ മോചിതനായപ്പോൾ അയാൾ ബോൾഷെവിക്ക് പാർട്ടി വിട്ടു. അതിന്റെ കാരണങ്ങൾ വിശദീകരിക്കപ്പെട്ടിട്ടില്ല. അംഗത്വം പുതുക്കാൻ അപേക്ഷിച്ചില്ല. അതിന്റെ കാരണങ്ങളും വിശദീകരിച്ചിട്ടില്ല.

1914–ലെ പാട്രിയോട്ടിക് യുദ്ധകാലത്ത് ഫ്യൂച്ചറിസ്റ്റ് കലാകാരന്മാർ/ കവികൾ എന്ന് സ്വയം വിശേഷിപ്പിച്ച ഒരു വിഭാഗത്തിൽ സജീവപ്രവർത്തകനായി തെരുവുകളിൽ അയാൾ കവിതകൾ ചൊല്ലി. പിന്നീട് മോസ്കോയിലും പെട്രോഗ്രാഡിലും കഫേകളിലും പാടി. മറ്റ് ഫ്യൂച്ചറിസ്റ്റ് കവിതളോടൊപ്പം പതിനേഴ് പ്രാദേശിക നഗരങ്ങളിൽ സഞ്ചരിച്ചു. ആ കാലത്ത് പൊതുവേദികളിൽ കവിത ചൊല്ലി കേൾപ്പിക്കുന്നതിനേക്കാൾ കൂടുതൽ സമയം വോഡ്ക കുടിക്കാനും പെൺകുട്ടികളുടെ പിന്നാലെ നടക്കാനും ചെലവഴിച്ചതായി റിപ്പോർട്ടു ചെയ്യപ്പെടുന്നു. അനേകം പ്രാവശ്യം കവിത ചൊല്ലൽ പരിപാടി നിർത്തിവെക്കാൻ പൊലീസ് നിർബ്ബന്ധിതരായിട്ടുണ്ട്. കാരണങ്ങൾ വിശദീകരിക്കപ്പെട്ടിട്ടില്ല.

1916ൽ ഒരു വിധവയുടെ ഏകപുത്രനെന്നതുകൊണ്ട് ആദ്യം സൈനിക സേവനത്തിൽ നിന്നും ഒഴിവാക്കപ്പെട്ടു. എന്നാൽ യുദ്ധം തുടർന്ന് പോയപ്പോൾ ഒടുവിൽ നിർബ്ബന്ധിത സൈനിക സേവനത്തിന് അയച്ചു. അങ്ങനെ ഒരു വർഷം പെട്രോഗ്രാഡ് മോട്ടോർ ബ്രിഗേഡിൽ സേവനം ചെയ്തു. മാർക്സിസ്റ്റ് പ്രവർത്തനങ്ങൾ കൊണ്ട് ജയിൽ ശിക്ഷ അനുഭവിച്ചിട്ടുണ്ടെന്ന് അറിഞ്ഞ സൈനിക മേലധികാരികൾ അയാളുടെ സേവനകാലം വെട്ടിച്ചുരുക്കി. സൈനിക സേവനത്തിൽനിന്നും സ്വതന്ത്രനാകാൻ താൻ കുറ്റക്കാരനാണെന്ന് സ്വയം സമ്മതിച്ചതാകാനുള്ള സാദ്ധ്യതയും കണക്കിലെടുക്കാവുന്നതാണ്.

1917–ൽ അയാൾ സ്വയം ബോൾഷെവിക് വിപ്ലവത്തെ ആശ്ലേഷിച്ചു. ആഭ്യന്തര കലാപകാലത്ത് കമ്മ്യൂണിസ്റ്റ് പോസ്റ്ററുകൾക്ക് കലാപരമായ രൂപഭാവങ്ങൾ നൽകി. ദേശീയസ്ഥാപനമായ മൊസ്സൽപ്രോം സ്റ്റോറിന്റെ വികസനത്തിനുവേണ്ടി പ്രവർത്തിച്ചു. ലെനിൻ ബോൾഷെവിക് ഹെഡ്ക്വാർട്ടേഴ്സ്, തലസ്ഥാനമായ മോസ്കോയിലേക്ക് മാറ്റുന്നതിനുമുമ്പ് അയാൾ കുറച്ചുകാലം പെട്രോഗ്രാഡിൻ സ്മോൾനി ഇൻസ്റ്റിറ്റ്യൂട്ടിൽ ജോലി ചെയ്തു. നമ്മുടെ ആദരണീയ നേതാവായ ലെനിന്റെ മരണത്തെ തുടർന്ന് 1924–ൽ മയക്കോവ്സ്കിയുടെ 3000 വരികളുള്ള വ്ളാദിമിർ ഇല്ലിച്ച് ലെനിൻ എന്ന വിലാപകാവ്യം പ്രസിദ്ധീകരിച്ചു. ലെനിനോട് കടുത്ത ആരാധനയുള്ള ഒരാൾ എഴുതിയതാണ് അതെന്ന് തോന്നും. അയാൾക്ക്

ലെനിനുമായി വ്യക്തിപരമായി ബന്ധമുണ്ടാകാനുള്ള സാധ്യത തള്ളിക്കളയുന്നില്ല. കാരണം സഖാവ് ലെനിൻ യുവപ്രവർത്തകരുമായി സ്മോൾനി കാന്റീനിൽ നിന്നും പലപ്പോഴും ഭക്ഷണം കഴിച്ചിട്ടുണ്ട് എന്നത് പ്രസ്താവ്യമാണ്.

ബോൾഷെവിക് വിപ്ലവത്തിനുശേഷം കമ്മ്യൂണിസ്റ്റ് ഫ്യൂച്ചറിസം ആണ് തന്റെ കർമ്മം എന്ന് പരസ്യമായി പറഞ്ഞിട്ടുണ്ട്. ഈ പദം വിശദീകരിക്കപ്പെടാതെ അവശേഷിക്കുന്നു. ഇതിന് പാർട്ടിയുടെ ഇഷ്ടപ്പെട്ട ആശയമായ സോഷ്യലിസ്റ്റ് റിയലിസവുമായി യാതൊരു ബന്ധവുമില്ല. അയാളുടെ വ്യക്തിജീവിതം തീർത്തും ക്രമരഹിതവും കുഴഞ്ഞുമറിഞ്ഞതുമായിരുന്നു, വിപ്ലവം നടക്കുന്ന കാലത്ത് വിവാഹിതരായ ദമ്പതിമാരുടെ കൂടെ അയാൾ താമസിക്കുകയായിരുന്നു. സാഹിത്യ വിമർശകനായ ഒസിപ് മാക്സിമോവിച്ചിന്റേയും അയാളുടെ ഭാര്യ ലിലി യുറിയേവ്നയുടേയും ഒപ്പം താമസിച്ചു. രണ്ട് പേരും ഇസ്രായേൽ വാദികളാണ്. വിപ്ലവത്തിനുശേഷം ഒരു ചെറിയ കാലയളവിൽ നമ്മുടെ രഹസ്യപ്പൊലീസിനുവേണ്ടി ഒസിപ് നിയമോപദേഷ്ടാവായി ജോലി ചെയ്തെങ്കിലും ശ്രദ്ധരഹിത മനോഭാവം കൊണ്ട് ജോലിയിൽനിന്നും പിരിച്ചുവിട്ടു.

ലിലി ബ്രിക്കിന്റെ കാമുകനായിരുന്നു താൻ എന്ന കാര്യം മയക്കോവ്സ്കി ഒരിക്കലും മറച്ചുവച്ചില്ല. ലിലി ബ്രിക്കിനും അവളുടെ ഭർത്താവ് ഒസിപ്പിനും മയക്കോവ്സ്കിക്കും അവരുടെ മൂന്നുപേരും ഒരുമിച്ചുള്ള പ്രണയജീവിതത്തിന് പുറമേ വേറെയും ലൈംഗികബന്ധങ്ങളുണ്ടായിരുന്നു.

1920കളുടെ തുടക്കം മുതൽ സോവിയറ്റ് അധികാരികളുമായിട്ടുള്ള അയാളുടെ ബന്ധം വഷളാകാൻ തുടങ്ങി. സോവിയറ്റ് വ്യവസ്ഥിതിയെപ്പറ്റി അയാൾ കൂടുതൽ കൂടുതൽ വിമർശിച്ചുതുടങ്ങി. ഒരു സന്ദർഭത്തിൽ വി. ലെനിന്റെ പുത്തൻ സാമ്പത്തിക നയത്തിന്റെ രൂപവത്കരണമായ 'രണ്ടടി മുന്നോട്ട്, ഒരടി പിന്നോട്ട്' എന്നതുപോലും അയാൾ തള്ളിപ്പറഞ്ഞു. അനേകം സന്ദർഭങ്ങളിൽ സോവിയറ്റ് സെൻസർഷിപ്പിന്റേയും, കലാകാരന്മാർക്കും എഴുത്തുകാർക്കും സൗന്ദര്യശാസ്ത്രസംബന്ധമായ മാർഗ്ഗനിർദ്ദേശം നൽകുന്ന സോഷ്യലിസ്റ്റ് റിയലിസത്തിന്റേയും പേരിൽ പാർട്ടി താത്പര്യങ്ങൾ അടിച്ചേൽപ്പിക്കുന്നതിനെതിരെ ബോധവൽക്കരണ വകുപ്പിന്റെ എ.വി. ലൂണാചർസ്കിയെ അയാൾ പരസ്യമായി എതിർത്തു.

1925ൽ തെരുവുഗായകനായ എസ്. യെസ്നിന്റെ ആത്മഹത്യ സോവിയറ്റ് യൂണിയന്റെ തെറ്റായ നയം മൂലമാണെന്ന് അയാൾ ആരോപിച്ചിരുന്നു. അല്ലാതെ പാർട്ടി വിശദീകരണമായ മദ്യവും മയക്കുമരുന്നുമല്ലെന്നും പരസ്യമായി പ്രഖ്യാപിച്ചുകൊണ്ട് അയാൾ പാർട്ടിയെ വെല്ലുവിളിച്ചു.

1920കളോടെ സോവിയറ്റ് വ്യവസ്ഥിതിയെ തുറന്നു വിമർശിക്കുന്ന കവിതകൾ അദ്ദേഹം ചെറുകിട പ്രസാധകരിലൂടെ ചെറിയ കാവ്യസമാഹാരങ്ങളായി പ്രസിദ്ധീകരിച്ചുകൊണ്ടിരുന്നു. 1926-ൽ രചിച്ച കവിത. നികുതി പിരിവുകാരനുമായുള്ള സംഭാഷണം പാർട്ടിയുടെ നയത്തിൽ

നിന്നുള്ള ഒരു വ്യതിയാനമായിരുന്നു. *നാടിന്റെ നികുതി പിരിവുകാരാ ശല്യപ്പെടുത്തുന്നതിൽ ക്ഷമിക്കുക. ഒരു ലളിതമായ കാര്യം നിങ്ങളെ ബോദ്ധ്യപ്പെടുത്തട്ടെ. കവിയുടെ ഇടം തൊഴിലാളികളുടെ ഭൂമിയിൽ.* ഒരു പ്രോലിറ്റേറിയൻ രാഷ്ട്രത്തിൽ കവിയുടെ സ്ഥാനത്തെ സംബന്ധിച്ച് സ്വന്തം കഴിവിൽ അമിതമായി മതിമറക്കുന്ന മയക്കോവ്സ്കിയുടെ അഭിപ്രായം. വ്യക്തമായും പാർട്ടിയുടെ കൂടുതൽ പക്വമായ വീക്ഷണവുമായി പൊരുത്തപ്പെടുന്നില്ല.

തീരുമാനം: വിപ്ലവത്തെ തുടർന്നുള്ള വർഷങ്ങളിൽ സോവിയറ്റ് വ്യവസ്ഥിതിയെ അഭിവൃദ്ധിപ്പെടുത്താൻ പ്രവർത്തിച്ച കർമ്മനിരതനും ബോൾഷെവിക് വിപ്ലവത്തിന്റെ സഹായിയും ആയ മയക്കോവ്സ്കിയുടെ കേസ് ഞങ്ങൾ പരിഗണിക്കുകയാണ്. അച്ചടക്ക-വർഗ്ഗബോധരാഹിത്യത്തിന്റെ ഖേദകരമായ പ്രകടനവും സത്യസന്ധമായ വിമർശനം എന്തെന്നറിയാൻ കഴിയാത്തത്ര ചിന്താക്കുഴപ്പമുള്ള ആദർശത്തിന്റെ ഭാരവും മയക്കോവ്സ്കിയെ പാർട്ടിയിൽനിന്നും അതിന്റെ സാംസ്കാരികനയത്തിൽ നിന്നും അകറ്റുകയായിരുന്നു. അയാൾ പ്രായമാകുന്നതിനോടൊപ്പം പാർട്ടിയിൽനിന്ന് അകന്നുപോയി. 1920കളുടെ മദ്ധ്യകാലം കഴിഞ്ഞപ്പോൾ അയാൾ നടത്തിയ അമേരിക്കൻയാത്രകൾ. ഫ്രാൻസ് യാത്രകൾ അയാളെ കളങ്കപ്പെടുത്തി. വിശേഷിച്ചും വിപ്ലവത്തിനുശേഷം. സോവിയറ്റ് യൂണിയനിൽ നിന്നും നാടുവിട്ടുപോയവരുമായി ബോൾഷെവിക്ക് വിരുദ്ധ വെളുത്ത റഷ്യൻ വിഭാഗവുമായി ന്യൂയോർക്കിലും പാരീസിലുമുണ്ടായ പ്രേമബന്ധങ്ങൾ മൂലം അദ്ദേഹം വളരെയേറെ കളങ്കപ്പെട്ടു. സോവിയറ്റ് യാഥാർത്ഥ്യത്തിൽനിന്ന് വ്യതിചലിച്ച് സ്റ്റാലിൻ വിരുദ്ധനായ കവി ബി. പാസ്റ്റർനാക്കിന്റെ ഏറ്റവും അടുത്ത സുഹൃത്ത്. പാരീസിൽ താമസിക്കുന്ന പാസ്റ്റർനാക്ക് ആകട്ടെ, സോവിയറ്റ് വിരുദ്ധ കുടിയേറ്റ കവി എം. സ്വെറ്റൈവയുടേയും സുഹൃത്ത് കവി അന്നാ അഹമത്തോവയുടേയും സോവിയറ്റ്വിരുദ്ധ ക്യാമ്പിലുള്ളയാൾ. മയക്കോവ്സ്കി അവരെല്ലാവരുമായും അടുത്ത ബന്ധം പുലർത്തുന്നു.

അന്നാ അഹമത്തോവയുടെ മുൻ ഭർത്താവ് നിക്കോളൈഗുമിലേവ് രാജ്യദ്രോഹകുറ്റത്തിന് വധിക്കപ്പെട്ടു. സോവിയറ്റ് വിരുദ്ധ പ്രവർത്തനങ്ങൾ മൂലം അവരുടെ മകൻ ലീവ് ഇപ്പോൾ ജയിലിലാണ്. മയക്കോവ്സ്കിയെ സംബന്ധിച്ചിടത്തോളം ഇതുവരെ ട്രോട്സ്കിസ്റ്റ് ബന്ധങ്ങൾക്കോ അല്ലെങ്കിൽ പ്രത്യക്ഷമായ വിപ്ലവവിരുദ്ധപ്രവർത്തനങ്ങൾക്കോ യാതൊരു തെളിവും ഇല്ല. സോവിയറ്റ് യൂണിയന്റെ മുതലാളിത്ത ശത്രുവിഭാഗങ്ങളുടെ വിദ്വേഷം പരത്തുന്ന പ്രചരണഹാസ്യനാടകങ്ങളുമായി അയാൾ ബന്ധപ്പെട്ട് പ്രവർത്തിക്കുന്നുണ്ടെന്ന് ഊഹാപോഹങ്ങളുണ്ടെങ്കിലും വേണ്ടത്ര തെളിവുകളില്ല. അയാളുടെ സമ്പൂർണ്ണ കൃതികളെ പറ്റിയാണെങ്കിൽ മയക്കോവ്സ്കിയുടെ പ്രതിപാദന വിഷയം ക്രമാനുഗതമായി സാങ്കേതിക സംജ്ഞാബദ്ധമാണെന്ന് പറയാം. അയാൾ ഒരു അവസരവാദിയാണ്. ഏറെയും അയാളെപ്പറ്റി തന്നെ എഴുതുന്നു. ഒരു നിരൂപകന്റെ വാക്കുകളിൽ അയാൾ സ്വയംപ്രചാരകനാണ്. ലൈംഗിക

സുഖമോഹങ്ങളും മൃത്യുമോഹങ്ങളും വിലാപവും വിഷാദവും നിഗൂഢാത്മകത്വവും ഉൾക്കൊള്ളുന്ന പ്രമേയങ്ങൾ. സുഖലോലുപരായ കവികൾ എം. സ്വെറ്റൈവയും അന്നാ അഹമത്തോവയെയും പോലെ ധൈഷണിക സ്വയംഭോഗത്തിന്റെ ദുർഗ്ഗന്ധം പരത്തുന്ന കവിതകളും നാടകങ്ങളും സിനിമകളും സൃഷ്ടിക്കുന്നു.

നിർദ്ദേശം: മാതൃരാജ്യത്തെ അയാളുടെ തലമുറയിലെ ജനസമൂഹത്തിൽ അയാൾ ജനസമ്മതനാണ്. പലവിധത്തിലുള്ള അന്താരാഷ്ട്ര പ്രശസ്തിയും ഉണ്ട്. അതുകൊണ്ട് വളരെ സൂക്ഷ്മതയോടെ വേണം അയാളെ കൈകാര്യം ചെയ്യാനും അറസ്റ്റ് ചെയ്യാനും. ഒരു ചോദ്യം ചെയ്യൽ പോലും പ്രതികൂലമായ അന്താരാഷ്ട്രപ്രതികരണത്തിന് ഇടയാക്കും. യു.എസ്സ്.എസ്സ്.ആറിലെ സുപ്രീംകോടതിയുടെ മിലിറ്ററി കൊളീജിയത്തിനു മുമ്പാകെയുള്ള വിചാരണ, തത്ഫലമായി വധശിക്ഷ, ജയിൽവാസമോപോലും പശ്ചിമയൂറോപ്പിലെ കമ്മ്യൂണിസ്റ്റ് പാർട്ടികളുടെ മേലുള്ള സോവിയറ്റ് സ്വാധീനം വൻതോതിൽ ദുർബ്ബലപ്പെടുത്തും. രഹസ്യപ്പൊലീസിന്റെ ഒരു അംഗം സഖാവ് അഗ്രാനോവിന് മയക്കോവ്സ്കിയുടെ സുഹൃദ് വലയത്തിലും നുഴഞ്ഞുകയറാൻ സാധിച്ചു. അഗ്രാനോവ് 1920കളുടെ കാലത്ത് മയക്കോവ്സ്കിയുടെ വെപ്പാട്ടിയും വിശ്വസ്തയുമായ ലിലി ബ്രിക്കുമായി ഗാഢബന്ധം സ്ഥാപിച്ചു. അങ്ങനെ രാജ്യദ്രോഹം അതിന്റെ വൃത്തികെട്ട ശിരസ്സ് എപ്പോഴെങ്കിലും ഉയർത്തുമ്പോൾ അത് കണ്ടുപിടിക്കാനുള്ള കണ്ണുകളും കാതുകളും ഞങ്ങൾക്കുണ്ടായിരുന്നു.

അതുകൊണ്ട് ഭാവിയിൽ ഉണ്ടായേക്കാവുന്ന ജനശത്രു നിരീക്ഷണ സ്ഥിരലിസ്റ്റിൽ മയക്കോവ്സ്കിയെ ഉൾപ്പെടുത്തുന്നതിൽ കവിഞ്ഞ് പെട്ടെന്നുള്ള നടപടിയെപ്പറ്റി പര്യാലോചിക്കേണ്ടതില്ല. ബി. പാസ്റ്റർ നാക്ക്, ഒ. മാൻഡൽഷ്ടാവ്, എം. സ്വെറ്റൈവ, എ. അന്നാ അഹമത്തോവ എന്നിവരോടൊപ്പം പാർട്ടിയുടെ നിയന്ത്രണപരിധിക്കുള്ളിൽനിന്നും എപ്പോൾ എത്രത്തോളം അകന്നുപോകുന്നു എന്ന് അധികാരികൾക്ക് സ്ഥിരീകരിക്കത്തക്കവിധം സൂക്ഷ്മനിരീക്ഷണത്തിൽ ആയിരിക്കണം. മയക്കോവ്സ്കിയുടെ കീർത്തിയോ സമ്പൂർണ്ണ കൃതികളോ അയാളുടെ മരണത്തെ അതിജീവിക്കുമെന്ന് കരുതാൻ സാധ്യതയില്ല. ശിക്ഷാകാലം എന്ന ഒരാവശ്യം ഉണ്ടാകുമെങ്കിൽ അത് എപ്പോഴും ത്വരിതഗതിയിലാക്കാവുന്നതേയുള്ളൂ. ഞങ്ങൾ മയക്കോവ്സ്കി ഫയൽ ചുരുക്കുന്നു.

ലൂബിയാങ്ക സ്ക്വയർ മോസ്കോ
16-ാം തിയതി ജനുവരി 1928

ഈ.എ. മാച്ച്
വി.ഐ. ചിഗലീവ്
പി.എ. ലാക്കോവ്ലീവ്

നാലാം സെഷൻ

എല്ലാവർക്കും സ്വീകാര്യമായ സന്തോഷം നീണ്ടുനിൽക്കില്ല

ലിറ്റ്സ്കി: (ഇംഗ്ലീഷിൽ) മാന്യവനിതകളേ, നിങ്ങൾ എന്തു പറയുന്നു? നമുക്ക് ഈ പരിപാടി തുടരാം.

നോറ: അതിന്റെ സാരാംശം എനിക്ക് പിടി കിട്ടി. നമ്മുടെ റാസ്പുട്ടിൻ മദർ റഷ്യ വിടാനുള്ള ആവേശത്തിലാണ്.

ലിലിയ: ഹെഡ്സെറ്റ് അയാൾ വീണ്ടും ചെവിയിൽ വെച്ചു. അടുത്ത സെഷൻ ആരംഭിക്കാൻ അയാൾ ഒരുങ്ങിക്കഴിഞ്ഞു.

താത്യാന: ഞാൻ ഇത് ആരംഭിക്കാം. പാരീസിലെ അർബാത്തിലെ കഫേയിൽ വെച്ചുണ്ടായ പ്രസിദ്ധമായ ആ വാദപ്രതിവാദത്തിനുശേഷം എന്താണുണ്ടായത്? മയക്കോവ്സ്കിയും പാസ്റ്റർനാക്കും സുഹൃത്തുക്കളായി തുടർന്നുവോ?

ലിലിയ: ദീർഘകാലം തുടർന്നു. അതായത് 1920 കളിൽ ഏറെക്കാലം അവർ അടുപ്പത്തിൽ തന്നെയായിരുന്നു. അവർക്ക് സഹിക്കാനാകാത്ത ആ രണ്ട് മരണങ്ങൾ അവരെ ഒന്നിച്ചുചേർത്തു. 1921 ൽ നിക്കോളെ ഗുമിലീവ് വധം, 1925-ൽ സെർജി യെസ്നിന്റെ ആത്മഹത്യ.

എല്ലി: "എന്റെ ദൈവമേ, കവി അപ്പോഴും നമ്മുടെ ദേശീയനിധി യെസ്നിനെ ഓർത്ത് ദുഃഖിക്കുകയായിരുന്നു? ന്യൂയോർക്കിൽ ഞാൻ അദ്ദേഹത്തെ അറിയുന്ന സമയത്ത്, നിറഞ്ഞ കണ്ണുകളോടെ അദ്ദേഹം ആത്മഹത്യയെപ്പറ്റി ആവർത്തിച്ച് പറഞ്ഞു. അവസാനം കാണാനാവാത്ത ഒരു കവിതാലാപനം പോലെ അതിന്റെ ഭീകരമായ വിശദാംശങ്ങൾ അദ്ദേഹത്തെ പീഡിപ്പിക്കുന്നതുപോലെ തോന്നി. സെർജി കണങ്കൈ മുറിച്ചാണ് ആത്മഹത്യയ്ക്ക് ശ്രമിച്ചത്. അദ്ദേഹത്തിന്റെ സ്വന്തം രക്തത്തിൽ യാത്രാമൊഴി എഴുതി. കാരണം സമീപത്ത് ഒരു മഷിക്കുപ്പി ഉണ്ടായിരുന്നില്ല. "*ഗുഡ്ബൈ എന്റെ സുഹൃത്തേ, നമ്മൾ ദുഃഖിക്കാതിരിക്കുക. മരണത്തിൽ യാതൊരു പുതുമയുമില്ല.* "തുടർന്ന് ലെനിൻഗ്രാഡിലെ ഹോട്ടലിലെ അദ്ദേഹത്തിന്റെ മുറിയിലെ ചൂടാക്കുന്ന പൈപ്പിൽ

അദ്ദേഹം തൂങ്ങിമരിച്ചു. ബോൾഷെവിക്കുകൾ ആ ആത്മഹത്യയുടെ കാരണം മദ്യവും മയക്കുമരുന്നുമാണെന്ന് ആരോപിച്ചതിൽ മയക്കോവ്സ്കിക്കുണ്ടായ കടുത്ത ദുഃഖവും വേദനയും ദേഷ്യവും എന്റെ മനസ്സിൽ തുളഞ്ഞുകയറി. സെർജി യെസ്നിൻ ആത്മഹത്യ ചെയ്തത് ബോൾഷെവിക്കുകൾ അധാർമ്മികമായ രീതിയിൽ വിപ്ലവാശയങ്ങളെ ഉപയോഗിച്ചതിന്റെ നൈരാശ്യത്തിലായിരുന്നു. ദൈവമേ, മരിക്കുമ്പോൾ അദ്ദേഹത്തിന് മുപ്പത് വയസ്സ് മാത്രമേ ഉണ്ടായിരുന്നുള്ളൂ.

ലിലിയ: ശരിയാണ്. എന്റെ ഓർമ്മയും അങ്ങനെതന്നെ. യെസ്നിന്റെ ആത്മഹത്യ ഒരു ഒഴിയാബാധപോലെ അദ്ദേഹത്തെ പിന്തുടർന്നു. അദ്ദേഹം ന്യൂയോർക്കിൽ നിന്നും തിരിച്ചെത്തിയപ്പോഴും നിങ്ങളുമായുള്ള രഹസ്യബന്ധത്തിൽ നിന്നും തിരിച്ചെത്തിയപ്പോഴും അല്ലേ എല്ലി.

എല്ലി: രഹസ്യബന്ധം! ആ വാക്കിന് നന്ദി ലിലിയ യുറിയേവ്നാ. ഞങ്ങൾ കേവലം എട്ട് ആഴ്ചകളേ ഒരുമിച്ചുണ്ടായിരുന്നുള്ളൂ. പക്ഷേ, ഞങ്ങൾക്ക് അത് ഒരു പ്രേമബന്ധമായിരുന്നു. രഹസ്യബന്ധമായിരുന്നില്ല...

ലിലിയ: ഞാൻ മുമ്പ് പറഞ്ഞതിനോട് ചേർത്തുപറയുന്നു. അദ്ദേഹം വീട്ടിലേക്ക് തിരികെ എത്തിയ അടുത്തദിവസം എന്നെ നിർബ്ബന്ധിച്ച് മോസ്കോയുടെ മറുഭാഗത്തുള്ള വാഗൻകോവോസ്കിയോ സെമിത്തേരിയിൽ കൊണ്ടുപോയി. സെർജിയുടെ ശവക്കല്ലറയിൽ ഏതാനും ടുളിപ് പൂക്കൾ വയ്ക്കാൻ ഞങ്ങൾ അവിടെ എത്തിയപ്പോൾ രണ്ട് യുവതികൾ ഉണ്ടായിരുന്നു, ശവക്കല്ലറയുടെ തലയ്ക്കൽ വെച്ച ഫലകത്തിന് സമീപം ഒരാൾ തേങ്ങിക്കരയുകയായിരുന്നു. അതേസമയം വികാരം കൊണ്ട് ശ്വാസംമുട്ടുന്നവിധം മറ്റവൾ ഉറക്കെ വായിക്കുകയായിരുന്നു. യെസ്നിന്റെ *ഒരു തെരുവുതെമ്മാടിയുടെ ദുഃഖകരമായ ഏറ്റുപറച്ചിൽ* എന്ന കവിത. ഞങ്ങൾ ഫ്ളാറ്റിലേക്ക് തിരിച്ചെത്തി. കവിയും ഞാനും വാഴ്സോയിൽ നിന്ന് ഒസിപ് കൊണ്ടുവന്ന ഒന്നരലിറ്റർ വോഡ്കാ ബോട്ടിലുകളിൽ ഒന്ന് കുടിച്ചു തീർക്കാൻ ആരംഭിച്ചു. ഗ്ലാസ്സുകൾ കൂട്ടിമുട്ടിക്കുകയും സെർജിയുടെ ഓർമ്മയ്ക്ക് അടുത്ത ടംബ്ലറുകൾ ഓരോ പ്രാവശ്യവും വീണ്ടും നിറയ്ക്കുകയും ചെയ്തു.

അമിതലഹരിയിൽ ആയ മയക്കോവ്സ്കി അദ്ഭുതപ്പെട്ടു. സ്റ്റെൻതാളിന്റെ വചനങ്ങൾ എത്ര ശരിയാണ്. നാം സ്നേഹിക്കുന്ന വസ്തുക്കളെ അതിന്റെ പ്രത്യക്ഷരൂപത്തിലല്ല നമ്മൾ കാണുന്നത്. അത് എങ്ങനെ ആയിരിക്കണം എന്ന് നമ്മൾ സങ്കല്പിക്കുന്ന വിധത്തിലായിരിക്കും. സ്റ്റെൻതാളിന്റെ ദൃഷ്ടാന്തങ്ങൾ നിങ്ങൾ ഓർമ്മിക്കുന്നുണ്ടാകും. വജ്രതുല്യമായ ഉപ്പുകല്ലുകൾ ഇലകളില്ലാത്ത പ്രത്യേകതരം മര(ഹോൺബീം)ത്തിന്റെ ശാഖയായി കണ്ണഞ്ചിപ്പിക്കുന്നവിധം രൂപാന്തരപ്പെടുന്നു. എന്നെ അദ്ദേഹം കാണുന്നത് സ്റ്റെൻതാളിന്റെ കാഴ്ചപ്പാടുകൾ പോലെ ആണോ? ഒരു മനോഹരമായ രൂപകം പോലെ.

ദൈവം നിരോധിക്കട്ടെ. അദ്ദേഹം ആ രൂപകം ലെനിന്റെ വിപ്ലവത്തിൽ പ്രയോഗിക്കുകയായിരുന്നു എന്ന് ചിന്തിക്കാൻ ഞാൻ ഏറെ ഇഷ്ടപ്പെട്ടു. അത് ആദ്യദർശനത്തിൽ ഒരു മായാദർശനത്തിന്റെ പൂർണ്ണതയായിരിക്കുമെന്ന് എനിക്ക് ബോദ്ധ്യപ്പെട്ടു. ഇതുതന്നെയാണോ കാര്യമെന്ന് ഞാനറിയാതെ ചോദിച്ചുപോയി. ഉപമയിലെ വജ്രസമാനമായ ഉപ്പു കല്ലുകൾ മാറ്റിവെച്ച് ചിന്തിക്കുമ്പോൾ അത് സർവ്വസാധാരണമായ ഒരു കലാപം മാത്രമായി തീരും. ഒരു സർവ്വസാധാരണമായ കലാപത്തെ അദ്ധ്വാനിക്കുന്ന ജനങ്ങളുടെ ഒരു ഉത്കൃഷ്ട സൈനികകലാപമായി കാണാൻ കവിതയ്ക്ക് കഴിയുന്നു. കവിയുടെ ഏതോ വാദഗതിയെ ഞാൻ പൂർണ്ണമായും തിരസ്കരിച്ചു എന്ന തോന്നൽ കവിക്കുണ്ടായപ്പോൾ പെട്ടെന്ന് അദ്ദേഹം വിഷാദം പൂണ്ടു. പതിവിന് വിപരീതമായി അദ്ദേഹം ദീർഘമൗനം പാലിച്ചു. അദ്ദേഹത്തെക്കുറിച്ച് വ്യക്തമായി മനസ്സിലാക്കിയാണ് ഞാൻ സംസാരിച്ചതെന്ന് അത് എന്നെ ബോദ്ധ്യപ്പെടുത്തി. കഷ്ടം! ആറാമത്തെയോ ഏഴാമത്തെയോ ടംബ്ലർ വോഡ്കയിലെത്തിയപ്പോൾ കവി വീണ്ടും യെസ്നിലേക്ക് വന്നു. അദ്ദേഹം ഉറക്കെ പറഞ്ഞു.

“യെസ്നിന്റെ സ്മാരക ഫലകത്തിൽ അശ്രുപൂജ ചെയ്ത യുവതികളെപ്പോലെ എന്റേയും സ്മാരകഫലകത്തിൽ എന്റെ കാമുകിമാർ അശ്രുപൂജ ചെയ്യുമായിരിക്കും.”

അദ്ദേഹം പതുക്കെ സംസാരിച്ചുകൊണ്ടിരുന്നു. അദ്ദേഹത്തിന്റെ മരണശേഷം പാർട്ടി നയങ്ങളെപ്പറ്റി വളരെയേറെ സംസാരിക്കുന്ന ഭാരവാഹികളുടെ ശ്രവ്യനാളങ്ങളിൽ അദ്ദേഹത്തിന്റെ കാവ്യാത്മകശബ്ദം വിട്ടുപിരിയാത്തവിധം മുഴങ്ങികേൾക്കും. മയക്കോവ്സ്കി ഒരു വജ്രമാണോ അല്ലെങ്കിൽ ഒരുതരം മരം ആണോ എന്ന് അപ്പോൾ മാത്രം അവർക്ക് മനസ്സിലാകും. എന്റെ പ്രിയപ്പെട്ട കാമുകിമാർ ഒരു ഹോട്ടൽ മുറിയിൽ ഒരു ദിവസം സമ്മേളിച്ച് തന്നെക്കുറിച്ചുള്ള ഓർമ്മകൾ. പങ്കിടുമായിരിക്കും. വ്യത്യസ്തരായ വ്യക്തികൾ അവരുടെ വ്യത്യസ്തമായ ഭൂതകാലാനുഭവങ്ങൾ.

എല്ലി: അതുകൊണ്ട് നമ്മൾ ഇവിടെ കൂടിയിരിക്കുന്നു.

താത്യാന: എന്റെ വോട്ട് വജ്രത്തിന്.

നോറ: എന്റെ വോട്ട് ആ ഒരുതരം പ്രത്യേക മരത്തിന്.

ലിലിയ: എന്റെ വോട്ട് സ്വാഭാവികതയ്ക്ക്.

എല്ലി: എന്റെ ദൈവമേ, മയക്കോവ്സ്കിയുടെ പ്രശസ്തിക്ക് കോട്ടം തട്ടുന്നവിധത്തിൽ സംസാരിക്കാൻ നിനക്ക് ലജ്ജയില്ലേ നോറ...? കുറ്റബോധമില്ലേ?

നോറ: ഞാൻ പറയും. അയാളുടെ സാധനവും സാമാനവും എന്തു തന്നെയായാലും ഞാൻ പറയും. കുറ്റബോധം തോന്നാത്തതിൽ എനിക്ക് നേരിയ കുറ്റബോധമുണ്ട്.

ലിലിയ: (പരുഷമായി ചിരിച്ചുകൊണ്ട്) "നല്ലത് പ്രിയമഹിളകളേ, മയക്കോവ്സ്കി സങ്കല്പിച്ചതുപോലെ നമ്മളെല്ലാവരും ഇവിടെ ഒത്തു കൂടിയിരിക്കുന്നു. മൂന്ന് കാമുകിമാരും പ്രത്യക്ഷത്തിലില്ലാത്ത ഒരു കാമുകിയും. അത് നിങ്ങളാണ് താത്യാനാ. മയക്കോവ്സ്കിയെപ്പറ്റി ഭൂത കാലാനുഭവങ്ങൾ പറയാൻ ഒരു ഹോട്ടൽ മുറിയിൽ നമ്മൾ ഒത്തു ചേർന്നിരിക്കുന്നു. മുമ്പ് ഞാൻ പറഞ്ഞുനിർത്തിയത് എവിടെ ആയി രുന്നു? അതെ, അതെ നമ്മൾ ഒസിപ്പിന്റെ പോളണ്ട് വോഡ്ക കുടിക്കു കയായിരുന്നു. മുറിയിൽ കവിയും ഞാനും മാത്രം. ഓ, ക്രൈസ്റ്റ്, ഒരു സന്ദർഭത്തിൽ അദ്ദേഹം കസേരയിൽ നിന്നും നിലത്തുവീഴാൻ പോകുക യായിരുന്നു. മേശമേൽ പിടിച്ച് നേരെ നിൽക്കാൻ ശ്രമിച്ചുകൊണ്ട്. അമിത മായ ലഹരി തലയ്ക്ക് പിടിച്ച മയക്കോവ്സ്കി ആ അർദ്ധരാത്രിയിൽ യെസ്നിനെകുറിച്ച് ആത്മഭാഷണങ്ങളിൽ മുഴുകി. രക്ഷപ്പെടാൻ അസാദ്ധ്യമായ ഒരു കുരുക്കിലാണ് യെസ്നിൽ അകപ്പെട്ടിരിക്കുന്നത് എന്ന് കവി വിചാരിക്കുന്നതുപോലെ തോന്നി. ഒരു ആദർശവാദിയായ യുവാവായിരുന്നപ്പോൾ യെസ്നിൻ സാർചക്രവർത്തിക്കെതിരെയുള്ള വിപ്ലവത്തെ പരസ്യമായി പിന്തുണച്ചു, ആ ഒരുതരം മരച്ചില്ലകളിലെ വജ്ര മണികളാൽ അദ്ദേഹത്തിന്റെ കണ്ണഞ്ചിപ്പോയതാകാം. യെസ്നിനെ പ്പോലെ പൊതുസ്വീകാര്യനായ ഒരാൾക്കും ഒളിയിടങ്ങളിൽ മറഞ്ഞു നിൽക്കാനാവില്ല, അമിതമായി മദ്യപിച്ച് വ്യവസ്ഥിതിക്കെതിരെ ഉറക്കെ ശബ്ദിച്ച് കലഹിച്ച് പ്രതിബന്ധങ്ങൾക്കിടയിലൂടെ കടന്നുവന്ന യെസ്നിൻ പൊതുജനങ്ങൾക്കിടയിൽ നിറഞ്ഞുനിന്നു. സ്നേഹാദരവുകൾ നൽകുന്ന സമൂഹത്തിൽനിന്നും മറഞ്ഞുനിൽക്കാൻ കഴിയുന്ന ഒരു ഇടനിലമില്ല. ബോൾഷെവിക്കുകളുടെ കൺവെട്ടത്ത് നിൽക്കുന്ന യെസ്നിൻ ചെകു ത്താനും കടലിനും നടുവിൽ അകപ്പെട്ടപോലെയായി. ആർക്കും സ്വന്ത മല്ലാത്ത, നിയന്ത്രണമില്ലാത്ത ഒരിടത്തേക്ക് കവി മടങ്ങി. ആത്മഹത്യ യിലൂടെ തന്റെ സ്വദേശം ഉപേക്ഷിച്ചു. വിപ്ലവത്തെ നിരാകരിച്ചു.

വിപ്ലവത്തെ നിരാകരിക്കുന്നതാണ് അതിനെ ന്യായീകരിക്കുന്നതിനേ ക്കാൾ എളുപ്പം എന്ന് ബോധ്യപ്പെട്ടുക്കൊണ്ട് കവി എഴുതി.

> "ന്യായീകരണമില്ലാത്ത
> ഒരു ജീവിതത്തിനു മുന്നിൽ
> മരണം എത്ര സുഖദായകം!"

താത്യാന: ഇതിൽ പാസ്റ്റർനാക്കിന്റെ മനോഭാവം എന്തായിരുന്നു.?

ലിലിയ: യെസ്നിന്റെ മരണത്തിൽ പാസ്റ്റർനാക്കിന്റേയും മയക്കോവ്സ്കി യുടേയും ദുഃഖം തുല്യമായിരുന്നു. എന്നാലും അദ്ദേഹവും മയക്കോ വ്സ്കിയും ആ ദശകത്തിന്റെ അവസാനംവരെ അതേപ്പറ്റി കൂടുതൽ കൂടുതൽ വാദിച്ചുകൊണ്ടിരുന്നു. ഓരോരുത്തരുടേയും കവിത്വസിദ്ധിയെ

പ്പറ്റിയുള്ള അഭിപ്രായങ്ങൾക്ക് ഒരിക്കലും മാറ്റമുണ്ടായില്ല. മയക്കോവ്സ്കിയുടെ കവിത്വസിദ്ധി വിപ്ലവത്തിനെ വികാരതീവ്രതയോടെ അനുകൂലിച്ച് നഷ്ടപ്പെടുത്തിയെന്ന പക്ഷം പാസ്റ്റർനാക്കിനുണ്ടായിരുന്നെങ്കിലും സമാന്തരമായ ചില വിശ്വാസങ്ങൾ അവർക്കുണ്ടായിരുന്നു. വിപ്ലവം ദിശ തെറ്റിയാണ് പോകുന്നതെന്ന വിശ്വാസം രണ്ടുപേർക്കുമുണ്ടായിരുന്നു. എങ്കിലും വിരുദ്ധധ്രുവങ്ങളിൽ അവർ നിലയുറപ്പിച്ചു. പൊതുവായ ഒരു ഐക്യം അവർ തമ്മിൽ ഇല്ലായിരുന്നു.

നോറ: ചില ചോദ്യങ്ങൾക്കുമുന്നിൽ പീഡനമേറ്റതുപോലെ ബുദ്ധിജീവികളും കലാകാരന്മാരും നിശ്ശബ്ദരാകും. അവർക്ക് സ്വന്തമായി ഒരു അഭിപ്രായമോ വീക്ഷണമോ ഇല്ലെന്ന് തോന്നും. എങ്കിലും അവർക്ക് തീർത്തും നിശ്ശബ്ദരാകാൻ കഴിയില്ല. അഭിപ്രായം പറയാൻ അവർ നിർബ്ബന്ധിതരാകും. സ്റ്റാലിനേയും പാർട്ടിയേയും അവർ വിമർശിക്കുമ്പോൾ വളരെ പതിഞ്ഞ ശബ്ദത്തിലേ പറയൂ. ചുണ്ടുകൾ തീരെ ചലിപ്പിക്കാതെ.

ലിലിയ: നോറ. തീർച്ചയായും ശരിയാണ്. നോറയുടെ ഈ തത്ത്വത്തിന് പാസ്റ്റർനാക്കും മയക്കോവ്സ്കിയും അപവാദമല്ല. അവർ രണ്ടുപേരും മാനസികവ്യഥയ്ക്ക് വിധേയരായിട്ടുണ്ട്. അവരുടെ മാനസികവ്യഥ വ്യത്യസ്തരീതിയിലായിരുന്നു പ്രത്യക്ഷപ്പെട്ടതെങ്കിലും ഈ ഭിന്നാഭിപ്രായങ്ങൾക്ക് ഒരു പരിഹാരം ഉണ്ടായേ മതിയാകൂ എന്ന ഒരു വിശ്വാസം പിന്നീട് രൂപപ്പെട്ടു. ഒരു രാത്രി അത് സംഭവിച്ചു. എന്റെ ഓർമ്മശരിയാണെങ്കിൽ അത് 1929ൽ ആയിരുന്നു.

നോറ: 1929-ൽ അനേകം കാര്യങ്ങൾ നിർണ്ണായകമായി. ലിയോൺ ട്രോട്സ്കിയെ റഷ്യയിൽ നിന്നും നാടുകടത്തി. ഉപരിഘടനയിൽപെട്ട ഹ്യൂമനിസ്റ്റ് എന്ന് വാഴ്ത്തപ്പെടുകയോ അപമാനിക്കപ്പെടുകയോ ചെയ്ത ഒരേ ഒരു ബോൾഷെവിക് ആയ നിക്കോളായ് ബുഖാറിനെ പോളിറ്റ് ബ്യൂറോയിൽ നിന്ന് നിർബ്ബന്ധപൂർവ്വം പുറത്താക്കി. ആ വർഷം ശൈത്യകാലത്ത് 'കുലാക്കു'കളെ ഇല്ലാതാക്കാൻ ആഗ്രഹിച്ച് 'വിപ്ലവം മുകളിൽ നിന്നും' എന്ന് വിശേഷിപ്പിക്കപ്പെട്ട പദ്ധതിക്ക് തുടക്കം കുറിച്ചു. അടിച്ചേല്പിക്കപ്പെട്ട കൂട്ടുകൃഷിസമ്പ്രദായത്തിന്റെ അസമത്വഘടനയിൽ ഉക്രൈയിനിൽ പൊട്ടിപ്പുറപ്പെട്ട മനുഷ്യസൃഷ്ടിയായ ഭക്ഷ്യക്ഷാമം. ലക്ഷം മനുഷ്യരുടെ പട്ടിണിമരണത്തിൽ കലാശിച്ച പദ്ധതി....

എല്ലി: മനുഷ്യസൃഷ്ടി എന്നതുകൊണ്ട് നിങ്ങൾ യഥാർത്ഥത്തിൽ അർത്ഥമാക്കിയത് സ്റ്റാലിന്റെ സൃഷ്ടിയാണെന്ന് തീർച്ച.

നോറ: പരാമർശിക്കപ്പെട്ട വ്യക്തി ബുഖാറിൻ ഇപ്പോഴും ജീവിച്ചിരിക്കുന്നു. ഊർജ്ജസ്വലനായിരിക്കുന്നു. ചിലരുണ്ട് അവരെ മാറ്റിത്തീർക്കുക എളുപ്പമല്ല... വിശേഷിച്ച് നമ്മളിൽ തന്നെ താനിക്കും എല്ലിയും ഒഴികെ ആരും വിദേശത്ത് ജീവിക്കുന്നില്ല. പാർട്ടിയിലും നമ്മുടെ സാംസ്കാരിക

സ്ഥാപനങ്ങളിലും വലിയ ശുദ്ധീകരണം 1929ൽ മുഴുവൻ കാലവും ഉണ്ടായി. അക്കാദമി ഓഫ് സയൻസസ്, ലെനിൻഗ്രാഡിലെ പുഷ്കിൻ ഹൗസ്, ലിറ്ററി ഇൻസ്റ്റിറ്റ്യൂട്ട്, മോസ്കോ ആർട്സ് തിയേറ്റർ, സ്റ്റേറ്റ് അക്കാദമി ഓഫ് ആർട്ടിസ്റ്റിക് സ്റ്റഡീസ്. എല്ലായിടത്തും നവീകരണം നടന്നു. 1929ൽ ആയിരുന്നു ഞങ്ങളിൽ ഏറെപേരും ഒരു തോൾ സഞ്ചിയിൽ മാറിയുടുക്കാൻ കാലുറകളും അടിവസ്ത്രവും സോപ്പും സിഗരറ്റും നിറച്ച് ഉറങ്ങാൻ പോകുന്നതിനുമുമ്പ് ഞങ്ങളുടെ കിടക്കകൾക്ക് അടിയിൽ വയ്ക്കും. ഒരുപക്ഷേ, പാതിരാത്രിക്ക് വാതിലിൽ ഒരു മുട്ട് ഉണ്ടായെങ്കിലോ എന്നു കരുതി.

ലിലിയ: നോറ പറയുംപോലെ മയക്കോവ്സ്കി ചുണ്ടുകൾ ചലിപ്പിക്കാതെ സംസാരിക്കും. 1929 വിഷലിപ്തമായ ഒരു കാലഘട്ടമായിരുന്നു എന്ന് കേട്ടിട്ടുണ്ട്. ഒരു തരത്തിലല്ലെങ്കിൽ മറ്റൊരു തരത്തിൽ എല്ലാവരേയും ആ വിഷം ബാധിച്ചു. ആളുകൾ ഭയം വിഴുങ്ങിക്കൊണ്ട് ജീവിച്ചു. ഒരു ഉദാഹരണം പറയാം, ചൊവ്വാഴ്ച രാത്രിയിലെ കവിയുടെ പതിവു സാഹിത്യകൂട്ടായ്മയുടെ വിരുന്നുസൽക്കാരങ്ങൾ അവസാനം കുറ്റം പറച്ചിലും ഒച്ചപ്പാടുകളുമായി മാറിപ്പോയി.

താത്യാന: ആ സായാഹനത്തെപ്പറ്റി ഊഹാപോഹങ്ങൾ ഞാൻ കേട്ടു. പക്ഷേ, രണ്ട് അഭിപ്രായങ്ങൾ പരസ്പരം യോജിക്കുന്നില്ല. യഥാർത്ഥത്തിൽ സംഭവിച്ചത് എന്താണെന്ന് ഞങ്ങളോട് പറയൂ.

ലിലിയ: ജീവിതകാലം മുഴുവൻ നീണ്ടുനിൽക്കുന്ന അസാധാരണമായ താത്പര്യം ഷേക്സ്പിയറുടെ ഹാംലറ്റിനോട് ഉണ്ടായിരുന്ന പാസ്റ്റർനാക്ക് ആക്ട് 3 രംഗം 2 ഗോൺസാഗോ പ്ലേ സീൻ" എന്ന് പറയപ്പെടുന്നതിന്റെ സ്വന്തം പരിഭാഷ ഒടുവിൽ വായിക്കാൻ പോകുന്നു എന്ന വാർത്ത പരന്നു. അതുകൊണ്ടാണ് ആളുകൾ തിങ്ങിനിറഞ്ഞ ആ മുറിയിൽ ഞങ്ങൾ എത്തിച്ചേർന്നത്. മാൻഡൽഷ്ടാംസ് വന്നു. ഒസിപ്പും നടേഷ്ദായും. പതിവുപോലെ അതിഥികളിൽ പുരുഷന്മാരേക്കാൾ സ്ത്രീകളിലായിരുന്നു രണ്ടുപേർക്കും താത്പര്യം. ആ സമയത്ത് എന്റെ ഒസിപ് അദ്ദേഹത്തിന്റെ കാമുകിയോടൊപ്പം. എന്നെ പരിചയപ്പെടുത്താൻ വന്നപ്പോൾ എങ്ങനെയോ അവളുടെ പേര് വിട്ടുപോയി. (അത് മറ്റൊരു കഥ) വോഡ്കയ്ക്കുപുറമേ അതിഥികൾക്ക് മറ്റെന്തെങ്കിലും കൊടുക്കാൻ തയ്യാറാക്കുന്നതിനുവേണ്ടി തണുത്ത ഉരുളക്കിഴങ്ങ് വിറകടുപ്പിനു മുകളിലെ സ്റ്റൗവിൽ ചൂടാക്കാൻ അടുക്കളയിലായിരുന്നു മയക്കോവ്സ്കി. ഞങ്ങളുടെ ചൊവ്വാഴ്ച സംഗമത്തിൽ പാസ്റ്റർനാക്ക് പതിവുകാരനായിരുന്നു. എന്നാൽ ഇപ്രാവശ്യം ഏറെ വൈകി, ഭാര്യ യെവ്ജീനിയയോടൊപ്പം അദ്ദേഹം വന്നുകയറുകയായിരുന്നു. യെവ്ജീനിയയുടെ ഇരുണ്ട കണ്ണുകളിലെ വിഷാദഭാവം ആകർഷകമായ അംഗലാവണ്യത്തിന് മങ്ങലേല്പിച്ചിരുന്നു. അന്നാ അഹമത്തോവ മോസ്കോയിൽ ഉണ്ടായിരുന്നെങ്കിൽ ഷേക്സ്പിയർ വിവർത്തനം കേൾക്കാൻ തീർച്ചയായും

വരുമായിരുന്നു. അവരുടെ മകൻ ലിവ് ശിക്ഷിക്കപ്പെട്ട് തടവിൽ കഴിയുകയാണ്. മകനുവേണ്ടി പ്രതിമാസം നൽകാറുള്ള ഭക്ഷണപാഴ്സൽ ജയിലിൽ എത്തിക്കാനുണ്ടെന്ന് അന്നാ അഹമത്തോവ എനിക്ക് കമ്പി സന്ദേശം അയച്ചിരുന്നു.

സെവോലോഡ് മെയർഹോൾഡ് മാന്യവും വർണ്ണശബളവുമായ നീളംകുറഞ്ഞ ടൈ ധരിച്ച് അത്യന്തം സുന്ദരിയും നടിയുമായ ഭാര്യ സിനൈദാ റെയ്ഖുമായി വന്നു. അവൾ അന്തരിച്ച കവി യെസ്നിനിന്റെ രണ്ടാം ഭാര്യ- എന്നാൽ അവസാനത്തേതല്ല – ആയിരുന്നു, നിങ്ങൾ തീർച്ചയായും ഓർക്കുന്നുണ്ടാകും. മെയർഹോൾഡുമായി തുറന്ന പ്രേമത്തിലായിരുന്ന കാര്യം യെസ്നിൻ അറിഞ്ഞപ്പോൾ അവരുടെ വിവാഹബന്ധം വേർപിരിഞ്ഞു.

എല്ലി: സിനെയ്ദാ റെയ്ഖിയെ ഡൈവോഴ്സ് ചെയ്തശേഷം യെസ്നിൻ ചെരിപ്പ് ഉപയോഗിക്കാത്ത അമേരിക്കൻ നർത്തകിയെ വിവാഹം ചെയ്തില്ലേ?

ലിലിയ: എല്ലി, നിങ്ങൾക്ക് നല്ല ഓർമ്മശക്തിയുണ്ട്. ശരിയാണ് അദ്ദേഹം വിവാഹം കഴിച്ചു. ഇസഡോറ എന്നോ മറ്റോ ആയിരുന്നു അവളുടെ പേര്.

എല്ലി: ഇസഡോറ ഡങ്കൻ എന്നല്ലേ?

ലിലിയ: ഡങ്കൻ, അതു തന്നെ. യെസ്നിനേക്കാൾ പതിനേഴ് വയസ്സ് കൂടുതലായിരുന്നു അവൾക്ക്. കിടക്കയിലല്ലാത്തപ്പോൾ അവൾ എങ്ങനെ ആശയവിനിമയം നടത്തിയെന്ന് അദ്ഭുതം തോന്നുന്നു. യെസ്നിന് ഇംഗ്ലീഷ് വശമില്ല. അവൾക്ക് റഷ്യൻഭാഷയിൽ ഒരു വാക്കു പോലും അറിയില്ല. അദ്ഭുതപ്പെടേണ്ട കാര്യമില്ല. ആ വിവാഹം അധികം നീണ്ടു നിന്നില്ല.

താത്യാന: നിങ്ങളുടെ മഹത്തായ സായാഹ്നപാർട്ടിയിൽ ഉണ്ടായിരുന്ന മറ്റുള്ളവർ ആരൊക്കെ?

ലിലിയ: ഞാൻ ആലോചിക്കട്ടെ, ഹാ, ശരിയാണ്. കറുത്ത റിബ്ബൺ വെച്ച കോളറിന് താഴെ ഇരുവശങ്ങളിലേക്ക് മടക്കിവയ്ക്കാവുന്ന കോട്ട് ധരിച്ചായിരുന്നു ബാലെൻചിൻ വന്നത്. അനേകം വർഷങ്ങൾക്ക് മുമ്പ് ഒരു ബോട്ടപകടത്തിൽ മരിച്ച ആത്മസഖി ലിഡിയ ഇവാനോവയുടെ ദുഃഖാചരണത്തിലാണ് അദ്ദേഹം ഇപ്പോഴും. ഭാര്യ തരാമാ ജീവയോടൊപ്പം അദ്ദേഹം വന്നു. അവൾ മാർഷൽ ചോപ്പിന്റെ ഫ്യൂണറൽ മാർച്ചിന് പുതിയ രൂപം നൽകിയതിൽ ഉൾപ്പെട്ട നർത്തകി ആയിരുന്നു. സിറ്റി ഡ്യൂമാഹാളിലെ കൊടുംതണുപ്പിൽ ഓവർക്കോട്ടുകളൂരാതെ കാണികൾ പരിപാടി തീരുന്നതുവരെ ഇരിക്കും. എന്റെ ഓർമ്മയിൽ ഉണ്ടായിരുന്നതിനേക്കാൾ ക്ഷീണിതനായിരുന്നു മാക്സിംഗോർക്കി. ആളുകളുടെ

മുമ്പിൽ പരിഹാസപാത്രമായിത്തീർന്ന ഒരു ചിത്രകാരൻ കസിമീർ മാലേവിച്ചിന്റെ കൈയും പിടിച്ചു വന്നു. ചിത്രരചനയിൽ പാരമ്പര്യവിരുദ്ധമായ പുതിയ രീതി കൊണ്ടുവന്നതായിരുന്നു കസിമീർ മാലേവിച്ചിന്റെ കുറ്റം. ഓ, എന്റെ പ്രിയ മിത്രമേ, ഞാൻ ഏതാണ്ട് പൂർണ്ണമായും മറന്നു. ഒസിപ്പിന്റെ രഹസ്യപ്പൊലീസ് സുഹൃത്ത് സഖാവ് അഗ്രാനോവ് ജനലിന് സമീപത്ത് തറയിൽ ഇരിക്കുകയായിരുന്നു.

നോറ: അയാൾ മയക്കോവ്സ്കിയുടെ സ്റ്റൂളിൽ ഇരിക്കുകയായിരുന്നു. തറയില്ലല്ല. ലിലിയ യുറിയേവ്നാ. അയാളുടെ മലദ്വാരത്തിന് ചൊറിച്ചിലുണ്ടായാലെന്നതുപോലെ അക്ഷമനായി ശരീരം ഇളക്കിക്കൊണ്ടിരുന്നു. ഞാനും അവിടെ ഉണ്ടായിരുന്നു. അത് മറന്നു പോകരുത്. പെട്ടെന്ന് ഒരു കാര്യം കൂടി നിങ്ങളുടെ ഓർമ്മയിലേക്ക് കൊണ്ടുവരട്ടെ. മയക്കോവ്സ്കിയുടെ കൈയിൽ പിടിച്ചാണ് ഞാൻ എത്തിയത്.

ലിലിയ: ഞാൻ നിങ്ങളെ ശ്രദ്ധിച്ചിരുന്നില്ല. പ്രിയപ്പെട്ട നോറാ, മയക്കോവ്സ്കി പതിവായി ഒരു പെണ്ണിന്റെ കൈ പിടിച്ചായിരിക്കും വരവ്. ഒരു സമയം കഴിയുമ്പോൾ വരുന്ന സ്ത്രീകളെല്ലാം ഒരേപോലെ തോന്നും. അതുകൊണ്ട് അവരെ ആരും കാണുന്നില്ല. ഞാൻ എവിടെയാണ് പറഞ്ഞു നിർത്തിയത്? ഗോർക്കി പങ്കെടുത്ത ഒരു കേന്ദ്രകമ്മിറ്റി മീറ്റിംഗിലെ രസകരമായ ഒരു സംഭവത്തിന്റെ വിവരണത്തിന്മേലായിരുന്നു ആ സായാഹ്ന പാർട്ടി ചർച്ച തുടങ്ങിയത്. കേന്ദ്രകമ്മിറ്റി മീറ്റിംഗിൽ മുഖ്യപ്രഭാഷകൻ സ്റ്റാലിൻ തന്നെ. മുമ്പേ ആസൂത്രണം ചെയ്തതുപോലെ ആ സമയത്ത് ഹാളിൽ ഉണ്ടായിരുന്ന മുന്നൂറിൽപരം അംഗങ്ങൾ പ്രായോഗികബുദ്ധിക്ക് യോജിച്ചവിധം “മഹാനായ കപ്പിത്താ”നെ കരഘോഷം കൊണ്ടും പാർട്ടി രീതിയിൽ കാൽചവിട്ടി ശബ്ദമുണ്ടാക്കിയും ആചാരപൂർവ്വം സ്വീകരിച്ചു. ആ കാഴ്ചകൾ കണ്ട് കണ്ട് ചിരിച്ച് ചിരിച്ച് ഞങ്ങളുടെ കണ്ണുകളിൽ വെള്ളം നിറഞ്ഞു. കരഘോഷം തുടർന്നുകൊണ്ടേയിരുന്നു. കാരണം സ്റ്റാലിൻ ഏർപ്പെടുത്തിയിട്ടുണ്ടെന്ന് കരുതുന്ന ഏജന്റുമാർ ബാൽക്കണികളിലിരുന്ന് കരഘോഷം ആദ്യം നിർത്തുന്നതാരാണെന്ന് നിരീക്ഷിക്കുന്നുണ്ടാകണം, അതുകൊണ്ട് ആദ്യം നിർത്തുന്ന ആളായിപ്പോകുമോ എന്ന ഭീതിയിൽ കരഘോഷം തുടർന്നുകൊണ്ടേയിരുന്നു. അദ്ദേഹം സമയത്തിനുള്ളിൽ പ്രഭാഷണം പൂർത്തിയാക്കാൻ കൈ ഉയർത്തുന്നതുവരെ കരഘോഷം നീണ്ടുനീണ്ടു പോയി. അപ്പോൾ മാത്രം പെട്ടെന്ന് കരഘോഷം അവസാനിക്കുന്നു. എല്ലാവരും അവരവരുടെ സീറ്റിൽ ഇരിക്കുന്നു. അടുത്ത കരഘോഷ നിർദ്ദേശത്തിനായി കാത്ത്.

ഗോർക്കിയുടെ വിവരണം ഫ്ളാറ്റിലെ മുപ്പതോളം സുഹൃത്തുക്കളുടെ നീണ്ടുനിന്ന ആർപ്പുവിളികൾക്ക് വഴിയൊരുക്കി. മാത്രമല്ല, അത് അവസാനിപ്പിക്കാനുള്ള സൂചനകളൊന്നും കാണിച്ചില്ല. അദ്ദേഹം സ്റ്റാലിനെ അനുകരിച്ച് ശക്തിക്ഷയം സംഭവിച്ച ഇടതുകൈ ഉയർത്തുംവരെ അത്

തുടർന്നു. പിന്നെ പെട്ടെന്ന് പൈപ്പിന്റെ ടാപ്പ് പോലെ ആർപ്പുവിളികൾ നിന്നു. അത് രസകരമായ നല്ല ഒരു തമാശയായിരുന്നു. സ്റ്റാലിന്റെ കാഴ്ചകൾ ആ നിലയിൽ സഖാവ് അഗ്രാനോവ് കണ്ടിട്ടുണ്ടാകുമെന്ന് ഞാൻ പ്രത്യാശിച്ചു. എന്റെ കിടക്കയിലേക്ക് അന്ന് രാത്രി വളരെ വൈകി അയാളെ സ്വീകരിച്ചപ്പോൾ ഞങ്ങളുടെ കൂട്ടായ ആ നർമ്മബോധം ആസ്വദിക്കാൻ അദ്ദേഹത്തെ ഞാൻ പ്രോത്സാഹിപ്പിച്ചു. റഷ്യയിലും വിദേശത്തും ഗോർക്കിയെപോലെ പ്രസിദ്ധനായ ഒരാൾക്ക് മാത്രമേ ഈ സംഭവം പരസ്യമായി പറയാൻ ധൈര്യം ഉണ്ടാകുകയുള്ളൂ എന്ന കാര്യം ശ്രദ്ധിക്കുക.

താത്യാന: പേടിപ്പെടുത്തുന്ന ഈ സംശയത്തിന്റെ അർത്ഥമെന്താണ് ലിലിയ യുറിയേവ്ന?

ലിലിയ: ഞാൻ സംശയിക്കുന്നു. കാരണം ഒരു നല്ല ശുദ്ധഫലിതം അധികകാലം നിലനിൽക്കില്ല. പാസ്റ്റർനാക്കിന്റെ നീണ്ടമുഖത്ത് പതിവിൽ കവിഞ്ഞ് ശോകഭാവമായിരുന്നു. അദ്ദേഹം എഴുന്നേറ്റപ്പോൾ സദസ്സ് നിശ്ശബ്ദമായി. മുറിയിലെ എല്ലാവർക്കും അദ്ദേഹത്തിന്റെ വായന കേൾക്കാം. പിന്നെ തൊണ്ട ശുദ്ധമാക്കി. ഞങ്ങൾ പ്രതീക്ഷിച്ചുകൊണ്ടിരുന്ന ഷേക്സ്പിയറിന്റെ ഹാംലെറ്റ് ഉറക്കെ ഊർജ്ജസ്വലതയോടെ വായിക്കാൻ തുടങ്ങി:

പക്ഷേ, അത് ഷേക്സ്പിയറിന്റെ ഹാംലെറ്റ് ആയിരുന്നില്ല. പ്രാസമൊപ്പിച്ച വരികളിലെ മരണമണി മുഴക്കങ്ങൾ... സ്നേഹഗായകാ, മരണത്തിനപ്പുറം ഒരു ലോകമുണ്ടോ?

പാസ്റ്റർനാക്ക് അവസാനത്തെ വരിയിൽ എത്തിയപ്പോൾ അദ്ദേഹത്തിന്റെ കൺപോളകൾ അവയുടെ ഭാരം കൊണ്ട് നനഞ്ഞ കണ്ണുകൾക്ക് മേൽചാഞ്ഞു. അദ്ദേഹം വായിച്ച വരികളുടെ പ്രേരണയിൽ പുറത്തേക്ക് ഒഴുക്കിയ കണ്ണുനീർ എന്നതുപോലെ.

എനിക്ക് വ്യക്തമായി വേർതിരിച്ചറിയാൻ കഴിയാത്ത ഒരു പരുക്കൻ സ്ത്രീശബ്ദം. നിശ്ശബ്ദത ഭഞ്ജിച്ചു "പാസ്റ്റർനാക്കിന്റെ ഷേക്സ്പിയർ പരിഭാഷ കേൾക്കാൻ ഞങ്ങൾ വന്നു. നിങ്ങൾ വായിച്ചതാകട്ടെ പാസ്റ്റർനാക്കിന്റേതല്ല ഷേക്സ്പിയറുടേതുമല്ല. അത് യഥാർത്ഥത്തിൽ സ്വെറ്റെവയുടേതാണ്."

ഒരു പുരുഷശബ്ദം ഉറക്കെ വിളിച്ചുപറഞ്ഞു. "ബുദ്ധിജീവി സ്വയംഭോഗത്തിന്റെ തടവുപുള്ളികളായ ശ്രോതാക്കൾ നമ്മൾ...."

ഒരു സ്ത്രീ അലറി വിളിച്ചു. "സ്വെറ്റെവയ്ക്ക് ഒരൊറ്റ ശ്രോതാവേയുള്ളൂ. അവൾ തന്നെ. കവിതയിലെ ഏറ്റവും സജീവഘടകമായ സുതാര്യത അവളുടെ കവിതയ്ക്കില്ല."

പാസ്റ്റർനാക്ക് ഞെട്ടിവിറച്ചു. ഒരു പ്രതിസന്ധിയുടെ ഭാരം വലിച്ചെറിയുന്നപോലെ. അദ്ദേഹം പറഞ്ഞു. "അവൾക്ക് ചുരുങ്ങിയപക്ഷം രണ്ട് ശ്രോതാക്കളുണ്ട്. ഞാൻ അവളെ മനസ്സിലാക്കുന്നു. അവളുടെ ആത്മാവ് ക്രിയാത്മകമായി. അവളുടെ ഹൃദയവേദന നാമം ആയി. ഞാൻ വായിച്ച കവിത ദുഃഖസാന്ദ്രമായ പ്രേമലേഖനമാണ്. അവൾ ഒരിക്കലും കണ്ടുമുട്ടിയിട്ടില്ലാത്ത കാമുകന് എഴുതിയ കത്ത്. ഈ അടുത്ത കാലത്ത് മരിച്ച ഗംഭീരാശയനായ റെയ്നർ റിൽക്കെ. മരണശേഷം എന്താണുണ്ടാകാൻ പോകുന്നതെന്ന് വിവരിക്കാൻ അദ്ദേഹത്തോട് അവൾ ആരായുകയായിരുന്നു."

പാസ്റ്റർനാക്കിന്റെ ഭാര്യ ക്ലേശത്തോടെ, വേദനയോടെ, അസ്വസ്ഥതയുടെ ചില ലക്ഷണങ്ങൾ കാണിച്ചു. ആ മുറികളിൽ മുഴങ്ങിക്കേൾക്കുന്നത്ര കർക്കശമായി അവർ പറഞ്ഞു. "കഴിഞ്ഞ രാത്രി അവളുടെ കവിത പകർത്തിയെഴുതിയ നിങ്ങളുടെ വിരലുകളിൽ ഇപ്പോഴും മഷിപ്പാടുണ്ട്. നിങ്ങളുടെ ഹൃദയത്തിൽപ്പോലും മഷിക്കറയുണ്ട് ബോറുഷ്ക്കാ. എന്തുകൊണ്ട് നിങ്ങൾക്ക് തുറന്നുപറഞ്ഞുകൂടാ? സ്വെറ്റൈവായോടുള്ള പ്രേമം കൊണ്ട് നിങ്ങൾക്ക് സമനില തെറ്റി."

പാസ്റ്റർനാക്ക് ദീർഘശ്വാസം വിട്ടു. "അവളെന്റെ സ്വർഗ്ഗത്തിന്റെ നിയമാനുസൃതമായ ഭാര്യ." അദ്ദേഹം ശബ്ദം താഴ്ത്തി പറഞ്ഞു.

യെവ്ജീനിയ വികാരാധിക്യത്തോടെ ഭ്രാന്തമായി ചിരിച്ചത് എനിക്ക് ഇപ്പോഴും കേൾക്കാം. പാസ്റ്റർനാക്കിന്റെ മുഖത്തുനോക്കി ഹോമറിനേക്കാൾ സാഫോയ്ക്ക് മേന്മ കല്പിക്കുന്ന സ്വർഗ്ഗത്തിന്റെ ഭാര്യയെക്കുറിച്ച് അവൾ എന്തൊക്കെയോ പറഞ്ഞു. ചിരിയും കണ്ണുനീരും അന്തരീക്ഷത്തിൽ പടർന്നു. ഒരു ഡാമിൽനിന്നും വെള്ളം കവിഞ്ഞ് ഒഴുകുന്നതുപോലെ. "എന്റെ മക്കളുടെ അച്ഛൻ കൈവശമുള്ളതിനേക്കാൾ ഒരിക്കലും കൈയിൽ കിട്ടാത്ത പറന്നകലുന്ന പക്ഷിയെ ഇഷ്ടപ്പെടുന്നു." ഇടവിട്ട് ഇടവിട്ട് വിതുമ്പിക്കൊണ്ട് ക്ഷീണിച്ച് അവശയായി അവർ ഫ്ളാറ്റിൽ നിന്നും പുറത്തേക്ക് പോയി.

"നിങ്ങളുടെ കുടുംബപ്രശ്നങ്ങൾ അവിടെതന്നെ തീർക്കണം. അല്ലാതെ ഇവിടം മലിനമാക്കരുത്." എന്റെ ഒസിപ് കർക്കശമായി തുറന്നു പറഞ്ഞു.

തന്റെ പ്രവർത്തിയെപ്പറ്റി അന്യരെന്തു വിചാരിക്കുമെന്ന് പാസ്റ്റർനാക്ക് ശ്രദ്ധിക്കാറില്ല. എന്റെ കവിയിത്രിയായ ആത്മമിത്രം സ്വെറ്റൈവ റഷ്യയെ പരസ്യമായി വിശേഷിപ്പിച്ചു. "അറിവിന്റേയുമപ്പുറത്തെ സത്യം." അതിനർത്ഥം അവൾക്ക് എന്തോ പറയാനുണ്ടെന്നാണ്. നമുക്ക് മനസ്സിലാക്കാൻ കാണാൻ കഴിയുന്നതിനും അകലെയാണ് റഷ്യ. അതിലെ കലാകാരന്മാരും നിരൂപകന്മാരും വളരെ അകലെ."

എന്റെ മനസ്സിന്റെ കണ്ണിൽ അടുക്കളയിൽ ഇപ്പോൾ ചൂടാക്കിയ ഉരുളക്കിഴങ്ങ് നിറച്ച മൺപാത്രത്തിനുള്ളിൽ കോപം കൊണ്ട് പൊട്ടിത്തെറിച്ച് മയക്കോവ്സ്കി നിൽക്കുന്നത് കാണാം. എല്ലാവരും കേൾക്കെ അദ്ദേഹം "ശരിയാണ്, സ്വെറ്റൈവയ്ക്ക് റഷ്യ വളരെ അകലെയാണ്. വിദേശത്ത് ഒളിവിൽ താമസിക്കുന്ന റഷ്യക്കാർക്ക് അവരുടെ സങ്കല്പത്തിനും അകലെയാണ് റഷ്യ...നിങ്ങൾ നിങ്ങളുടെ മാതൃദേശത്തിനുമകലെയാണ്. ജന്മഭൂമിയെ സ്നേഹിക്കാൻ കഴിയാത്ത നിങ്ങൾ സ്നേഹിക്കാൻ കൊള്ളുന്നവരല്ല..."

"നിങ്ങൾ ലോകത്ത് പലയിടങ്ങളിലും അനേകം കാമുകിമാരുള്ള പ്രേമവിദഗ്ധൻ ആയിരിക്കുമ്പോൾ വ്ളാഡിമിർ വ്ളാഡിമിറോവിച്ച്..." പാസ്റ്റർനാക്ക് എന്തോ പറയാനൊരുങ്ങി.

"ഞാൻ പാസ്റ്റർനാക്കിന്റെ കാര്യത്തിലും വിദഗ്ധനാണ്." മയക്കോവ്സ്കി തിരിച്ചടിച്ചു. "നിങ്ങളുടെ ഹീനമായ പെരുമാറ്റം കൊണ്ട് മരീന ഇവാനോവ്നാ സ്വെറ്റൈവയുമായിട്ടുള്ള പ്രേമബന്ധം തകർന്നതുപോലെ ഞങ്ങളുടെ വിപ്ലവത്തോടും നിങ്ങൾക്ക് അത്തരം ഹീനമനോഭാവമായിരുന്നു. അവൾ റഷ്യയെ ഉപേക്ഷിച്ചതുപോലെ അവൾ നിങ്ങളേയും ഉപേക്ഷിച്ചു. ഒരു കവിക്ക് അന്യദേശവാസിയായി പാരീസിൽ ഒട്ടകപ്പക്ഷി ജീവിതം തുടരാനാവില്ല."

താത്യാന: പാരീസിൽ അദ്ദേഹം കണ്ടുമുട്ടിയ റഷ്യൻ പ്രവാസികളെ പോലെയല്ല യഥാർത്ഥത്തിൽ അദ്ദേഹം. റഷ്യയെ പാടെ ഉപേക്ഷിക്കുകയോ, പ്രവാസികളോട് യോജിക്കുകയോ ചെയ്തില്ല. എന്റെ കാര്യത്തിൽ പോലും.

ലിലിയ: അസംബന്ധം താത്യാനാ. മയക്കോവ്സ്കിയെ അങ്ങനെ ഒരിടത്തും തളിച്ചിടാനാവില്ല. അദ്ദേഹത്തിന്റെ കാര്യത്തിൽ അതൊന്ന് വേറെയാണ്. അദ്ദേഹത്തിന്റെ സംഭാഷണം സൃഷ്ടിക്കുന്ന സംഗീതം ഞാൻ ഹൃദ്യമായി ആസ്വദിച്ചിട്ടുണ്ട്. സ്പഷ്ടമായി ഉച്ചരിച്ച വാക്കുകൾ സംഗീതത്തിന്റെ സ്വരസ്ഥാനങ്ങൾ എന്നപോലെ എന്റെ ചെവിയിൽ എത്തി. ശൈലികൾ സ്വരങ്ങളായി വിവിധരാഗങ്ങൾ സമ്മേളിച്ച് സങ്കീർണ്ണഘടനയാകുന്നതുപോലെ സംഭാഷണം. അദ്ദേഹം പറഞ്ഞതെന്താണോ അത് വീണ്ടും പറയാൻ എനിക്ക് കഴിയുന്നത് അതുകൊണ്ടാണ്. സംഭാഷണത്തിന്റെ സംഗീതം ഞാൻ ഓർക്കുന്നു. ഒരു ഉദാഹരണം പറയാം. മയക്കോവ്സ്കിയും പാസ്റ്റർനാക്കും തമ്മിലുണ്ടായ വാദപ്രതിവാദസമയത്ത് ഞാൻ അവിടെ ഉണ്ടായിരുന്നു. താടിയെല്ല് വിടർത്തി അത് ഒരു ആയുധമാണെന്നപോലെ പാസ്റ്റർനാക്കിന് നേരെ ചെന്ന് ആക്ഷേപസ്വരത്തിൽ അദ്ദേഹം ഉറക്കെ പറഞ്ഞു. "ഒരു റഷ്യൻ കവിയാകണമെങ്കിൽ റഷ്യൻ മണ്ണിൽ നിങ്ങൾക്ക് വേരുകൾ ഉണ്ടാകണം."

ഇന്നലെ സംഭവിച്ചതാണിതെല്ലാം എന്ന പോലെ ഞാൻ ഓർമ്മിക്കുന്നു. പാസ്റ്റർനാക്ക് വിജയഭാവത്തിൽ വാതിലിന്റെ ഒരുവശത്തുനിന്നു. "സ്വെറ്റൈവ റഷ്യയെ ഉപേക്ഷിച്ചതല്ല." അദ്ദേഹം പെട്ടെന്ന് പൊട്ടിത്തെറിച്ചു. "റഷ്യ അവളെ ഉപേക്ഷിച്ചു. നിങ്ങളുടെ പ്രിയപ്പെട്ട ബോൾഷെവിക്കുകൾ അവളുടെ കവിതകൾ തിരസ്കരിച്ചു..."

വിജനതയിലെ ശബ്ദം പോലെ നഡേഷ മാൻഡൻഷ്ടാം എന്റെ ചെവിയിൽ ഒരു കരച്ചിലോടെ പറഞ്ഞു. "1920 കളുടെ മദ്ധ്യത്തിനുശേഷം ഒസിപ് മാൻഡൻഷ്ടവിന്റേയും കവിതകൾ അവർ പ്രസിദ്ധീകരിച്ചില്ല. സ്വെറ്റൈവ വിദേശ കുടിയേറ്റക്കാരിയാണെങ്കിൽ മാൻഡൻഷ്ടാം സ്വദേശ കുടിയേറ്റക്കാരൻ ആയി പരിഗണിക്കപ്പെട്ടു. കവികളും കവിതകളും തിരസ്കരിക്കപ്പെട്ടു."

ചൂടാക്കി തണുപ്പ് മാറ്റിയ ഉരുളക്കിഴങ്ങ് തറയിൽ വെച്ചശേഷം സാവധാനത്തിൽ അതിഥികൾക്കിടയിലൂടെ പാസ്റ്റർനാക്കിന്റെ സമീപത്തേക്ക് മയക്കോവ്സ്കി നടന്നു. "കവിതകൾ പ്രസിദ്ധീകരിച്ചാലും ഇല്ലെങ്കിലും മാൻഡൻഷ്ടാം റഷ്യയിൽ നിന്നും ഒളിച്ചോടിയില്ല. ഒരു റഷ്യൻ കവിയായി ഇവിടെ തന്നെ നിലനിന്നു. ഞങ്ങളുടെ വിപ്ലവത്തേയും മാതൃഭൂമിയേയും ഉപേക്ഷിച്ചപ്പോൾ അവളുടെ കവിതകളുടെ പ്രസിദ്ധീകരണം ബോൾഷെവിക്കുകൾ തടഞ്ഞു."

"ഞങ്ങളുടെ വിപ്ലവത്തിനെ?" പാസ്റ്റർനാക്ക് പരിഹാസപൂർവ്വം ചോദിച്ചു."

"നിങ്ങൾക്ക് എത്രത്തോളം പ്രാധാന്യം ഉണ്ടായിരുന്നുവോ അത്രത്തോളം എനിക്കും പ്രാധാന്യമുണ്ടായിരുന്ന ഒരു കാലം ഉണ്ടായിരുന്നു. ബോറിസ് ലിയോണിഡോവിച്ച്." പാസ്റ്റർനാക്കിനെ നോക്കി മയക്കോവ്സ്കി തീർത്തുപറഞ്ഞു.

മയക്കോവ്സ്കിയും പാസ്റ്റർനാക്കിന്റെയും ശ്വാസം രണ്ടുപേരുടേയും മുഖത്ത് പതിക്കുന്നത്ര അവർ അടുത്തുനിന്നു. ഞാൻ ഓർക്കുന്നു പാസ്റ്റർനാക്ക് ഏതാനും കാര്യങ്ങൾ ഈവിധം പറഞ്ഞതായി ഞാൻ ഓർക്കുന്നു. "നിങ്ങളും ഞാനും വളരെയേറെ പ്രതീക്ഷിച്ചിരുന്ന വിപ്ലവം നന്മ ചെയ്യുകയില്ലെന്ന് ഉറപ്പായപ്പോൾ ഞാൻ അത് ഉപേക്ഷിച്ചു. വിപ്ലവത്തിനുശേഷം അനിവാര്യമായും സംഭവിക്കുന്ന ക്രമരാഹിത്യവും ആഭ്യന്തരകലാപവും പരിഹരിക്കാൻ സ്റ്റാലിന് കഴിയുമെന്ന വിശ്വാസം ഞാൻ ഉപേക്ഷിച്ചു. നേരെമറിച്ച് നിങ്ങൾ യാതൊന്നും ഉപേക്ഷിച്ചില്ല. മുകളിൽ നിന്നുള്ള ഉത്തരവനുസരിച്ച് രാഷ്ട്രീയ പരസ്യങ്ങളുടെ സൃഷ്ടി നിങ്ങൾ തുടർന്നു. പ്രചരണ മുദ്രാവാക്യങ്ങൾ, പ്രചരണ പരസ്യങ്ങൾ ഫാക്ടറി തറയിൽ തുപ്പരുതെന്ന് പ്രോലിറ്റേറിയറ്റിനെ ഉദ്ബോധിപ്പിക്കുന്ന പ്രചരണഗാനങ്ങൾ, ദിനപത്രങ്ങൾക്ക് വേണ്ടി പരസ്യലേഖനങ്ങൾ. കഷ്ടപ്പെടുന്ന ദുഃഖിക്കുന്ന തൊഴിലാളികൾക്ക് സമരഗാനങ്ങൾ... ലോകത്ത് ആകമാനമുള്ള

പരിവർത്തനവിരോധികളായ സാമൂഹിക താത്പര്യമില്ലാത്ത മുതലാളിമാരെ പരാജയപ്പെടുത്താൻ എഴുതിയ അനേകം പ്രചരണഗാനങ്ങൾ ഞാൻ കേട്ടിട്ടുണ്ട്, അത് യാതൊരു മൂല്യവുമില്ലാത്ത ചവറായിരുന്നു എന്ന് ലെനിൻ പോലും സമ്മതിക്കും. സർഗ്ഗാത്മകതയില്ലാത്ത കലാരൂപങ്ങൾ സൃഷ്ടിക്കാൻ ആവശ്യമായ ഊർജ്ജം നിങ്ങൾക്ക് എവിടെനിന്ന് ലഭിച്ചു? നിങ്ങൾ ഇപ്പോഴും വാലാട്ടി അനുസരണയോടെ സേവിക്കുന്ന ബോൾഷെവിക്ക് സർവ്വാധിപത്യത്തിന്റെ അടിസ്ഥാനപ്രശ്നം എന്തെന്ന് ദൈവത്തിനേ അറിയൂ. നിങ്ങൾ ഉള്ളിൽ നിഗൂഢമായി സൂക്ഷിച്ച അസ്വസ്ഥതകൾ പുറത്തേക്കെടുത്ത് തുപ്പിക്കളയൂ. എന്റെ വാക്കുകൾ ഞാൻ ബോധപൂർവ്വം ഉപയോഗിക്കുകയാണ്. തൊഴിലാളി വർഗ്ഗ സർവ്വാധിപത്യം എന്ന് വിളിക്കപ്പെടുന്നത് ഒരു കപടനാട്യമാണ്. ബോൾഷെവിക്ക് പാർട്ടിയുടെ ഏകാധിപത്യത്തിന്റെ മുഖംമൂടി... അതാകട്ടെ. പാർട്ടി ജനറൽ സെക്രട്ടറി ജോസഫ് സ്റ്റാലിന്റെ ഏകാധിപത്യത്തിന്റെ മുഖം മൂടി. യഥാർത്ഥ്യം എന്താണ്? പാർട്ടിയുടെ അംഗങ്ങൾ ഒരു പുതിയ ഭരണവർഗ്ഗം ആയിത്തീരുന്നു. തൊഴിലാളികളെ പ്രതിനിധീകരിക്കുന്നു എന്ന് അവകാശപ്പെടുന്ന അവർ തൊഴിലാളികളിൽനിന്നും തീർത്തും അന്യരായിരുന്നു."

അവിടെ ഉണ്ടായിരുന്നവരിൽ ആരും പാസ്റ്റർനാക്കിനെ തള്ളിപ്പറഞ്ഞില്ല. സന്ദർഭത്തിന് യോജിച്ചവിധം സദസ്യരെ രസിപ്പിക്കാൻ കഴിവുള്ള നാട്യക്കാരനാണ് അദ്ദേഹം. തല പിന്നിലേക്ക് ചരിച്ച് ഭവിഷ്യത്തുക്കളെ നേരിടാനുള്ള ധൈര്യത്തോടെ കുറച്ചു കാലം മുമ്പ് അർബാത്തിലെ പോയറ്റ്സ് കഫേയിൽ ഉണ്ടായ ആദ്യത്തെ വാദപ്രതിവാദത്തിൽ ആ രാത്രിയിൽ അദ്ദേഹം ചൊല്ലിയ ഒരു വരി ഉറക്കെ പറഞ്ഞു.

"സർവ്വതും എന്നെ നുണകളിലേക്ക് മുക്കിക്കൊല്ലുന്നു..."

ചുവന്ന കണ്ണുകളും ക്ഷീണിച്ചുവിളറിയ മുഖവുമായി സെവവളോഡ് മെയർ ഹോൾഡ് പെട്ടെന്ന് എഴുന്നേറ്റു നിന്നു. ആ കാഴ്ച വിസ്മരിക്കാൻ വിഷമം. ഞാൻ പാസ്റ്റർനാക്കിനോട് യോജിക്കുന്നു.

അദ്ദേഹം പ്രഖ്യാപിച്ചു. "നമ്മളെല്ലാം നുണയിൽ മുങ്ങിത്താഴുകയാണ്." മെയർഹോൾഡിന്റെ ഭാര്യ സിനൈഡ കൈനീട്ടി അദ്ദേഹത്തിന്റെ കുപ്പായക്കൈ അസ്വസ്ഥതയോടെ പിടിച്ചുവലിച്ചു.

അദ്ദേഹത്തിന്റെ സംസാരം നിർത്താൻ വേണ്ടി.

എന്നാൽ അവരെ ദേഷ്യത്തോടെ തള്ളിമാറ്റി പെട്ടെന്ന് പറഞ്ഞു. "ലെനിൻ മരിച്ചപ്പോൾ സ്റ്റാലിൻ അദ്ദേഹത്തെ ഒരു ആരാധനാമൂർത്തിയാക്കി രൂപാന്തരപ്പെടുത്തി റെഡ്സ്ക്വയറിൽ മരം കൊണ്ടുണ്ടാക്കിയ ഒരു നിലവറയിൽ അടക്കം ചെയ്തു. തലയോട്ടിൽ നിന്നും തലച്ചോർ പുറത്തെടുത്ത് മുപ്പതിനായിരം ചെറുകഷ്ണങ്ങളാക്കി. അങ്ങനെ പ്രവ്ദ

റിപ്പോർട്ട് ചെയ്തിട്ടുണ്ട്. ആ ചെറുകഷ്ണങ്ങളെല്ലാം ലെനിൻ ഇൻസ്റ്റിറ്റ്യൂട്ടിൽ സൂക്ഷിച്ചുവെച്ചു. കാരണം ഭാവിതലമുറകൾക്ക് ആ ചെറുകഷ്ണങ്ങൾ പഠനവിധേയമാക്കി അദ്ദേഹത്തിന്റെ പ്രതിഭയുടെ മൂലം കണ്ടുപിടിക്കാൻ കഴിയും. പരിഹാസ്യവും യുക്തിഹീനവുമായ വിശദവിവരങ്ങൾ എത്രമാത്രം നമ്മൾ തൊഴിലാളിവർഗ്ഗവിപ്ലവത്തിൽനിന്നും അകന്നുപോയി എന്ന് കാണിക്കുന്നു. ദൈവത്തിനേ അറിയൂ ഇതിനെയാണല്ലോ ഞാൻ ഒരിക്കൽ ആവേശത്തോടെയും പൂർണ്ണമനസ്സോടെയും അംഗീകരിച്ചിരുന്നത്. ഈശോയേ, നമ്മൾ സധീരം കിനാവുകണ്ട സ്വപ്നത്തെ തിരിഞ്ഞുനോക്കുമ്പോൾ ഭരണകൂടത്തേയും അതിന്റെ പാർലമെന്റുകളെയും ഉദ്യോഗസ്ഥന്മാരെയും അതിന് പകരക്കാരായ മേന്മകുറഞ്ഞ ഭരണകർത്താക്കളെയും ഒഴിവാക്കാനായിരുന്നു നമ്മളുടെ ശ്രമം. അല്ലാതെ സാധാരണക്കാരെ ചൂഷണം ചെയ്യുന്ന പുതിയ വർഗ്ഗങ്ങളെ സൃഷ്ടിക്കാനല്ല."

നോറ: നിർഭാഗ്യമെന്നു പറയട്ടെ. അത് ആദ്യത്തെ പ്രാവശ്യമായിരുന്നില്ല. അല്ലെങ്കിൽ അവസാനത്തേതുമല്ല. അത് ഉണ്ടാക്കാൻ പോകുന്ന അപകടങ്ങളെപ്പറ്റി ചിന്തിക്കാതെയുള്ള മെയർഹോൾഡിന്റെ പരസ്യപ്രസ്താവനകൾക്ക്, ഈ വികാരപ്രകടനങ്ങൾക്ക് അദ്ദേഹത്തിന്റെ ജീവൻ തന്നെ വിലയായി നൽകേണ്ടിവന്നു. ലൈംഗികബന്ധങ്ങൾ ഉണ്ടായിരുന്നെങ്കിലും ലിലിയയും സഖാവ് അഗ്രാനോവും സ്റ്റാലിനെപ്പറ്റിയുള്ള അദ്ദേഹത്തിന്റെ വിമർശനം രഹസ്യപ്പൊലീസിലെ ഉന്നതന്മാരെ അറിയിച്ചിട്ടുണ്ട്. ഗോർക്കിയെ പോലെ മെയർഹോൾഡിന് സ്വയം സംരക്ഷിക്കാൻ പറ്റിയ അന്താരാഷ്ട്ര പ്രശസ്തി ഉണ്ടായിരുന്നില്ല. 1930 കളുടെ അന്ത്യത്തിൽ അദ്ദേഹത്തിന്റെ ഭാര്യയും എന്റെ സുഹൃത്തും സഹപ്രവർത്തകയുമായ സിനൈഡാ അവരുടെ ഫ്ളാറ്റിൽ കൊല്ലപ്പെട്ടു. നീണ്ടുകൂർത്ത ആയുധം കണ്ണുകളിൽ കുത്തിയിറക്കിയതായി കാണപ്പെട്ടു. ഒരു ജപ്പാൻ ചാരനാണെന്ന് സമ്മതിപ്പിക്കാൻ പീഡിപ്പിച്ച് ലൂബിയാങ്കയിലെ ജയിൽ മുറികളിൽ ഒന്നിൽ മെയർഹോൾഡ് വധിക്കപ്പെട്ടു.

താത്യാന: ഇത് നിങ്ങൾക്കെങ്ങനെ അറിയാം?

എല്ലി: നീയിത് അറിയാതെ പോയതെങ്ങനെ?

നോറ: ലിലിയ അവളുടെ അപ്പാർട്ടുമെന്റിൽവെച്ച് ഒരിക്കൽ ഈ സംഭവത്തെക്കുറിച്ച് എന്നോട് പറഞ്ഞിരുന്നു, ആ സംഭവത്തെപ്പറ്റിയുള്ള ഓർമ്മയാണ് ഞാൻ നൽകിയത്. ഒരു വ്യത്യാസവുമില്ല. നഡേഷ്ഡായുടെ കടുത്ത ദുഃഖം എനിക്ക് ഓർമ്മയുണ്ട്. മെയർഹോൾഡിന്റെ കോപാകുലമായ ആക്രോശങ്ങൾ എനിക്ക് ഓർമ്മയുണ്ട്. അദ്ദേഹത്തിന്റെ കുപ്പായക്കൈ പെട്ടെന്ന് പിടിച്ചു വലിക്കുന്ന സിനൈഡായെ എനിക്ക് ഓർമ്മയുണ്ട്. തെറ്റുകൾ ചെയ്തിട്ടുള്ള കേവലം മനുഷ്യനായിരുന്നു ലെനിൻ എന്ന പാസ്റ്റർനാക്കിന്റെ പ്രസ്താവം ഞാൻ ഓർക്കുന്നുണ്ട്. അവിടെ ഹാജരായിരുന്ന എല്ലാവരും പാസ്റ്റർനാക്ക് എന്തായിരുന്നു പറഞ്ഞതെന്ന്

മനസ്സിലാക്കി. എന്നാൽ അപകടം ഒഴിവാക്കാൻ മുൻകരുതലെടുത്ത് ഒന്നും പറയാതെ അദ്ദേഹം വേഗം സ്ഥലം വിട്ടു. ആരും പരസ്യമായി പറയുന്നില്ലെങ്കിലും എല്ലാവർക്കും അതറിയാമായിരുന്നു. ലെനിന്റെ പിൻഗാമിയായി സ്റ്റാലിനെ അവരോധിച്ചതാണ് ഏറ്റവും വലിയ തെറ്റ്.

എല്ലി: പാസ്റ്റർനാക്ക് അറസ്റ്റു ചെയ്യപ്പെടാതിരുന്നത് അദ്ഭുതത്തിൽ കവി ഞ്ഞൊന്നുമല്ല. സ്റ്റാലിന്റെ യുവതിയായ ഭാര്യ നടേഷാ അലിലുയേവാ ആത്മഹത്യ ചെയ്തപ്പോൾ അദ്ദേഹം പ്രവ്ദയിൽ പ്രസിദ്ധീകരിച്ച ഒരു കത്ത് അദ്ദേഹത്തെ രക്ഷിച്ചു. എന്റെ ഓർമ്മ ശരിയാണെങ്കിൽ അത് വളരെ മുമ്പ് 1932 നവംബറിൽ ആയിരിക്കണം. എല്ലാവരും പാസ്റ്റർനാക്കിന്റെ എഴുത്തിനെ പ്രത്യേകം പരാമർശിച്ചു. ന്യൂയോർക്കിലെ റഷ്യക്കാർ അത് വേണ്ടത്ര ശ്രദ്ധിച്ചുകാണില്ല. ഒട്ടും ആത്മാർത്ഥതയില്ലാത്തതും പറഞ്ഞു പഴകിയ പതിവ് അനുശോചനങ്ങൾ നിറഞ്ഞ പേജിൽ സത്യത്തിന്റെ മുഴക്കം നിലനിൽക്കുന്ന സനാതന പ്രകടനമായിരുന്നു പാസ്റ്റർനാക്കിന്റെ കത്ത്. സ്റ്റാലിന്റെ ശ്രദ്ധയിൽ അത് പെടാതിരിക്കാൻ സാധ്യതയില്ല.

താത്യാന: പാസ്റ്റർനാക്ക് എഴുതിയതെന്ന് നിങ്ങൾ ഓർക്കുന്നുണ്ടോ, എല്ലി?

നോറ: ഞാൻ ഓർക്കുന്നു. ആ സംഭവം അതിന്റെ പൂർണ്ണരൂപത്തിൽ എന്റെ മനസ്സിലുണ്ട്. ബോൾഷോയ് തിയേറ്ററിലെ ബാലൻ ചൈനിന്റെ 'ഡോൺകിക്സോട്ട്' ബാലെ പരിപാടിക്കുശേഷം സ്റ്റേജിന് പിന്നിൽ ഡ്രസ്സിംഗ് മുറിയിൽ ഞങ്ങൾ ഷാംപെയിൻ കുടിക്കുകയായിരുന്നു. അപ്പോൾ ആരോ റേഡിയോ സ്വിച്ച് ഓൺ ചെയ്തു. ഒരു ഔദ്യോഗിക വാർത്താക്കുറിപ്പ് ഞങ്ങൾ കേട്ടു. സ്റ്റാലിന്റെ യുവതിയായ ഭാര്യ നടേഷാ അലിലുയേവ അപ്പന്റിസൈറ്റിസിന്റെ വൈഷമ്യങ്ങൾ മൂലം മരിച്ചു. ഔദ്യോഗികഭാഷ്യം അങ്ങനെ ആയിരുന്നു. ആത്മഹത്യയെപ്പറ്റി ഒന്നും പറഞ്ഞില്ല. ബോൾഷോയ് നർത്തകിമാരിൽ ഒരാളുടെ അർദ്ധസഹോ ദരിയെ വിവാഹം ചെയ്തിരുന്നത് സ്റ്റാലിന്റെ വീട്ടുജോലിക്കാരുടെ സൂപ്പർവൈസർ കരോളിനാ ടില്ലിന്റെ സഹോദരനായിരുന്നു എന്ന കിംവദന്തികൾ പരക്കാൻ തുടങ്ങുന്നതിനും വളരെ മുമ്പായിരുന്നില്ല അത്.

ബോൾഷെവിക്ക് വിപ്ലവത്തിന്റെ പതിനഞ്ചാം വാർഷികത്തോടനുബ ന്ധിച്ച് സംഘടിപ്പിച്ച ആവേശകരവും ആഹ്ലാദകരവുമായ ക്രെംലിൻ വിപുലമായ സായാഹ്ന വിരുന്നും പ്രസംഗങ്ങളും നടക്കുമ്പോൾ ജോസഫ് സ്റ്റാലിനും നടേഷായ അലിലുയേവയും തമ്മിൽ പരിഹരിക്കാൻ കഴിയാത്തത്ര രൂക്ഷവും സാധാരണയിൽ കവിഞ്ഞ ഉച്ചത്തിലുള്ള വാഗ്വാദവും പരസ്യമായ കലഹവും ഉണ്ടായി. അല്പം കൂടുതൽ മദ്യപിച്ച സ്റ്റാലിൻ തൊഴിലാളി സർവ്വാധിപത്യത്തിന്റെ ശത്രുക്കളുടെ നാശത്തിന്റെ സ്മരണാർത്ഥം ബഹുമാന സൂചകമായി തന്റെ ഗ്ലാസ് ഉയർത്തി.

നടേഷയുടെ തൊട്ടടുത്ത് സീറ്റിലിരുന്ന ഒരു സിനിമാനടിയുമായി ഭർത്താവിന്റെ ലൈംഗിക താത്പര്യത്തോടുകൂടിയ പെരുമാറ്റത്തിൽ ദേഷ്യപ്പെട്ട് തന്റെ ഗ്ലാസ് ഉയർത്താൻ നടേഷ കൂട്ടാക്കിയില്ല. സ്റ്റാലിൻ കഠിനമായി കോപിച്ച് മേശയ്ക്കെതിരെ ഇരുന്ന ഭാര്യയുടെ നേർക്ക് ഓറഞ്ച് തൊണ്ടുകൾ വലിച്ചെറിഞ്ഞു. പ്രധാനപ്പെട്ട ബോൾഷെവിക്ക് ഔദ്യോഗിക ഭാരവാഹികളുടെയും അവരുടെ ഭാര്യമാരുടേയും മുമ്പിൽ വെച്ച് അപമാനിക്കപ്പെട്ട നടേഷ ദേഷ്യത്തോടെ, ഗർവ്വോടെ ബാൻക്വറ്റ് ഹാളിൽ നിന്നും പുറത്തേക്ക് നടന്നു. അടുത്ത ദിവസം രാവിലെ ഹൗസ്കീപ്പർ കരോളിനാടിൽ ക്രെംലിൻ മതിൽക്കെട്ടിനുള്ളിൽ, പൊട്ടെൻഷ്യൽ കൊട്ടാരത്തിലെ രണ്ടാം നിലയിൽ കിടപ്പുമുറിയിലെ കാർപ്പെറ്റിൽ നടേഷാ തളം കെട്ടിയ രക്തത്തിൽ കിടക്കുന്നത് കണ്ടു. ഒരു കാലിബർ ജർമ്മൻ റിവോൾവർ കൈയിൽ. ബുള്ളറ്റ് കേറിയ ദ്വാരം മാറിൽ. ആർക്കും ആശ്വസിപ്പിക്കാൻ കഴിയാത്തത്ര ദുഃഖിതനായി സ്റ്റാലിൻ കാണപ്പെട്ടു. റഷ്യയുടെ പരമോന്നത നേതാവ് സ്റ്റാലിന് ലഭിച്ച സാന്ത്വന കമ്പി സന്ദേശങ്ങളുടേയും കത്തുകളുടേയും മഹാപ്രവാഹം സ്റ്റാലിൻ ശ്രദ്ധിച്ചതേയില്ല. പാസ്റ്റർനാക്കിന്റേതൊഴികെ. മെയർഹോൾഡ് അദ്ദേഹത്തിന്റെ തിയേറ്ററിൽ റിഹേഴ്സൽ സമയത്ത് ഞങ്ങളെ എല്ലാവരേയും വിളിച്ചു കൂട്ടി. വികാരങ്ങളെ നിയന്ത്രിക്കാൻ പ്രയാസപ്പെട്ടുകൊണ്ട് പാസ്റ്റർനാക്കിന്റെ കത്ത് അദ്ദേഹം ഉറക്കെ വായിച്ചു. അത് ഞാൻ ഒരിക്കലും മറക്കില്ല. അത് ഏതാണ്ട് ഈവിധത്തിലായിരുന്നു. “ഈ വാർത്ത കേട്ടപ്പോൾ സ്റ്റാലിനെപ്പറ്റി ആദ്യമായി ആഴത്തിലും തീവ്രമായും ഞാൻ ചിന്തിച്ചു. ഞാൻ അവിടെ ഉണ്ടായിരിക്കുകയും സ്റ്റാലിന്റെ തൊട്ടടുത്ത് ജീവിക്കുകയും ആ രംഗം നേരിട്ട് കാണുകയും ചെയ്താൽ എന്ന വിധം ഞെട്ടിവിറച്ചു, ബോറിസ് പാസ്റ്റർനാക്ക്.

ലിറ്റ്സ്കി: (ഇംഗ്ലീഷിൽ) സ്റ്റാലിനു മാത്രം മനസ്സിലാകുന്ന ഭാഷയിൽ... സഖാക്കൾക്ക് അതൊരു സാധാരണ ചരമക്കുറിപ്പ് മാത്രം...

എല്ലി: (ഇംഗ്ലീഷിൽ) ആരും നിങ്ങളോട് ചോദിച്ചില്ല. അതിലുപരി പാസ്റ്റർനാക്കിന്റെ അഭിപ്രായത്തെ നിങ്ങളുടെ സ്വാഭാവികമായ വഴിപിഴച്ച അമേരിക്കൻ കാഴ്ചപ്പാടിൽ വ്യാഖ്യാനിക്കുന്നു റാസ്പുട്ടിൻ. പാസ്റ്റർനാക്കിന്റെ അനുശോചനം സ്വാർത്ഥതാത്പര്യത്തിനാണെന്ന് നിങ്ങൾ സങ്കല്പിക്കുന്നു. മോസ്കോയിൽ ദീർഘകാലം താമസിക്കുകയും ഞങ്ങളെ കുറെക്കൂടി നന്നായി മനസ്സിലാക്കുകയും ചെയ്യുമ്പോൾ നിങ്ങൾക്ക് മനസ്സിലാകും. വിഷയം ‘മരണാനന്തര ജീവിതം’ ആകുമ്പോൾ റഷ്യക്കാർ അവരുടെ മനസ്സിലേക്ക് ആദ്യം കടന്നുവരുന്ന കാര്യം പറയും. വിഷയം ‘മരണശിക്ഷ’ പോലുള്ളതാകുമ്പോൾ അവർക്ക് യാതൊന്നും മറച്ചുവയ്ക്കാൻ കഴിയില്ല. അവർ ഹൃദയംകൊണ്ട് സംസാരിക്കുന്നു.

നോറ: എന്താണ് ഈ റാസ്പുട്ടിൻ പറയുന്നത്?

എല്ലി: (വനിതകളോട് റഷ്യൻ ഭാഷയിൽ) ബോൾഷെവിക്ക് വിപ്ലവത്തെപ്പറ്റി പാസ്റ്റർനാക്ക് ഒരു നോവൽ രചനയിലാണ് എന്നാണ് പൊതുജനസംസാരം. നമ്മൾ കേട്ടുവോ എന്ന് അയാൾ ചോദിക്കുന്നു.

താത്യാന: ദൈവമേ, കവി പാസ്റ്റർനാക്കിന്റെ വിപ്ലവത്തെപ്പറ്റിയുള്ള നോവൽ അത് പ്രതിവിപ്ലവത്തിന് തുടക്കം കുറിക്കും.

നോറ: അങ്ങനെ ചെയ്യാൻ പോകുന്ന ഒരു വിഡ്ഢിയല്ല പാസ്റ്റർനാക്ക്. അത് ഇവിടെ പ്രസിദ്ധീകരിക്കാൻ പാർട്ടി സമ്മതിക്കുകയില്ല. അദ്ദേഹം വിദേശത്ത് പീഡനങ്ങൾ സഹിക്കേണ്ടിവരും.

ലിലിയ: പറഞ്ഞുകൊണ്ടിരുന്ന വിഷയത്തിലേക്ക് തിരിച്ചുവരാം. സ്വെറ്റൈവയുടെ കവിത ആ വൈകുന്നേരം പാസ്റ്റർനാക്ക് വായിക്കുമ്പോൾ നിങ്ങൾ അവിടെ ഉണ്ടായിരുന്നതായി ഞാനിപ്പോൾ മനസ്സിലാക്കുന്നു. നോറാ നിങ്ങൾ നിശ്ചയമായും ഓർക്കുന്നുണ്ടാകും, മെയർ ഹോൾഡിന്റെ ദേഷ്യത്തോടുകൂടിയ ദീർഘസംസാരത്തിനുശേഷം മയക്കോവ്സ്കി ദേഷ്യംകൊണ്ട് ചുവന്ന കണ്ണുകളോടെ കൂടുതൽ ആലോചിക്കാതെ പെട്ടെന്ന് പറഞ്ഞു. "ചുരുങ്ങിയപക്ഷം, എനിക്ക് ഇപ്പോഴും വിശ്വാസമുണ്ട്. സോവിയറ്റ് റഷ്യ അജയ്യമാണ്."

മെയർഹോൾഡിന്റെ കുപ്പായക്കൈ പിടിച്ചുവലിച്ച് ഭയപ്പെട്ട സിനൈഡായെ മറക്കാൻ വയ്യ.

തോളിൽ നിന്ന് അവളുടെ വസ്ത്രം വഴുതിവീഴുന്നതിൽ അസ്വസ്ഥയാവുകയും മാർവിടം വസ്ത്രത്തിന് വെളിയിലാകുകയും ചെയ്തു. അവൾ അപ്പോൾ എഴുന്നേറ്റ് ഭർത്താവിന്റെ സമീപത്തു നിന്നു. അവളുടെ നഗ്നമായ കൈത്തണ്ട ഭർത്താവിന്റെ തോളത്ത് ഇട്ടു. മയക്കോവ്സ്കിയോട് പൂച്ച കരയുന്ന ശബ്ദത്തിൽ പറഞ്ഞു. "നിങ്ങൾ ബോൾഷെവിക്കുകളെ സ്വകാര്യമായി വിമർശിക്കുന്നു. വ്ളാഡിമിർ വ്ളാഡിമിറോവിച്ച്, അവരെ പരസ്യമായി വിമർശിക്കാൻ നിങ്ങൾക്ക് പേടിയാണ്."

ഞാൻ ഉച്ചത്തിൽ വിളിച്ചു പറഞ്ഞത് ഓർക്കുന്നു. "ഒരു നിമിഷം മുമ്പ് ഭർത്താവിന്റെ കുപ്പായക്കൈ നിങ്ങൾ പിടിച്ച അതേകാരണം കൊണ്ടു തന്നെയാണ് പരസ്യമായി അദ്ദേഹം വിമർശിക്കാത്തത്."

അദ്ദേഹത്തിന്റെ അഗ്നിപർവ്വതമനോഭാവം എപ്പോൾ പൊട്ടിത്തെറിക്കും എന്ന് പറയാൻ കഴിയില്ല. അദ്ദേഹത്തോടൊപ്പം ജീവിച്ച എനിക്ക് അതിന്റെ വേണ്ടത്ര അനുഭവങ്ങളുണ്ട്. മറ്റുള്ളവരെ വേദനിപ്പിക്കാൻ കഴിയുന്ന വാക്കുകൾ. വായിൽനിന്നും പുറത്തേക്ക് വന്നു. അദ്ദേഹം പറഞ്ഞത് ഏറെക്കുറെ ഓർക്കുന്നു. "ന്യായമായ വിമർശനങ്ങൾ പരസ്യമായി പറയാൻ തീർച്ചയായും എനിക്ക് ഭയമില്ല. നമ്മുടെ സാംസ്കാരിക 'സാദകളെ' നേരിടുമ്പോൾ എപ്പോഴും ഞാൻ അങ്ങനെ ചെയ്യാറുണ്ട്. എന്നാൽ എന്റെ മുൻകാല സുഹൃത്ത് പാസ്റ്റർനാക്കിനെ പോലെ ആയിത്തീരാൻ ഞാൻ ആഗ്രഹിക്കുന്നില്ല. 'തിന്നുന്ന പാത്രത്തിൽ തുപ്പുന്ന...'

പാസ്റ്റർനാക്കിന് ദേഷ്യം വന്നു. “നിങ്ങൾ എന്നെ അധിക്ഷേപിക്കുന്നു.” അദ്ദേഹം അലറി.

“നിങ്ങളുടെ ബുദ്ധിശക്തിയെ...” മയക്കോവ്സ്കി പ്രതികരിച്ചു. “നിങ്ങളുടെ സമഗ്രവ്യക്തിത്വത്തെ ഞാൻ അധിക്ഷേപിക്കുന്നു. നിങ്ങൾ നികൃഷ്ടൻ.”

എങ്ങനെ പറയണമെന്നറിയാതെ പാസ്റ്റർനാക്കിന്റെ മുഖത്തെ പേശികൾ വലിഞ്ഞു മുറുകി. എല്ലായിടത്തേക്കും കണ്ണുകൾ പായിച്ചു. എന്തോ കണ്ടുപിടിക്കാനുള്ള ഭാവമായിരിക്കും എന്ന് ഞാൻ വിചാരിച്ചു. കവിയെ തുല്യനിലയിൽ പ്രകോപിപ്പിക്കാൻ പറ്റിയ അധിക്ഷേപത്തിനു വേണ്ടി. അദ്ദേഹം മറ്റൊരു ആശയവുമായി വന്നു. “സ്വൈറ്റെവ തെറ്റായി വാക്കുകൾ പ്രയോഗിച്ച് ഭീകരത സൃഷ്ടിക്കുമായിരുന്നു. നിങ്ങൾ, മയക്കോവ്സ്കി തെറ്റായി വാക്കുകൾ പ്രയോഗിച്ച് കവിതയെ നശിപ്പിക്കുന്നു. ഒരിക്കൽ നിങ്ങൾ ഒരു കവി ആയിരുന്നു. ഗാനങ്ങളിലേക്ക് കടന്നപ്പോൾ കവിത്വസിദ്ധി കൈയൊഴിഞ്ഞ് തെറ്റായ വഴിയിലേക്ക് തിരിഞ്ഞ വിപ്ലവത്തിന്റെ പൈങ്കിളി...”

ഈ രാജകീയ വാഗ്വാദത്തിന് സാക്ഷികളായി ഞങ്ങൾ എല്ലാവരും ശ്വാസം അടക്കി നിന്നു. മയക്കോവ്സ്കിക്ക് ശബ്ദം ഉയർത്താൻ പ്രയാസമായിരുന്നു. പക്ഷേ, അദ്ദേഹം പ്രതികരിച്ചു. “നിങ്ങൾ അധമനും നികൃഷ്ടനുമാണ്.” അദ്ദേഹം കിറുകിറു ശബ്ദത്തിൽ പറഞ്ഞു. വെട്ടുപോത്തിനെപ്പോലെ തലകുനിച്ച് ഇടിക്കാൻവേണ്ടി പാസ്റ്റർനാക്കിന്റെ നെഞ്ചിന് നേരെ കുതിച്ചു. കാലിൽ കാൽ വെച്ച് ഇരുന്ന സ്ത്രീകളിൽ ഏറെപേരും നെട്ടോട്ടം ഓടി. അവരുടെ സ്കർട്ടുകൾ പറക്കുകയായിരുന്നു. എന്റെ ഒസിപ്പും മെയർഹോൾഡും ബാലൻചിനും കൈയാങ്കളിക്കാരുടെ ഉരുട്ടിപ്പിടുത്തം വേർപെടുത്താൻ ശ്രമിക്കുകയായിരുന്നു. ശ്വാസം എടുക്കുന്ന ശബ്ദം എല്ലാവർക്കും കേൾക്കാവുന്നത്രയായി അവർ ക്ഷീണിച്ചു. രണ്ടുപേരും എഴുന്നേറ്റു. ലജ്ജാവിവശരായി പരസ്പരം നോക്കി. കലഹത്തിൽ കാലിൽ നിന്നും ഊരിപ്പോയ ഷൂ മയക്കോവ്സ്കി കണ്ടെടുത്തു. കവിയുടെ കാലുറയിലെ ദ്വാരം കണ്ട് പാസ്റ്റർനാക്ക് അസ്വസ്ഥതയോടെ ചിരിച്ചു. ചുറ്റും നിന്ന എല്ലാ മനുഷ്യരും ചിരിക്കാൻ തുടങ്ങി, എന്നെ സംബന്ധിച്ചാണെങ്കിൽ ചിരിക്കണോ കരയണോ എന്ന് നിശ്ചയമില്ലായിരുന്നു. കാരണം തറയിൽ ഇരുന്ന രണ്ട് കവികളും വിഡ്ഢികളെപ്പോലെ തോന്നി. അവർ അടുത്തേക്ക് നീങ്ങി പരസ്പരം കെട്ടിപ്പിടിച്ചു. കവിയുടെ കീറിപ്പോയ കാലുറയെ കൂടാതെ തെറ്റുതിരുത്തി നന്നാക്കാൻ കഴിയാത്ത എന്തോകൂടി ഉണ്ടെന്ന് വളരെ വ്യക്തം.

ആ എന്തോ ഒന്ന് കവികളുടെ പരസ്പരബന്ധമായിരുന്നു.

നോറ: (ഹോട്ടലിന്റെ ജനലിനടുത്തേക്ക് നടന്നുകൊണ്ട്) പുറത്ത് ഒരു കരച്ചിലിന്റെ ശബ്ദമല്ലേ കേൾക്കുന്നത്. അതെന്താണ്?

ലിലിയ: ഈ ബ്ലോക്കിലെ മേൽക്കൂരയിൽ സ്ഥാപിക്കപ്പെട്ട വിമാനാക്രമണ സൈറൺ പരീക്ഷിക്കുന്നതാകണം.

താത്യാന: അത് ഏറക്കുറെ മനുഷ്യശബ്ദമായി തോന്നുന്നു. കഠിന ദുഃഖംകൊണ്ട് കരയുന്ന ഒരു സ്ത്രീയുടെ ആശ്വസിപ്പിക്കാൻ അസാധ്യ മായ ശബ്ദം.

എല്ലി: (ജനലിനടുത്ത് നിൽക്കുന്ന നോറയുടെ സമീപത്തേക്ക് നീങ്ങി ക്കൊണ്ട്) നോക്കൂ, ആളുകൾ റോഡിലേക്ക് ഓടിപ്പോകുന്നു. ചിലർ കരയു ന്നതായി തോന്നുന്നു. എന്റെ ദൈവമേ, അമേരിക്കയുമായി യുദ്ധം തുട ങ്ങിയോ?

ലിലിയ: (ജനൽ തള്ളിതുറന്ന് ഉച്ചത്തിൽ വിളിച്ചു ചോദിച്ചു) "താഴെ എന്താണ് സംഭവിക്കുന്നത്? (എല്ലിയോട്) അയാൾ എന്തു പറയുന്നു?

ലിലിയ: (റേഡിയോ പ്രവർത്തിപ്പിച്ചുകൊണ്ട്) അതിൽ നിന്നും കേൾക്കു ന്നത് ഇന്റർനാഷണൽ ആണ്. ആരോ ഒരു പ്രധാന വ്യക്തി മരിച്ചിട്ടുണ്ടാ കണം. നിൽക്കൂ, ഒരു പ്രഖ്യാപനം വരുന്നു. ലിറ്റ്സ്കി. അത് റെക്കോർഡ് ചെയ്യുക.

റേഡിയോ: (അനുഷ്ഠാനവിശുദ്ധിയോടെ) കമ്മ്യൂണിസ്റ്റ് പാർട്ടി സെൻട്രൽ കമ്മിറ്റി, മന്ത്രിമാരുടെ കൗൺസിൽ യു.എസ്.എസ്.ആർ സുപ്രീംസോവിയറ്റ് പ്രസീഡിയം അറിയിക്കുന്നു.

ലിലിയ: (പതിഞ്ഞ സ്വരത്തിൽ) യൂറി ലെവിറ്റാന്റെ ശബ്ദമാണത്. രണ്ടാം ലോകമഹായുദ്ധകാലത്ത് സോവിയറ്റ് വിജയവാർത്തകൾ പ്രക്ഷേപണം ചെയ്തയാൾ...

റേഡിയോ: അഗാധമായ ദുഃഖത്തോടെ. ഇന്നലെ മാർച്ച് 5, 9.50ന് ജോസഫ് വിസ്സാരിയോണോവിച്ച് സ്റ്റാലിൻ, സഖാവ് ലെനിന്റെ സഹ പ്രവർത്തകനും കമ്മ്യൂണിസ്റ്റ് പാർട്ടി കേന്ദ്രകമ്മിറ്റി ജനറൽ സെക്രട്ടറിയും ആയ അദ്ദേഹത്തിന്റെ ഹൃദയമിടിപ്പ് അവസാനിച്ചു.

എല്ലി: (റേഡിയോവിൽ നിന്നും വരുന്ന ചരമഗീതത്തിനും മേലെ അവളുടെ ശബ്ദം കേൾക്കാവുന്ന വിധത്തിൽ ഉയർത്തി) ഞാൻ കേൾക്കുന്നത് ശരിയോ? അയാൾ പ്രഖ്യാപിക്കുകയാണ് സ്റ്റാലിൻ ഭൂതമായിപ്പോയി എന്ന്. ഒരു ചീത്ത മനുഷ്യന്റെ വേർപാടിനെ ഞാനങ്ങനെ പറയും?

നോറ: ജീസസ്സ്, അദ്ദേഹത്തിന്റെ മരണം സത്യമാണെങ്കിൽ ഇവിടെ ഒരു ഭൂകമ്പം ഉണ്ടാകും. ഭാവിയിൽ മറ്റൊന്നും ഇതുപോലെ ആയിരിക്കില്ല.

എല്ലി: സ്റ്റാലിന്റെ മരണത്തെപ്പറ്റി മയക്കോവ്സ്കി എന്ത് ചിന്തിക്കുമായി രുന്നു. ഞാൻ അദ്ഭുതപ്പെടുന്നു.

ലിലിയ: അദ്ദേഹത്തെ അറിയാവുന്നതുകൊണ്ട് ഇതേപോലുള്ള സന്ദർഭങ്ങളിൽ ആളുകൾ പെട്ടെന്ന് കണ്ണീരൊഴുക്കും. പക്ഷേ, കണ്ണുനീർ കണ്ണുനീരുതന്നെ. മയക്കോവ്സ്കിയുടെ ശബ്ദം ഏതാണ്ട് പൂർണ്ണമായും എനിക്ക് കേൾക്കാം. കണ്ണീരടങ്ങുമ്പോൾ നിസ്സംഗഭാവത്തിൽ അദ്ദേഹം പറയുമായിരിക്കും. "ചരിത്രബോധത്തിന്റെ ഏറ്റവും ചെറിയ അംശമെങ്കിലും കൈവശമുള്ള ആരും ഒരു ഏകാധിപതിയുടെ മരണം ആഘോഷിക്കുകയും പ്രഖ്യാപിതലക്ഷ്യത്തിൽ നിന്നും അകന്നുപോയ ഒരു പ്രസിദ്ധമായ ആശയത്തിന്റെ തകർച്ചയിൽ അനുശോചിക്കുകയും ചെയ്യും."

താത്യാന: സ്റ്റാലിൻ ഇപ്പോൾ ജീവിച്ചിരിക്കുന്നില്ലെന്ന അറിവ് എനിക്ക് ഒരു സുരക്ഷിതബോധം നൽകുന്നുണ്ടെന്ന് ഞാൻ സമ്മതിക്കുന്നു. (ലിറ്റ്സ്കിയുടെ വയർ റെക്കോർഡറിൽ നോക്കിക്കൊണ്ട്) അത് ഞാൻ ഉറക്കെ പറയട്ടെ.

ലിലിയ: ലിറ്റ്സ്കി, ഞങ്ങൾ ഇപ്പോൾ പറഞ്ഞതെല്ലാം തുടച്ചുനീക്കാനുള്ള സന്മനസ്സ് കാണിക്കണം. അതിനുശേഷം ആ നാശം പിടിച്ച സൂത്രപ്പണിയന്ത്രം പ്രവർത്തിപ്പിക്കാതിരിക്കൂ. സ്റ്റാലിൻ മരിച്ചിട്ടുണ്ടാകാം. പക്ഷേ, അദ്ദേഹത്തെ ഇതുവരെ സംസ്കരിച്ചിട്ടില്ല. പാർട്ടിയേയും.

ലിറ്റ്സ്കി: (ഇംഗ്ലീഷിൽ) അസാധാരണമായി ഞാൻ യാതൊന്നും കേട്ടില്ല. മാന്യവനിതകളേ, ആരെങ്കിലും ചോദിക്കുകയാണെങ്കിൽ ഞാൻ റഷ്യൻഭാഷ പറയുകയില്ല.

നോറ: നമുക്ക് അല്പം വിശ്രമം ആവാം. എനിക്ക് ഫോൺകോളുകൾ ഉണ്ട്.

അഞ്ചാം സെഷൻ

നിങ്ങളെ കവിയായി നിയമിച്ചത് ആരാണ്?

താത്യാന: (കേൾക്കുന്നില്ല)

എല്ലി : (കേൾക്കുന്നില്ല)

താത്യാന: തീർച്ചയായും അത് ഒരു തന്ത്രമാണ് (കേൾക്കുന്നില്ല)

ലിലിയ: നിങ്ങൾ രണ്ടുപേരും എന്തിനെപ്പറ്റിയാണ് കുശുകുശുക്കുന്നത്?

എല്ലി: ഞാൻ പറയുന്നു. അതെങ്ങനെ പറയും?

നോറ: എല്ലി പറഞ്ഞത് ശരിയാണ്. ഞാൻ യൂണിവേഴ്സിറ്റിയിലെ ഒരു സുഹൃത്തിനെ വിളിച്ചു. ഇനി ഒരു ഉത്തരവുണ്ടാകുന്നതുവരെ ക്ലാസുകൾ നിർത്തിവച്ചിരിക്കുകയാണെന്ന് അവൾ പറഞ്ഞു. ശവശരീരം കാണാൻ ഒരു യുവജനകമ്മ്യൂണിസ്റ്റ് യൂണിയൻ പ്രതിനിധി സംഘത്തെ അയയ്ക്കാൻ വിദ്യാർത്ഥികൾക്ക് നിർദ്ദേശം നൽകിയിട്ടുണ്ടെന്നും ശവശരീരം കോളംസിന്റെ സ്റ്റേറ്റ് ഹാളിൽ കിടത്തിയിട്ടുണ്ടെന്നും അവൾ പറഞ്ഞു.

എല്ലി: (താത്യാനയോട്) ഇതുപോലുള്ള സന്ദർഭത്തിൽ കിംവദന്തികൾ വ്യാപകമാകും.

താത്യാന: എത്ര പ്രാവശ്യം ഞാൻ നിങ്ങളോട് പറഞ്ഞു. അത് ഒരു കിംവദന്തിയല്ല. ഞങ്ങളുടെ ഫ്ളോറിലെ ടോയ്‌ലെറ്റിന് മുന്നിൽ ഇരിക്കുന്ന ഒരു വൃദ്ധസ്ത്രീയിൽ നിന്നാണ് ഞാനിത് കേട്ടത്. സ്റ്റാലിന്റെ ക്രെംലിൻ അപ്പാർട്ടുമെന്റിലെ പരിചാരികയായ അവരുടെ മകളിൽനിന്നും. ക്രെംലിൻ അംഗരക്ഷകന്മാർക്ക് തറകളും സിങ്കുകളും ടോയ്‌ലെറ്റുകളും തുടച്ചു വൃത്തിയാക്കാൻ പ്രത്യേകം ജോലിക്കാരുണ്ട്. തൊട്ടടുത്തുള്ള ഒരു ഗ്രാമവസതിയിൽ നിന്ന് സ്റ്റാലിന്റെ സെക്രട്ടറി ജനറൽ ഏതോ മീറ്റിംഗിന് വരുമെന്ന് അവർ പ്രതീക്ഷിക്കുന്നുണ്ടായിരുന്നു. അദ്ദേഹത്തിന്റെ മരണവാർത്ത റേഡിയോയിലൂടെ അറിയിച്ചെങ്കിലും ക്രെംലിൻ അംഗരക്ഷകർ അദ്ദേഹം മരിച്ചെന്ന് വിചാരിക്കുന്നില്ല. നിങ്ങൾക്ക് എന്തുകൊണ്ട് അത്

കാണാൻ കഴിയുന്നില്ല. അത് പരിപൂർണ്ണ ജാഗ്രതയോടെ തയ്യാറാക്കിയ തന്ത്രമാണ്. അദ്ദേഹം മരിച്ചു എന്ന കഥ രഹസ്യപ്പൊലീസ് പ്രചരിപ്പിക്കുകയാണ്. ആരൊക്കെ അനുശോചിക്കുന്നുവെന്നും ആഘോഷിക്കുന്നുവെന്നും മനസ്സിലാക്കാൻ വേണ്ടി. ആഘോഷിക്കുന്നവർക്ക് രക്ഷ ദൈവം മാത്രം.

ലിലിയ: ദൈവാനുഗ്രഹത്താൽ നിങ്ങൾ ആശ്വസിക്കൂ താത്യാനാ. ഫോണിൽ ഞാൻ ഒസിപ്പിനോട് സംസാരിച്ചു. അദ്ദേഹം മോസ്കോയിലെ ഒരു ട്രോമാ സ്പെഷ്യലിസ്റ്റ് ഡോക്ടറായ സുഹൃത്തിനോട് സംസാരിച്ചിട്ടുണ്ട്. രണ്ട് രഹസ്യപ്പൊലീസുകാർ ഇന്നലെ അതിരാവിലെ സ്റ്റാലിന് എന്തു രോഗമാണെന്നറിയാൻ വേണ്ടി ഡോക്ടറെ സമീപിച്ചിരുന്നു. തലച്ചോറിലെ ട്യൂമർ ധമനികൾ പൊട്ടുക. അല്ലെങ്കിൽ രക്തക്കുഴലുകൾക്ക് കട്ടി കൂടുക. അതുകൊണ്ടുണ്ടാകുന്ന കടുത്ത ശ്വാസതടസ്സമാണ് ആ രോഗം. രഹസ്യപ്പൊലീസുകാർ പരിഭ്രാന്തരാണെന്ന് കാഴ്ചയിൽ തോന്നി. കാരണം അവർ സ്റ്റാലിനെപ്പറ്റി യാഥാർത്ഥ്യങ്ങൾ അറിയാൻ ശ്രമിക്കുകയായിരുന്നു.

നോറ: സ്റ്റാലിൻ മരിച്ചിട്ടുണ്ടാകണം. പക്ഷേ, അസ്വസ്ഥതയുണ്ടാക്കുന്ന ഒരു വസ്തുതയുണ്ട്. അതേപ്പറ്റി ഞാൻ എന്തു വിചാരിക്കുന്നു എന്ന് എനിക്ക് കൃത്യമായി പറയാൻ പറ്റുന്നില്ല. ഒരുവിധത്തിൽ നോക്കിയാൽ തീർച്ചയായും എനിക്ക് ആശ്വാസമുണ്ട്. അദ്ദേഹത്തിന്റെ ആന്റി-കോസ്മോപോളിറ്റൻ കാംപെയ്നിൽ രണ്ട് ജൂതനടന്മാരെ അറസ്റ്റ് ചെയ്തത് എനിക്ക് നേരിട്ട് അറിയാം. ജൂതമതവിശ്വാസിയാണെങ്കിൽ സിയോണിസ്റ്റിനു തുല്യം. അങ്ങനെയെങ്കിൽ സിയോണിസ്റ്റും സോവിയറ്റ് വിരുദ്ധനും തുല്യം. അതാണവരുടെ കുറ്റകൃത്യം.

മറ്റൊരു വിധത്തിൽ ആലോചിച്ചാൽ എന്റെ അച്ഛൻ, അമ്മ, പിതാമഹൻ, എന്റെ രണ്ട് സഹോദരന്മാർ. (അവരിൽ ഒരാൾ എവിടെയോ ജയിലിലാണ്.) എന്റെ മൂന്ന് അമ്മാവന്മാരിൽ ഒരാളെ ജർമ്മൻകാർ തടവിലാക്കി. നാസി കോൺസൻട്രേഷൻ ക്യാമ്പിൽനിന്നും രക്ഷപ്പെട്ടു. യുദ്ധത്തിനുശേഷം കീഴടങ്ങാൻ തിരികെ വന്ന് റഷ്യയിൽ കാൽകുത്തിയപ്പോൾ വീണ്ടും അറസ്റ്റ്. ജീസസ്, കഷ്ടം! ഈ ദുരിതത്തിന് ഒരു കാരണം ഉണ്ടെന്നാവും അവരെല്ലാം വിശ്വസിക്കുന്നത്. നമ്മൾ പടിപടിയായി വേദനയോടെ "സോഷ്യലിസം ഒരു രാജ്യത്തിനു വേണ്ടി എന്ന ആശയം സഫലമാക്കാൻ പണിയുകയായിരുന്നു. മറ്റൊരു മേന്മയേറിയ വ്യവസ്ഥിതിയുണ്ടെന്ന് ഈ ലോകത്തെ മുഴുവൻ കാണിക്കാനായിരുന്നു അത്. ആ നികൃഷ്ടജന്തു ഇപ്പോൾ മരിച്ചു. മാത്രമല്ല, നമ്മളെല്ലാം വിശ്വസിച്ചത് ശരിയുടെ പക്ഷത്ത് അയാൾ മാത്രം എന്നായിരുന്നു. നമ്മൾ തെറ്റുകാരും. അയാൾ ചെയ്തത് എന്താണെന്ന് അയാൾക്കു മാത്രമേ അറിയൂ. ധീരമായ സോഷ്യലിസ്റ്റ് പരീക്ഷണത്തെ ബോധപൂർവ്വം തകർക്കാൻ ധാന്യമാവിലേക്ക് ചില്ലുകഷ്ണങ്ങൾ എറിയുന്ന ജനശത്രുക്കൾ ഉണ്ട്.

നമ്മൾ അവയെ തിരിച്ചറിഞ്ഞില്ല. ഇവയെല്ലാം ശരിയാണെന്ന് വിശ്വസിച്ച് നമ്മുടെ ജീവിതത്തിലെ ഏറ്റവും നല്ല വർഷങ്ങൾ വെറുതെ പാഴാക്കി. കഷ്ടം. അയാൾ ജീവനോടെയിരുന്നപ്പോൾ നമ്മൾ ചോദ്യം ചെയ്യപ്പെടുകയോ പീഡിപ്പിക്കപ്പെടുകയോ ശിക്ഷിക്കപ്പെടുകയോ ചെയ്യാവുന്ന ഭീകരമായ അവസ്ഥയായിരുന്നു.

ഇപ്പോൾ ആ നികൃഷ്ടജന്തു സുരക്ഷിതമായി നരകവാതിലുകൾക്കപ്പുറം എവിടേക്കോ കടന്നു കഴിഞ്ഞു. മാർക്സിന്റെ വെള്ളം കയറുന്ന തുളകളുള്ള തോണിയിൽ ചെറുതുഴയ്ക്കു പകരം തുരുമ്പിച്ച ടീസ്പൂൺ കൊണ്ട് തുഴഞ്ഞ് സാവധാനത്തിൽ നമ്മൾ വലിയൊരു ദുരന്തത്തിലേക്ക് നീങ്ങുകയായിരുന്നു.

താത്യാന: (വളരെ പതിഞ്ഞ ശബ്ദത്തിൽ) പാരീസിൽ ഞങ്ങൾ സ്റ്റാലിൻ പറഞ്ഞ ഒരു വാക്കുപോലും വിശ്വസിച്ചില്ല. എന്നാൽ വിചാരണവേളയിലെ ആ കുറ്റസമ്മതങ്ങൾ എല്ലാം... സീനോവീവ്, കമനീവ്, ബുഖാറിൻ, റാഡെക്ക്... അവർ ജനങ്ങളുടെ ശത്രുക്കളല്ലായിരുന്നെങ്കിൽ, അവർ സ്റ്റാലിനെ കൊല ചെയ്യാൻ ശ്രമിച്ചിട്ടില്ലായിരുന്നെങ്കിൽ, അവർ ജർമ്മനിയുടെയോ ഇംഗ്ലണ്ടിന്റെയോ ജപ്പാന്റെയോ ചാരന്മാരല്ലായിരുന്നെങ്കിൽ അവർ എന്തുകൊണ്ട് കുറ്റം ഏറ്റുപറഞ്ഞു? (എല്ലിയുടെ രൂക്ഷവും പരിഹാസഭാവത്തിലുള്ളതുമായ ചിരി ശ്രദ്ധിച്ചുകൊണ്ട് എന്തോ മനസ്സിലാക്കിയിട്ടുണ്ട് എന്ന ഭാവത്തോടെ) എന്റെ ദൈവമേ, എന്റെ ദൈവമേ, ഞാൻ എന്തുകൊണ്ട് ഇത് അറിഞ്ഞില്ല?

ലിലിയ: ശ്രദ്ധിച്ചു കേൾക്കൂ. സ്റ്റാലിൻ മരണത്തെക്കുറിച്ച് ചിന്തിക്കാത്ത മനുഷ്യൻ, അനശ്വരൻ. അദ്ദേഹം എക്കാലത്തും ജീവിക്കും. ഇഷ്ടമുള്ളത് തിരഞ്ഞെടുക്കാൻ അവസരം നൽകിയാൽ. എന്റെ യഥാർത്ഥവികാരത്തിന്റെ അടിസ്ഥാനത്തിൽ എന്റെ അധികാരസീമയ്ക്കുള്ളിലാണ് എങ്കിൽ, ഞാൻ പറയും ഒരു ഏകാധിപതിക്കുപകരം മറ്റൊരു ഏകാധിപതി വരുന്നത് അപ്പാർട്ടുമെന്റുകളുടേയോ കമിതാക്കളുടേയോ അല്ലെങ്കിൽ സിഗരറ്റ് ബ്രാൻഡുകളുടേയോ മാറ്റം പോലെയല്ല; അതിന്റെ ആഘാതം നമുക്ക് സ്മൃതിക്ഷതങ്ങൾ കൊണ്ടുവരും, എന്താണ് സംഭവിക്കുന്നത് എന്ന് ഓർക്കാൻ കഴിയാതെ നമ്മൾ നിശ്ചലരാകും. അയാൾ എല്ലാകാലവും ജീവിച്ചിരിക്കണം. ദൈവമേ, നമുക്ക് എന്തു സംഭവിക്കും? റഷ്യയ്ക്ക് എന്തു സംഭവിക്കും? നമുക്ക് ഒരു സാർ വേണം. ഉപദേശിക്കാനും സഹായിക്കാനും പ്രാപ്തനായ ഒരു പിതൃബിംബം വേണം. സ്റ്റാലിനെ പോലെ നമുക്ക് ഒരു കപ്പിത്താൻ വേണം. അല്ലെങ്കിൽ രാജ്യം അടിത്തട്ടിൽ ഉറച്ച് നിശ്ചലമാകും. സോവിയറ്റ് സോഷ്യലിസ്റ്റ് റിപ്പബ്ലിക്കുകൾ പ്രത്യേകിച്ച് മദ്ധ്യേഷ്യയിലെ മുസ്ലീമുകൾ രാഷ്ട്രത്തിൽ നിന്നും വേർപെടുന്നത് തടഞ്ഞുനിർത്താൻ ആർക്ക് കഴിയും? സോവിയറ്റ് യൂണിയന്റെ ശിഥിലീകരണവും തുടർന്നുണ്ടാകുന്ന അരക്ഷിതാവസ്ഥയും തടഞ്ഞു നിർത്താൻ ആർക്ക് കഴിയും?”

നോറ: ലിലിയെ മുഖാമുഖം കാണുന്നതും അവളുടെ വർത്തമാനം കേൾക്കുന്നതും എനിക്ക് മുമ്പേതന്നെ അസുഖകരമായിരുന്നു. എന്റെ മനസ്സിൽ കടന്നുവരുന്നത് പാസ്റ്റർനാക്കിന്റെ അതിവിദഗ്ധമായ 'ഹാംലെറ്റ്' പരിഭാഷയിലെ മറ്റൊരു വരിയുണ്ട്. "ഒരു സഞ്ചാരിയും തിരിച്ചുവരാത്ത ദുരൂഹമായ രാജ്യത്തിന് എന്തോ സവിശേഷതയുണ്ട്."

ലിലിയ: തീർച്ചയായും. ചുരുക്കിപ്പറഞ്ഞാൽ മറയ്ക്കപ്പെട്ട യാഥാർത്ഥ്യം അതുതന്നെ, കണ്ടുപിടിച്ചിട്ടില്ലാത്ത രാജ്യം മസ്തിഷ്കത്തെ കുഴയ്ക്കുന്നു.

"നമ്മളറിഞ്ഞിട്ടില്ലാത്ത സഹനത്തിന്റെ
പീഡനഭാരങ്ങൾ ചുമന്നുകൊണ്ട്
വിപ്ലവത്തിന്റെ ചിറകുകളിൽ
മറ്റുള്ളവർക്കുമുമ്പേ പറക്കാൻ..."

എല്ലി: ഞാൻ കേൾക്കുന്നത് ശരിയാണോ എനിക്ക് വിശ്വസിക്കാൻ കഴിയുന്നില്ല. എന്താകാം സംഭവിക്കാൻ പോകുന്നതെന്ന അനിശ്ചിതത്വത്തേക്കാൾ നിങ്ങൾ രണ്ടുപേരും ഇഷ്ടപ്പെടുന്നത് സ്റ്റാലിന്റെ കുത്സിതമായ ക്രൂരപ്രവൃത്തികളല്ലേ? ഞാനതല്ല. സംഭവിക്കാൻ പോകുന്നതെന്തെന്നറിയുക അസാദ്ധ്യമാണ്. അടുത്തുവരുന്നത് ആരാണെന്നറിയുക അസാദ്ധ്യം. ഇതിനേക്കാൾ ചീത്തയുമാകാം.

ലിലിയ: അല്ലെന്ന് ഞാൻ പറയില്ല എല്ലി. ഇതിനേക്കാൾ നിന്ദ്യമാകാം. ഒരു പ്രഭാതത്തിൽ ഹാംലെറ്റ് രാജകുമാരൻ കണ്ടുപിടിച്ചിട്ടില്ലാത്ത രാജ്യത്ത് ഉറക്കം ഉണരുകയാണെങ്കിൽ... ദൈവമേ...

എല്ലി: നമ്മുടെ വർത്തമാനം കുറെക്കൂടി സുരക്ഷിതസ്ഥാനത്തേക്ക് നീങ്ങുകയായിരിക്കും. നല്ലത്. ഇവിടെ നമുക്കിനി അധികം സമയമില്ല. നമുക്ക് കവിയുടെ അടുത്തേക്ക് പോകണം. നമ്മൾ ഇവിടെ ഒത്തുചേർന്നതിന്റെ കാരണംതന്നെ അതാണല്ലോ. താത്യാനാ, നിങ്ങൾ പറഞ്ഞു, നിങ്ങൾക്ക് ഒരു ചോദ്യം എന്നോട് ചോദിക്കാനുണ്ടെന്ന്.

താത്യാന: അത് എന്തായിരുന്നു? ഞാൻ മറന്നുപോയി.

എല്ലി: കൊച്ചുവർത്തമാനത്തെപ്പറ്റി എന്തോ ചില കാര്യങ്ങൾ.

താത്യാന: അതെ, ഇപ്പോൾ ഞാൻ ഓർക്കുന്നു. ബ്രൂക്‌ലിനിൽ അദ്ദേഹത്തിന് ഇഷ്ടപ്പെട്ട ആ പ്രസിദ്ധമായ പാലത്തിൽവെച്ച് നിങ്ങൾ പരസ്പരം സമ്മതിച്ച ഉടമ്പടി, കൊച്ചുവർത്തമാനം മേലിൽ ഒരിക്കലും ഉണ്ടാകുകയില്ലെന്ന് വാഗ്ദാനം ചെയ്തില്ലേ? അതെന്നെ വല്ലാതെ രസിപ്പിച്ചു. നിങ്ങൾ കൊടുത്തതിന് പകരമായി തീർച്ചയായും അദ്ദേഹവും രസകരമായ ചില രഹസ്യങ്ങൾ കൈമാറിയല്ലോ എല്ലി.

ലിലിയ: രസകരമായ വഴുവഴുത്ത രഹസ്യങ്ങൾ കൈമാറുന്നത് അദ്ദേഹത്തിന്റെ ഒരു മാർഗ്ഗമാണ്. അതിനേക്കാൾ പതിന്മടങ്ങ് രസകരമായ രഹസ്യങ്ങൾ തിരിച്ചെടുക്കാനും സമർത്ഥനാണ്.

എല്ലി: അദ്ദേഹം വീട്ടിൽ വന്നു. മാൻഹട്ടനിലെ പന്ത്രണ്ടാം തെരുവിൽ എന്റെ ഫ്ളാറ്റിൽ. വ്യക്തമായി പറഞ്ഞാൽ ഗ്രീനിച്ച് വില്ലേജ് എന്ന് പേരുള്ള ദ്വീപിന്റെ ഒരു ഭാഗത്ത് ജനപ്രീതിയാർജ്ജിച്ച 'സ്പീക് ഈസി' – വ്യാജമദ്യവില്പനകേന്ദ്രം – യിൽനിന്ന് 'സാൻ റിമോ'യിലെ വലിയൊരു ജാസ് സംഗീത വിനോദപരിപാടിയിൽ പങ്കെടുത്തശേഷം.

നോറ: എന്നോട് ക്ഷമിക്കൂ. 'സ്പീക് ഈസി' എന്ന വാക്ക് എനിക്ക് അറിയില്ല. ഇതിന് തുല്യമായ വാക്ക് റഷ്യൻഭാഷയിൽ ഉണ്ടോ?

എല്ലി: സത്യത്തിൽ ഇല്ല. അതുകൊണ്ട് ഞാൻ അമേരിക്കൻ വാക്ക് ഉപയോഗിച്ചു. മദ്യനിരോധന കാലത്ത് അമേരിക്കൻ ഐക്യനാടുകളിൽ 'സ്പീക് ഈസി' ഒരു പ്രത്യേകതയായിരുന്നു. എല്ലാതരം മദ്യവും ആൽക്കഹോൾ തീരെ കുറഞ്ഞ ബിയർ ഒഴികെ നിയമവിരുദ്ധമായിരുന്നു. മദ്യവാറ്റ് നിയമവിരുദ്ധമായിരുന്നു. വില്പന നിയമവിരുദ്ധം. മദ്യപാനം നിയമവിരുദ്ധം. നിരോധനത്തിന്റെ പന്ത്രണ്ട് വർഷങ്ങൾ അമേരിക്കക്കാർ പൊറുതിമുട്ടി 'സ്പീക് ഈസി' രഹസ്യമല്ലാത്ത ബാർ അല്ലെങ്കിൽ ക്ലബ്ബ് ആയിരുന്നു. പൂട്ടിയ വാതിലുകൾക്ക് പിന്നിൽ നിയമമദ്യം വിളമ്പി, രാജ്യത്തെ ഉന്മാദത്തിൽ നിന്നും രക്ഷിച്ചു.

ലിലിയ: നമ്മുടെ ഭാഗ്യം! അമേരിക്കൻ മുതലാളിത്തത്തെ നമ്മൾ അനുകരിച്ചില്ല. വോഡ്കയില്ലാത്ത റഷ്യയെ നമുക്ക് സങ്കല്പിക്കാൻ കഴിയില്ല. ദൈവത്തിന് നന്ദി...

എല്ലി: എന്റെ കഥയിലേക്ക് മടങ്ങട്ടെ. 'സ്പീക് ഈസി'യിലേക്ക് മയക്കോവ്സ്കിയെ അനുഗമിക്കാൻ എനിക്ക് ഇഷ്ടമുണ്ടായിരുന്നു. പക്ഷേ, 'വോഗി'ന്റെ പത്രാധിപ കുപ്രസിദ്ധയായ മിസ്സ് എഡ്നാ ചെയ്സ് മയക്കോവ്സ്കിയുടെ പ്രിയപ്പെട്ട ബ്രൂക്ലിൻ പാലത്തിന്റെ സമീപത്ത് മത്സ്യമാർക്കറ്റിലെ മീൻപിടുത്ത ബോട്ടുകളിൽ ഒരു രാത്രി ചിത്രീകരണം ഏർപ്പാടാക്കിയിരുന്നു. പുലർച്ചെവരെ നീണ്ടുനിന്ന ചിത്രീകരണം. അതുകഴിഞ്ഞ് ഒരു ഫ്ളോർ മുഴുവൻ ഉള്ള എന്റെ ഫ്ളാറ്റിന്റെ മുൻവാതിലിലൂടെ കവി അതാ കാലുറയ്ക്കാതെ ആടിയാടി കടന്നുവരുന്നു. കിടക്കയിലേക്ക് പെട്ടെന്ന് കുഴഞ്ഞുവീണു. ഷൂസ് ഊരിമാറ്റാൻപോലും കഴിയാതെ മലർന്നുകിടന്നു. "വ്ളാഡ് നിങ്ങൾ വീണ്ടും കുടിക്കാൻ തുടങ്ങി." എന്റെ ശബ്ദം കവി കേട്ടു. മനസ്സിലാക്കാൻ കഴിയാത്തത്ര വ്യക്തതയില്ലാതെ സാവധാനത്തിൽ അദ്ദേഹത്തിന്റെ മറുപടി കേട്ടപ്പോൾ ഞാൻ ഉറക്കെ കരഞ്ഞിട്ടുണ്ടാകണം. "വ്യാജമായി ഉണ്ടാക്കിയ ഒരു തുള്ളി വിസ്കി പോലും ഞാൻ കുടിച്ചിട്ടില്ല. ആ നീഗ്രോ ഗിറ്റാറിസ്റ്റിനോടൊപ്പം ടോയ്ലറ്റിൽ

വെച്ച് പൈപ്പിൽ കറുപ്പ് പുക വലിച്ചു, ഒരു മനോരാജ്യത്തിൽ നിന്നും ഞെട്ടി ഉണർന്നതുപോലെ അദ്ദേഹം പെട്ടെന്ന് എഴുന്നേറ്റിരുന്നപ്പോൾ ഞാൻ ഷൂസിന്റെ വള്ളികൾ അഴിക്കാൻ ശ്രമിക്കുകയായിരുന്നു. മയക്കു മരുന്നായ കറുപ്പ്, അദ്ദേഹത്തിന്റെ നാവിന് അയവുവരുത്തിയിട്ടു ണ്ടാകണം. കാരണം അദ്ദേഹം വളരെ സ്വതന്ത്രമായി കൂടുതലൊന്നും ചിന്തിക്കാതെ ഏതാണ്ടിങ്ങനെ പറഞ്ഞതായി ഓർക്കുന്നു.

"തെറ്റെന്റേതല്ല. തെറ്റുകൾ ചെയ്യുന്നില്ല എന്നതാണ് എന്റെ കുറ്റം. ഞാനെല്ലാം നന്നായി ചെയ്യുന്നതാണെന്റെ ശാപവും." അദ്ദേഹത്തെ ശാന്തനാക്കാൻ ഞാൻ ശ്രമിച്ചു. എന്റെ ശബ്ദത്തേക്കാൾ ശബ്ദം ഉയർത്തി അദ്ദേഹം സംസാരം തുടർന്നു. ഉള്ളിൽ അടക്കി നിർത്തിയ വാക്കുകൾ അനർഗളം പുറത്തേക്ക് വന്നു. "ഞാൻ അനുഗൃഹീതനായ കവിയാണ്. ഊർജ്ജസ്വലനായ വിപ്ലവകാരിയാണ്. വൈദഗ്ധ്യമുള്ള കാമുകനാണ്. ഈ മൂന്ന് പ്രവൃത്തികൾക്കും പൊതുവായ അനേകം കാര്യങ്ങളുണ്ട്. അവ പരസ്പരപൂരകങ്ങളാണ്. ഒന്നിൽനിന്ന് കിട്ടുന്ന ഊർജ്ജം മറ്റൊന്നിന് ഇന്ധനമാകുന്നു. എന്നെ ശുണ്ഠിപിടിപ്പിക്കുന്നവിധം നിങ്ങൾ ചിരിക്കുന്ന തെന്തിനാണ്? പാസ്റ്റർനാക്ക് തന്നെ പറഞ്ഞു. ഞാൻ കവികളുടെ കവി യാണ്. ബോൾഷെവിക്ക് വിപ്ലവത്തിന് ജനക്കൂട്ടങ്ങളെ അണിനിരത്തിയതിന് യു.എസ്.എസ്.ആർ-ലെ സാംസ്കാരിക വകുപ്പ് മേധാവി - 1946നുശേഷം മന്ത്രി - എന്നോട് വ്യക്തിപരമായി നന്ദി പറഞ്ഞു. ഞാൻ ലൈംഗിക ബന്ധം പുലർത്തിയിട്ടുള്ള സ്ത്രീകൾ നിസ്സംശയം സമ്മതിക്കും അവരുടെ ജീവിതത്തിലെ ഏറ്റവും നല്ല ലൈംഗികപങ്കാളി ഞാനാണെന്ന്. എന്റെ വാക്ക് അങ്ങനെതന്നെ സ്വീകരിക്കരുത്. അവരോട് ചോദിച്ചുനോക്കുക." യാതൊരു തടസ്സവുമില്ലാതെ അനായാസമായി കമിതാക്കളുടെ ഒരു ലിസ്റ്റ് അദ്ദേഹം പറയാൻ തുടങ്ങി. അദ്ദേഹത്തിന്റെ രതിസാമർത്ഥ്യത്തിന് അവർക്ക് തെളിവ് തരാൻ കഴിയും. "തുടക്കം നിങ്ങളിൽ തന്നെ ലിലിയ. കമിതാക്കളുടെ എണ്ണം വളരെ നീണ്ടതാണ്. പതിനെട്ടോ ഇരുപതോ ആയിരിക്കാം."

അദ്ദേഹത്തിന്റെ വളരെ ചുവന്ന കണ്ണുകൾ സ്വാഭാവികമായി അട ഞ്ഞു. കിടക്കയിലേക്ക് ചാഞ്ഞു. സുഖമായ ഉറക്കത്തിലേക്ക്.

നോറ: തെളിച്ചു പറയൂ. ലിലിയാ യൂറിയേവ്നാ, നിങ്ങളുടെ ജീവിതത്തിൽ അദ്ദേഹം ഏറ്റവും നല്ല ലൈംഗിക പങ്കാളി ആയിരുന്നോ?

ലിലിയ: തീരെ അല്ല.

ലിറ്റ്സ്കി: (ഇംഗ്ലീഷിൽ) എന്റെ ദൈവമേ, ഞാനെന്താണീ കേട്ടത്?

നോറ: റാസ്പുട്ടിൻ എന്താണ് പറഞ്ഞത്?

എല്ലി: ഒറ്റവാക്കിൽ ഒരു ചോദ്യത്തിന് ലിലിയ മറുപടിപറഞ്ഞത് കേട്ട് അയാൾ അന്തം വിട്ടു. ഞാനും യഥാർത്ഥത്തിൽ ഞെട്ടിപ്പോയി.

ലിലിയ: ഭയാനകമായ,സങ്കടകരമായ സത്യം.

എല്ലി: സത്യത്തിന്റെ സങ്കടകരമായ ഒരു വാലിതാ കടന്നുവരുന്നു.

ലിലിയ: മയക്കോവ്സ്കിയുമായുള്ള ലൈംഗികബന്ധത്തിൽ നിന്നും എനിക്ക് ആനന്ദം ഒരിക്കലും ഉണ്ടായിട്ടില്ല. അതാണ് യാഥാർത്ഥ്യം.

താത്യാന: അങ്ങനെയല്ലല്ലോ നിങ്ങൾ മുമ്പ് പറഞ്ഞത്.

നോറ: നിങ്ങൾ രതിമൂർച്ഛയുണ്ടാകുന്നതുവരെ അദ്ദേഹത്തിന് തുടരാൻ കഴിയും എന്ന് നിങ്ങൾ ഞങ്ങളോട് പറഞ്ഞിട്ടുണ്ട്. നിങ്ങൾക്ക് ഒരിക്കലും രതിമൂർച്ഛ അഭിനയിക്കേണ്ടിവന്നിട്ടില്ലെന്ന് നിങ്ങൾ ഞങ്ങളോട് പറഞ്ഞു.

ലിലിയ: ഞാൻ പറഞ്ഞത് സത്യം തന്നെ. മയക്കോവ്സ്കിയോടൊപ്പം ഞാൻ ഒരിക്കലും രതിമൂർച്ഛ അനുഭവിച്ചിട്ടില്ല. ഭൂകമ്പത്തിന്റെ വ്യാപ്തി അളക്കുന്ന റിക്ടർസ്കെയിലിന്റെ അടിസ്ഥാനത്തിൽ പോലും നിങ്ങൾക്ക് അത് കാണാൻ പറ്റില്ല. കവിക്ക് അദ്ദേഹത്തിന്റെ സുഖത്തിൽ മാത്രമായിരുന്നു ശ്രദ്ധ. മയക്കോവ്സ്കിയോടൊപ്പമുള്ള ലൈംഗികബന്ധം എന്നാൽ താൻ അനുഭവിക്കുന്ന ആനന്ദത്തിന്റെ ഒരളവ് പങ്കാളിക്ക് നൽകുന്നുണ്ട് എന്ന തെറ്റിദ്ധാരണയിലായിരുന്നു അദ്ദേഹം. അദ്ദേഹം എത്രമാത്രം ഊർജ്ജസ്വലനായിരുന്നു എന്ന് അതിശയോക്തി കലർത്തി ഞാൻ പറഞ്ഞിട്ടുണ്ടെങ്കിൽ നിങ്ങൾ അത്രമാത്രം പ്രകോപിക്കപ്പെടും എന്നതുകൊണ്ടാണത്. ആരെങ്കിലും മുന്നോട്ട് വരേണ്ടതും കവിയുടെ യശസ്സ് അത്തരത്തിൽ സംരക്ഷിക്കേണ്ടതുമാണ്. അതുകൊണ്ടാണ് ഞാൻ അങ്ങനെ പറഞ്ഞത്.

നോറ: ആ നികൃഷ്ടമനുഷ്യൻ അറിഞ്ഞോ ഞെട്ടിക്കുന്ന ഈ സത്യം? അയാളുടെ ലൈംഗിക സാമർത്ഥ്യത്തെപ്പറ്റി എല്ലിയോട് അയാൾ ആത്മപ്രശംസ ചെയ്യുകയും ലിലിയുടെ യോനി അയാളുടെ പ്രധാന സാക്ഷിയായി നിർദ്ദേശിക്കുകയും ചെയ്തപ്പോൾ... എന്നിട്ടിപ്പോൾ?

ലിലിയ: ഇല്ല. കളിയുടെ അവസാന സമയത്ത് മാത്രമേ അയാൾ ഇത് അറിഞ്ഞുള്ളൂ. 1920കളുടെ അന്ത്യത്തിൽ ഒരു വൈകുന്നേരം ലൈംഗികാസക്തിയോടെ അദ്ദേഹം വന്നു, പതിവിലും കൂടുതൽ മുൻകോപത്തോടെ. മോസ്കോയിലെ വൻ ബാലെ തീയേറ്ററിലെ ഒരു ബാലെ നർത്തകി അവളുടെ ഈ അടുത്തകാലത്തെ ഒരു രഹസ്യകാമുക സമാഗമത്തിൽ കാണിച്ച, കടലാസ് മടക്കുന്ന വിധത്തിൽ ശരീരം വളച്ച രീതി കാമവികാരം ഉണർത്തുന്നതായിരുന്നു എന്ന് അദ്ദേഹം വിസ്തരിച്ചുപറഞ്ഞു. ഞാൻ ഒരു സൈനിക ജനറലിനെ കാണാറുണ്ടായിരുന്ന രഹസ്യം അശ്രദ്ധമായി അദ്ദേഹത്തോട് പറയാൻ കാരണം നിശ്ചയമായും അതാണ്. എന്റെ സഹോദരി പാരീസിൽനിന്നും അയച്ചുതന്ന ഒരു പഴയ

പുസ്തകം എന്റെ അലമാരിയിൽ സൂക്ഷിച്ചിരുന്നത് അദ്ദേഹം അപ്രതീക്ഷിതമായി കണ്ടു. അത് ഞങ്ങളുടെ അവസ്ഥ കൂടുതൽ വഷളാക്കി.

താത്യാന: ആ പുസ്തകം ഏതാണെന്ന് ഞങ്ങളോട് പറയുമോ?

ലിലിയ: ഇംഗ്ലണ്ടിൽ 1832ൽ പ്രസിദ്ധീകരിച്ച 'യുവദമ്പതികൾക്ക് ഒരു സ്വകാര്യ സഹായി'. 1887 ലെ അമേരിക്കൻ പുനഃപ്രസിദ്ധീകരണം. ഒരു അമേരിക്കൻ ഡോക്ടർ ഗർഭം ധരിക്കുമെന്ന ഭയമില്ലാതെ രതി ആസ്വാദ്യ കരമാക്കാൻ കഴിയുമെന്ന് അതിൽ എഴുതിയിരുന്നു. സ്ത്രീകൾക്ക് സ്വതന്ത്രമായി രതി ചെയ്യാൻ കഴിയും. ശാരീരിക ബന്ധനത്തിനുശേഷം സിങ്ക് സൾഫെയ്റ്റ് ലായിനി ഉപയോഗിക്കുകയാണെങ്കിൽ. ഞാൻ അത് അനേകം പ്രാവശ്യം ഉപയോഗിച്ചിട്ടുണ്ട്. അത് വദനസുരതത്തിന് തടസ്സ മാകുന്നു എന്ന് മയക്കോവ്സ്കി ആരോപണം പറയുന്നതുവരെ. ആ വൈകുന്നേരം സൾഫെയ്റ്റ് ലായനിയെപ്പറ്റി ഞാൻ എവിടെനിന്ന് അറിഞ്ഞു എന്ന് കവി നിർബ്ബന്ധിച്ച് ചോദിച്ചപ്പോൾ ഞാൻ ആ പുസ്തകം അദ്ദേഹത്തെ കാണിച്ചു. പേജുകൾ മറിച്ചുകൊണ്ട് ഒട്ടും ഗൗരവത്തി ലല്ലാതെ അദ്ദേഹം ചോദിച്ചു, "ഞാൻ കൂടുതൽ രസിച്ചിട്ടുള്ളത്, രതി പൂർവ്വചേഷ്ടകളോ അല്ലെങ്കിൽ രതി തന്നെയോ?"

നോറ: തീർച്ചയായും രതി എന്ന് നിങ്ങൾ പറഞ്ഞിട്ടുണ്ടാകും.

ലിലിയ: ശരീരം വളയ്ക്കുന്ന ഒരു ബോൾഷോയ് നർത്തകിയെപ്പറ്റിയുള്ള വിവരണം നൽകിയ മാനസിക ക്ലേശത്തിൽ നിന്നും ഞാൻ സ്വയം രക്ഷ പ്പെടാൻ ശ്രമിക്കുകയായിരുന്നു. എനിക്ക് ഭയം തോന്നി. "രതിയേക്കാൾ ഞാൻ ആസ്വദിച്ചത് രതിപൂർവ്വ ചേഷ്ടകളാണ്. പങ്കാളിയുടെ രതിചേഷ്ടത കൾക്ക് ചൂടു പിടിപ്പിക്കാൻ..." ഞാൻ സമ്മതിച്ചു. അത് വ്യക്തിപരമായി കണക്കാക്കേണ്ടതില്ലെന്ന് കവിയെ ബോധ്യപ്പെടുത്താൻ ശ്രമിച്ചു. രതി യിൽനിന്നും ശാരീരികസുഖം എനിക്ക് നൽകിയിട്ടുള്ളത് അദ്ദേഹം മാത്ര മല്ലെന്ന് ഞാൻ ആണയിട്ടു പറഞ്ഞു. എനിക്ക് രതിമൂർച്ഛ നൽകാതിരുന്ന കാമുകന്മാരുടെ പട്ടിക ഓരോന്നായി പറഞ്ഞു. ഒസിപ്പിൽ നിന്നും തുടങ്ങി ആറോ എട്ടോ പ്രമുഖ വ്യക്തികൾ, ഒന്നോ രണ്ടോ നടന്മാർ, ഒന്നോ രണ്ടോ പത്രാധിപർ, അനേകം തിയ്യേറ്റർ സംവിധായകർ, ലീവിൽ നാട്ടിൽ വന്ന സോവിയറ്റ് വിദേശ നയതന്ത്രജ്ഞർ, ഡെന്മാർക്ക് വ്യാപാരി.

എല്ലി: ഞങ്ങൾക്ക് ഏകദേശം ധാരണ കിട്ടി ലിലിയ യൂറിയേവ്നാ.

നോറ: നിങ്ങൾ ശരിക്കും രാജകീയ ഭോഗങ്ങളിൽ ആറാടിയവൾ ലിലിയ. പുരുഷവർഗ്ഗം അറിഞ്ഞിട്ടില്ലാത്തതും അറിഞ്ഞിരിക്കേണ്ടതുമായ ചില കാര്യങ്ങൾ എന്തായാലും ഉണ്ട്.

ലിലിയ: എന്താണ് സംഭവിച്ചത് എന്നതിനെക്കുറിച്ച് നോറ എത്രവേഗം

മനസ്സിലാക്കുന്നു? സംഭവിച്ചുകഴിഞ്ഞാൽ മാത്രം മനസ്സിലാകുന്ന കാര്യങ്ങളെപ്പറ്റി പ്രവചിക്കാനുള്ള കഴിവ് നിങ്ങൾക്ക് സ്വതസിദ്ധമാണ് നോറ.

നോറ: ആ പ്രശംസ ഞാൻ സന്തോഷത്തോടെ സ്വീകരിക്കുന്നു.

ലിലിയ: അത് പ്രശംസയാണെന്ന് ഞാൻ ഉദ്ദേശിച്ചില്ല. ഒരു യഥാർത്ഥ വിവരണം മാത്രം. എന്റെ തന്നെ ശാരീരിക പ്രദർശനപ്രകടനങ്ങളിലാണ് ഞാൻ കൂടുതൽ രസിച്ചിട്ടുള്ളത്...

ലിറ്റ്സ്കി: അത് ശരിയായ കാര്യം തന്നെ (എല്ലിയോട് ഇംഗ്ലീഷിൽ) ക്ഷമിക്കണം, ക്ഷമിക്കണം.

താത്യാന: എന്റെ ദൈവമേ, നിങ്ങളുടെ വെളിപ്പെടുത്തലുകളോട് കവിയുടെ പ്രതികരണം എന്തായിരുന്നു ലിലിയാ?

ലിലിയ: അദ്ദേഹത്തിന്റെ ഹൃദയത്തിൽ അസ്ത്രംപോലെ അത് ആഴത്തിൽ പതിഞ്ഞിട്ടുണ്ടെന്ന് ഞാൻ ഭയപ്പെടുന്നു. ആ പുസ്തകത്തെയും അതിന്റെ അമേരിക്കൻ ഡോക്ടറായ ഗ്രന്ഥകാരനേയും അദ്ദേഹം ശപിച്ചു. പുസ്തകം എനിക്ക് നൽകിയ എന്റെ സഹോദരിയെ ശപിച്ചു. എന്നെ അദ്ദേഹം അഭിസാരിക, വേശ്യ എന്നിങ്ങനെ പല പേരുകൾ വിളിച്ചു. തെറി പറഞ്ഞു. ഈ മുറിയിൽ റഷ്യൻഭാഷ അറിയുന്ന ഒരു അമേരിക്കൻ യുവാവ് ഉള്ളതുകൊണ്ട് അതൊന്നും ആവർത്തിക്കുന്നില്ല. പരസ്പരം ചീത്ത വിളിച്ച് കൈയിൽ കിട്ടിയതെല്ലാം നശിപ്പിക്കുന്നതു വരെ വഴക്ക്. വായനയ്ക്ക് ഉപയോഗിക്കുന്ന ഇലക്ട്രിക് വിളക്ക് തകർത്തു. ചുമരിൽ കൈകൾ കൊണ്ടിടിച്ചു. അടുത്തകാലത്ത് ഒരു കവിതാപാരായണത്തിന് പോയപ്പോൾ വാങ്ങിച്ചുകൊണ്ടുവന്ന ഉസ്ബെക്ക് കളിമൺ പാത്രങ്ങൾ തകർത്തു. അയൽക്കാരിൽ ഒരു സ്ത്രീ, ഇതു തുടർന്നാൽ പൊലീസിനെ വിളിക്കുമെന്ന് ഭീഷണിപ്പെടുത്തിയെങ്കിലും കവിയെ പിൻതിരിപ്പിക്കാൻ കഴിഞ്ഞില്ല. വഴക്ക് സാവധാനം കെട്ടടങ്ങി. രതിപൂർവ്വ ചേഷ്ടകൾ രതിയേക്കാൾ ഞാൻ ഇഷ്ടപ്പെടുന്നു എന്ന എന്റെ അഭിപ്രായത്തെപ്പറ്റിയല്ല വഴക്കടിച്ചുകൊണ്ടിരുന്നത്. ചെങ്കുപ്പായസേനയുടെ ജനറലുമായുള്ള എന്റെ ബന്ധം ഞാൻ ഗൗരവമായി എടുത്തുഎന്നതുകൊണ്ടും അദ്ദേഹം എനിക്ക് ശാരീരിക സുഖം നൽകിയെന്നു പറഞ്ഞതുകൊണ്ടും ആയിരുന്നു. അത് വലിയൊരു വിഡ്ഢിത്തമായിരുന്നു. യഥാർത്ഥത്തിൽ വഴക്കിന്റെ ഒരു പ്രധാന കാരണവും അതായിരുന്നു...

നോറ: മയക്കോവ്സ്കിയുടെ പൗരുഷത്തെ ഇടിച്ചുതാഴ്ത്തി പറയുന്നതിൽ നിങ്ങൾക്ക് സന്തോഷമുണ്ട് അല്ലേ. ഞാൻ അങ്ങനെ ചിന്തിക്കുന്നത് തെറ്റാണോ?

എല്ലി: അത് വാസ്തവമാണ് ലിലിയ യൂറിയേവ്നാ. നിങ്ങൾ അദ്ദേഹത്തോട്

കർക്കശസ്വഭാവം കാണിച്ചിരുന്നു. ബോൾഷോയ് നർത്തകിയുടെ കാര്യത്തിൽ നിങ്ങൾ അദ്ദേഹത്തെ ഏറെക്കുറെ ശിക്ഷിക്കുന്നതുപോലെ.

ലിലിയ: നിശ്ചയമായും അങ്ങനെയല്ല. ഞാൻ അദ്ദേഹത്തെ ശിക്ഷിക്കുകയായിരുന്നെന്നോ? അങ്ങനെ ചിന്തിക്കുന്നത് അസംബന്ധമാണ്. ഞങ്ങൾ ഓരോരുത്തർക്കും ഞങ്ങളുടേതായ സ്വാതന്ത്ര്യങ്ങളുണ്ട്. പരമ്പരാഗതമായ ജീവിതരീതികളുടെ നിബന്ധനകളിൽ നിന്നും മോചിതരായി ഞങ്ങൾ ജീവിച്ചു. വളരെ ക്ലേശം സഹിക്കേണ്ടി വന്നിട്ടുണ്ട്. തന്നെയുമല്ല ഞങ്ങളുടെ ലൈംഗിക ജീവിതങ്ങളിൽ പരസ്പരം സത്യസന്ധരുമായിരുന്നു.

നോറ: കുറെക്കൂടി യോജിച്ച പദം, മൃഗീയമായ സത്യസന്ധത എന്നല്ലേ?

ലിലിയ: മൃഗീയമായ എന്ന പദത്തിനുപകരം മറ്റെന്തെങ്കിലും പദമുണ്ടെങ്കിൽ അത്....

എല്ലി: നിങ്ങൾ പറയാൻ ഉദ്ദേശിച്ച ആ പുതിയ കാമുകനെക്കുറിച്ച് പറയൂ ലിലിയാ. അയാളുമായുള്ള ബന്ധത്തിൽ രതിപൂർവ്വചേഷ്ടകളേക്കാൾ രതിയെ ആയിരുന്നോ നിങ്ങൾ ഇഷ്ടപ്പെട്ടിരുന്നത്?

ലിലിയ: നോറയോട് ചോദിക്കൂ. നമ്മുടെ ഒന്നാം സെഷനിൽ അവൾ പറഞ്ഞ പൊങ്ങച്ചം ഞാൻ ഓർക്കുന്നു. അയാളുടെ റാങ്ക്, ക്രമനമ്പർ എല്ലാം അവൾക്കറിയാം. എനിക്ക് അയാളുടെ പേര് മാത്രമേ അറിയൂ. വിറ്റാലി പ്രിമാക്കോവ്. ചെങ്കുപ്പായസേനയിലെ ഒരു ജനറൽ ആയിരുന്നു. നമ്മുടെ ആഭ്യന്തര യുദ്ധത്തിലെ ഒരു അംഗീകൃതനായകൻ. എന്റെ ദൈവമേ, അയാൾ എത്രമാത്രം കായികബലം ഉള്ള ആളായിരുന്നു! നിങ്ങൾ വിശ്വസിക്കുകയില്ല., തറയിൽനിന്ന് ഒരു തീറ്റമേശ അയാൾക്ക് അതിന്റെ ഒരൊറ്റ കാലിൽ പിടിച്ച് ഉയർത്താൻ കഴിയും. അയാൾ അവധിയിൽ നാട്ടിൽ വന്നപ്പോൾ മോസ്കോയിലെ ഒരു പാർട്ടിയിൽ വെച്ച് ഞങ്ങൾ കണ്ടുമുട്ടി. സ്നേഹമുള്ളവരേ, വശ്യവും വിശാലവുമായ തോളുകൾക്കുമേൽ സ്വർണ്ണമുദ്രകൾ പതിച്ച ജനറലിന്റെ ഗംഭീരമായ യൂണിഫോമിലായിരുന്നു അയാൾ.

കൂട്ടുകാരികളേ, ഞാൻ നിങ്ങളോട് ഒരു ചെറിയ രഹസ്യം പറയാം. എനിക്ക് താത്പര്യം തോന്നിയ ആ മാന്യവ്യക്തിയെ അപ്രതീക്ഷിതമായി കണ്ടുമുട്ടിയപ്പോൾ അയാളുമായി ശാരീരികബന്ധം വേണമെന്ന ഒരു മോഹം മാന്ത്രികശക്തിയാൽ എന്നവിധം എനിക്ക് നിയന്ത്രിക്കാൻ കഴിഞ്ഞില്ല. നിങ്ങൾക്കും ഇതേവിധം തോന്നിയിട്ടില്ലെന്ന് നടിക്കേണ്ട കാര്യമില്ല താത്യാനാ. ആരും നിങ്ങളെ വിശ്വസിക്കില്ല. ആ പ്രത്യേക പുരുഷന് സവിശേഷരീതിയിൽ ആകർഷണീയതയുണ്ടായിരുന്നു. എന്റെ തുടകളിൽ

അയാൾ തലോടുകയാണെന്ന് ഞാൻ സങ്കല്പിച്ചു. അടിവയറിന് കീഴെയുള്ള ഭാഗത്ത് സാവധാനം മസ്സാജ് ചെയ്യുന്നു. അതിനും താഴെ ചുംബിക്കുന്നു. വിശ്വസിച്ചാലും ഇല്ലെങ്കിലും എന്തുതന്നെ സംഭവിച്ചാലും അത് കാര്യമാക്കാതെ ഞാൻ എന്റെ കണ്ണുകൾ അടച്ചിരുന്നു. ആ വ്യക്തിയുടെ ധാർഷ്ട്യം നിറഞ്ഞ ലിംഗം എന്റെ ഗുഹാകവാടത്തിൽ തുളച്ചിറങ്ങുന്നതായി ഞാൻ സങ്കല്പിച്ചു. ഈ അർത്ഥത്തിൽ ഞാൻ അദ്ദേഹവുമായി ശാരീരികബന്ധത്തിനുമുമ്പേതന്നെ ജനറലിന്റെ കാമുകി ആയിത്തീർന്നിരുന്നു...

താത്യാന: ആ രാത്രിയിൽ തന്നെ നിങ്ങളുടെ കിടക്കയിലേക്ക് അയാളെ ക്ഷണിച്ചോ?

ലിലിയ: അയാളെ ക്ഷണിക്കുമായിരുന്നു. പക്ഷേ, അനായാസമായി ഒരു സ്ത്രീയെ ലൈംഗികബന്ധത്തിന് വിധേയയാക്കാൻ കഴിയും എന്ന ധാരണ ഉണ്ടാവാതിരിക്കാൻ മുൻകരുതൽ എടുത്തു. ദീർഘകാലം നീണ്ടുനിൽക്കുന്ന പ്രണയത്തിന്റെയത്രയും വഞ്ചനാപരമല്ല ആയാസരഹിതമായി കീഴടക്കപ്പെട്ടു എന്ന് പ്രത്യക്ഷത്തിൽ തോന്നുന്ന ഹ്രസ്വകാല പ്രണയം. ഇല്ല. ഇല്ല. ആ ആദ്യരാത്രി അദ്ദേഹം എന്നെ അനുഗമിച്ച് എന്റെ വാതിൽക്കൽ വന്ന സായാഹ്നത്തിന്റെ അന്ത്യത്തിൽ അത് സംഭവിച്ചു. അദ്ദേഹത്തിന്റെ സൈനികമുദ്ര കുപ്പായക്കൈയിൽ നിന്നും പൊട്ടിച്ചെടുത്ത് ആദ്യസമാഗമത്തിന്റെ സ്മരണയ്ക്കായി എനിക്ക് നൽകി. ആ പാരച്യൂട്ട്മുദ്ര ഇപ്പോൾ ഏതോ ഒരു പെട്ടിയിൽ ഞാൻ സൂക്ഷിച്ചിട്ടുണ്ട്. ഒരു വിരുന്നിന്റെ ഭക്ഷണസമയത്ത് ജനറലിനെ കണ്ടുമുട്ടിയതിനെപ്പറ്റി മയക്കോവ്സ്കിയോട് പറയുകയും ആ മുദ്ര കാണിക്കുകയും ചെയ്തു. അപ്പോൾ ഉയർന്നുവരുന്ന പരിഹാസം നിയന്ത്രിക്കാൻ കഴിയാതെ ഞാൻ പാരച്യൂട്ട് ബറ്റാലിയനിൽ ചേർന്നുവോ എന്ന് അദ്ദേഹം ചോദിച്ചു. ഞാൻ തലകുലുക്കിയതിന്റെ അർത്ഥം മനസ്സിലാക്കാതെ കവി മറ്റെന്തൊക്കെയോ സങ്കല്പിച്ചു. വിറ്റാലിയോട് ഞാൻ പെട്ടെന്ന് പ്രണയത്തിലാവുകയായിരുന്നു. രണ്ടാം പ്രാവശ്യവും ഞാൻ അദ്ദേഹത്തെ കണ്ടപ്പോൾ ഞങ്ങൾ ഒരുമിച്ച് ഉറങ്ങി. തൊട്ടടുത്ത ദിവസം ഉച്ചയ്ക്കുശേഷമായിരുന്നു അത്. മയക്കോവ്സ്കിയിൽനിന്ന് ഞാൻ അകലാൻ തുടങ്ങി. കാരണം ജനറൽ തന്നെ. ഒടുവിൽ നീണ്ടുനിന്ന ആശയകാലുഷ്യങ്ങൾക്കുശേഷം ഒസിയയുമായി ഞാൻ വിവാഹബന്ധം വേർപെടുത്തി. അദ്ദേഹത്തെ വിവാഹം ചെയ്യാൻ.

താത്യാന: നിങ്ങൾ ഇപ്പോഴും അയാളുടെ ഭാര്യയാണോ?

ലിലിയ: ഞാനിപ്പോൾ അദ്ദേഹത്തിന്റെ വിധവയാണ്. ആയിരക്കണക്കിന് ആളുകളുടേയും മയക്കോവ്സ്കിയുടേയും പല്ലുകളുടെ കേടുപാടുകൾ തീർത്ത ഡെന്റിസ്റ്റ് റാബിനോവിച്ചിനെ അറിയില്ലേ? ട്രോട്സ്കിയുടെ

ദ്രവിച്ച പല്ലുകളുടെയും കേടുപാടുകൾ തീർത്ത ആ സാധുമനുഷ്യന്റെ യൊപ്പം എന്റെ പ്രിയപ്പെട്ട ജനറൽ വിറ്റാലിയേയും ട്രോട്സ്കിസ്റ്റ് അനുയായികളെന്ന് കുറ്റപ്പെടുത്തി 1937-ൽ വെടിവെച്ചു കൊന്നു. അതെ, എന്റെ സുന്ദരനായ ജനറൽ വെടികൊണ്ട് കൊല്ലപ്പെട്ടു. അദ്ദേഹത്തിന്റെ ജീവിതം ഏത് സൈനികരുടെ സംരക്ഷണത്തിന് വേണ്ടിയാണോ സമർപ്പിച്ചത് അവർതന്നെ അദ്ദേഹത്തിനെ കൊന്നു. എന്റെ ദൈവമേ, അത് പതിനാറു വർഷങ്ങൾക്കു മുമ്പായിരുന്നു. കാലം തീർച്ചയായും കാറ്റുപോലെ പറക്കുന്നു. ദുഃഖകരമായ സത്യം എന്തെന്നാൽ ഞാൻ ആദ്ദേഹത്തിന്റെ പേരിൽ വിധവാപെൻഷൻ വാങ്ങിക്കുന്നു. വിറ്റാലി യുദ്ധത്തിൽ കൊല്ലപ്പെട്ടതുപോലെ.

കഷ്ടം. എന്റെ കഥയുടെ ചരട് വീണ്ടും നഷ്ടപ്പെടുത്തിയത് നിങ്ങളാണ്. അതെ, എന്റെ ജീവിതത്തിലേക്ക് വിറ്റാലി വന്നപ്പോൾ എന്ത് സംഭവിച്ചു എന്ന് ഞാൻ വിവരിക്കുകയായിരുന്നു. അദ്ദേഹത്തിന് പൂർവ്വേഷ്യയിലെ സൈനികതാവളത്തിലേക്കുള്ള യാത്ര നീട്ടിവയ്ക്കാൻ കഴിയുകയില്ല. ഒസിപ്പും ഞാനും മോസ്കോയിൽ തന്നെ കഴിയേണ്ടിവന്നു. ഒരേ മുഖങ്ങൾ മാത്രം എല്ലായ്പ്പോഴും കണ്ടുകണ്ട് നിരുന്മേഷരായി. പുതുമയും വ്യത്യസ്തതയും തേടി പുതിയ സ്ഥലങ്ങളിലേക്ക് പോകാൻ തീരുമാനിച്ചു. ലണ്ടനിൽ എന്റെ സഹോദരിയെ കാണാൻ വിസയ്ക്ക് വേണ്ടി അപേക്ഷിച്ചു. അവൾ പുതിയ ഭർത്താവ് ഫ്രഞ്ചുകാരനായ എഴുത്തുകാരൻ ലൂയി ആരഗോണുമായി അവിടെ ഉണ്ടായിരുന്നു. താത്യാന അയാളെ അറിയുമോ?"

താത്യാന: അയാളെപ്പറ്റി എനിക്ക് അറിയാം. എന്റെ അറിവിന്റെ അടിസ്ഥാനത്തിൽ എനിക്ക് അയാളെ ഇഷ്ടമില്ല. അയാൾ ഫ്രഞ്ച് ബുദ്ധിജീവികളിൽ ഒരാളാണ്. റഷ്യയിൽ നിന്നും വളരെ അകലെ പാരീസിലെ സുരക്ഷിതമായ ഒരു അപ്പാർട്ടുമെന്റിൽ എല്ലാ കമ്മ്യൂണിസ്റ്റ് പരസ്യപ്രചരണങ്ങളും എല്ലാ നുണകളും എല്ലാതരം വഞ്ചനകളും പൂർണ്ണമായി വിശ്വസിച്ചുകൊണ്ട് ജീവിച്ചു. ബോൾഷെവിക്ക് വിപ്ലവത്തിന്റെ അനന്തര ക്ലേശങ്ങൾ അനുഭവിച്ച് ജീവിക്കുന്ന ഞങ്ങളെപ്പോലുള്ളവർ അവിടത്തെ നാടുകടത്തലുകളെപ്പറ്റി, രാഷ്ട്രീയ കൊലപാതകങ്ങളെപ്പറ്റി, മനുഷ്യസൃഷ്ടിയായ ക്ഷാമത്തെപ്പറ്റി ലേബർ ക്യാമ്പുകളിൽ പാർപ്പിച്ച പതിനായിരക്കണക്കിന് അടിമ-തടവുകാരെപ്പറ്റി പറയുമ്പോഴൊക്കെ അതു കേൾക്കാൻ മനസ്സില്ലാത്ത ബുദ്ധിജീവികൾ...

നോറ: ഒടിഞ്ഞ മൂക്കിന്മേൽ കാലില്ലാത്ത കണ്ണട പതിച്ച രഹസ്യപ്പൊലീസിൽ, നിങ്ങൾ പരിചയപ്പെട്ട വ്യക്തിയുടെ സഹായത്തോടെ അപകട സാധ്യതയുള്ളതാണെങ്കിലും ലണ്ടനിലെ രക്ഷപ്പെടലിന് ആവശ്യമായ വിസ നേടാൻ നിങ്ങൾക്ക് കഴിയും. മയക്കോവ്സ്കിയുടെ വിസാ അപേക്ഷപോലെയാവില്ല...

ലിലിയ: നിങ്ങളുടെ ധാർഷ്ട്യം, നോറോ, അത് ഞാൻ കണക്കാക്കുന്നില്ല. സോവിയറ്റു യൂണിയനിൽ നമ്മളെല്ലാം ജീവിച്ചതുപോലെ അവരവരുടെ ജീവിതം അവരവരുടെ താത്പര്യത്തിന് യോജിച്ച രീതിയിൽ രൂപപ്പെടുത്താൻ അന്യരുടെ സാഹചര്യങ്ങളുടെമേൽ രഹസ്യമായ സ്വാധീനവും നിയന്ത്രണവും സ്വായത്തമാക്കാൻ എല്ലാവരും ശ്രമിക്കും. ധാർമ്മികമായ പരിശുദ്ധിയോടെ ജീവിക്കാനും നിലനിൽക്കാനും ഇവിടെയിപ്പോൾ ആർക്കും സാധ്യമല്ല. ദൈനംദിന ജീവിതത്തിൽ എല്ലായ്പ്പോഴും തിന്മയാണെന്നറിഞ്ഞുതന്നെ നമ്മളെല്ലാവരും തിന്മ ചെയ്യുന്നുണ്ട്. ഉദാഹരണം മെയർഹോൾഡിനെ പുകഴ്ത്തിപ്പറഞ്ഞത്. അല്ലെങ്കിൽ മെയർഹോൾഡിനെ അധരസുരതം ചെയ്യുമ്പോൾ എന്ന് വേണമെങ്കിൽ ഞാൻ പറയണോ നോറാ? ആകർഷകമായ ഒരു റോൾ അദ്ദേഹത്തിന്റെ നാടകത്തിൽ നേടിയാൽ മറ്റുള്ളവരിൽ നിന്നും നിങ്ങൾ വ്യത്യസ്തയാകുമോ?

നോറ: അതാണ്. എന്റെ ദൈവമേ, നികൃഷ്ടം. എനിക്ക് നൽകപ്പെട്ട നല്ല റോൾ ആരേയും അധരസുരതം ചെയ്തിട്ടല്ല നേടിയത്. ഏറ്റവും നിഷ്ഠുരമായ കള്ളക്കഥകൾ ചമയ്ക്കാൻ നിങ്ങൾക്ക് നല്ല സാമർത്ഥ്യമുണ്ടല്ലോ ലിലിയാ...

ലിലിയ: ശാന്തമാകൂ നോറാ, നിങ്ങൾ ദേഷ്യംകൊണ്ട് സംസാരിച്ച് തുപ്പൽ തെറിപ്പിക്കുകയാണ്. ഞാൻ എവിടെ ആയിരുന്നു? അതെ. ഇംഗ്ലണ്ട്... വൊളോദിയ പതിവുപോലെ മഹാമനസ്കത കാണിച്ചു. അങ്ങോട്ടും തിരിച്ചിങ്ങോട്ടും ഉള്ള യാത്രാടിക്കറ്റുകൾക്ക് അദ്ദേഹം പണം തന്നു. ഞങ്ങളുടെ വിസയടിച്ച് കിട്ടി, എല്ലാത്തിന്റേയും ചുമതല അല്പകാലത്തേക്ക് വൊളോദിയയെ ഏല്പിച്ച്, ഒസിപ്പിന്റെ കുത്തുവാക്കുകൾ കേട്ട് ഞങ്ങൾ യാത്ര പുറപ്പെട്ടു.

എല്ലി: ഒടുവിൽ അദ്ദേഹം എല്ലാം നശിപ്പിച്ചു.

നോറ: ഒടുവിൽ നിങ്ങൾ ഉപേക്ഷിച്ചുപോയ തകർന്ന മൺപാത്രക്കഷ്ണങ്ങൾ പെറുക്കിയെടുക്കാൻ ഞാൻ നിർബ്ബന്ധിതയായി. മയക്കോവ്സ്കി ഒരു തകർന്ന കപ്പലാണ്. അദ്ദേഹം പ്രതീക്ഷിച്ചതുപോലെ വിസ അടിച്ചു കിട്ടിയില്ല. തൊട്ടടുത്ത ദിവസം താനിക്കിന്റെ എഴുത്ത് കവിയെ തേടിയെത്തി. പാരീസിലേക്ക് വരാനിരിക്കുന്ന കവിയെ ഇനിയും കാത്തു നിൽക്കാൻ അവൾക്ക് സാധ്യമല്ലെന്നും ഒരു ഫ്രഞ്ചുകാരൻ വിക്കോണ്ടിയുമായി വിവാഹ നിശ്ചയം നടക്കൻ പോകയാണെന്നും ആ കത്തിൽ എഴുതിയിരുന്നു.

താത്യാന: എന്റെ ആദ്യഭർത്താവ് ഒരു തികഞ്ഞ മാന്യനായിരുന്നു. അങ്ങേയറ്റം യോഗ്യനായ മനുഷ്യൻ. വാഴ്സോയിലെ ഫ്രഞ്ച് എംബസിയിൽ ഒരു നയതന്ത്രജ്ഞന്റെ ജോലിയായിരുന്നു. അപ്പോൾ ലീവിൽ നാട്ടിലെത്തിയിരുന്നു. ഒരു ഏകാധിപതി ഭരിക്കുന്ന രാജ്യത്ത് കവിയുടെ അഗ്നി

പർവ്വതത്തിൽനിന്നും ഒഴുകി പരക്കുന്ന ഊറലുകളിൽനിന്ന് ശിഷ്ട ജീവിതം അസാദ്ധ്യമാക്കുന്ന അപ്പോഴത്തെ അവസ്ഥയിൽനിന്ന്... മയ ക്കോവ്സ്കിയിൽ നിന്ന്... രക്ഷപ്പെടാൻ കടന്നുപോന്ന വഴിയിലെ ഓർമ്മ കളുടെ പാലങ്ങൾ തകർക്കുകയല്ലാതെ വേറെ വഴിയില്ലായിരുന്നു. സുരക്ഷിതത്വം ഉറപ്പാക്കാനുള്ള മാർഗ്ഗം അദ്ദേഹത്തെ വിവാഹം കഴിക്കുക യായിരുന്നു.

നോറ: വിവാഹനിശ്ചയം അറിയിച്ചുകൊണ്ടുള്ള നിങ്ങളുടെ കത്ത് വായിക്കുമ്പോൾ അക്ഷരാർത്ഥത്തിൽ തന്നെ മയക്കോവ്സ്കിയുടെ മുഖത്തെ രക്തം വാർന്നുപോയി. "ശപിക്കപ്പെട്ട ഫ്രഞ്ചുപ്രഭുത്വം" എന്ന് കഠിനമായി ദേഷ്യപ്പെട്ട് പറഞ്ഞത് ഇപ്പോഴും എനിക്ക് കേൾക്കാം. അവരെല്ലാം കഴിഞ്ഞ നൂറ്റാണ്ടിന്റെ അവസാനത്തെ ബൂർഷ്വാവർഗ്ഗം. കിടക്കയിൽ ഒരു സ്ത്രീയെ എങ്ങനെ തൃപ്തിപ്പെടുത്തണം, അതേപ്പറ്റി യാതൊന്നും അറിയാത്തവർ. നിങ്ങളുടെ എഴുത്ത് കിട്ടിയശേഷം മയ ക്കോവ്സ്കിക്ക് വൈകാതെ ലണ്ടനിൽനിന്ന് ലിലിയ ഒരു കത്ത് അയച്ചു. അതിൽ എഴുതിയിരുന്നത് നിങ്ങൾ ഒസിപ്പിനെ ഡൈവോഴ്സ് ചെയ്യാനും ചെങ്കുപ്പായസേന ജനറലിനെ വിവാഹം ചെയ്യാനും തീരുമാനിച്ചു കഴിഞ്ഞു എന്നായിരുന്നു. എന്തൊരു ഹൃദയം തകർക്കുന്ന സത്യ സന്ധത...

മഞ്ഞുറഞ്ഞുപോയ ശരത്കാല മാസങ്ങൾ. ഞാനും കവിയും യാതൊരു മുന്നൊരുക്കങ്ങളുമില്ലാതെ എങ്ങനെ കഴിച്ചുകൂട്ടിയെന്ന് ചോദി ക്കരുത്, റഷ്യൻ ശൈത്യകാലത്തെപ്പറ്റി എന്തൊക്കെയോ കവി പറഞ്ഞു കൊണ്ടിരുന്നു. റഷ്യയുടെ അതിവിസ്തൃതമായ ഭൂവിഭാഗത്തെപ്പറ്റിയായി രുന്നില്ല അത്. കവി കടന്നുപോയ ഓരോ ആഴ്ചയും വിഷാദത്തെ മറി കടക്കാൻ കൂടുതൽ കൂടുതൽ ക്ലേശിച്ചുകൊണ്ടിരുന്നു. സോവിയറ്റ് യൂണി യനിൽ നിലനിൽക്കാൻ ആവശ്യമായ തീവ്രസ്നേഹം അദ്ദേഹത്തിന്റെ നിയന്ത്രണത്തിൽ നിന്നും തെന്നിമാറി. അദ്ദേഹം ദയനീയമായി ഒറ്റപ്പെട്ടു.

താത്യാന: പക്ഷേ, അദ്ദേഹത്തിന് നിങ്ങൾ ഉണ്ടായിരുന്നല്ലോ.

ലിലിയ: അതെ! ഒസിപ്പും ഞാനും ആശ്വസിച്ചു. കാരണം നിങ്ങൾ അദ്ദേഹത്തിന് കൂട്ടുണ്ടല്ലോ നോറ. വാസ്തവത്തിൽ ലണ്ടനിലേക്ക് പോകാൻ ഞങ്ങൾ ധൈര്യപ്പെടില്ലായിരുന്നു, താത്യാനയിൽ നിന്നും പാരീസിലെ പ്രേമബന്ധത്തിൽ നിന്നും അദ്ദേഹത്തിന്റെ മനസ്സ് വഴി തിരിച്ചുവിടാൻ നിങ്ങൾ അവിടെ ഉണ്ടായിരുന്നില്ലെങ്കിൽ... കാര്യങ്ങൾ വ്യത്യസ്തമാവുമായിരുന്നു നോറാ...

താത്യാന: ലിലിയ പലതും മറക്കുന്നു. നിങ്ങൾ എല്ലിയിൽ നിന്നും ശ്രദ്ധ തിരിക്കാൻ കവിക്ക് എന്നെ പരിചയപ്പെടുത്താനുള്ള ചുമതല നിങ്ങളുടെ

സഹോദരിയെ ഏല്പിച്ചു. കവിയുടെ മകളിൽ നിന്നും അദ്ദേഹത്തെ അകറ്റാൻ ശ്രമിച്ചു. അതിനുശേഷം നിങ്ങൾ പ്രതീക്ഷിച്ചു. നോറ എന്നിൽ നിന്നും അദ്ദേഹത്തെ പിന്മാറ്റാൻ ശ്രമിക്കും. അതെങ്ങനെ? പിന്നെ ആര് പറയാനാണ് നോറയിൽ നിന്നും അദ്ദേഹത്തിന്റെ മനസ്സ് മാറ്റാൻ? അവളുമായി അദ്ദേഹത്തിന്റെ ബന്ധം കൂടുതൽ ദൃഢമാകുമ്പോൾ?

ലിലിയ: നോറയുടെ ഭർത്താവും നോറയുടെ തൊഴിലും അദ്ദേഹത്തിൽ നിന്ന് അവളെ വേർപ്പെടുത്തും. അങ്ങനെ ഞങ്ങൾ യുക്തിപൂർവ്വം ചിന്തിച്ചു. അത് അങ്ങനെ സംഭവിച്ചു.

നോറ: ജീസസ്, നിങ്ങൾ എല്ലാം കണക്കുകൂട്ടിയിരുന്നു. അല്ലേ? അല്ലെങ്കിൽ, ഏറക്കുറെ എല്ലാം അല്ലേ? സാഹസികമായ ഉദ്യമങ്ങളിൽ എത്രമാത്രം അദ്ദേഹം തത്പരനായിരുന്നു എന്നത് നിങ്ങൾ വിസ്മരിച്ചു. അതെ. പാരീസിലെ താനിക്കിൽ നിന്നും ശ്രദ്ധ തിരിക്കാൻ അദ്ദേഹത്തിന് ഞാൻ ഉണ്ടായിരുന്നു. ഇന്റർകോഴ്സിന്റെ എല്ലാ രീതികളും ഞങ്ങൾ പരീക്ഷിച്ചു. ഒരു പുതിയ പദം സൃഷ്ടിക്കുകയാണെങ്കിൽ ഔട്ടർകോഴ്സ് എന്നാവാം. എന്നാൽ ആ തെമ്മാടിയെ തൃപ്തിപ്പെടുത്താൻ അതൊന്നും പോരായിരുന്നു. ലൈംഗിക അശാന്തിയുടെ ദാഹം ശമിക്കാത്ത ഒരാളെ സങ്കല്പിച്ചുനോക്കൂ. ലിലിയായുടെ ആത്മീയ കാമുകൻ എന്ന നിലയിൽ ലിലിയയ്ക്ക് കവിയെ നിയന്ത്രിക്കാൻ കഴിയും. എന്നാലിപ്പോൾ എന്താണ് സംഭവിച്ചത്? 1930 ഏപ്രിൽ. ഈ ലോകത്തെ കവിയുടെ മുപ്പത്തിയേഴ് വർഷങ്ങളിലെ ഏറ്റവും വെറുക്കപ്പെട്ട രണ്ട് ദിവസങ്ങളെന്ന് കവി വിളിക്കുന്ന നാൽപ്പത്തിയെട്ടു മണിക്കൂറുകൾ. ഈ സംഭവത്തെപ്പറ്റി എന്റെ മാന്യസ്നേഹിതകളേ, നിങ്ങൾക്ക് യാതൊന്നുംതന്നെ അറിയില്ല. നിങ്ങൾ സന്തോഷവും വിനോദവും തേടി ലോകത്തിന്റെ പല ഭാഗങ്ങളിലേക്കും പോയി. ഞാൻ ഒരു ദൃക്സാക്ഷിയായിരുന്നു. ശ്രവണസാക്ഷി. എന്റെ ഓർമ്മയിലെ ചെറുകഷ്ണങ്ങൾ എനിക്ക് കഴിയാവുന്നിടത്തോളം കൂട്ടിയോജിപ്പിക്കുമ്പോൾ രണ്ടു ദാരുണമായ ദിവസങ്ങൾ എങ്ങനെ ആയിരുന്നുവെന്ന് വെളിവാകും.

ഒരു പ്രഭാതഭക്ഷണസമയത്ത് കഴിഞ്ഞ ആഴ്ച എനിക്ക് ചെയ്യേണ്ടിവന്ന അബോർഷന്റെ പേരിൽ ഒരു വലിയ വഴക്കുണ്ടായി. ഞാനത് കവിയോട് പറയരുതായിരുന്നു. അത് ഞാൻ ചെയ്ത തെറ്റായിരുന്നു. കാരണം ആ ഗർഭസ്ഥശിശുവിന്റെ കാര്യത്തിൽ തനിക്ക് അധികാരമുണ്ടായിരുന്നു എന്ന് അദ്ദേഹം കരുതി. അത് അദ്ദേഹത്തെ ദേഷ്യം പിടിപ്പിച്ചു. ഞാൻ അബോർട്ട് ചെയ്യിച്ച ആ കുഞ്ഞ് അദ്ദേഹത്തിന്റേതായിരുന്നു എന്ന് എനിക്ക് അറിയില്ലെന്ന് പറഞ്ഞു. അതിന്റെ ഫലമോ, തീയിൽ എണ്ണ ഒഴിക്കുന്നതുപോലെ, അവിശ്വാസത്തോടെ അദ്ദേഹം ദേഷ്യപ്പെട്ട് ഉറക്കെ പറയാൻ തുടങ്ങി. “നിങ്ങൾ മയക്കോവ്സ്കിയുമായി പ്രണയത്തിലാണ്, എന്നിട്ട് നിങ്ങളുടെ ഭർത്താവിനോടൊപ്പം ഉറങ്ങുന്നു.”

എനിക്ക് ആകാവുന്ന തരത്തിൽ ഞാൻ എന്റെ ഭാഗം പ്രതിരോധിക്കാൻ ശ്രമിച്ചു. “നോക്കൂ, നിങ്ങളോടൊപ്പം ഉറങ്ങുന്നതിനെപ്പറ്റി അദ്ദേഹത്തിന് യാതൊരു പരാതിയുമില്ല. നിങ്ങൾക്ക് ചെയ്യാവുന്ന ഏറ്റവും നിസ്സാര കാര്യം നിയമാനുസൃതം എന്റെ ഭർത്താവായിത്തീർന്ന ആ മനുഷ്യനോടൊത്ത് ഞാൻ ഉറങ്ങുന്നതിനെപ്പറ്റി പരാതി പറയാതിരിക്കുന്നതല്ലേ?”

എനിക്ക് യുക്തിസഹമായി തോന്നിയത് അദ്ദേഹത്തിന് വിപരീതമായി തോന്നി. വിശ്വാസവഞ്ചനയുടെ ഇരയാക്കപ്പെട്ടു എന്ന തോന്നലായിരുന്നു അദ്ദേഹത്തിന്. അത് ഞങ്ങളുടെ ക്ലേശങ്ങളുടെ യഥാർത്ഥ തുടക്കമായിരുന്നു. സ്റ്റേറ്റ് പബ്ലിഷിംഗ് ഹൗസിന്റെ പുറത്തെ ബഞ്ചിൽ മയക്കോവ്സ്കി ഒരു സായാഹ്നം മുഴുവൻ ചെലവഴിച്ചു.

റഷ്യൻ അസ്സോസിയേഷൻ ഓഫ് പ്രോലിറ്റേറിയൻ റൈറ്റേഴ്സിലെ സ്റ്റാലിനിസ്റ്റ് അവസരസേവകന്മാർ തിരുത്തൽവാദസാഹിത്യം തള്ളിക്കളയാൻ വേണ്ടി ആരൊക്കെ എന്തൊക്കെ എഴുതണമെന്ന് നിർദ്ദേശിക്കുന്ന ഭീകരമായ ഒരു പാർട്ടി കാലഘട്ടം അപ്പോൾ നിലനിൽക്കുകയാണ്. അദ്ദേഹത്തിന്റെ നീണ്ട കവിത, “150,000,000”യുടെ പുതിയ എഡിഷൻ പ്രസിദ്ധീകരിക്കുന്ന കാര്യത്തിൽ അവർ അനാവശ്യമായി അദ്ദേഹത്തെ വിഷമിപ്പിക്കുന്നുണ്ടായിരുന്നു. അവർ ആവശ്യപ്പെടുന്നത്രയും നീക്കം ചെയ്യാൻ അദ്ദേഹം സമ്മതിച്ചിട്ടുപോലും കോപ്പികളുടെ എണ്ണം അവർ പരിമിതപ്പെടുത്തി. ആര് കേട്ടാലും വിഡ്ഢിത്തമെന്ന് പറഞ്ഞ് പരിഹസിക്കുന്നവിധം പുസ്തകാഭിപ്രായങ്ങൾ നൽകി. അതിലെല്ലാമുപരി അദ്ദേഹത്തിന്റെ ഒരു നാടകം തിയേറ്ററിൽ അവതരിപ്പിക്കാൻ അനുവാദം നിഷേധിക്കുകയും പുതിയ എഡിഷൻ പ്രിന്റ് ചെയ്യാൻ പ്രസ്സിലേക്ക് അയയ്ക്കാതിരിക്കുകയും ചെയ്തു.

കർക്കശസ്വഭാവം കൂടിക്കൂടിവരുന്ന സോവിയറ്റ് ഉദ്യോഗസ്ഥ മേധാവിത്വത്തെ പരസ്യമായി പരിഹസിക്കുന്നതും ആദരവ് കാണിക്കാത്തതുമായ രണ്ട് നാടകങ്ങൾ -ബെഡ്ബഗും ബാത്ത് ഹൗസും (രണ്ടും സംവിധാനം ചെയ്തത് മേയർ ഹോൾഡ്) സ്വീകരിക്കപ്പെട്ടത് മാരകമായ നിർദ്ദയത്വത്തോടെയും സാഹിത്യ പ്രസിദ്ധീകരണ വൃത്തങ്ങളിൽ ശക്തരായ ശത്രുക്കളെ സൃഷ്ടിച്ചുകൊണ്ടുമാണ് എന്ന് അദ്ദേഹം തിരിച്ചറിഞ്ഞു. എന്നാൽ നല്ല സാഹിത്യവും സംസ്കാരവും മനസ്സിലാക്കാൻ കഴിവില്ലാത്ത സോവിയറ്റ് അധികൃതരെന്ന് അദ്ദേഹം വിളിച്ചവരുടെ അല്പത്വവും തന്റെ യശസ്സിന് ഹാനി വരുത്താൻ സംഘടിതമായി അവർ ആസൂത്രണം ചെയ്ത് പ്രസ്സിൽ നടപ്പാക്കിയ പദ്ധതിയും അദ്ദേഹത്തെ രോഷാകുലനാക്കി. സ്വീകരണമുറിയുടെ ചുമതലക്കാരനായ ഉദ്യോഗസ്ഥൻ മൂന്ന് കോപ്പികളുള്ള ഒരു ഫോമിൽ അവിടത്തെ സന്ദർശനത്തിന്റെ ഉദ്ദേശ്യം എഴുതി സമർപ്പിക്കാൻ കവിയോട് ആവശ്യപ്പെട്ടു. ഒടുവിൽ

അദ്ദേഹത്തെ അകത്തു കയറാനും ഏതോ ഒരാളെ കാണാനും അനുവദിച്ചു. ആ ഏതോ ഒരാൾ ഒരു കീഴുദ്യോഗസ്ഥനായിരുന്നു. അയാൾക്കാകട്ടെ മയക്കോവ്സ്കി ആരാണെന്നുപോലും അറിയില്ലായിരുന്നു. ഞാൻ ഒരു കഥയുണ്ടാക്കി പറയുന്നതല്ല. അയാൾ സംഭാഷണം തുടങ്ങി.

"നിങ്ങളെപ്പറ്റി എന്നോടു പറയൂ സഖാവേ, നിങ്ങൾ ജോലി എഴുതിയിരിക്കുന്നത് 'കവി' എന്നാണ്. ആരാണ് നിങ്ങളെ കവിയായി നിയമിച്ചത്?"

"ഞാൻ ഒരു കവിയായി ജീവിച്ചു."

"നിങ്ങൾ തനിയെ പുസ്തകങ്ങൾ വായിച്ച് പഠിച്ചതാണെങ്കിൽ നിങ്ങളുടെ തൊഴിൽ ഉചിതമായി എഴുതേണ്ടത് 'ടീച്ചർ' എന്നാണ്. 'കവി' എന്നല്ല. നിങ്ങളുടെ കവിതകൾ എഴുതിയിട്ടുള്ളത് സഖാവ് ജോസഫ് സ്റ്റാലിൻ നിർദ്ദേശിച്ച രീതിയിലാണോ? അതാണ് സോഷ്യലിസ്റ്റ് റിയലിസം."

"എന്റെ കവിതകൾ ഞാൻ എഴുതിയിട്ടുള്ളത് സഖാവ് കാറൽ മാർക്സിന് സ്വീകാര്യമായ രീതിയിലാണ്. അതാണ് കമ്മ്യൂണിസ്റ്റ് ഫ്യൂച്ചറിസം."

ആ ഉദ്യോഗസ്ഥൻ കാർക്കശ്യത്തോടെ പറയാൻ തുടങ്ങി.

"ഈ അഭിമുഖം നിങ്ങൾ ഗൗരവത്തോടെ കാണുന്നില്ല. ഒരു നിമിഷത്തേക്ക് സ്റ്റാലിൻ നിർദ്ദേശിച്ച രീതി വിസ്മരിക്കുക. അദ്ധ്വാനിക്കുന്ന തൊഴിലാളിവർഗ്ഗത്തിന് ആകർഷകമായതും തൊഴിലാളിവർഗ്ഗ സർവ്വാധിപത്യത്തെ അഭിവൃദ്ധിപ്പെടുത്താൻ സഹായകരമാകുന്നതും ആയ എന്തെങ്കിലും നിങ്ങൾ എഴുതിയിട്ടുണ്ടോ?"

മയക്കോവ്സ്കി അദ്ദേഹത്തിന്റെ 'പാരീസ്' എന്ന കവിത പേരെടുത്ത് പറഞ്ഞു. 'ഈഫൽ ടവറി' നെ ഫ്രാൻസിൽ വിപ്ലവം നയിക്കാൻ ക്ഷണിക്കുന്ന കവിത. ആ യുവഉദ്യോഗസ്ഥൻ കൺപുരികങ്ങൾ ഉയർത്തി. "അത് ചുരുങ്ങിയപക്ഷം കവിതയ്ക്ക് ഉചിതമായ ആശയമായി തോന്നുന്നു. നിങ്ങൾ എന്തുകൊണ്ട് എന്നെ കാണിക്കുന്നില്ല. എനിക്ക് അത് ഇഷ്ടപ്പെട്ടാൽ ഏതെങ്കിലും ഒരു പ്രാദേശിക മാസികയിൽ പ്രസിദ്ധീകരിക്കാൻ എനിക്ക് ശ്രമിക്കാമായിരുന്നു."

"അത് മുമ്പേ തന്നെ പ്രസിദ്ധീകരിച്ചിട്ടുണ്ട് ഉദ്യോഗസ്ഥ സഖാവേ."

"ശരിക്കും. എവിടെ.?"

"പ്രവ്ദയിൽ."

"പ്രവ്ദ! നിങ്ങളുടെ പേര് എന്തായിരുന്നു എന്നാണ് പറഞ്ഞത്?"

കവി പോകാനായി എഴുന്നേറ്റു. "നിങ്ങളുടെ യജമാനന്മാരോട് പറയൂ, സ്വയം പുസ്തകങ്ങൾ വായിച്ചുപഠിച്ച കവി മയക്കോവ്സ്കി ഇന്ന് ഇവിടെ

വന്നിരുന്നു. സഖാവ് ലെനിനും അദ്ദേഹത്തിന്റെ അനന്തരാവകാശികൾക്കും അവരുടെ താത്പര്യങ്ങൾക്കായി കൈയൊഴിഞ്ഞ വിപ്ലവത്തിനും സ്നേഹോപഹാരങ്ങൾ സമർപ്പിക്കാൻ" അത്രയും പറഞ്ഞ് അദ്ദേഹം ദേഷ്യത്തോടെ, പ്രൗഢമായ കാൽവെപ്പുകളോടെ നിശ്ശബ്ദനായി പുറത്തേക്ക് നടന്നു.

"ഈ സംഭവം കവി എന്നോട് പറഞ്ഞതുപോലെതന്നെ വള്ളിപുള്ളി വ്യത്യാസമില്ലാതെ പറയുകയാണ്."

പ്രത്യേകിച്ച് പറയേണ്ട കാര്യമില്ല, കവി തീർത്തും അപമാനിക്കപ്പെട്ടു. അദ്ദേഹത്തിന്റെ 'പ്രേമനൗക' എന്നു പേരുള്ള അപ്പാർട്ടുമെന്റിലേക്ക് സാവധാനം നടന്നു. ഒരു കമ്മ്യൂണിസ്റ്റ് രാഷ്ട്രത്തിൽ ഉണ്ടാകാൻ പാടില്ലെന്ന് കരുതപ്പെടുന്ന ഉപരിവർഗ്ഗമനോഭാവത്തെ ദേഷ്യത്തോടെ എതിർത്ത് ഉച്ചത്തിൽ പറഞ്ഞുകൊണ്ട്.

ലിലിയ: ദൈവമേ, സംഭവിച്ച ഈ കാര്യം മാത്രം മതിയായിരുന്നു കവിയെ ആസകലം തകർത്തുതരിപ്പണമാക്കാൻ!

നോറ: സ്റ്റേറ്റ് പബ്ലിഷിംഗ് ഹൗസിലെ ആ സംഭവം കേൾക്കൂ. അടുത്ത ദിവസം സായാഹ്നത്തിൽ ഇൻസ്റ്റിറ്റ്യൂട്ട് ഓഫ് ഇക്കോണമിയിൽ അദ്ദേഹത്തിന് കവിതാപാരായണം ഉണ്ടായിരുന്നു. മെയർഹോൾഡിന്റെ വീട്ടിൽ. അതിനുശേഷം ഉടനെതന്നെയുള്ള അത്താഴവിരുന്നിന് ഞങ്ങൾ പേകേണ്ടതുണ്ടായിരുന്നതുകൊണ്ട് എന്നെ ക്ഷണിച്ചിട്ടില്ലെങ്കിലും ഞാനും അദ്ദേഹത്തോടൊപ്പം പോയി. ഇൻഫ്ളുവൻസ പിടിച്ചിട്ട് മാറി വരുന്നതേ ഉണ്ടായിരുന്നുള്ളൂ. മയക്കോവ്സ്കിക്ക് അപ്പോഴും തൊണ്ടവേദന ഉണ്ടായിരുന്നു. എന്നിട്ടും കവിതാപാരായണം ക്യാൻസൽ ചെയ്യാൻ അദ്ദേഹം വിസ്സമതിച്ചു. ഓവർകോട്ടിനുള്ളിലേക്ക് കഴുത്തിനു ചുറ്റും ഒരു സ്കാർഫ് വെച്ചു.

താത്യാന: അത് ഇരുണ്ട പച്ചനിറമുള്ളതും രോമം കൊണ്ടുള്ളതും ആണോ? ഞാൻ കവിക്ക് കൊടുത്ത ഗിഫ്റ്റ് ആയിരുന്നു. അദ്ദേഹത്തിന്റെ വിസ കാലാവധി തീർന്നപ്പോൾ. അതുകൊണ്ട് രണ്ടാം തവണയും അദ്ദേഹത്തിന് പാരീസ് ഉപേക്ഷിക്കേണ്ടിവന്നു. സ്കാർഫും ഒരു വാട്ടർമാൻ ഫൗണ്ടൻ പേനയും. അദ്ദേഹം തമാശയായി വാക്കു തന്നു. എന്നെ തിരികെ റഷ്യയിലേക്ക് കൂട്ടിക്കൊണ്ടുപോകാൻ വരുമ്പോൾ ആ പച്ച സ്കാർഫ് ധരിക്കും. അപ്പോൾ ഗാരേഡു നോർഡ് സ്റ്റേഷനിൽ ട്രെയിൻ കാണുമ്പോൾ എനിക്ക് അദ്ദേഹത്തെ തിരിച്ചറിയാൻ കഴിയും എന്ന്.

നോറ: കവി പ്ലഖനോവ് ഓഡിറ്റോറിയത്തിൽ എത്തിയപ്പോൾ അവിടെ ഏകദേശം ഇരുപതിലേറെ വിദ്യാർത്ഥികൾ മാത്രമേ ഉണ്ടായിരുന്നുള്ളൂ.

പക്ഷേ, കവിയുടെ അതിരുകവിഞ്ഞ സ്വാഭിമാനബോധം ആ പരിപാടിയിൽ നിന്ന് പിന്മാറാൻ സമ്മതിച്ചില്ല. ഇടുങ്ങിയ, മങ്ങിയ വെളിച്ചമുള്ള സ്റ്റേജിലേക്ക് അദ്ദേഹം കയറി. വില കുറഞ്ഞ ജോർജ്ജിയൻ കോണ്യാക് നിറച്ചുവെച്ച ഫ്ളാസ്കിൽനിന്ന് ഒരു കവിൾ നിറയെ വിഴുങ്ങി. ആരും കൈയടിച്ചില്ല. സ്വാഗതാർഹമല്ലാത്ത, ആവേശരഹിതമായ നിശ്ശബ്ദത. ഒരു യുവാവ് പറയുന്നത് കേട്ടു "എന്തെങ്കിലും പറഞ്ഞു തുലയ്ക്കൂ അപ്പൂപ്പാ. ഈ രാത്രി മുഴുവൻ ഞങ്ങൾക്ക് ചെലവാക്കാനില്ല." അത് ഓർക്കുമ്പോൾ എന്റെ ഹൃദയം തകർന്നുപോകുന്നു. ഉറക്കെ ശക്തമായ വികാരത്തോടെ അദ്ദേഹം തുടങ്ങി. ഒരു വേനൽക്കാലദിനത്തിൽ അപ്രതീക്ഷിതമായി ചായ കുടിക്കാൻ കടന്നുവന്ന സൂര്യനുമായി അദ്ദേഹം സംഭാഷണം ചെയ്തതിന്റെ അതിമനോഹരമായ കവിത ചൊല്ലി. ആ കവിതയിൽ 'ഗോവ്നോ', 'ബ്ല്യാഡ്' എന്നീ വാക്കുകൾ ഉണ്ടായിരുന്നു.

ലിറ്റ്സ്കി: (ഇംഗ്ലീഷിൽ) 'വിസർജ്ജ്യവും വേശ്യ'യും.

ലിലിയ: അയാൾ എന്തു പറയുന്നു?

എല്ലി: ഗോവ്നോയും ബ്ല്യാഡും അയാൾ ഇംഗ്ലീഷിലേക്ക് പരിഭാഷപ്പെടുത്തുന്നു. റഷ്യൻ ഭാഷയിലെ ഹീനപദങ്ങളുമായി അയാൾക്ക് നല്ല പരിചയമുണ്ടെന്ന് കാണിക്കാൻ.

നോറ: ഈ വാക്കുകൾ കേട്ട് വിദ്യാർത്ഥിനികളിൽ പലരും അനാവശ്യ ചോദ്യങ്ങൾ കൊണ്ട് കവിയെ തടസ്സപ്പെടുത്താൻ തുടങ്ങി. അവരിൽ ഒരാൾ വിളിച്ചു പറഞ്ഞു. "കലാമൂല്യമില്ലാത്ത അരോചകമായ ആഭാസത്തരം!" മറ്റൊരാൾ ഉച്ചത്തിൽ അലറി. "ഇത് ഒരു കവിത ചൊല്ലലാണെന്നാണ് കരുതപ്പെടുന്നത്. അശ്ലീലപരിശീലന പരിപാടിയല്ല." ഞാനതിന് ദൃക്സാക്ഷിയാകേണ്ടിവന്നത് മർമ്മഭേദകമായിരുന്നു, നാസാദ്വാരങ്ങളിലൂടെ ദീർഘമായി ശ്വസിച്ചുകൊണ്ട് അദ്ദേഹം കോപം നിയന്ത്രിച്ച് സ്റ്റേജിന്റെ അറ്റത്തേക്ക് വേച്ചു വേച്ചു നടന്നു. പിന്നെ ഇമ വെട്ടാതെ സദസ്സിനെ നോക്കി. അവിടെ നിന്ന് അദ്ദേഹം പെട്ടെന്ന് ചാടാൻ പോകയാണെന്നും അദ്ദേഹത്തെ തടസ്സപ്പെടുത്തിയവരോട് നേരിട്ട് ഏറ്റുമുട്ടാനാണെന്നും ഞാൻ വിചാരിച്ചു. എന്നാൽ ഒരു മല്ലയുദ്ധക്കാരൻ രണ്ടു കാൽമുട്ടുകളും മടക്കി ശരീരം കുനിച്ച് യുദ്ധത്തിനൊരുങ്ങി നിൽക്കുന്നതുപോലെ അദ്ദേഹം തന്റെ വലിയ ശരീരം മുമ്പോട്ട് കുനിഞ്ഞു നിന്നു. അദ്ദേഹത്തിന്റെ മുഖഭാവത്തിൽ വെറുപ്പ് നിറഞ്ഞു. ആ സന്ദർഭത്തിൽ പെട്ടെന്ന് അദ്ദേഹം പറഞ്ഞതെന്തായിരുന്നു എന്ന് ഞാൻ ഏതാണ്ട് അതേ വിധം പുനഃസൃഷ്ടിക്കാം. "എന്നെപ്പറ്റി വ്യാപകമായിക്കൊണ്ടിരിക്കുന്ന കിംവദന്തികൾ ഒരുപക്ഷേ, നിങ്ങൾ വിശ്വസിച്ചിട്ടുണ്ടാകും. ശരിയാണ്. ഞാൻ വിപ്ലവത്തിന്റെ ടോയ്ലറ്റ് വൃത്തിയാക്കുന്നയാളാണ്. റഷ്യൻ

ടെലിഗ്രാഫിക് ഏജൻസിക്ക് വേണ്ടി പ്രചരണപോസ്റ്ററുകൾ ഉണ്ടാക്കുന്നയാളാണ്. ക്ഷാമകാലത്ത് ആ പോസ്റ്ററുകൾ കടകളുടെ ജനലുകളിൽ തൂക്കിയിട്ട് ശൂന്യമായ അലമാരകളെ മറയ്ക്കാൻ കവിതയെക്കാൾ ഉന്നത ധാർമ്മിക മൂല്യമുള്ള വിപ്ലവത്തിന്റെ സേവനത്തിനായി നാടൊട്ടുക്കും അലഞ്ഞ് കവിതാപാരായണം ചെയ്തിട്ടുണ്ട്. അത് സത്യമാണ്. ഞാൻ ഒരു തെറ്റ് ചെയ്തിട്ടുണ്ടെങ്കിൽ അതിന്റെ ഉദ്ദേശ്യലക്ഷ്യങ്ങൾ ശ്രേഷ്ഠമായിരുന്നു."

അപ്പോൾ വിദ്യാർത്ഥികൾ പരസ്യമായി പരിഹസിക്കാൻ തുടങ്ങി. "ഇന്ന് ഇവിടുത്തെ പ്രകടനം ഈ രണ്ടെണ്ണത്തിൽ ഏതായിരുന്നു."

ഒരു യുവാവ് ആക്രോശിച്ചു. "യാതൊരു ഉപയോഗവുമില്ലാത്ത ഇപ്പോൾ ഒട്ടും യോജിക്കാത്ത കഴമ്പില്ലാത്ത തൊണ്ടായിത്തീർന്ന കവിതയോ അല്ലെങ്കിൽ കമ്മ്യൂണിസ്റ്റ് പ്രചരണ ജോലിയോ?"

"ഇസ്വെസ്റ്റിയായിൽ അവർ എഴുതിയത് സത്യമാണോ? നിങ്ങളുടെ പുസ്തകങ്ങളിൽ സ്വന്തം കയ്യൊപ്പിടുന്നത് അമേരിക്കൻ വാട്ടർമാൻ ഫൗണ്ടൻ പേന കൊണ്ടാണോ?" ഒരു പെൺകുട്ടി ചോദിച്ചു.

"സോവിയറ്റ് പേനകൾ മയക്കോവ്സ്കിക്ക് വേണ്ടത്ര നല്ലതല്ലേ? മറ്റൊരു പെൺകുട്ടി ഉറക്കെ വിളിച്ചു പറഞ്ഞു.

കവി അദ്ഭുതസ്തബ്ധനായതുപോലെ തോന്നി. തൊണ്ടയടച്ചുപോയ കവി ശേഷിച്ച ശബ്ദത്തിൽ പരുഷമായി അദ്ദേഹത്തിന്റെ ഒരു കവിതയിലെ ഏതാനും വരികൾ ചൊല്ലി. ഞാൻ പലപ്പോഴും എന്റെ ഓർമ്മയിൽ വരുമ്പോഴെല്ലാം ചൊല്ലിയിരുന്നതാണ്. "ബാക്ബോൺ ഫ്ളൂട്ട്" എന്ന കവിതയിൽ നിന്നുള്ള വരികൾ.

"പലപ്പോഴും ഞാനോർത്തിട്ടുണ്ട്.
വാക്കുകൾ വെടിയുണ്ടകളാക്കാൻ
എനിക്ക് കഴിഞ്ഞിരുന്നെങ്കിൽ
എത്ര നന്നായിരുന്നു!"

ഈ അശുഭസൂചകമായ വാക്കുകൾ സദസ്സ് കഷ്ടിച്ചേ കേട്ടുള്ളൂ. നിർദ്ദയമായി മയക്കോവ്സ്കിക്ക് എതിരെ തിരിഞ്ഞ് കാലുകൊണ്ട് ശക്തിയായി തറയിൽ ചവിട്ടി. ചിലർ ഹാളിൽ ബഹളമുണ്ടാക്കി. ബോധപൂർവ്വം അദ്ദേഹത്തിന്റെ ശബ്ദം കേൾപ്പിക്കാതിരിക്കാൻ.

രണ്ടോ മൂന്നോ പേർ എഴുന്നേറ്റ് നിന്ന് അദ്ദേഹത്തിന്റെ മുഖത്തു നോക്കി അധിക്ഷേപിച്ചു. മയക്കോവ്സ്കി സ്റ്റേജിൽ നിന്ന് പടികളിറങ്ങാൻ തുടങ്ങി. നടത്തം തുടരാൻ കഴിയാതെ ഒരു പടിയിൽ സാവധാനം ദുഃഖത്തോടെ തല കുനിച്ച് അദ്ദേഹത്തിന്റെ ഇരുണ്ട പച്ച കമ്പിളി സ്കാർഫിന്റെ ചുരുളുകളിൽ ഇരുന്നു. ഇതു കേട്ടാൽ താനിക്കിന് തൃപ്തിയാകും.

എന്തോ സംഭവിക്കാൻ പോകുന്നു എന്ന ആശങ്ക നിറഞ്ഞ നിശ്ശബ്ദത യായിരുന്നു ഹാളിൽ.

"ഞാൻ മരിക്കുമ്പോൾ" കവി പറയുന്നതായി കേട്ടു.

അദ്ദേഹത്തിന്റെ ശബ്ദം പതിഞ്ഞതും ആയാസകരവുമായിരുന്നു. "നിങ്ങളുടെ കണ്ണീർ എന്റെ പുസ്തകത്തിന്റെ പേജുകളിൽ വീഴും. എന്റെ കവിതകൾ നിങ്ങൾ വായിക്കുമ്പോൾ."

"അതിന് ചാൻസ് ഇല്ല." വിദ്യാർത്ഥികളിൽ ഒരാൾ പുച്ഛത്തോടെ വിളിച്ചുപറഞ്ഞു.

ക്രൂരമായി ചിരിച്ച് അവർ ഇടനാഴിയിൽ തിക്കും തിരക്കും ഉണ്ടാക്കി. പുറത്തേക്കുള്ള വാതിലിലേക്ക് എത്താനും മുന്നിലെ പെൺകുട്ടികളെ കളിതമാശയായി തള്ളി മുന്നോട്ട് പോകാനും അവർ തിടുക്കം കൂട്ടി.

എല്ലി: ഈ സംഭവം ഞാൻ കേൾക്കുന്നത് ആദ്യമായാണ്.

നോറ: ബോൾഷോയിലെ പ്രസിദ്ധമായ കവിതാവായന ഇതിനേക്കാൾ കഷ്ടമായിരുന്നു.

എല്ലി: ബോൾഷേയിൽ എന്തു സംഭവിച്ചു.?

നോറ: സ്റ്റാലിന്റേയും മൊളോട്ടോവിന്റേയും സാന്നിദ്ധ്യത്തിൽ അദ്ദേഹം ലെനിനുള്ള അർച്ചനാലാപനഗാനമായ തന്റെ കവിത വായിക്കുകയാ യിരുന്നു. അവർ രണ്ടുപേരും രഹസ്യം പറയുന്നത് ശ്രദ്ധിച്ചപ്പോൾ അദ്ദേഹം പെട്ടെന്ന് പാരായണം നിർത്തി. പുരികം ചുളിച്ച് ബാൽക്കണി യിലുള്ളവരെ തുറിച്ചുനോക്കി. എന്നാൽ സ്റ്റാലിനും മൊളോട്ടോവും ശിരസ്സുകൾ കൂടുതൽ ചേർത്തുകൊണ്ട് തിയേറ്ററിലെ അപ്രതീക്ഷിത മായ നിശ്ശബ്ദതയെ വിസ്മരിച്ചുകൊണ്ട് രഹസ്യസംഭാഷണം തുടർന്നു. അവരുടെ ഓരോ വാക്കും ഓരോ അംഗവിക്ഷേപവും ഓരോ നോട്ടവും ഓരോ മൗനവും ഒരു പുതിയ ആധുനിക ഇസ്താംബൂളിന്റെ നിഗൂഢമായ അന്തർധാരകൾ കൊണ്ടുവരുന്നു. സന്നിഹിതരായ ഓരോരുത്തരും അത് ശ്രദ്ധിക്കുകയും സ്വീകാര്യമായ നിഗമനം മെനഞ്ഞെടുക്കുകയും ചെയ്തു. പ്രത്യക്ഷത്തിൽ തന്നെ പരമോന്നത ഭരണാധികാരകേന്ദ്രത്തിന്റെ സൗഹൃദവലയത്തിൽനിന്ന് കവി പുറത്താക്കപ്പെട്ടു.

ലിലിയ: ശത്രുതാമനോഭാവമുള്ള പ്രേക്ഷകരെ അദ്ദേഹം മുമ്പ് അഭി മുഖീകരിച്ചിട്ടുണ്ട്, പക്ഷേ, പ്ലഖനോവ് ഓഡിറ്റോറിയത്തിലെ നിങ്ങൾ വിവരിച്ച വിദ്യാർത്ഥികളെപ്പോലെ ഒരിക്കലും അത്രയ്ക്ക് ആക്രമണ സ്വഭാവം ഉള്ളവരായിരുന്നില്ല.

താത്യാന: ചെറിയ കാര്യങ്ങളിൽ പോലും അദ്ദേഹം വികാരാധീനനാകു മെന്നിരിക്കെ മയക്കോവ്സ്കിയെ അഗാധമായി മുറിവേൽപ്പിച്ചിട്ടുണ്ടാകും ഈ അനുഭവം.

നോറ: എന്നാൽ സംഭവിച്ചത് അങ്ങനെയല്ല. അത് അദ്ദേഹത്തെ വല്ലാതെ ക്ഷോഭിപ്പിച്ചു. മേയർ ഹോൾഡിന്റെ വീട്ടിലെ അത്താഴം ഒഴിവാക്കാൻ ഞാൻ ഒരുക്കമായിരുന്നു. അന്നത്തെ എല്ലാ കാര്യങ്ങളും വേണ്ടെന്നു വെയ്ക്കാമായിരുന്നു. പക്ഷേ, അദ്ദേഹത്തിന് അത് സ്വീകാര്യമായിരുന്നില്ല. വളരെ സാവധാനം ഒട്ടും വ്യക്തമല്ലാത്തവിധത്തിൽ അദ്ദേഹം പറഞ്ഞ കാര്യം ഞാൻ ഓർക്കുന്നു. "മേയർ ഹോൾഡും ഞാനും ഒത്തിരി കാര്യ ങ്ങളിൽ പരസ്പരം യോജിക്കാത്ത വാദമുഖങ്ങൾ ഉന്നയിച്ചിട്ടുണ്ട്. എന്റെ നാടകങ്ങൾ എങ്ങനെയാണ് അദ്ദേഹം അവതരിപ്പിക്കുന്നതുൾപ്പടെ അനേകം കാര്യങ്ങൾ. എന്നാൽ ചുരുങ്ങിയപക്ഷം ഞാൻ ആരാണെന്ന് അദ്ദേഹത്തിന് അറിയാം."

ടാക്സികളിൽനിന്ന് ഒരു പ്രൈവറ്റ് കാറ് ഞങ്ങൾ വിളിച്ചു. വൈകു ന്നേരങ്ങളിൽ സ്റ്റേറ്റ് വണ്ടികൾ ഓടിക്കുന്ന ഡ്രൈവർമാർ പകൽസമയത്ത് മറ്റു ജോലിക്കാരായിരിക്കും. സിവിറ്റ്സേവ് വാർഷെക്ക്ലെ മേയർ ഹോൾഡിന്റെഫ്ളാറ്റിലേക്ക് ഞങ്ങൾ പോയി. നിങ്ങൾ ഓർക്കുന്നു ണ്ടെങ്കിൽ, കവി ആദ്യമായി എന്റെ ജീവിതത്തിലേക്ക് ഒരു വികാരതീവ്ര മായ രാത്രിയിൽ അവകാശം സ്ഥാപിച്ച് ബലമായി കൂട്ടിക്കൊണ്ടുപോയത് അവിടേക്കായിരുന്നു. നാടകസംഘാംഗങ്ങളെക്കൊണ്ട് ഫ്ളാറ്റ് നിറഞ്ഞി രുന്നു. ഞങ്ങൾ അവിടെ എത്തിയപ്പോൾ വാതിലിന് സമീപത്ത് ഒഴിഞ്ഞ വോഡ്കാ കുപ്പികൾ ഒരു ബേബി ക്യാരേജിൽ കുന്നുകൂടി കിടക്കുന്നു. നീണ്ട വീതികുറഞ്ഞ ഓക്ക്മേശയിൽ പതിനാറ് പേർക്ക് ഇരുന്നു ഭക്ഷണം കഴിക്കാനേ സൗകര്യമുള്ളൂ. ഞാൻ വളരെ നിരാശപ്പെട്ട് ദേഷ്യ ത്തോടെ കവിയിൽ നിന്ന് മൂന്ന് സീറ്റകലെ കോണോടുകോൺ ഇരുന്നു.

റഷ്യൻ ഭക്ഷണം വെച്ച പരന്ന പാത്രം ഭക്ഷിക്കുന്നതിനുവേണ്ടി കൈമാറിക്കൊണ്ടിരുന്നു. അനേകം ചെറിയ ഗ്ലാസ്സുകളിൽ വോഡ്ക നിറച്ചുവെച്ചിരുന്നു. മയക്കോവ്സ്കി തല പിന്നിലേക്ക് ചരിച്ച് ഒരൊറ്റ വലിക്ക് ഓരോ ഗ്ലാസ്സ് വോഡ്കയും വിഴുങ്ങി.

"അപ്പോൾ നിങ്ങൾ വരുമോ" എനിക്കു നേരെ മേശയ്ക്ക് എതിരെ ഇരുന്ന് അവിടത്തെ ശബ്ദകോലാഹലത്തിന് മേലേ ശബ്ദം ഉയർത്തി ചോദിച്ചു.

"അവൾ വരുമോ ഇല്ലയോ?" മേയർ ഹോൾഡ് മേശയുടെ ഒരു തല യ്ക്കൽ നിന്ന് കാര്യം അന്വേഷിച്ചു, "അവൾ വരുമോ എന്നോടൊപ്പം ജീവിക്കാൻ, എന്റെ കാവ്യദേവത ആകാനും?"

പെട്ടെന്ന് എല്ലാ കണ്ണുകളും എന്റെ മേൽ പതിച്ചു.

"ഞാൻ മുന്നേ വിവാഹിതയാണ്." ഞാൻ തുറന്നു പറഞ്ഞു.

"ഞാൻ വിവാഹാഭ്യർത്ഥന ചെയ്യുന്നില്ല. കാവ്യദേവതാസ്ഥാനം മാത്രം" മയക്കോവ്സ്കി മറുപടി പറഞ്ഞു.

എന്റെ തല ഇളക്കിയത് ഞാൻ ഓർക്കുന്നു. പിന്നെ പറഞ്ഞു. "ഒരു നടി ആകുക എന്നതാണ് എന്റെ പ്രതിജ്ഞ."

"കവി മയക്കോവ്സ്കിയുടെ ദേവതയാകുക എന്ന ജീവിതാവസ്ഥ നൽകുന്ന പ്രശസ്തി നിങ്ങളുടെ സ്വപ്നങ്ങൾക്കുമപ്പുറത്തായിരിക്കും." അദ്ദേഹം പെട്ടെന്ന് പ്രതികരിച്ചു.

മേശയുടെ മറ്റേ അറ്റത്തുനിന്ന് മെയർഹോൾഡിന്റെ ഭാര്യ സിനൈദാ വിളിച്ചു. "അദ്ദേഹം കുടിച്ചിട്ടുണ്ടോ?"

"ഞാൻ സന്തോഷത്തിന് കുടിച്ചു. എന്നാൽ മദ്യം തൊട്ടിട്ടുപോലുമില്ല." മയക്കോവ്സ്കി തിരിച്ചു പറഞ്ഞു.

"എന്റെ കാവ്യപ്രചോദനത്തിന് ഒരു കാവ്യദേവത ഉണ്ടായിരിക്കണം." മുന്നോട്ടും വശങ്ങളിലേക്കും പെട്ടെന്ന് അദ്ദേഹം ഇളകി.

"അസാധാരണവും ധാർമ്മികവുമായി അംഗീകരിക്കാൻ കഴിയാത്തതുമായ സൗഭാഗ്യത്തിന്റെ കൂരമ്പുകളെ അതിജീവിക്കാൻ എനിക്ക് ഒരു ശ്രേഷ്ഠമായ സ്നേഹം കൂടിയേ കഴിയൂ." ഷേക്സ്പിയറിന്റെ ഹാംലെറ്റ് എന്ന നാടകത്തിലെ പാസ്റ്റർനാക്കിന്റെ പരിഭാഷയിലെ ഒരു വരിയാണിത്.

ഒരു കൈകൊണ്ട് സംസാരം തുടരാൻ അതിഥികൾക്ക് മെയർ ഹോൾഡ് സൂചന നൽകി.

"നിങ്ങൾ രണ്ടുപേരും തമ്മിലുള്ള പ്രശ്നങ്ങൾ സ്വകാര്യ സംഭാഷണത്തിലൂടെ പരിഹരിക്കുന്നതാണ് കൂടുതൽ നല്ലത്." അദ്ദേഹം കവിയെ ഉപദേശിച്ചു.

ലിലിയ: കാർഡ്ബോർഡ് കഷ്ണങ്ങൾകൊണ്ട് മേശയ്ക്ക് കുറുകെ തുടർച്ചയായി ചോദ്യശരങ്ങൾ അയയ്ക്കുമ്പോൾ അത് തികച്ചും ശരിയാണ്.

നോറ: അതെ, എന്നെ ലക്ഷ്യമാക്കി എറിഞ്ഞ കേബിൾഗ്രാമുകളെല്ലാം ശേഖരിച്ചു വയ്ക്കേണ്ടതായിരുന്നു. ഞാനത് ചെയ്തില്ല. ഭാവിയിൽ മയക്കോവ്സ്കിയെക്കുറിച്ച് പഠിക്കുന്ന പണ്ഡിതന്മാർക്ക് രസകരമായ ഗവേഷണരേഖകളാകുമായിരുന്നു അവയെല്ലാം.

താത്യാന: നിങ്ങൾ വാദിക്കുകയായിരുന്നു. അത്രയും വ്യക്തമാണെന്ന് തോന്നുന്നു.

എല്ലി: അതിന്റെ മുഖ്യമായ ആശയം നിങ്ങൾ ഓർക്കുന്നില്ലേ?

നോറ: ധിക്കാരമുള്ള ഒരു വാക്ക് സ്വീകരിക്കുന്ന ഒരാളായിരുന്നില്ല കവി. അദ്ദേഹത്തിന്റെ അഭിപ്രായത്തോട് നിങ്ങൾ വിയോജിക്കുമ്പോൾ അദ്ദേഹം

പറയും. "നമ്മൾ കണ്ടുമുട്ടിയ ആദ്യരാത്രിയിൽ അദ്ദേഹം ചെയ്തതു പോലെ." അതല്ലെങ്കിൽ പറയും. "സാരമില്ല, നമുക്ക് വീണ്ടും തുടരാം."

അപ്രധാന കാര്യങ്ങളെപ്പറ്റി ചെറിയ സംവാദങ്ങൾ മാത്രമേ ഉണ്ടായിരുന്നുള്ളൂ. മെയർഹോൾഡ് റഷ്യൻ സൂപ്പും സോസേജുകളും വിളമ്പുന്ന സമയത്ത് മാത്രമേ പ്രത്യക്ഷപ്പെട്ടിരുന്നുള്ളൂ.

എല്ലി: ആ സംഭവം ഐതിഹാസികമായിരുന്നു. മോസ്കോയിലെ ബുദ്ധിജീവികളുടെ വൃത്തങ്ങളിൽ ഇപ്പോഴും അതേപ്പറ്റി പറയാറുണ്ട്.

നോറ: ഞാനും അതിൽ പങ്കെടുത്തു. എന്നെ പ്രകോപിപ്പിക്കാനും അദ്ദേഹം വൈകാരികമായ ആനന്ദത്തിനുവേണ്ടി ശ്രമിക്കുമ്പോഴും തിരിച്ച് കളിവാക്ക് പറഞ്ഞ് അദ്ദേഹത്തെ പരിഹസിച്ച് രസിക്കാതിരിക്കാൻ ഞാനും ശ്രമിച്ചു. ആ സമയത്ത് കേക്കുകളും ചായയും മേശമേൽ നിരന്നു കഴിഞ്ഞു. എന്റേയും അദ്ദേഹത്തിന്റേയും കാലുകൾക്ക് ചുവട്ടിലെ തറയിൽ കാർഡ്ബോർഡ് കഷ്ണങ്ങൾ ചിതറികിടന്നു. മേയർ ഹോൾഡ് കടലാസുകൾ ബോളുകളാക്കി എറിയുന്നതെല്ലാം ഒരു പാത്രത്തിൽ ശേഖരിച്ചു. മയക്കോവ്സ്കിയെ സംബന്ധിച്ചുള്ള ഗവേഷണ താത്പര്യമുള്ള അമേരിക്കൻ സാഹിത്യ പ്രൊഫസർമാർക്ക് അവയെല്ലാം വിൽക്കാൻ മെയർഹോൾഡ് വാക്കു കൊടുത്തിരുന്നു. കവി കണ്ടുപിടിച്ച ഒരുതരം പാർലർഗെയിം നിർബ്ബന്ധിച്ചതുകൊണ്ടുമാത്രം ഞാനും കളിച്ചു. എന്നാൽ മയക്കോവ്സ്കി വോഡ്ക ഗ്ലാസ്സിൽ തള്ളവിരൽ മുക്കി അതു കൊണ്ട് ചുണ്ടുകൾ നനച്ചു കൊണ്ടിരുന്നു.

ലിലിയ: ആ ആംഗ്യം വീണ്ടും... എന്റെ നോട്ടത്തിൽ അത് ഒരു കൊടുങ്കാറ്റിന്റെ സൂചന ആയിരുന്നു.

നോറ: ദൈവത്തോട് പ്രാർത്ഥിച്ചുകൊണ്ട് ആ കൊടുങ്കാറ്റിന്റെ സൂചന ഞാൻ മനസ്സിലാക്കി. ഒരു വിഡ്ഢിയെപ്പോലെ ഇരിക്കാൻ എനിക്ക് കഴിയുമായിരുന്നില്ല. ആ കൊടുങ്കാറ്റിനെ എനിക്ക് അനുഭവിക്കണമായിരുന്നു. അദ്ദേഹം കാർഡ്ബോർഡ് കഷണത്തിൽ കേബിൾഗ്രാമുകൾ എഴുതുമ്പോൾ ചിരിയുടെ ഒരു ലാഞ്ഛനപോലും ഉണ്ടായിരുന്നില്ല. വലിയ കൈപ്പത്തികൾക്കുള്ളിൽ ഉരുട്ടി ഒരു കണ്ണ് അടച്ച് മറ്റേ കണ്ണ് ലക്ഷ്യത്തിലുറപ്പിച്ച് മേശയ്ക്ക് മുകളിലൂടെ എന്റെ നേരെ എറിയുകയായിരുന്നു. ഞങ്ങൾ അവിടെനിന്നും തിരിച്ചുപോരുമ്പോൾ അദ്ദേഹത്തിന് കോപം തിളച്ചുമറിയുകയായിരുന്നു. അപ്പോൾ അർദ്ധരാത്രി കഴിഞ്ഞിട്ട് ഏറെ നേരമായിരിക്കണം. കാരണം മെയർഹോൾഡിന്റെ രണ്ട് ജോലിക്കാർ അർദ്ധരാത്രിയിലെ മണിനാദം കേട്ടപ്പോൾതന്നെ സ്ഥലം വിട്ടിരുന്നു. മെയർ ഹോൾഡിന്റെ വീട്ടിൽ വെച്ച് കവി തന്റെ ദേഷ്യം വോഡ്കയിലും തന്നെ പ്രചോദിപ്പിക്കാൻ വേണ്ടിയുള്ള അതിഥികളുടെ ബോധപൂർവ്വമായ ചിരികളിലും അലിയിപ്പിച്ച് സ്വയം തണുപ്പിക്കാൻ ശ്രമിച്ചിരുന്നു. പ്രേമനൗകയിൽ

എത്തിയപ്പോൾ അടങ്ങാത്ത ദേഷ്യം രതിയിൽ തീർക്കാൻ അദ്ദേഹം ആഗ്രഹിച്ചു. പതിവുപോലെ രതി ആവശ്യപ്പെട്ടു. അത് നിഷേധിക്കുന്നത് അദ്ദേഹത്തിന് ഇഷ്ടമല്ല. അദ്ദേഹവും ഞാനും പൂർണ്ണനഗ്നരായപ്പോൾ അദ്ദേഹത്തിന് ഉദ്ധാരണം ഉണ്ടായില്ല. അങ്ങനെ ഒരു സാഹചര്യത്തിൽ ഒരു സ്ത്രീക്ക് ചെയ്യാവുന്നത് എന്തോ അത് ഞാൻ ചെയ്തു. പക്ഷേ, വിഫലമായ ഒരു ശ്രമം. ഞാനെന്തുതന്നെ ചെയ്തിട്ടും അദ്ദേഹത്തിന്റെ കോപം വർദ്ധിച്ചുവന്നു. ഞാൻ അദ്ദേഹത്തിന്റെ കാമുകിയും കാവ്യ ദേവതയായതിനും അദ്ദേഹം എന്നോട് കഠിനമായി കോപിച്ചു. വിജയ പ്രതീക്ഷയില്ലാതെ ആഗ്രഹിച്ചത് കിട്ടാത്തതിൽ അദ്ദേഹത്തിന് അദ്ദേഹ ത്തോട് തന്നെ ദേഷ്യം തോന്നി. ഒരു ദേവതയ്ക്ക് യോജിച്ച രീതിയിലുള്ള ഒരു ഉദ്ധാരണം സാധ്യമായിരുന്നിട്ടുപോലും അത് സംഭവിച്ചില്ല.

എന്റെ അപക്വമായ പ്രാകൃത മനോഭാവത്തിന് എന്നോട് ക്ഷമിക്കുക താനിക്ക്. അദ്ദേഹത്തിന്റെ മനസ്സിന്റെ ദ്വന്ദഭാവങ്ങൾ. അദ്ദേഹത്തിന്റെ ഒരു ഭാഗം ഇപ്പോഴും പ്രതീക്ഷിക്കുന്നത് നിങ്ങൾ വിവാഹം ചെയ്യാൻപോകുന്ന പുരുഷനിൽനിന്നും നിങ്ങളെ പൂർണ്ണമായും വേർപ്പെടുത്താൻ കഴിയു മെന്നാണ്. മറ്റൊരു ഭാഗം ശ്രമിക്കുന്നത് കൈയിലുള്ളതുകൊണ്ട് തൃപ്തി പ്പെടാനാണ്. ജനലിന് താഴെയുള്ള കോച്ചിൽ ഞങ്ങൾ സുഖമായി ഉറങ്ങി. അദ്ദേഹത്തിന്റെ കൂർക്കംവലിയും ഉറക്കത്തിൽ തിരിയലും മറിയലും ഉണ്ടാ യിരുന്നെങ്കിലും കൂടെക്കൂടെ അദ്ദേഹത്തിന്റെ തളർന്ന ലിംഗം എന്റെ കൈകളിൽ മുട്ടിച്ചു, ഉദ്ധാരണം സാധ്യമാകും എന്ന പ്രതീക്ഷയോടെ.

വഴിവിളക്കിന്റെ പ്രകാശം അരിച്ചിറങ്ങുന്ന അഴുക്കു പിടിച്ച ജാലക ച്ചില്ലിന്റെ മങ്ങിയ വെളിച്ചത്തിൽ അദ്ദേഹത്തെ എനിക്ക് വ്യക്തമായി തിരിച്ചറിയാൻ കഴിയുന്നില്ല. മേശമേലേക്ക് കുനിഞ്ഞിരുന്ന് അദ്ദേഹം ഡയറി ബുക്കിൽ കുത്തിക്കുറിക്കുകയായിരുന്നു. നിങ്ങൾ അദ്ദേഹത്തിന് കൊടുത്ത വാട്ടർമാൻ പേനയുടെ മുന കടലാസിൽ ഉരയുന്ന ശബ്ദം എനിക്ക് കേൾക്കാൻ കഴിഞ്ഞു.

“നിങ്ങൾ എഴുതുന്നത് എന്താണ്?” ഞാൻ വിളിച്ചു ചോദിച്ചു.

“ഉറങ്ങാൻ പൊയ്ക്കൊള്ളൂ.”

“പറയൂ, നിങ്ങൾ ഈ നേരമില്ലാത്ത നേരത്ത് എഴുതുന്നത് എന്താണ്?”

“പാസ്റ്റർനാക്ക് പരിഭാഷ ചെയ്ത ഒരു ഭാഗത്തിന്റെ ഹാസ്യാനു കരണം. അതിനെ ഞാൻ ‘മൗസ്ട്രാപ്പ്’ എന്ന് വിളിക്കുന്നു.”

“എന്നെ സാന്ത്വനപ്പെടുത്തി ഉറക്കാൻവേണ്ടി നിങ്ങൾ അത് വായി ക്കുമോ?”

“ഉറക്കെ വായിച്ചാൽ നിനക്കും ഉറങ്ങാൻ കഴിയാതെയാകും.”

ആ സമയത്ത് അദ്ദേഹം അർത്ഥമാക്കിയതെന്താണെന്ന് എനിക്ക് മനസ്സിലായില്ല. അതീവ ശ്രദ്ധയോടെ സാവധാനം അദ്ദേഹം കിടക്കയിലേക്ക് വന്നു. ആരും കേൾക്കാതെ ചിരിച്ചു. തനിക്ക് തൃപ്തികരമായതെന്തോ ചെയ്തു തീർത്തപ്പോൾ ലഭിച്ച അമിതമായ സന്തോഷത്താലെന്നവിധം. ഞാൻ ഭാവിയിൽ അറിയാൻ പോകുന്നതെന്താണോ അത് അദ്ദേഹം അറിഞ്ഞിരുന്നപോലെ. ഇപ്പോൾ എനിക്കെല്ലാം മനസ്സിലാകുന്നു...

എല്ലി: നിങ്ങളുടെ ഭാഗം ന്യായീകരിക്കാനല്ലേ ഇപ്രകാരം പറയുന്നത്?

നോറ: അത്രയും പറഞ്ഞതിന്റെ സന്മനസ്സിന് നന്ദി എല്ലി. ഞാൻ അതിരാവിലെ ഉണർന്ന് ഡ്രസ്സ് ചെയ്യുന്നതിന് തൊട്ടുമുമ്പ് കവി ടോയ്‌ലറ്റിലേക്ക് സാവധാനം നടന്നു.

"ചായ ഉണ്ടാക്കൂ." അദ്ദേഹം പറഞ്ഞു.

എന്തോ സംഭവിക്കാൻ പോകുന്നു എന്നപോലെ ഞാൻ ഭയപ്പെട്ടു. "നമുക്കൊരുമിച്ചൊരു തീരുമാനം എടുക്കാൻ കഴിയുന്നതിനുമുമ്പ് എങ്ങോട്ടും പോകരുത്."

ജീസസ് ക്രൈസ്റ്റ്, തന്റെ ഭാവിയെപ്പറ്റി യാതൊന്നും മുമ്പേ തീരുമാനിച്ചിട്ടില്ലെന്നപോലെ എനിക്കൊന്നും മനസ്സിലായില്ല. നേരെ വെള്ളത്തിലേക്ക് മൂത്രം ഒഴിക്കുന്ന ശബ്ദം കേൾക്കാൻ കഴിഞ്ഞു. അതിനർത്ഥം അദ്ദേഹം കോപാകുലനായിരുന്നു എന്നുതന്നെ. ഉച്ചത്തിലുള്ള അസുഖകരമായ ശബ്ദം കേൾപ്പിക്കാതിരിക്കാൻ ക്ലോസറ്റിന്റെ പാർശ്വത്തിൽ മാത്രമേ അദ്ദേഹം സാധാരണ മൂത്രം ഒഴിക്കാറുള്ളൂ. കുറെ സമയം എടുത്തു...

താത്യാന: തുടരൂ നോറ.

നോറ: അതെ, എന്റെ ഉള്ളിലെ ചുട്ടുപഴുത്ത കനലുകളെല്ലാം എനിക്ക് എടുത്തുകളയണം. വൈകാരികമായി അസ്വസ്ഥതയുണ്ടാക്കുന്നതെല്ലാം ആരോടെങ്കിലും പറയണം. വിറകുചീളുകൾ എടുത്ത് തീ പിടിപ്പിക്കാനും വെള്ളം സ്റ്റൗവിന് മുകളിൽ വച്ച് തിളയ്ക്കാനും കാത്തുനിൽക്കുമ്പോൾ അദ്ദേഹത്തിന്റെ ഡയറി തുറക്കണം എന്ന എന്റെ ആഗ്രഹം നിയന്ത്രിക്കാൻ കഴിഞ്ഞില്ല. അദ്ദേഹത്തിന്റെ പുതിയ സംരംഭം പാസ്റ്റർനാക്ക് പരിഭാഷപ്പെടുത്തിയ ഷേക്സ്പിയറിന്റെ ഹാംലെറ്റിനെ അടിസ്ഥാനമാക്കിയ ഒരു സിനിമയുടെ രൂപത്തിലേക്ക് പരിണമിക്കുന്നുണ്ടായിരുന്നു. മയക്കോവ്സ്കി അദ്ദേഹത്തിന്റെ സിനിമയ്ക്ക് പേരിട്ടു. "ഒരു ആത്മഹത്യയുടെ ഹാസ്യാവതരണവും എലിക്കെണിയും" ഹാളിൽ വിളക്കുകൾ തെളിയുന്നതിന് മുമ്പ് യുക്തിക്ക് നിരക്കുന്നവിധം രണ്ട് സ്പഷ്ടമായ വാക്കുകൾ വെള്ളിത്തിരയിൽ വീണപ്പോൾ അത് അവസാനിച്ചു.

ശുഭം.

കവിയുടെ ഈ തിരക്കഥയിൽ നിന്ന് എന്തു മനസ്സിലാക്കുന്നു എന്നു ചോദിച്ചാൽ യഥാർത്ഥത്തിൽ എനിക്ക് അറിയില്ല. അവസാനിച്ചത് "എന്ത്", അതിന്റെ സത്യം എനിക്ക് വ്യക്തമായിട്ടില്ല. മയക്കോവ്സ്കിയെ അറിയാം എന്നതുകൊണ്ട് ആ ഫിലിമിൽ ഉള്ളതിനേക്കാൾ കൂടുതൽ എന്തോ നിശ്ചയമായും ഉണ്ട്. എന്നാൽ അതെന്ത്? ഹാംലെറ്റിന്റെ ചഞ്ചല മനോഭാവം അദ്ദേഹത്തിന്റെ പിതൃസഹോദരന്റെ രാജാവിന്റെ പാപ കർമ്മത്തെ പറ്റിയാണോ?" ആ ഹാസ്യനാടകം അവിശുദ്ധമായതിനെ നിർമ്മലമാക്കുന്ന വിപ്ലവമാണെന്ന് നമ്മൾ തിരിച്ചറിഞ്ഞുവോ? തൊഴിലാളിവർഗ്ഗ സർവ്വാധിപത്യത്തിൽ കവിയുടെ ഭാവി തീർത്തും ശൂന്യമാണെന്ന് ഉറപ്പുണ്ടായിട്ടുപോലും എന്തെങ്കിലും തനിക്ക് അനുകൂലമായി സംഭവിക്കുമെന്ന് മയക്കോവ്സ്കി ദൃഢമായി വിശ്വസിച്ചിരുന്നുവോ? അദ്ദേഹത്തിന്റെ മൃതപ്രായമായ വൈകാരിക ജീവിതത്തിലേക്ക് ജീവവായു നൽകി സജീവമാക്കാനുള്ള എന്റെ പരിശ്രമത്തിന് അർത്ഥമെന്താണ്? എന്തുകൊണ്ടാണെന്ന് എന്നോട് ചോദിക്കരുത്. എനിക്ക് അസ്വസ്ഥമായ വികാരം ഉണ്ടായിരുന്നു. അത് ഒരു ഹാസ്യാനുകരണമല്ല. അങ്ങനെയാണല്ലോ അദ്ദേഹത്തിന്റെ അവകാശവാദം. പക്ഷേ, അത് ജീവിതത്തിന്റെ ഒരു മഹത്തായ രൂപകമാണ്. യവനിക താഴുന്നത് ആത്മഹത്യയുടെ മേലാകുമ്പോൾ എന്തർത്ഥത്തിൽ അത് ഹാസ്യനാടകമായി കണക്കാക്കും? ആ നികൃഷ്ടമനുഷ്യനോട് അത് വിശദീകരിച്ചുപറയാൻ എനിക്ക് ചോദിക്കണമായിരുന്നു. ഒന്നൊഴികെ..."

താത്യാന: ഒന്നൊഴികെ?

നോറ: ഒടുവിൽ കവി ടോയ്ലറ്റിൽ നിന്നും പുറത്തുവന്നപ്പോൾ ശ്രദ്ധിക്കാതിരിക്കാനായില്ല. അത്ര അസാധാരണമായിരുന്നു അപ്പോൾ കവി. അദ്ദേഹം ഷേവ് ചെയ്തിരിക്കുന്നു. കറുത്ത ഒരു സൂട്ട് ധരിച്ചിരുന്നു. ബട്ടൺഹോളിൽ മുള്ളങ്കിവെച്ച കറുത്ത സൂട്ട്. സൂട്ടിനൊപ്പം നല്ല വെളുത്ത ഷർട്ട്. കഴുത്തിൽ ചുറ്റി ഷർട്ടിനുള്ളിൽ തിരുകിവെയ്ക്കുന്ന ഒരു മഞ്ഞ തുണി അദ്ദേഹം ധരിച്ചിരിക്കുന്നു. ഞാൻ അതത്ര കാര്യമാക്കിയില്ല. തമാശയായി പറഞ്ഞു. "കണ്ടിട്ട് ഒരു ശവസംസ്കാരത്തിന് പോകുകയാണെന്ന് തോന്നുന്നു." അപ്പോൾ അദ്ദേഹം പറഞ്ഞു.

എല്ലി: അതെയതേ... അതുതന്നെയല്ലേ അദ്ദേഹം പറഞ്ഞത്?

നോറ: അതെ. "ശവസംസ്കാരത്തിനുവേണ്ടി ഡ്രസ്സ് ചെയ്തു." ഒരു നിമിഷത്തേക്ക് ശ്വാസം നിന്നു പോയി. ഭയത്തോടെ ചോദിച്ചു. "ആരുടെ." ലിലിയ ഒരിക്കൽ വിശദീകരിച്ചതല്ലേ, ഒരു റിവോൾവറിന്റെ കഥ. ഒരു റിവോൾവർ കണ്ടു. ട്രഗ്ഗർ ഗാർഡിലൂടെ കടത്തിയ വിരൽത്തുമ്പിൽ അത് തൂങ്ങിക്കിടന്നു. ഞാൻ ഭയന്നുവിറച്ച് ഒച്ചവെച്ചു. ഞാൻ അലറി വിളിച്ചത് ഓർക്കുന്നു.

"നിങ്ങൾ ആരെയാണ് ഷൂട്ട് ചെയ്യാൻ പോകുന്നത് നികൃഷ്ട ജന്തു? എന്നെയാണോ, അല്ലെങ്കിൽ നിങ്ങളെത്തന്നെയോ? നിങ്ങളുടെ കൂടെ ജീവിക്കുമ്പോൾ ഞാൻ നിങ്ങളെ ഭയപ്പെടുകയില്ലെന്ന കാര്യം നിങ്ങൾക്ക് മനസ്സിലാകുന്നില്ലേ?"

ആ സമയത്ത് ചായയ്ക്കുവേണ്ടി തേയില വെള്ളത്തിൽ ഇട്ടു. എനിക്ക് പിന്നിൽ പാത്രത്തിന്റെ ശബ്ദം കേൾക്കാം. എങ്ങനെയെന്നാൽ തടവിലാക്കിയ ഒരു സ്ത്രീയുടെ തൊണ്ടയിലേക്ക് കഫം കയറി വന്ന് നിറയുമ്പോൾ സംസാരിക്കാൻ തടസ്സം ഉണ്ടാകുന്നതുപോലെ എനിക്കു തോന്നി. അതാണ് എനിക്ക് സംഭവിച്ചത്. പെട്ടെന്ന് ഒന്നും പറയാതെ ഞാൻ അദ്ദേഹത്തിൽ നിന്നും പിൻതിരിഞ്ഞു. കവിക്കുവേണ്ടി രാവിലെ ചായ ഉണ്ടാക്കുന്നതിനേക്കാൾ പ്രധാനപ്പെട്ടതായി മറ്റൊന്നും ചെയ്യാൻ ഇല്ലാത്തതുപോലെ.

എന്തെല്ലാം പ്രശ്നങ്ങൾ ഉണ്ടായാലും ഞാൻ ഒരു നടിയാണ്. ഞാൻ ശാന്തമായി സാവധാനത്തിൽ ആവി പൊങ്ങുന്ന ചായ കപ്പിലേക്ക് ഒഴിച്ചു. എന്നിട്ട് അദ്ദേഹത്തിന്റെ എഴുത്തുമേശമേൽ വെച്ചു. എന്റെ കഴുത്തിനു പിന്നിൽ അദ്ദേഹത്തിന്റെ കണ്ണുകൾ പതിക്കുന്നത് എനിക്ക് അനുഭവപ്പെടുന്നുണ്ട്. ഞാൻ കോട്ട് ധരിക്കുമ്പോഴും ഹാൻഡ്ബാഗ് എടുത്ത് വാതിൽക്കലേക്ക് നടക്കാൻ തുടങ്ങുമ്പോഴും ശബ്ദം പുറത്തേക്ക് കേൾക്കാതിരിക്കാൻ തടഞ്ഞുവെച്ച കവിയുടെ കരച്ചിൽ കേട്ടു. മറുപടി എന്ന വിധത്തിൽ. അദ്ദേഹം ആവർത്തിക്കുന്നതായി കേട്ടു. കഴിഞ്ഞ സായാഹ്നത്തിൽ അന്യരെ വേദനിപ്പിക്കാൻ മടിയില്ലാത്ത, മനുഷ്യത്വമില്ലാത്ത വിദ്യാർത്ഥികൾക്കുവേണ്ടി വായിച്ച, ഭീതിയുണർത്തുന്ന വരി.

"എന്റെ വാക്യത്തിന് ബുള്ളറ്റുകൊണ്ട്
വിരാമചിഹ്നം ഇടുക."

എല്ലി: എന്റെ പാവം നോറ.

നോറ: ഞാൻ കോണിപ്പടിവരെ എത്തി. സ്ഫോടനം ഞാൻ കേട്ടു. തോക്കുകളെപ്പറ്റി എനിക്ക് ഒന്നും തന്നെ അറിയില്ലെങ്കിലും അത് അദ്ദേഹത്തിന്റെ കൈവശമുള്ള റിവോൾവറിന്റെ ശബ്ദമായിരുന്നു എന്ന് ഞാൻ ഊഹിച്ചു. യഥാർത്ഥത്തിൽ എനിക്ക് ഭയം തോന്നിയില്ല. റഷ്യൻ ചൂതാട്ടക്കളികൊണ്ട് അനേകം ബുദ്ധിജീവികൾ വിധിയുമായി മനോധൈര്യം പരീക്ഷിച്ചിട്ടുള്ള അനേകം കഥകൾ ഞാൻ ഓർമ്മിച്ചു. കറുത്ത സൂട്ടും വെളുത്ത ഷർട്ടും കോളറും ടൈയും. എല്ലാം ആ അനുഷ്ഠാനത്തിന്റെ ഭാഗമാണ്. പ്രേമനൗകയിലേക്ക് സാവധാനം നടക്കുമ്പോൾ ഞാൻ ഓർത്തു. തറയിൽ നീണ്ടുനിവർന്ന് നാടകം അഭിനയിക്കുന്നതുപോലെ ജഢമായി കിടക്കുന്ന കവിയെ കാണുമെന്ന് പ്രതീക്ഷിച്ചു. ശരിയായിരുന്നു.

അദ്ദേഹം തറയിൽ മലർന്ന് കൈകളും കാലുകളും വിടർത്തി വിലക്ഷണ മായി കിടന്നു. നാടകാഭിനയം ആയിരുന്നില്ല എന്നു മാത്രം. തേനിന്റെ കട്ടിയുള്ള ഇരുണ്ട ചുവന്ന ദ്രാവകം കൽക്കരി കറുപ്പുള്ള ദ്വാരത്തിൽ നിന്നും ഒഴുകിയിരുന്നു. അദ്ദേഹത്തിന് ശരിക്കും ഒരു ഹൃദയം ഉണ്ടെങ്കിൽ ആ ദ്വാരം ഉള്ള ഷർട്ടിന്റെ താഴെ ആയിരിക്കണം. അദ്ദേഹത്തിന്റെ കണ്ണു കളും വായും വല്ലാതെ തുറന്ന് ഒരു സംഭ്രമത്തിലോ വിസ്മയത്തിലോ ആണെന്നപോലെ. അതെല്ലാം ഓർക്കാൻ ഇപ്പോൾ എനിക്ക് ഇപ്പോൾ ഭയം തോന്നുന്നു. ഇഴയടുപ്പം ഇല്ലാത്ത നേർത്ത നൂലു കൊണ്ടുള്ള തുണി യിലൂടെ കാണുന്നതുപോലെ അവ്യക്തമായി മാത്രമേ, ഓർമ്മിക്കാൻ കഴി യുന്നുള്ളൂ. ജനൽ ശക്തമായി തള്ളിത്തുറന്ന് പരമാവധി ഉച്ചത്തിൽ അലമുറയിട്ടു കരഞ്ഞുകൊണ്ട് ഞാൻ വിളിച്ചു പറഞ്ഞു.

“ഓടിവരൂ. മയക്കോവ്സ്കി സ്വയം വെടിവെച്ചു.”

കവിയുടെ മേലേക്ക് കുനിഞ്ഞ് വായിൽ നിന്ന് വായിലേക്ക് അബോ ധാവസ്ഥയിൽ നിന്നും ഉണർത്താൻ പുനരുജ്ജീവനശുശ്രൂഷ ചെയ്തു. അത് ഫലപ്രദമല്ലെന്ന് കണ്ടപ്പോൾ കോട്ടിന്റെ മുൻഭാഗം മുഴുവൻ വലിച്ചു കീറി. വായ മുതൽ നാഭിവരെ പുനരുജ്ജീവന ശുശ്രൂഷ ചെയ്തുനോക്കി. എന്റെ മനസ്സ് ഒരു തരം ഉന്മാദാവസ്ഥയേക്കാൾ മേലെയായിരുന്നിരി ക്കണം. അദ്ദേഹത്തിന്റെ തളർന്ന പൗരുഷത്തെ എനിക്ക് ഉണർത്തുവാൻ കഴിയുമായിരുന്നു എന്ന സത്യം വൈകിയെങ്കിലും ഞാനിപ്പോൾ ഓർത്തു പോകുന്നു. അദ്ദേഹത്തെ എന്റെ ശരീരത്തിൽ നിന്നും ബലിഷ്ഠമായ കൈകൾ കൊണ്ട് തള്ളിമാറ്റിയത് ഓർത്തുപോകുന്നു....

പ്രേമനൗകയിൽ ആളുകൾ കൂട്ടത്തോടെ വന്നുതുടങ്ങി. വെളുത്ത ഹെൽമെറ്റുകൾ ധരിച്ച അഗ്നിശമന ജോലിക്കാർ, തവിട്ടു നിറമുള്ള യൂണി ഫോമിൽ സൈനിക സേനാംഗങ്ങൾ കമ്പിളിത്തൊപ്പിയും അരയിൽ ബെൽറ്റ്കൊണ്ട് മുറുക്കി കെട്ടിയ മഴക്കോട്ടും ധരിച്ച് വന്ന സാധാരണ ക്കാർ. ഫ്ളാഷ് ബൽബുകൾ മിന്നിമറയുമ്പോൾ ഉണ്ടായ പതിഞ്ഞ ശബ്ദം. മയക്കോവ്സ്കിയുടെ ഇളയ സഹോദരി ഓൾഗാ വ്ളാഡി മിറോവ്ന രണ്ടു കൈകളും മുന്നോട്ട് എറിഞ്ഞു പൊട്ടിക്കരഞ്ഞു. കെട്ടിട ത്തിന്റെ ഇടുങ്ങിയ ഇടനാഴികകളിലെല്ലാം ആ ശബ്ദം തുളഞ്ഞുകയറി യിട്ടുണ്ടാകണം. അവളുടെ വിലാപം നിറഞ്ഞ വിളി! “വൊളോദിയ! വൊളോദിയ! ഹൊ, എന്റെ കരുണാമയനായ ദൈവമേ”, അദ്ദേഹം മറുപടി പറയുന്നില്ല. സ്റ്റൂളിൽ ഇരിക്കുന്ന കവിയുടെ അലാറം ക്ലോക്കിന്റെ ടിക് ടിക് ശബ്ദത്തിന്റെ മുഴക്കം കേട്ടത് ഞാൻ ഓർക്കുന്നു. സമയം പോലും ഞാൻ ഓർക്കുന്നു, 10:17 ആയിരുന്നു. ആരെങ്കിലും മരണസമയം കൃത്യ മാക്കാൻ ആ ക്ലോക്ക് ഉടച്ചുകളഞ്ഞിരുന്നെങ്കിലെന്ന് ചിന്തിച്ചതായി എനിക്ക് ഓർമ്മയുണ്ട്. പുഷ്കിൻ മരിച്ച ഉച്ചനേരത്ത് ആരോ ക്ലോക്ക് പൊട്ടിച്ചു.

പുഷ്കിന്റെ മരണസമയം ക്ലോക്ക് നിശ്ചലമായി നിന്നു. അരയ്ക്ക് മുകളിൽ ഇറുങ്ങിയതും താഴേക്ക് അയഞ്ഞതുമായ ലബോറട്ടറി ഉടുപ്പിട്ട ഒരു സ്ത്രീ കവിയുടെ ചുണ്ടുകൾക്ക് നേരെ ഒരു കണ്ണാടി പിടിച്ചുകൊണ്ട്, അദ്ദേഹത്തിന്റെ കണ്ണുകളും വായും അടച്ചു. അത് എനിക്ക് നല്ല ഓർമ്മയുണ്ട്. പിന്നെ ബോറിസ് പാസ്റ്റർനാക്ക്. ഒരു കോണിൽ മുട്ടുമടക്കി മുന്നോട്ട് കുനിഞ്ഞ് തേങ്ങി തേങ്ങിക്കരഞ്ഞു. കവിയുടെ പച്ച സ്കാർഫിൽ കണ്ണുനീർത്തുള്ളികൾ ധാരധാരയായി വീണു. അതിന്റെ ഓർമ്മ എന്നിൽ നിന്ന് ഒരിക്കലും മാഞ്ഞുപോകില്ല. മയക്കോവ്സ്കിയുടെ ശരീരം സൈനിക സേനാംഗങ്ങൾ എടുത്തുകൊണ്ടുപോയശേഷം പാസ്റ്റർനാക്ക് എന്നെ ആശ്വസിപ്പിക്കാൻ ശ്രമിക്കുകയായിരുന്നു. "കവികൾ മുപ്പതുകൾക്ക് മേൽ ജീവിക്കുകയില്ല."

ദുഃഖം കൊണ്ട് തൊണ്ടയിടറി പതിഞ്ഞ പരുപരുത്ത ശബ്ദത്തിൽ പറഞ്ഞു. അദ്ദേഹത്തിന്റെ ചുണ്ടുകൾ എന്റെ ചെവിക്ക് തൊട്ടടുത്ത്, എന്റെ കവിളിൽ കണ്ണുനീരിന്റെ നനവ് അനുഭവിക്കാൻ കഴിയുന്നത്ര അടുത്ത്. പാസ്റ്റർനാക്ക് പറഞ്ഞതെന്തായിരുന്നു എന്നോട്? സ്റ്റാലിന്റെ കാലത്ത് കവിക്കു വരാനിരിക്കുന്ന വിധിവാക്യങ്ങൾ അദ്ദേഹം ഗ്രഹിച്ചിട്ടുണ്ടാകും എന്നാണോ? അത് സ്വയംവധത്തെ വിശദമാക്കുന്നു. അഹിതവും അരോചകവുമായ ജോലി അദ്ദേഹം മറ്റുള്ളവർക്ക് നീക്കി വച്ചില്ല.

ലിലിയ: സംഭവിക്കാൻ പോകുന്നത് മുൻകൂട്ടികാണാൻ പാസ്റ്റർനാക്കിന് കഴിയുമായിരുന്നു. ഒസിപ് മാൻഡെൽഷ്ടാം മുപ്പതുകൾ താണ്ടിയില്ല. 1920കളുടെ അവസാനം അദ്ദേഹത്തിന്റെ രണ്ടാമത്തെ അറസ്റ്റിനുശേഷം ഒരു സൈബീരിയൻ ക്യാമ്പിൽ ആ ജീവിതം പൊലിഞ്ഞു. ഐസക് ബാബേൽ അസാമാന്യ ബുദ്ധിശാലിയായിരുന്നു. ചെങ്കുപ്പായ കാലാൾപ്പടയുടെ കഥകളാൽ പ്രശസ്തനും ബഹുമാന്യനുമായിരുന്നു. അദ്ദേഹത്തെയും ലൂബിയാങ്കാ തടവറയിലേക്ക് അയച്ചു. 1940ൽ അവിടെവെച്ച് വെടിവെച്ച് കൊന്നു.

എല്ലി: അഗാധമായ ഉള്ളറിവിൽ അത്രയെളുപ്പം പിടികൊടുക്കാത്ത സ്വെറ്റെവയുടെ ആത്മാവ് പാസ്റ്റർനാക്കിന്റെ അഭിപ്രായത്തിൽ കേവലം ക്രിയയായിപ്പോയി. ഓരോ പ്രശ്നവും അതിനേക്കാൾ മോശമായ മറ്റ് പ്രശ്നങ്ങൾ സൃഷ്ടിച്ചുകൊണ്ടിരുന്നു. അവളുടെ ഭർത്താവ് സെർജി എഫ്രോൺ രഹസ്യപ്പൊലീസിനുവേണ്ടി റഷ്യയിൽ നിന്നും നാടുകടത്തപ്പെട്ടവരെപ്പറ്റി ചാരവൃത്തിയിൽ ഏർപ്പെടുകയോ ഏർപ്പെടാതിരിക്കുകയോ ചെയ്തു. അവർ രണ്ടുപേരും പാരീസിൽ ജീവിക്കുകയായിരുന്നു. അദ്ദേഹത്തെ പ്രലോഭിപ്പിച്ച് റഷ്യയിലേക്ക് കൊണ്ടുവന്നു. തുടർന്ന് അദ്ദേഹവും അപ്രത്യക്ഷനായെന്നു മാത്രം. അച്ഛനെ അന്വേഷിച്ച് റഷ്യയിലേക്ക് പോയ സ്വെറ്റെവയുടെ മകൾ എങ്ങോട്ടോ അപ്രത്യക്ഷയായി. ദുരന്തത്തിലേക്ക് നയിച്ച സ്വെറ്റെവയുടെ ഒരേ ഒരു പ്രവൃത്തി, 1939-ൽ

ഭർത്താവിനേയും മകളേയും അന്വേഷിച്ച് പ്രവാസജീവിതത്തിൽ നിന്നും മടങ്ങിയതായിരുന്നു. സെർജി വധിക്കപ്പെട്ടു എന്നും അവരുടെ മകൾ തടവറയിലായെന്നും അറിഞ്ഞശേഷം അവൾ തൂങ്ങിമരിച്ചു. (താത്യാനയുടെ അവിശ്വാസത്തിന്റെ മുഖഭാവത്തോട് പ്രതികരിച്ചുകൊണ്ട്) നിങ്ങൾ എന്തുകൊണ്ട് ഇത് അറിഞ്ഞില്ല.?

നോറ: (വിരൽത്തുമ്പുകളാൽ കവിളിൽ സ്പർശിച്ചുകൊണ്ട്) എന്റെ കവിളിൽ പാസ്റ്റർനാക്കിന്റെ കണ്ണുനീർതുള്ളികൾ ഞാൻ ഇപ്പോഴും അനുഭവിക്കുന്നു. അതെന്റെ മുഖത്ത് ഇപ്പോഴുമുണ്ട്. ഒരിക്കലും ബാഷ്പീകരിച്ചിട്ടില്ല. പ്രേമനൗകയുടെ തറയിലെ രക്തത്തിൽ എന്റെ വിരലുകൾ മുക്കിയത് ഞാൻ ഓർക്കുന്നു. കവികളുടെ രക്തബന്ധം എന്തുതന്നെ ആയാലും പൊട്ടിപ്പോകുകയില്ല. മദ്യലഹരിയിൽ കവിയുടെ ഡയറിയിൽ നിന്നും ചീന്തിയെടുത്ത വരയിട്ട പേജിൽ നീലമഷിയിൽ അദ്ദേഹം കുറിച്ച അവസാന സമ്മതപത്രം. വിശേഷിച്ചും തന്റെ സ്വകാര്യ സമ്പത്തിനെ സംബന്ധിച്ച് താനിക്കിന്റെ വാട്ടർമാൻ പേനകൊണ്ട് നീലമഷിയിൽ എഴുതിയതായിരുന്നു. യെസ്നിനിനെപോലെ അദ്ദേഹം രക്തം ഉപയോഗിക്കുമായിരുന്നു. മഷി കൈവശം ഇല്ലായിരുന്നെങ്കിൽ...

“അവർ പറയുന്നതുപോലെ
ആ സംഭവം അവസാനിപ്പിച്ചു
പ്രേമനൗക തകർന്നുവീണു
ഇപ്പോൾ എനിക്കും എന്റെ ജീവിതത്തിനും
ഋണബാദ്ധ്യതയില്ല
ആശിക്കാൻ ഒന്നുമില്ലാത്ത ദിവസങ്ങൾ...
പരസ്പരം മുറിവേൽപ്പിച്ചിട്ട് കുറ്റം പറഞ്ഞിട്ട്.
ഓരോന്നും വേർപ്പെടുത്തിയിട്ട് എന്തുനേട്ടം?”

എഴുതിക്കഴിഞ്ഞതിനുശേഷം കൂട്ടിച്ചേർത്തത്

ബോൾഷെവിക് സഖാക്കളോടുള്ള അഭ്യർത്ഥന:-

എന്റെ കുടുംബത്തിൽ ലിലിയ ബ്രിക്ക്, അമ്മ, എന്റെ സഹോദരിമാർ, വെറോനിക്ക, വിറ്റോൾഡോവ്നാ, (നോറ എന്ന് വിളിക്കും.) നിങ്ങളുടെ സംരക്ഷണത്തിനായി ഞാൻ അവരെ അർപ്പിക്കുന്നു. അവർക്ക് സാമാന്യ നിലവാരത്തിലുള്ള ഒരു ജീവിതം നിങ്ങൾ അവർക്ക് ഉറപ്പാക്കുമെങ്കിൽ ഞാൻ നിങ്ങളോട് നന്ദിയുള്ളവനായിരിക്കും.”

നോറ: സാമാന്യ നിലവാരത്തിലുള്ള ഒരു ജീവിതം ഉറപ്പുവരുത്താൻ മറ്റേതിനേക്കാൾ മേന്മയുള്ളതും പ്രൗഢവുമാണെന്ന് അഭിമാനിക്കുന്ന സോവിയറ്റ് സർക്കാരിനോട് അദ്ദേഹം അപേക്ഷിച്ചതുകൊണ്ട് എന്തെങ്കിലും സംഭവിക്കുമോ? ആ നികൃഷ്ടജീവിക്ക് തന്റെ കവിത്വസിദ്ധി

കൊണ്ട് എത്രത്തോളം സ്വീകാര്യമല്ലാത്ത സ്വാധീനം ഉപയോഗിക്കാൻ കഴിയും? നന്ദിയുള്ളവനായിരിക്കുംപോലും!

എല്ലി: എന്തെങ്കിലും നേടിയെടുക്കാൻ നിങ്ങൾ സ്വയം പ്രവർത്തിക്കുക നോറ. ഒരു കവിയുടെ എന്തൊരു വിചിത്രമായ ജീവിതദുരന്തം!

ലിറ്റ്സ്കി: (ഇംഗ്ലീഷിൽ) കുഴിമാടത്തിൽ കൃമികൾ അദ്ദേഹത്തിന്റെ ഗുഹ്യാവയവങ്ങളിൽ ജോലി തുടരുന്നുണ്ടാകും. അദ്ദേഹത്തിന്റെ ശരീരം ദഹിപ്പിച്ചിട്ടില്ലെങ്കിൽ.

എല്ലി: (ലിറ്റ്സ്കിയോട് ഇംഗ്ലീഷിൽ) എല്ലാ അർത്ഥത്തിലും അദ്ദേഹം ദഹിപ്പിക്കപ്പെട്ടു.

ലിലിയ: ദയവുചെയ്ത് റാസ്പുട്ടിനോട് പറയൂ. കവിയുടെ മരണം ഫലിതം പറയാനുള്ള കാര്യമല്ല.

താത്യാന: അദ്ദേഹം ചോദിച്ചപ്പോൾ ഞാൻ അദ്ദേഹത്തോടൊപ്പം മോസ്കോയിലേക്ക് തിരികെ പോയിരുന്നെങ്കിൽ ഒരു റിവോൾവർ കുഴലിന്റെ കറക്കം കൊണ്ട് അദ്ദേഹത്തിന്റെ ജീവൻ നഷ്ടപ്പെടില്ലായിരുന്നു.

നോറ: ഞാൻ അദ്ദേഹത്തിന്റെ ലൈംഗികസുഖത്തിനുവേണ്ട കാവ്യദേവതയാകാൻ സമ്മതിച്ചിരുന്നെങ്കിൽ...

എല്ലി: ഞാൻ അദ്ദേഹത്തിന്റെ ആയുസ്സിന്റെ പത്തുവർഷങ്ങൾ അഞ്ചുവർഷങ്ങൾക്ക് പകരം കടം നൽകിയിരുന്നെങ്കിൽ...

ലിലിയ: (കണങ്കൈയിന്മേൽ വീണ ഒരു തുള്ളി കണ്ണുനീർ ഒപ്പിയെടുത്തുകൊണ്ട്) എങ്കിൽ...എങ്കിൽ... ചൊവ്വയിൽ നിന്നും വരുന്ന ഒരു അന്യഗ്രഹജീവി യുക്തിപൂർവ്വം തീർച്ചപ്പെടുത്തും. ഭൂമിയിലെ ജീവിതം അനന്തമായ 'എങ്കിലു'കളുടെ നിരയാണ്. ഒന്നിനു പിന്നാലെ മറ്റൊന്നായി ഒരേ ലക്ഷ്യത്തിലേക്കു നിങ്ങിക്കൊണ്ട് റെഡ് സ്ക്വയറിലെ ലെനിൻ ശവക്കല്ലറ കടന്ന്, ക്രെംലിന്റെ മുകളിൽ നിൽക്കുന്ന യജമാനനെ അഭിവാദനം ചെയ്തുകൊണ്ട്... ലക്ഷക്കണക്കിന് കൊന്ന യജമാനനെ... അപ്പോൾ അദ്ദേഹത്തിന്റെ മേൽമീശ ദേഷ്യം കൊണ്ട് വിറപ്പിച്ചുകൊണ്ട് ഒരൊറ്റ "എങ്കിൽ" പറഞ്ഞിരുന്നെങ്കിൽ... 1932ൽ ഒരു രാത്രി ക്രെംലിനിൽ അദ്ദേഹത്തിന്റെ ഭാര്യ നടേഷാ ആത്മഹത്യ ചെയ്തു. എന്തുകൊണ്ടെന്ന് ദൈവത്തിനു മാത്രമേ അറിയൂ. മാത്രമല്ല, ഏറെ വലിയ ആ രഹസ്യത്തിന്റെ ഒരു കഷ്ണംപോലും അദ്ദേഹം പങ്കു വെച്ചില്ല. ദയാപരനായ ഈശോയെ, ലണ്ടൻ യാത്ര കഴിഞ്ഞ് യഥാസമയം ഞാൻ വീട്ടിലേക്ക് വന്നിരുന്നുവെങ്കിൽ... ഞാൻ മോസ്കോയിൽ ഉണ്ടായിരുന്നു വെങ്കിൽ... മെയർഹോൾഡിന്റെ അത്താഴവിരുന്നിന് എന്നെ ക്ഷണിച്ചിരുന്നുവെങ്കിൽ... സംഭവഗതികൾ വ്യത്യസ്തമായി തീരുമായിരുന്നു.

മുമ്പ് രണ്ട് പ്രാവശ്യം അദ്ദേഹം റിവോൾ സിലിണ്ടർ കറക്കുകയും കാഞ്ചി വലിക്കാൻ തുനിയുകയും ചെയ്തിട്ടുണ്ട്. ഓരോ പ്രാവശ്യവും ബുള്ളറ്റ് അതിൽ ഉണ്ടായിരുന്നില്ലെന്ന് അദ്ദേഹം എങ്ങനെയോ ഉറപ്പു വരുത്തിയിരുന്നു. തോക്കിന്റെ കുഴൽ തന്റെ ഹൃദയത്തിന് നേരെ പിടിച്ചപ്പോഴൊക്കെയും...”

നോറ: നിങ്ങൾ ഉദ്ദേശിക്കുന്നത് ഈ സമയത്ത് ഫയറിംഗ് പിന്നിന് കീഴെ ബുള്ളറ്റ് ഉണ്ടായിരുന്നുവെന്ന് അദ്ദേഹം ഉറപ്പു വരുത്തിയെന്നാണോ?

ലിലിയ: അതിന് സാധ്യതയുണ്ട്. തീർച്ചയായും ആ ആത്മഹത്യാക്കുറിപ്പ് ഒരാൾക്ക് എങ്ങനെ വിശദീകരിക്കാൻ കഴിയും? നമ്മുടെ രഹസ്യപ്പൊലീസ് സുഹൃത്ത് ഞങ്ങളോട് പറഞ്ഞു. ബൈൻഡ് ചെയ്ത കവിയുടെ ഡയറിയിൽ നിന്നും ചീന്തിയെടുത്ത അവസാന പേജിൽ ആർക്കും എളുപ്പത്തിൽ മനസ്സിലാക്കാൻ പറ്റാത്തവിധം കുത്തിവരച്ചിരുന്നു. തന്നെയുമല്ല, കവിയുടെ മേശപ്പുറത്തെ ലെനിന്റെ ചിത്രത്തിനുമേൽ അത് താഴെ വീഴാതിരിക്കാൻ ചാരിവെച്ചു.

എല്ലി: എന്നാൽ വർത്തമാന പത്രത്തിൽ എഴുതിയ ആ കുറിപ്പിന്റെ തീയതി ഏപ്രിൽ 12, അത് അദ്ദേഹം സ്വയം വെടിവെയ്ക്കുന്നതിന് രണ്ടു ദിവസം മുമ്പാണ്.

നോറ: ഇതെന്തു വർത്തമാനം? സ്റ്റേറ്റ് പ്രസിദ്ധീകരണ ഹൗസിലെ ആ അരോചകമായ കൂടിക്കാഴ്ച ഏപ്രിൽ 12ന് ആയിരുന്നു.

എല്ലി: കഴിഞ്ഞ വർഷം ഏപ്രിൽ 12ന് എഴുതിയതല്ലെന്ന് നമുക്ക് എങ്ങനെ അറിയാം? അല്ലെങ്കിൽ 1920 ആദ്യ കാലത്ത് ഏപ്രിൽ 12നു പോലും ആകാം. ആദ്യത്തെ റഷ്യൻ ചൂതാട്ടക്കളിക്കുവേണ്ടി?

താത്യാന: അല്ലെങ്കിൽ രണ്ടാമത്തേതോ?

ലിലിയ: നീലമഷി! വാട്ടർമാൻ ഫൗണ്ടൻ പേന! 1920കളുടെ ആരംഭത്തിൽ അദ്ദേഹത്തിന് താത്യാനയുടെ വാട്ടർമാൻ പേന ഉണ്ടായിരുന്നില്ല. കഴിഞ്ഞ വർഷത്തിൽ തന്നെ അദ്ദേഹത്തിന്റെ കൈവശം അതില്ല.

താത്യാന: ഈ സംഭാഷണം ആരെങ്കിലും മറഞ്ഞുനിന്ന് കേൾക്കുന്നുണ്ടെങ്കിൽ കവിയുടെ മരണത്തിന് നിങ്ങൾ എന്നെ കുറ്റപ്പെടുത്തുകയാണെന്ന് കരുതും. കാരണം ഞാൻ കൊടുത്ത വാട്ടർമാൻ പേനകൊണ്ട് അദ്ദേഹം ഈ കുറിപ്പ് എഴുതി. ദൈവസഹായത്താൽ നീലമഷിയുള്ള റഷ്യൻ ഫൗണ്ടൻ പേനകൾ ഉണ്ട്.

എല്ലി: ഏതെങ്കിലും ഒരു നിറത്തിലുള്ള മഷിയിൽ ആത്മഹത്യാക്കുറിപ്പ് എഴുതിയെന്നിരിക്കട്ടെ. റിവോൾവർ പൊട്ടിയിട്ടുണ്ടെങ്കിൽ അത് റഷ്യൻ ചൂതാട്ടക്കളിയെ നിഷേധിക്കുന്നില്ല.

താത്യാന: എനിക്ക് പൂർണ്ണബോധ്യമുണ്ട്. അത് റഷ്യൻ ചൂതാട്ടക്കളി ആയിരുന്നു. അല്ലാതെ ആത്മഹത്യയല്ല.

നോറ: ശുദ്ധ അസംബന്ധം താനിക്ക്. റഷ്യൻ ചൂതാട്ടക്കളി ആത്മഹത്യാപരമാണ്. കവിയുടെ ഏറ്റവും അവസാനത്തെ പ്രവർത്തിയെന്ന നിലയ്ക്ക് അത് തീരെ അപ്രധാനമല്ല. അദ്ദേഹത്തിന്റെ വാക്യം ഒരു ബുള്ളറ്റുകൊണ്ട് വിരാമചിഹ്നമിട്ടതിന്റെ കാരണം ഞാൻ ഉറപ്പിച്ചു പറയുന്നു. അനിയന്ത്രിതമായ വിദ്വേഷം കൊണ്ടായിരുന്നു. പീറ്റേഴസ്ബർഗിന്റെ പരിഹാസ്യമായ പരമ്പരാഗതവിശ്വാസങ്ങളിൽ ഒന്നിന്റെ ലക്ഷ്യപൂർത്തിയായി അത് അദ്ദേഹം അംഗീകരിച്ചു. കാവ്യസാധനയുടെ ഔന്നത്യത്തിൽ കവി ആത്മഹത്യ ചെയ്തപ്പോൾ അത് അദ്ദേഹത്തിന് നൽകിയത് പെട്ടെന്നുള്ള അനശ്വരതയായിരുന്നു.

താത്യാന: എന്തൊരു ഭയാനകമായ സങ്കല്പം. ആത്മഹത്യയിലൂടെ അനശ്വരത്വം.

ലിലിയ: ഭയാനകം... മയക്കോവ്സ്കിയുടെ കവിതകളിലും നാടകങ്ങളിലും ആവർത്തിച്ചാവർത്തിച്ച് വരുന്ന ആശയമാണത്.

എല്ലി: ലിലിയയുടെ അഭിപ്രായം ശരിയാണ്. അദ്ദേഹത്തിന്റെ സമ്പൂർണ്ണ കൃതികളിൽ ഞാൻ അതിന്റെ സാന്നിദ്ധ്യം കണ്ടിട്ടുണ്ട്. ഒരു സായാഹ്നത്തിൽ മാൻഹട്ടൻ ദ്വീപിലെ ബൊവേറി എന്ന് പേരുള്ള തെരുവിൽ ഒരു മദ്യപാനിയുടെ ശവശരീരം അഗ്നിശമനജോലിക്കാർ ആംബുലൻസിലേക്ക് എടുത്തുവെയ്ക്കുന്നത് ഞങ്ങൾ കണ്ടു. ആംബുലൻസ് മുന്നോട്ട് നീങ്ങുമ്പോൾ ഞാൻ മയക്കോവ്സ്കിയോട് ചോദിച്ചു. മരിക്കുന്നതിനെപ്പറ്റി അദ്ദേഹം എപ്പോഴെങ്കിലും ചിന്തിച്ചിട്ടുണ്ടോ എന്ന്.

താത്യാന: ഇതേ കാര്യം ഞാനും ഒരിക്കൽ ഞാൻ അദ്ദേഹത്തോട് ചോദിച്ചു. അദ്ദേഹം ചിരിക്കുക മാത്രമേ ചെയ്തുള്ളൂ.

എല്ലി: അതെയതെ. എന്നോടും ചിരിച്ചു. അത്രമാത്രം. പക്ഷേ, അത് അദ്ദേഹത്തിന്റെ പതിവുചിരി ആയിരുന്നില്ല. അത് വയറ്റിൽ നിന്നല്ല വന്നത്. അത് തൊണ്ടയിൽ നിന്നും വന്നു. തൊണ്ടയിൽ എന്തോ തടഞ്ഞ് ശ്വാസം മുട്ടുന്നതുപോലെ. അദ്ദേഹം എന്തോ ചുമച്ച് തുപ്പാൻ ശ്രമിക്കുന്നതുപോലെ. അദ്ദേഹത്തിന്റെ ചിരി അർത്ഥമാക്കുന്നതെന്താണെന്ന് ഞാൻ ചോദിച്ചു. ഉത്തരം പറയാതെ അദ്ദേഹം മറ്റൊരു രീതിയിൽ വ്യാഖ്യാനിക്കാൻ ശ്രമിച്ചു. ഞാൻ മരിക്കുന്നതിനെപ്പറ്റി ചിന്തിച്ചിട്ടുണ്ടോ എന്ന് അദ്ദേഹം ചോദിച്ചു. ഇതുവരെ ഇല്ലെന്ന് ഞാൻ പറഞ്ഞു. മരണത്തെപ്പറ്റി ചിന്തിക്കാൻ പ്രായമായിട്ടില്ല. ഞാൻ വളരെ ചെറുപ്പമാണ്. അമ്പതു വയസ്സാകുമ്പോൾ ഞാൻ അതേപ്പറ്റി ചിന്തിക്കാൻ ആലോചിച്ചുറച്ചിട്ടുണ്ട് എന്ന് മാത്രം പറഞ്ഞു. പിന്നീട് മദ്യനിരോധനകാലത്തെ നിയമവിധേയമല്ലാത്ത മദ്യഷാപ്പിൽവെച്ച് മദ്യത്തിന്റെ ലഹരിയിൽ ആ ചോദ്യത്തിലേക്ക്

അദ്ദേഹം വീണ്ടും മടങ്ങിവന്ന് എന്നെ അദ്ഭുതപ്പെടുത്തി. അപ്രതീക്ഷിതമായി അദ്ദേഹം പറഞ്ഞു. മരിക്കുന്നതിനെപ്പറ്റി ചിന്തിക്കാൻ മാത്രം പ്രായം അദ്ദേഹത്തിനില്ല. അദ്ദേഹത്തിന് മുപ്പത്തിരണ്ട് വയസ്സായെന്ന് എന്നെ ഓർമ്മിപ്പിച്ചു. മാത്രമല്ല മറ്റൊന്നിനെക്കുറിച്ചും ചിന്തിക്കുന്നില്ല എന്നും. ഞാൻ ഇതുവരെ അറിഞ്ഞിട്ടില്ലാത്തവിധം അദ്ദേഹത്തിന്റെ ജീവിതത്തിന്റെ ഭാഗമാകാൻ എന്നെ അനുവദിച്ചതിൽ അദ്ദേഹത്തിന് ഖേദം ഉണ്ടായിരിക്കണം. കാരണം തന്റെ ആത്മവിശ്വാസം ഒരു ഫലിതമാണെന്ന് മറ്റുള്ളവരെ വിശ്വസിപ്പിക്കാൻ അദ്ദേഹം ശ്രമിച്ചു. വീണ്ടും തൊണ്ടയടച്ച ശ്വാസം എടുക്കാൻ പ്രയാസപ്പെടുന്ന അതേ ചിരി ചിരിച്ചു. ആകർഷകമായ വലിയ ശിരസ്സ് പിന്നോട്ട് ചരിച്ച് വ്യാജമദ്യശാലയിലെ എല്ലാവരേയും അദ്ഭുതപ്പെടുത്തികൊണ്ട് തന്റെ കവിതകളിൽ ഒന്നിലെ രണ്ടു വരികൾ അനായാസം അദ്ദേഹം ഉറക്കെ ചൊല്ലി.

"എന്റെയുള്ളിലെ എന്നെ തകർക്കുന്ന
മറ്റൊരാൾ ഉണ്ടെന്ന്
നിങ്ങൾ അറിയുന്നുണ്ടോ
ഞാനെത്ര ചെറുപ്പമാണ്."

നോറ: മരണം ഒരു മോചനമാർഗ്ഗമായി അദ്ദേഹം വിചാരിച്ചിരുന്നോ? ശ്വാസംമുട്ടലായി ഞാൻ കണക്കാക്കിയത് ഉള്ളിലെ ചിരിമുഴക്കമാണോ? അദ്ദേഹത്തിന്റെ സിനിമകളിലും ഉണ്ട്. ആത്മഹത്യ ചെയ്യുന്ന കാലത്ത് ഒരു സിനിമയുടെ തിരക്കഥയെഴുതുകയായിരുന്നു അദ്ദേഹം. അദ്ദേഹത്തിന്റെ ഡയറിയിൽ ഞാൻ കണ്ടു. കെണിയിലകപ്പെട്ട പൊട്ടിച്ചിരിക്കുന്ന ആത്മഹത്യ എന്ന് അദ്ദേഹം അതിന് പേരു നൽകി. ആ തലവാചകം കൊണ്ട് എനിക്ക് ദുഃഖവും മാനസികാസ്വാസ്ഥ്യവും തോന്നി. പിന്നെ ടെക്സ്റ്റിന്റെ കാര്യം പറയേണ്ടല്ലോ.

എല്ലി: ആ തിരക്കഥയെക്കുറിച്ച് നിങ്ങളോട് കൂടുതലൊന്നും പറയാതെ പോയത് കഷ്ടമായിപ്പോയി.

നോറ: കല ജീവിതംതന്നെ എന്ന ആശയത്തിനപ്പുറത്തേക്ക് ജീവിതത്തിന്റെ ഭാവിപ്രവചനമായിരുന്നു അത്. അല്ലെങ്കിൽ മരണത്തിന്റെ ഭാവിസൂചനയായിരുന്നു എന്ന് ഞാൻ പറയും. കവി അതിനെ അപ്രധാനമായി പരിഗണിച്ചിരിക്കാം. ഫലിതമാണെന്ന് വിശ്വസിപ്പിക്കാൻ അതിശയോക്തി കലർത്തി അനുകരിച്ചതുമാകാം. പക്ഷേ, വിഷയം മയക്കോവ്സ്കിയുമായി ബന്ധപ്പെട്ടതുതന്നെ. അതിനർത്ഥം യാതൊരു കലർപ്പുമില്ലാത്ത ആശയം അതിലുണ്ട്. ഞാൻ അതിൽനിന്നും രൂപപ്പെടുത്തിയ അനുമാനങ്ങൾ എന്നെ വൻതോതിൽ ഭയാശങ്കയിൽ ആഴ്ത്തി. എന്തെങ്കിലും ചെയ്യാൻ കഴിയാത്ത നിസ്സഹായാവസ്ഥയിൽ ഞാനകപ്പെട്ടു

പോയി. നിങ്ങളോടൊത്ത് ഈ ഹോട്ടൽമുറിയിൽ ഇപ്പോൾ 1953ൽ ഇരിക്കുമ്പോൾ നിശ്ചയമായും മയക്കോവ്സ്കിയുടെ 'മരണക്കെണി' അല്ലെങ്കിൽ കവിയുടെ കൊലപാതകം...ഞാനാദ്യം ഓർക്കുന്നത് അതാണ്. അദ്ദേഹത്തിന്റെ ജീവിതത്തിന് അന്ത്യം കുറിച്ച റഷ്യൻ ചൂതാട്ടക്കളി സംഭവത്തിലായിരുന്നുവോ ഞാൻ ജീവിച്ചത്. അല്ലെങ്കിൽ വരുംവരായകളെപ്പറ്റി അറിയാതെ എഴുതിയ അദ്ദേഹത്തിന്റെ തിരക്കഥയിൽ എനിക്ക് നൽകിയ റോൾ അഭിനയിക്കാനോ?

എല്ലി: മരണക്കെണി നമുക്ക് വായിക്കാൻ കിട്ടുമോ?"

നോറ: എനിക്കറിയില്ല. അതുപിന്നെ എന്തായെന്നും അറിയില്ല...

ലിലിയ: അദ്ദേഹത്തിന്റെ മരണക്കെണിയെപ്പറ്റി എനിക്കറിയില്ല. അതൊഴികെ എനിക്ക് ഓർമ്മിക്കാൻ കഴിയാവുന്നിടത്തോളം അദ്ദേഹം ആത്മനാശത്തിന്റെ ചിന്തകളോടൊത്ത് രമിക്കുകയായിരുന്നു. ഇളകിയ പല്ലുമായി നാക്ക് ബന്ധപ്പെടുന്നതുപോലെ. ഒരു തരം വേദനിപ്പിക്കുന്ന സുഖം. ഒരു ദുരന്തത്തിന്റെ ആഗമനത്തിനായി കവി കാത്തിരിക്കുകയായിരുന്നു. ആദ്യമായി എഴുതിയ നാടകം *വ്ളാഡിമിർ മയക്കോവ്സ്കി: ഒരു ദുരന്തം.* ദൈവത്തിനറിയാം, ഞാൻ സ്വപ്നത്തിൽപോലും വിചാരിച്ചിട്ടില്ല. അദ്ദേഹം ആ ക്ലേശപൂർണ്ണമായ അനുഭവത്തിലൂടെ കടന്നുപോകുമെന്ന്... കേൾക്കൂ. ആ ദിവസത്തിന്റെ അന്ത്യത്തിൽ ഞാൻ 'ചോർട്ട്' എന്ന റഷ്യൻ ഭൂതത്തെ ഓർത്തു. കവിയെ ആത്മഹത്യയിലേക്ക് നയിച്ചത് ഭൂതമാണ്. ഞങ്ങളിൽ ആരുമല്ല.

നോറ: നിങ്ങൾ പറഞ്ഞത് ശരിയായിരിക്കാം. എന്റെ കാര്യത്തിൽ അങ്ങനെ വിചാരിക്കരുത്.

ലിറ്റ്സ്കി: (ഇംഗ്ലീഷിൽ എല്ലിയോട്) "ആരാണ് ഈ 'ചോർട്ട്?"

എല്ലി: (ഇംഗ്ലീഷിൽ ലിറ്റ്സ്കിയോട്) പന്നിയുടെ മുഖവും കാളക്കൊമ്പുകളും ഉള്ള ഒരു ഭൂതമാണ് ചോർട്ട്. എല്ലാ റഷ്യക്കാരും അവർ അംഗീകരിച്ചാലും ഇല്ലെങ്കിലും അവനെ ഭയന്നു ജീവിക്കുന്നു.

താത്യാന: നിങ്ങൾ പറഞ്ഞത് എനിക്ക് മനസ്സിലായി എല്ലി. എന്നാൽ ഞാൻ അതിൽ പെടുന്നില്ല.

ലിലിയ: നിങ്ങൾക്ക് വിശ്വാസം വരില്ല. എന്നാലും പറയാം. ഞാനും ഒസിപ്പും ലണ്ടൻ യാത്രയ്ക്ക് റെയിൽവേസ്റ്റേഷനിലേക്ക് പുറപ്പെടുന്നതിന് മുമ്പ് മയക്കോവ്സ്കി എന്റെ ചെവിയിൽ പറഞ്ഞു. അദ്ദേഹത്തിന്റെ തലയിലും ചൂണ്ടാണിവിരലിലും ഒരു ഭൂതം കയറിയിരിക്കുകയാണ് എന്ന്. ഓ ക്രൈസ്റ്റ്, അദ്ദേഹം ഇതു പറഞ്ഞപ്പോൾ ഞാൻ അതിന് വേണ്ടത്ര പ്രാധാന്യം കൊടുത്തില്ല. ആ യാത്ര റദ്ദാക്കാൻ വേണ്ടി എന്നെ

പേടിപ്പിക്കാൻ അദ്ദേഹം ശ്രമിക്കുകയാണെന്ന് കരുതി. എനിക്ക് എന്തെങ്കിലും സംഭവിക്കുമോ എന്ന് ഭയപ്പെട്ടു. എനിക്ക് രണ്ടാമത് ചിന്തിക്കേണ്ടി വന്നു. ഒരുപക്ഷേ, അദ്ദേഹത്തിന് ഭൂതാവേശം ഉണ്ടായിരിക്കുമോ? ഒരുപക്ഷേ, ഈ ഭൂതാവേശമായിരിക്കുമോ മയക്കോവ്സ്കിയുടെ കവിതകളിൽ സ്വയംഹത്യകൾ കയറ്റി വെച്ചത്?

“ഹൃദയം ഒരു വെടിയുണ്ടയ്ക്കുവേണ്ടി കേഴുന്നു
മൂർച്ചയുള്ള ഒരറവുകത്തിക്കുവേണ്ടി തൊണ്ടയും...”

താത്യാന: നമ്മൾ ഒരിക്കലും മദ്ധ്യകാലഘട്ടത്തിലല്ല ജീവിക്കുന്നത്. അതുകൊണ്ട് ദയവുചെയ്ത് ഭൂതങ്ങൾ നിലനിൽക്കുന്നുണ്ടെന്ന് വിശ്വസിക്കരുത് ലിലിയ. അന്ധവിശ്വാസങ്ങളുടെ പിശാചുബാധയിൽ സ്വയം ആത്മാഹുതി ചെയ്യാതിരിക്കൂ.

ലിലിയ: ഞാൻ ഭൂതങ്ങളിൽ വിശ്വസിക്കുന്നു. നാല് വർഷങ്ങൾ ഞാനൊരു ഭൂതത്തിനോടൊത്ത് ജീവിച്ചു. റഷ്യൻ ഭൂതം ‘ചോർട്ടി’നെ ഭയന്ന് കഴിയുന്നു. കവിയോട് സ്വയംകൊല ചെയ്യാൻ യഥാർത്ഥത്തിൽ ഒരു ഭൂതം പറഞ്ഞിട്ടുണ്ടെങ്കിൽ അത് പൂർണ്ണമായും സാധ്യമാണ്. ആ ഭൂതം കവിയെ പീഡിപ്പിക്കാൻ അത് ചെയ്തിട്ടുണ്ടാകണം. അവന്റെ അടുത്ത ഇര തീർച്ചയായും ഞാൻ ആയിരിക്കും.

താത്യാന: നിങ്ങൾക്ക് ഭ്രാന്താണ്. ശരിക്കും ഭ്രാന്താണ്.

എല്ലി: ലിലിയയ്ക്ക് ഭ്രാന്താണെങ്കിൽ ദസ്തയെവ്സ്കിക്കും അങ്ങനെ തന്നെ. അദ്ദേഹം ഭൂതാവേശിതർ എന്ന പേരിൽ ഒരു നോവൽ എഴുതിയിട്ടുണ്ട്. അദ്ദേഹത്തിന്റെ കഥാപാത്രമായ ഷിഗലേവ് പഴയകാല വ്യവസ്ഥിതി തച്ചുടയ്ക്കാനും സ്റ്റേറ്റിന്റെ ഭീകരവാഴ്ചയിലൂടെ തൊണ്ണൂറ് ശതമാനം മനുഷ്യരേയും തടവിലാക്കണമെന്നും പറയുന്നുണ്ട്. അതുതന്നെയാണ് ശപിക്കപ്പെട്ട ബോൾഷെവിക്കുകളും ചെയ്തത്.

നോറ: ‘ഭൂതാവേശിതർ’ എന്ന നോവൽ വായിക്കുമ്പോൾ ഞാൻ കേവലം ഒരു പെൺകുട്ടിയായിരുന്നു. റഷ്യൻ വിപ്ലവം എങ്ങനെ ആയിരിക്കുമെന്ന ദസ്തയെവ്സ്കിയുടെ ദർശനത്തിൽ ഞാൻ ഭയന്നുവിറച്ചു. മയക്കോവ്സ്കി കൂടുതൽ സ്വതന്ത്രമായും സത്യസന്ധമായും സംസാരിക്കാൻ വളരെ കൂടുതൽ മദ്യപിച്ചപ്പോൾ സ്റ്റാലിന്റെ അതിക്രൂരമായ ശുദ്ധീകരിക്കലിനെപ്പറ്റി പറഞ്ഞു. ഒരു ഭൂതാവേശംപോലെ എത്ര ഭയങ്കരമായിരുന്നു അത്!

ലിലിയ: (താത്യാനയോട്) എന്റെ മാനസികനില തെറ്റിയിട്ടുണ്ടെന്ന് നിങ്ങൾ വിചാരിക്കുന്നുണ്ടാകും. അതത്രയ്ക്ക് കാര്യമാക്കേണ്ട. മയക്കോവ്സ്കിയെ കൊന്ന ആ ഭൂതം എന്റെ ഭാവനയിൽ മാത്രം നിലനിൽക്കട്ടെ. നിങ്ങൾക്ക് ഭീഷണിയില്ലാതെ അത് എന്നിൽ മാത്രം നിലനില്ക്കട്ടെ...

എല്ലി: ആരാണ് അല്ലെങ്കിൽ എന്താണ് കവിയെ സ്വയംവധത്തിലേക്ക് ബലമായി തള്ളിവിടുന്നതെന്ന് നമ്മൾ ഒരിക്കലും അറിയാൻ പോകുന്നില്ല. നമുക്ക് കഴിയുമോ?

ലിലിയ: (എഴുന്നേറ്റു നിന്ന്) ഇന്നത്തേക്ക് ആവശ്യത്തിൽ അധികം ആയി. വർത്തമാനം പറഞ്ഞ് എന്റെ തൊണ്ട വേദനിക്കുന്നു. ഓർമ്മകൾ ചികഞ്ഞെടുത്ത് എന്റെ ഹൃദയം വേദനിക്കുന്നു. ഹോട്ടൽ ബാറിലേക്ക് ഞാൻ നിങ്ങളെയെല്ലാം ക്ഷണിക്കുന്നു. മെട്രോപോൾ ഫ്രഞ്ച് ഷാംപെയിൻ സ്റ്റോക്ക് ചെയ്തിട്ടുണ്ടെന്ന് ഞാൻ കേട്ടു. നമുക്ക് ആഘോഷിക്കാൻ ചിലതൊക്കെയുണ്ടെന്ന് തോന്നുന്നു. ഐ സ്റ്റാലിന്റെ മരണം, മയക്കോവ്സ്കിയുടെ കൊലപാതകം. ഷിഗലേവ്, ഇവയൊക്കെ ചിലതിനെപ്പറ്റി വിലപിക്കാൻ നമുക്ക് അവസരങ്ങൾ തരുന്നു. നമ്മുടെ ഗ്ലാസ്സുകൾ ഉയർത്താം. കഥാവശേഷനായ വ്ളാഡ്മിർ വ്ളാഡ്മിറോവിച്ചിന്റെ ഓർമ്മയ്ക്ക്... വിപ്ലവകാരി, ആദർശവാദി, കാറ്റാടിയന്ത്രങ്ങളോട് തുരുമ്പിച്ച പടച്ചട്ടയണിഞ്ഞ് യുദ്ധം ചെയ്ത ക്വിക്സോട്ട്, കവി, നാടകകൃത്ത്, കാമുകൻ... ഓർമ്മയ്ക്ക് പാനോപചാരം ചെയ്യാം...

നോറ: കവിയുടെ ബലിഷ്ഠലിംഗത്തിന്റെ ഓർമ്മയ്ക്ക്.

എല്ലി: (ചിരിച്ചുകൊണ്ട്) സമ്മതിച്ചിരിക്കുന്നു നോറ. നീ അദ്ദേഹത്തെ എല്ലാ അർത്ഥത്തിലും സ്നേഹിച്ചിരുന്നു...

ലിലിയ: ശരിയാണ്. വലിയ കുതിരപ്പുറത്തായിരുന്നു അവൾ കയറി വിലസിയിരുന്നത്. ഇപ്പോഴെങ്കിലും അദ്ദേഹത്തെ സ്നേഹിച്ചിരുന്നു എന്ന് സമ്മതിക്കുക, നോറാ. എത്ര സങ്കീർണവും നിഗൂഢവുമായ ബന്ധമായിരുന്നു നിങ്ങളുടേത്!

നോറ: ഇപ്പറഞ്ഞതൊന്നും ശരിയല്ല. ഞാൻ അദ്ദേഹത്തെ സ്നേഹിച്ചിട്ടില്ല. എങ്ങനെയൊക്കെയോ ഞാൻ ആ സ്നേഹത്തിൽ വീണുപോയിട്ടുണ്ടാകാം. ജീസസ്, അദ്ദേഹം തലകൊണ്ടല്ല ലിംഗംകൊണ്ടാണ് ചിന്തിച്ചത്. നിങ്ങളെ നിരാശപ്പെടുത്തേണ്ടി വന്നതിൽ ഖേദമുണ്ട്. തൊഴിലാളി സർവാധിപത്യത്തിന്റെ സ്നേഹവാത്സല്യപരിലാളനയ്ക്ക് നിങ്ങളെ ശിപാർശ ചെയ്ത് നരകത്തിലേക്ക് തള്ളിയിട്ട കവിയെ സ്നേഹിക്കാൻ എളുപ്പമല്ല. ബോൾഷെവിക്കുകളാകട്ടെ അനിയന്ത്രിതമായ കോപവും പകപോക്കലും വെച്ച് ലക്ഷക്കണക്കിന് മനുഷ്യരെ കൊന്നൊടുക്കി. എന്തുചെയ്യാനും ഏതറ്റംവരെ പോകാനും മടിയില്ലാത്തവരുടെ ലോകത്ത് കൊലപാതകികൾക്ക് സുരക്ഷിതരായി ജീവിക്കാൻ ലോകത്തെ മാറ്റിപ്പണിയുന്നവർ...

ലിലിയ: ശരി സുഹൃത്തുക്കളേ, ഭിന്നസംഖ്യകളുടെ ഒരു പൊതുഛേദത്തെ വേർതിരിക്കാൻ പറ്റാത്തവിധം മയക്കോവ്സ്കിയുടെ വലയിൽ

വലിച്ചെടുക്കപ്പെട്ടവരാണ് നമ്മളെല്ലാം. ആ വല നെയ്തതാകട്ടെ സ്നേഹത്തിന്റെ, കാമത്തിന്റെ, കവിതയുടെ, നാടകങ്ങളുടെ, സിനിമകളുടെ ആദർശവാദത്തിന്റെ, വിപ്ലവത്തിന്റെ നൂലിഴകൾ കൊണ്ടും പഴകിയ ഭക്ഷ്യവസ്തുക്കളുടെ ദുർഗന്ധം കൊണ്ടും. അതിനെക്കുറിച്ച് നിങ്ങൾ എന്തു പറയുന്നു? ബാറിലേക്ക് പോകണോ? എനിക്കാണെങ്കിൽ നല്ല ദാഹം. എന്തെങ്കിലും കുടിക്കാതെ പറ്റില്ല.

എല്ലി: (ലിറ്റ്സ്കിയോട് ഇംഗ്ലീഷിൽ) ഇവിടെ നിങ്ങളുടെ ജോലി പൂർത്തിയാകുമ്പോൾ താഴേക്ക് വരിക. അവിടെ ഞങ്ങളുണ്ടാകും. നിങ്ങൾക്ക് റഷ്യൻ ഭാഷയും എനിക്ക് ഇംഗ്ലീഷും പ്രയോഗിച്ച് പരിശീലിക്കാം.

ലിറ്റ്സ്കി: (ഇംഗ്ലീഷിൽ) ഓകെ. തീർച്ചയായും അങ്ങനെയാവട്ടെ.

ഒരു നാടകസ്റ്റേജിലെ നടീനടന്മാരെപ്പോലെ അവർ സ്റ്റേജിൽ നിന്ന് മറഞ്ഞതിനുശേഷം ലിറ്റ്സ്കി പരിശോധിച്ചു. മൈക്രോഫോണിലെ ലെൻസും. അതിൽ വീഴുന്ന പതിഞ്ഞ ശബ്ദവും നിശ്ചലമായോ എന്ന്. അദ്ദേഹം പറയാൻ തുടങ്ങി. "എന്റെ പേര് റാസ്പുട്ടിൻ. ഈ റഷ്യൻ വനിതകൾ വളരെ വളരെയേറെ ആശങ്കാകുലരോ പെട്ടെന്ന് ദേഷ്യപ്പെടാവുന്ന അവസ്ഥയിലോ ആയിരുന്നു. മദ്യലഹരിയില്ലാത്ത ശാന്തഭാവത്തിലായിരുന്നു. വളരെ ഗൗരവത്തിലായിരുന്നു. അത് അവർ അയവു വരുത്തുമെന്നും അവർ ചിരിക്കുമെന്നും ഞാൻ വിചാരിച്ചു. എന്നാൽ അവർ ചിരിച്ചില്ല. അവർ അങ്ങനെ ചെയ്തോ? അവരെ ചിരിപ്പിക്കാൻ ഏറെ ക്ലേശിക്കേണ്ടിവരും.

എന്റെ പേരിന്റെ കാര്യത്തിലാണെങ്കിൽ റാസ്പുട്ടിൻ ആലങ്കാരികമാണ്. സോവിയറ്റ് റഷ്യയിൽ ആയിരിക്കുമ്പോൾ ഞാൻ അത് നില നിർത്തും. ഈ നാട്ടുകാരെ അദ്ഭുതപ്പെടുത്താൻ വേണ്ടി മാത്രം. എന്റെ യഥാർത്ഥ പേര്, അമ്മ എനിക്ക് നൽകിയ പേര് റോബെസ്സ്പിയർ. ഫ്രഞ്ചു വിപ്ലവകാലത്തെ ഭീകരഭരണകാലത്ത് ജീവിച്ചിരുന്ന അഴിമതിക്കാരനല്ലാത്ത വിപ്ലവകാരി. പ്രതിവിപ്ലവകാരികൾ അദ്ദേഹത്തെ കൊന്നു. ജനങ്ങളുടെ തല കൊയ്യുന്നവരുടെ തലകൾ അതേ നിരയിലെ അടുത്തവർ കൊയ്യുന്നു. ഞാൻ ചിന്തിക്കുന്നതും ഓർക്കുന്നതുമെല്ലാം ചരിത്രമാണ്. എന്റെ റാസ്പുട്ടിൻ എന്ന പേര് ആ സ്ത്രീകൾ ഒട്ടും തന്നെ ശ്രദ്ധിച്ചിട്ടില്ല. എന്റെ പ്രതീക്ഷ ഈ സ്ത്രീകൾ അത് ശ്രദ്ധിക്കും എന്നായിരുന്നു.

ശുദ്ധ അസംബന്ധം! ആ മുറിയിൽ ഞാൻ ഇല്ലെന്ന രീതിയിൽ അതീവരഹസ്യമായ കാര്യങ്ങളെപ്പറ്റി അവർ പറഞ്ഞു. എന്റെ ചെവിയിൽ വെച്ച ഹെഡ്ഫോണുകളും വോള്യം ഡയലുകളിൽ ശ്രദ്ധിച്ച കണ്ണുകളും മൂലം അവർ പറഞ്ഞ ഒരു വാക്കുപോലും ഞാൻ കേട്ടിട്ടുണ്ടാവില്ല എന്ന്, അവർ സംസാരിച്ച റഷ്യൻ ഭാഷയിലെ ഒരു വാക്കുപോലും മനസ്സിലാക്കാൻ കഴിഞ്ഞിട്ടില്ല എന്ന് അവർ കരുതിയിരിക്കാം. എന്നാൽ ശരിക്കും

എല്ലാം കേട്ടു. ആ സ്ത്രീഭാഷണങ്ങളുടെ പൊരുളുകൾ വളരെ ആഴത്തിൽ മനസ്സിലാക്കിയത് താത്യാനയാണെന്ന് തോന്നുന്നു. അത്രത്തോളം ആഴത്തിൽ എനിക്ക് മനസ്സിലാക്കാൻ കഴിഞ്ഞിട്ടില്ല.

എന്റെ റഷ്യൻ ഗേൾഫ്രണ്ടിനോട് ചോദിക്കാൻ ഞാൻ ഒരു കുറിപ്പ് എഴുതണം.

അവരെപ്പറ്റി പറയുകയാണെങ്കിൽ എന്റെ അഭിപ്രായത്തിൽ ആ നാലു പേരിൽ ഏറ്റവും സുന്ദരി താത്യാനയാണ്. ഒരു ഫ്രൂട്ട്കേക്ക്. നീണ്ട നേർത്ത അതിശയിപ്പിക്കുന്ന രൂപഘടന. അവളുടെ നീണ്ട അരയന്നക്കഴുത്തിന്റെ പിന്നിലേക്ക് എത്തുമ്പോൾ പട്ടുപോലെ മൃദുലമായ സ്വർണ്ണതലമുടി തിരമാലകൾ പൊട്ടിച്ചിതറുന്ന പോലെ. തടിച്ച ചുവപ്പിച്ച അവളുടെ അധരങ്ങൾ, ചെറിയ വായ. അതാകട്ടെ വദനസുരതത്തിന് ഏറ്റവും യോജിച്ചതും. നടക്കുമ്പോൾ കാലുകൾ അകലുകയും അടുക്കുകയും ചെയ്യുമ്പോഴുള്ള മൃദുലതരളശബ്ദം. മറ്റു സ്ത്രീകൾ അവളെ നിഷ്കളങ്കയായി കരുതുമ്പോൾ എന്റെ അഭിപ്രായത്തിൽ അവൾ അതിന്റെ നേരെ വിപരീതമാണ്. അവളുടെ നിഷ്കളങ്കത വാസ്തവത്തിൽ പ്രകോപിക്കാനുള്ള ഒരു മാർഗ്ഗമാണ്. എങ്ങനെ പുരുഷന്മാരെ വികാരോജ്ജ്വലരാക്കണം എന്ന് അവൾക്കറിയാം.

പാരീസിൽ വെച്ച് മയക്കോവ്സ്കിയെ അവൾ വൈകാരികമായി ഉത്തേജിപ്പിച്ചിട്ടുണ്ടാകണം. അവളെ യഥാർത്ഥത്തിൽ അടുത്തറിയാതെ അദ്ദേഹം വിവാഹം ചെയ്യാൻ തയ്യാറായത് എങ്ങനെയെന്ന് വിശദീകരിക്കാൻ മറ്റുവിധത്തിൽ കഴിയുമോ, എന്തോ! അദ്ദേഹം അവളെയും ഉത്തേജിപ്പിച്ചിരിക്കാം. താത്യാന ഏറ്റവും കൂടുതൽ സ്നേഹിച്ചത് കവിയെ തന്നെ ആയിരുന്നു. (ഞങ്ങളുടെ ഇടവേളകളിൽ ഒന്നിൽ എല്ലി എന്നോട് താത്യാനയുടെ ഫ്രഞ്ചുകാരനായ ഭർത്താവ് ഒരു ബെർട്രാൻഡ് എന്നോ മറ്റോ പേരുള്ള ഒരാളാണ് എന്ന് പറഞ്ഞിട്ടുണ്ട്. റഷ്യക്കാർ രണ്ടാം ലോക മഹായുദ്ധം എന്ന് പറയുന്ന സ്വരാജ്യത്തിനുവേണ്ടി ചെയ്ത മഹത്തായ യുദ്ധത്തിൽ ധീരോദാത്തനായി മരണം വരിച്ചു) മയക്കോവ്സ്കിയെപ്പറ്റി താത്യാനയുടെ വാക്കുകൾ കേട്ടപ്പോൾ എനിക്ക് തോന്നുന്നത്, തന്റെ ഭർത്താവിനെക്കുറിച്ച് അവൾക്കുണ്ടായ ദുഃഖം മൂലമാവാം, അവളുടെ ഹൃദയം പൂർണ്ണമായി മയക്കോവ്സ്കിയുടെ ആഗ്രഹത്തിന് വഴങ്ങിയില്ല. അദ്ദേഹം വാഗ്ദാനം ചെയ്ത കാവ്യദേവതാ സ്ഥാനമോ വിവാഹമോ അംഗീകരിക്കാൻ തയ്യാറായില്ല. അദ്ദേഹത്തോടൊപ്പം മോസ്കോയിലേക്ക് പോയില്ല. എങ്കിലും അദ്ദേഹത്തോടൊപ്പം സുഖകരമായി ജീവിക്കാൻ ആഗ്രഹിച്ചിരുന്നു.

ലിലിയയ്ക്ക്, നേരെമറിച്ച് അദ്ദേഹത്തിന്റെ മരണപത്രത്തിലൂടെ ഏറ്റവും മികച്ച അവകാശം കിട്ടി. അദ്ദേഹത്തിന് ഒരു മരണപത്രം

ഉണ്ടെങ്കിൽ അതിന്റെ കാരണം അവളാണ്. അദ്ദേഹം മരിക്കുന്ന സമയത്ത് അദ്ദേഹത്തിന്റെ കീർത്തി റഷ്യയിലെ സാംസ്കാരികമണ്ഡലത്തിൽ വളരെ മോശമായ അവസ്ഥയിൽ ആയിരുന്നു. ഒരിക്കലും ഉയർത്തിക്കൊണ്ടു വരാൻ കഴിയാത്തത്ര ആഴങ്ങളിലേക്ക് താഴ്ന്നുകൊണ്ടിരിക്കുകയായിരുന്നു. അദ്ദേഹത്തിന്റെ കവിതയും നാടകങ്ങളും പതിവുപോലെ പ്രസിദ്ധീകരിക്കപ്പെട്ടില്ല. പാർട്ടി രാജാക്കന്മാർക്ക് സാറുകൾ അദ്ദേഹത്തെപ്പറ്റി അവരുടേതായ ന്യായങ്ങളുണ്ടായിരുന്നു, അധികാരികൾക്ക് ഇഷ്ടമില്ലാത്തവരുടെ പട്ടികയിൽ അദ്ദേഹത്തെ ഉൾപ്പെടുത്തി. *ആവശ്യത്തിൽ എത്രയോ കൂടുതലായ ഉന്നതാധികാരികളുടെ പ്രവർത്തനങ്ങളും* വിപ്ലവത്തിന്റെ വികാസപരിണാമങ്ങളുടെ മാർഗ്ഗഭ്രംശങ്ങളും ദീർഘകാലം അനുഭവിച്ച് മനം മടുത്തപ്പോൾ മുഖം നോക്കാതെ സ്വാഭിപ്രായം പറഞ്ഞതു തന്നെ അധികാരികളുടെ അപ്രീതിക്ക് കാരണം, ദൈവമേ, ബോൾഷെവിക് അധികാരികൾ അദ്ദേഹത്തിന് രാജ്യം വിട്ടുപോകാനുള്ള അനുവാദംപോലും നൽകിയില്ല. റഷ്യയിൽ യുവജനങ്ങളുടെ ഒരു തലമുറ പോലും മയക്കോവ്സ്കി എന്നു പേരായ കവിയെപ്പറ്റി കേൾക്കാത്തവരായിരുന്നു. ലിലിയയുടെ ഇടപെടലിനുശേഷമാണ് അതെല്ലാം മാറി മറിഞ്ഞത്. അവളുടെ ഒരു മുൻകാമുകനെ സാഹിത്യമേഖലയിലെ ചില പാർട്ടി നേതാക്കൾ അധിക്ഷേപിക്കുകയും അപമാനിക്കുകയും ചെയ്യുന്നു എന്ന ആരോപണം എഴുതിയ ഒരു കത്ത് സഖാവ് സ്റ്റാലിന്റെ കൈയിലേൽപ്പിക്കാൻ ലിലിയയ്ക്ക് സാധിച്ചശേഷമാണ് അത് സംഭവിച്ചത്. സോവിയറ്റ് റഷ്യയിൽ അത് ഐതിഹാസികമായ ഒരു കഥയായിതീർന്നു. ലിലിയയുടെ കത്തിന്റെ മാർജിനിൽ സ്റ്റാലിൻ എഴുതിയതായി പറയപ്പെടുന്നത് ഏതാണ്ടിപ്രകാരമായിരുന്നു.

"മയക്കോവ്സ്കി നമ്മുടെ സോവിയറ്റ് കാലഘട്ടത്തിലെ ഏറ്റവും പ്രഗദ്ഭനായ കവിയാണ്. അദ്ദേഹത്തിന്റെ കൃതികളോട് താത്പര്യക്കുറവ് കാണിക്കുന്നത് കുറ്റകൃത്യമാണ്. ലിലിയ ബ്രീക്കിന്റെ ആരോപണങ്ങൾ ന്യായമാണ്."

അടുത്ത ദിവസത്തെ പ്രവ്ദ ദിനപത്രത്തിൽ സ്റ്റാലിന്റെ നിർദ്ദേശം അച്ചടിച്ചു വന്നു. തുടർന്നുണ്ടായ കാര്യങ്ങൾ എല്ലാം ചരിത്രം. ഒറ്റ രാത്രി കൊണ്ട് മയക്കോവ്സ്കിയുടെ സമകാലീനരായ എഴുത്തുകാർക്ക് അസൂയ തോന്നുംവിധം അദ്ദേഹത്തിന്റെ കവിതകൾ അച്ചടിക്കാൻ തുടങ്ങി. അദ്ദേഹത്തിന്റെ നാടകങ്ങൾ രാജ്യത്ത് എല്ലായിടത്തുമുള്ള തിയേറ്ററുകളിൽ വിറ്റുതുടങ്ങി, വിദ്യാലയങ്ങളിൽ അദ്ദേഹത്തിന്റെ കവിതകൾ വായിക്കാൻ തുടങ്ങി, ലക്ഷക്കണക്കിന് വിദ്യാർത്ഥികൾ മയക്കോവ്സ്കിയെ മനഃപാഠമാക്കി തുടങ്ങി. ഒരല്പം അസൂയയോടുകൂടി പാസ്റ്റർനാക്ക് പറയുന്നതായി കേട്ടു. സ്റ്റാലിന്റെ പുകഴ്ത്തൽ സോവിയറ്റ്

സ്കൂളുകളെ മഹതിയായ കാതറൈന്റെ ഭരണകാലത്ത് ഉരുളക്കിഴങ്ങ് കൃഷിപോലെ മയക്കോവ്സ്കിയെ നട്ടു വളർത്താൻ പ്രോത്സാഹിപ്പിച്ചു എന്ന്. മയക്കോവ്സ്കിയുടെ പേര് ഒരു ചത്വരത്തിന്, ഒരു തിയേറ്ററിന് പിന്നെ ഒരു മൈക്രോ സ്റ്റേഷന് മോസ്കോയിൽ നൽകി. അർമീനിയയിൽ ഒരു നഗരത്തിന് അദ്ദേഹത്തിന്റെ പേരിട്ടു. ഒരു ആവിക്കപ്പലിനു പോലും അവർ അദ്ദേഹത്തിന്റെ പേരു നൽകി, നിർഭാഗ്യവശാൽ മൂന്ന് വർഷങ്ങൾക്ക് മുമ്പ് 'റിഗാ'യിൽ അത് മുങ്ങി. എന്നാൽ ലിലിയ പറയാൻ ഇഷ്ടപ്പെടുന്നതുപോലെ അത് മറ്റൊരു കഥയാണ്. ഞാൻ എന്റെ റഷ്യൻ ഗേൾഫ്രണ്ടിനെ പീക്കിംഗ് ഹോട്ടലിലേക്ക് ചൈനീസ് ഭക്ഷണം കഴിക്കാൻ മയക്കോവ്സ്കി സ്ക്വയറിൽ നിന്നും കൊണ്ടുപോകുമ്പോൾ അഗാധമായ ചിന്തയിൽ മുഴുകി, ദുഃഖിച്ച്, വിവശനായി, ദേഷ്യപ്പെട്ട് നിൽക്കുന്ന കവിപ്രതിമയുടെ വെങ്കല കാലുറയിൽ കാറ്റ് വന്നലയ്ക്കുന്നത് കണ്ടു നിൽക്കുന്നു. കവിയുടെ വലിയ പ്രതിമയെ ഞങ്ങൾ എല്ലായ്പ്പോഴും അഭിവാദനം ചെയ്യുമായിരുന്നു. എന്റെ ഗേൾഫ്രണ്ട് ആണയിട്ടു പറയാറുണ്ട്, മയക്കോവ്സ്കി അവളെ നോക്കി കണ്ണിറുക്കികാണിക്കാറുണ്ടെന്ന്.

റെക്കോർഡ് ചെയ്യുന്ന സമയത്ത് ഒന്നോ രണ്ടോ വാക്കുകൾ എന്റെ നിയന്ത്രണം വിട്ട് പുറത്തേക്ക് ചാടുന്നത് തടയാൻ കഴിഞ്ഞിട്ടില്ല. അത് നേരാണ്, ഞാൻ അത്രയ്ക്കൊന്നും വൈകാരികമായി നിയന്ത്രണം വിട്ടു പോകാറില്ല. യു.എസ്.എ. ന്യൂയോർക്ക് ബ്രുക്ലിനിൽ നിന്നാണ് ഞാൻ വരുന്നത്. കാമാസക്തിയുള്ള സ്ത്രീകൾ അവരുടെ ലൈംഗിക ജീവിതത്തെപ്പറ്റി ഇത്രമാത്രം തുറന്നുപറയുക എന്നത് ബ്രൂക്ലിനിൽ അസാദ്ധ്യമാണ്.

വളരെ നേരം നീണ്ടു നിന്ന സംസാരം മതിയാവോളം കേട്ടു. ഗുഹാമുഖം അന്ധമായി അന്വേഷിക്കുന്ന അദ്ദേഹത്തിന്റെ ലിംഗം! അധരസുരതത്തിന്റെ ആഘോഷങ്ങൾ...

ഈ സംഭാഷണങ്ങൾ റെക്കോർഡ് ചെയ്യാൻ ഞാൻ എന്തിനു വന്നു? അത് പറയേണ്ടതാണെന്ന് കരുതുന്നു. ലിലിയ യൂറിയേവ്ന അറിയപ്പെടുന്നത് മയക്കോവ്സ്കിയുടെ വിധവയാണെന്നാണ്. അവർ ഒരിക്കലും വിവാഹിതരായിട്ടില്ലെങ്കിലും ഒരു സർവ്വകലാശാല ഓഡിറ്റോറിയത്തിലേക്ക് ക്ഷണിക്കപ്പെട്ട സദസ്സിനു മുന്നിൽ കവിയുടെ വിധവ എന്ന നിലയിൽ അവർ ആദരിക്കപ്പെട്ടു. നിറഞ്ഞ സദസ്സിനു മുന്നിൽ മയക്കോവ്സ്കിയുടെ 'കാലുറകൾക്കുള്ളിലെ കാർമേഘം' ലിലിയ ചൊല്ലി. വാസ്തവത്തിൽ പ്രൊഫസർമാരുടെ നിർബ്ബന്ധത്തിനു വഴങ്ങിയും വെറുതെ കിട്ടുന്ന മുന്തിരികേക്കിനുവേണ്ടിയുമായിരുന്നു വിദ്യാർത്ഥികൾ അവിടെ ഹാജരായത്. മയക്കോവ്സ്കിയുടെ 'കാലുറകൾക്കുള്ളിലെ കാർമേഘം' എന്ന കവിത ലിലിയ ചൊല്ലി. അത് ഞാൻ റെക്കോർഡ്

ചെയ്തു. ഓർക്കുക, ആ കവിത അദ്ദേഹത്തിന്റെ മുൻകാല കാമുകിമാരിൽ ഒരാൾക്കുവേണ്ടി എഴുതിയതും സമർപ്പിച്ചതുമാണ്. പിന്നെ മറ്റ് കവികളുടേയും കുട്ടിക്കലർത്തി എന്റെ പിയേഴ്സ് മാഗ്നെറ്റിക് വയർ റെക്കോർഡിലാക്കി. അതിനുശേഷം മറ്റൊരു മാന്യവനിത എന്റെ ഡിക്റ്റാഫോൺ എങ്ങനെ പ്രവർത്തിക്കുന്നു എന്ന് ചോദിച്ചറിയാൻ വന്നു. അവളുടെ പേര് എല്ലി ആണെന്ന് പറഞ്ഞു. ഞാൻ അമേരിക്കക്കാരനായിരുന്നുവെന്ന് അവൾ കേട്ടിട്ടുണ്ട്. എന്നാൽ എനിക്ക് ഏറക്കുറെ റഷ്യൻ ഭാഷ അനായാസമായി സംസാരിക്കാൻ കഴിയും എന്നറിയാതെ എന്നോട് ഇംഗ്ലീഷിൽ സംസാരിച്ചു. സാധാരണയിൽ കവിഞ്ഞ് ഞാൻ അമ്പരന്നുപോയി.

ഒരു റഷ്യൻ വനിത നേരിട്ട് എന്നോട് ഇംഗ്ലീഷ് സംസാരിച്ചപ്പോൾ, ഞാൻ അഭിനന്ദിച്ചപ്പോൾ അവൾ പറഞ്ഞു. "ന്യൂയോർക്കിൽ മുപ്പതു വർഷത്തിൽ കൂടുതൽ ജീവിച്ചിട്ടുണ്ട്. അതുതന്നെയാണ് നന്നായി ഇംഗ്ലീഷ് സംസാരിച്ചതിന്റെ കാരണം. ലിലിയായുടെ ശബ്ദം പരിശോധിക്കാൻ വയർ വീണ്ടും പ്രവർത്തിപ്പിച്ചു. അവളുടെ ശബ്ദം ലോഹത്തകിടിൽ മുട്ടുമ്പോൾ ഉണ്ടാകുന്നത് വളരെ നേർത്ത ശബ്ദമായിരുന്നെങ്കിലും വ്യക്തമായിരുന്നു. അപ്പോൾ എല്ലി പറഞ്ഞു. "നോക്കൂ, ഈ വാരാന്ത്യത്തിൽ ഞാൻ ലിലിയയേയും മറ്റ് രണ്ട് മാന്യവനിതകളേയും മോസ്കോ നഗരത്തിന്റെ ഹൃദയഭാഗത്തെ ഒരു ഹോട്ടലിൽ കാണാൻ പോകുന്നു. നമുക്കെല്ലാം നന്നായി അറിയാവുന്ന മയക്കോവ്സ്കിയെപ്പറ്റി ഓർമ്മക്കുറിപ്പുകൾ തയ്യാറാക്കാൻവേണ്ടി. നിങ്ങളുടെ ആ യന്ത്രത്തിൽ ഞങ്ങളുടെ സംഭാഷണം റെക്കോർഡു ചെയ്യുകയും പിന്നീട് അത് പകർത്തി എഴുതുകയും ചെയ്താൽ ഞങ്ങൾക്ക് അത് ഒരു എഴുതപ്പെട്ട രേഖയാകും. നിങ്ങൾക്ക് സമ്മതമാണോ? അതിന് തീർച്ചയായും ഞങ്ങൾ പണം നൽകാം. യു.എസ്. ഡോളറിൽ, അതാണ് നിങ്ങൾക്ക് കൂടുതൽ ഇഷ്ടമെങ്കിൽ. അപ്പോൾ ഞാൻ പറഞ്ഞു. "എനിക്ക് റൂബിൾ സൗകര്യപ്രദമാകും." അങ്ങനെയാണ് വിലപ്പെട്ട എന്റെ പിയേഴ്സും ഞാനും ഈ മുറിയിലേക്ക് വന്നത്. ഇവിടെ കവിയുടെ വിവിധതരം കാമുകിമാർ അവരുടെ അനുഭവങ്ങൾ വാക്കുകളിലൂടെ തുറക്കുമ്പോൾ ഒഴുകിവീഴുന്ന ജലകണങ്ങൾ ഹിമം ഉറച്ചുകട്ടിയായ സൂചികളായി മാറുകയാണ്. അതുകൊണ്ട് ശത്രുക്കളെ പരിപൂർണ്ണമായി പ്രതിരോധിക്കുകയും ചെയ്യാം.

ഇവിടെ സന്നിഹിതരാകുന്ന വനിതകളെപ്പറ്റി ഒരു വാക്ക്. അവർ പൂർണ്ണമായും അവരിലേക്ക് തന്നെ ഉൾവലിഞ്ഞവരും മയക്കോവ്സ്കിയെപ്പറ്റി വ്യത്യസ്ത വ്യാഖ്യാനങ്ങളിൽ ഉൾക്കൊള്ളുന്നവരും ആണ്. അവർ നൽകുന്ന വിശദീകരണങ്ങൾ ഒരേ കവിയെപ്പറ്റിയാണോ എന്ന് തോന്നാത്ത സന്ദർഭങ്ങളുണ്ട്. സമാനസ്വഭാവമുള്ള പുരുഷൻ പലർക്കും പലതാകുന്നത് എന്തുകൊണ്ടാണ്? ലിലിയായുടെ വീക്ഷണത്തിൽ അദ്ദേഹം

അപ്രതീക്ഷിതമായി ഭാവമാറ്റം വരുത്തുന്നയാളാണ്. രസകരമായ കാമാസക്തിയുള്ള സുന്ദരികളായ സ്ത്രീകളുടെ മുമ്പിൽ പാന്റ്സിന്റെ മുൻ ബട്ടണുകൾ ഇടാൻ കഴിയാത്ത ഊർജ്ജസ്വലനായ പുരുഷകവി. ലിംഗോദ്ധാരണം വന്ന സുന്ദരപുരുഷന്റെ പാന്റ്സിന്റെ മുൻ ബട്ടണുകൾ കാണുന്നതിൽ നിന്നും അത് അവളെ പിന്തിരിപ്പിക്കുന്നില്ല. താത്യാനയുടെ കാഴ്ചപ്പാടിൽ അദ്ദേഹം ഒരു മുറിവേറ്റ കാമുകനാണ്. മുൻകാമുകിമാരാൽ പരിത്യക്തൻ. തന്റെ കവിത്വസിദ്ധിയെ ഞെരുക്കി ശ്വാസം മുട്ടിച്ച വിപ്ലവത്താൽ പരിത്യക്തനായ അദ്ദേഹം ജീവിതത്തെ വേദനയോടെ സ്നേഹിക്കാൻ തുടങ്ങിയ വ്യക്തിയാണ്. എല്ലിയുടെ അഭിപ്രായത്തിൽ ഒരു ദിവസം തുടങ്ങിയ ലൈംഗികബന്ധം എട്ട് ആഴ്ചകൾ നീണ്ടുനിന്നു. വേർപ്പെടാനാവാത്ത ആ കാമബന്ധനത്തിൽ നിന്ന് ലിലിയ രക്ഷപ്പെടുത്തി. അദ്ദേഹത്തെ ബന്ധിച്ച് സോവിയറ്റ് റഷ്യയിലേക്ക് വലിച്ചുകൊണ്ടുവന്നു. ചീത്തവാക്കുകൾ പറയുന്ന നോറ - ഞാൻ ഏറ്റവും ഇഷ്ടപ്പെടുന്ന സ്ത്രീ - കവിയുടെ ദുരന്തമരണത്തിന്റെ ഒരേയൊരു ദൃക്സാക്ഷി. യൗവ്വനാരംഭത്തിൽ കാമമോഹത്തിന്റെ മാന്ത്രികശക്തിയാൽ ഒട്ടിച്ചേർന്നുനിന്നുപോയ ഒരു വ്യക്തിത്വമായിരുന്നു കവിയുടേത്. നോറ അത് തിരിച്ചറിഞ്ഞിരുന്നു. അവൾ ചെയ്യുന്നത് ശരിയോ തെറ്റോ എന്ന മനോഭാവം ഉണ്ടായിരുന്നെങ്കിലും ബന്ധം തുടർന്നുകൊണ്ടിരുന്നു.

നിങ്ങളോട് ക്ഷമ ചോദിക്കുന്നു. അതിന്റെ ആവശ്യം ഉണ്ടെന്ന് തോന്നുന്നു. കാരണം അല്പം അസ്വസ്ഥതയോ ക്ലേശമോ ഉണ്ടാകാൻ സാദ്ധ്യതയുള്ള ഒരു കാര്യം ചെയ്യാൻ ഉദ്ദേശിക്കുന്നു. അത് ഏറ്റവും അവസാനത്തെ ആ റഷ്യൻ ചൂതാട്ടക്കളി സംഭവമാണ്. മയക്കോവ്സ്കിയുടെ സ്വയംവധത്തിനു കാരണം ആ സ്ത്രീകളിൽ ഓരോരുത്തരും തങ്ങളുടെ കുറ്റംകൊണ്ടാണെന്ന് ഉറച്ചു വിശ്വസിക്കുമ്പോഴും അവർ അത് പരസ്പരം പറയാൻ ഇഷ്ടപ്പെടുന്നില്ല. ഞാൻ പറയുന്നതിന്റെ മൂല്യം എന്തുതന്നെ ആയാലും വസ്തുതകളുടെ അടിസ്ഥാനത്തിലല്ലാത്ത വൈകാരികമായ ഒരഭിപ്രായം ഇവിടെ രേഖപ്പെടുത്തുന്നു. എന്തുതന്നെയായാലും റഷ്യൻകവിത പഠിക്കുന്ന വിദ്യാർത്ഥിയാണല്ലോ ഞാൻ.

കവിയുടെ വിവിധതരം കാമുകിമാർ അദ്ദേഹത്തെപ്പറ്റി പറഞ്ഞ അവരുടെ ഭൂതകാലസ്മരണകൾ റെക്കോർഡ് ചെയ്യാതിരിക്കുന്ന ഇടവേളകളിൽ എന്റെ സീനിയർ തിസീസ് "മയക്കോവ്സ്കിയുടെ ജീവിതവും മരണവും" എഴുതി തീർക്കുവാൻ ആവശ്യമായ വസ്തുതകൾ ശേഖരിക്കുകയായിരുന്നു. ഈ മാഗ്നെറ്റിക് വയർ റെക്കോർഡറിൽ നിന്ന് സംഭാഷണങ്ങൾ എഴുതിയെടുക്കുമ്പോൾ തീർച്ചയായും ചില രസകരമായ വസ്തുതകൾ അതിനോട് കൂട്ടിച്ചേർക്കാൻ കിട്ടും. തിസീസിന്റെ താത്കാലിക തലക്കെട്ട് ഒരു വികാരവിക്ഷോഭം നിങ്ങൾക്ക് ഉണ്ടാക്കിയേക്കാം. "കാവ്യദേവതയുടെ നാവിലേക്ക് നീങ്ങുന്ന ലിംഗത്തിന്റെ ഛായാചിത്രം."

സൂക്ഷ്മമമായി വിലയിരുത്തിയാൽ നഷ്ടപ്പെടുന്നത് കവിയുടെ മാന്യമായ സ്വീകാര്യതയായിരിക്കും. ചരിത്രബോധവും നർമ്മബോധവും വേണ്ടത്രയില്ലാത്ത സാംസ്കാരിക മേഖലയിൽ ഇത്തരത്തിലുള്ള ഒരു തിസീസ് അവതരിപ്പിച്ചാലുള്ള ഫലം വിപരീതമായിരിക്കും. റഷ്യൻ സാംസ്കാരിക ജീവിതത്തിൽ ദീർഘകാലം പരിചയമുള്ള എനിക്ക് തിസീസ് സൂപ്പർവൈസറുടെ കണ്ണിൽപെടാതെ അതിനെ രക്ഷപ്പെടുത്തണം എന്ന ആഗ്രഹം വിജയിക്കാൻ എനിക്ക് അത് ശുദ്ധീകരിച്ചേ പറ്റൂ. മയക്കോവ്സ്കിയുടെ ആത്മഹത്യയുടെ യാഥാർത്ഥ്യം എന്താണെന്ന് ഉറപ്പിച്ചു പറയാൻ ആർക്കും കഴിയില്ല. ഏതുവിധത്തിലായാലും ഒന്നുതന്നെ. ഹൃദയം എന്നറിയപ്പെടുന്ന പേശിയിലൂടെ ഒരു വെടിയുണ്ട ചീറിക്കടന്നുപോയി. എന്നാൽ ഒരു കാര്യം ഞാൻ വിശ്വസിക്കുന്നില്ല. തന്റെ കവിത്വവാസന വരണ്ടുപോയി എന്ന് കവി ഒരിക്കലും വിശ്വസിക്കാൻ ന്യായമില്ല.

കവിതയുടെ നിലയ്ക്കാത്ത സ്രോതസ്സുകൾ അദ്ദേഹത്തിന്റെ ഉള്ളിലുണ്ടായിരുന്നു. ആത്മഹത്യയുടെ കാരണം എന്തായാലും അതല്ല. ലിലിയയുടെ ആ ദുർഭൂതം ചോർട്ടിനെപറ്റിയുള്ള യക്ഷിക്കഥ. പന്നിയുടെ മുഖവും കാളയുടെ കൊമ്പുകളും ഉള്ള അത്, ആ ദുർഭൂതം, കവിയുടെ മസ്തിഷ്കവും ചൂണ്ടുവിരലും നിയന്ത്രിച്ചുവത്രെ. അങ്ങനെയാണത്രേ അദ്ദേഹം ആത്മഹത്യ ചെയ്തത്. അത് ഞാൻ വിശ്വസിക്കുകയില്ല. ഒരു നിമിഷത്തേക്ക് പോലും. റഷ്യൻ കുട്ടികൾക്ക് ക്രിസ്തുമസ്സ് സമ്മാനങ്ങൾ വിതരണം ചെയ്ത 'ഫാദർ ഫ്രോസ്റ്റി'ന്റെ കഥയിലും എനിക്ക് വിശ്വാസമില്ല. അദ്ദേഹം എത്ര പ്രശസ്തനായാലും ഇപ്പോൾ അപ്രസക്തനായ ഒരു കവിയാണ് എന്ന റഷ്യൻയുവജനങ്ങളുടെ കാഴ്ചപ്പാടിലും വിശ്വാസമില്ല, കാരണം ഒരു കവിയുടെ പ്രശസ്തി ചാക്രികമാണെന്ന് മനസ്സിലാക്കാനുള്ള വിശേഷബുദ്ധി അദ്ദേഹത്തിനുണ്ടായിരുന്നു.

മയക്കോവ്സ്കി ഒരു വർഷം വിധിയുടെ പ്രിയങ്കരനാകും. തൊട്ടടുത്ത വർഷം വിസ്മൃതിയിലായ ഭൂതകാല നിർമ്മിതിയാകും. അത് ഒന്നോ, രണ്ടോ കൗമാരകാല ഉദ്ധാരണത്തിന്റെ പരിണതഫലമല്ല നിശ്ചയമായും. കൗമാരകാല ഉദ്ധാരണമുള്ള എല്ലാ മനുഷ്യരും അവരുടെ നെഞ്ചിലേക്ക് നിറയൊഴിക്കുകയാണെങ്കിൽ ഒരു കൂട്ടആത്മഹത്യയെപ്പറ്റി ചിന്തിക്കുകയും പരിഹാരം കാണേണ്ടതായും വരും.

പാസ്റ്റർനാക്കിന്റെ അപകീർത്തികരമായ ആക്ഷേപം. മയക്കോവ്സ്കിയുടെ ഗാനരചനയെ താഴ്ത്തിപറഞ്ഞത് കവിയെ വേദനിപ്പിച്ചിരിക്കണം. എന്നാൽ എന്റെ ദൈവമേ, പോസ്റ്റർകലയെപ്പറ്റി അദ്ദേഹത്തിന് നാണിക്കേണ്ട കാര്യമില്ല. ബോൾഷെവിക്കുകൾക്കുവേണ്ടി അത്രയും ചെയ്തതിൽ മനസ്സാക്ഷിക്കുത്തുണ്ടാവേണ്ട കാര്യവുമില്ല. അദ്ദേഹത്തിന്റെ പോസ്റ്ററുകളുടെ ഒരു ശേഖരം എന്റെ പക്കലുണ്ട്. തീർച്ചയായും അവ

മൗലികരചനകളാണ്. അതിന്റെ മാമൂലുകളെ ധിക്കരിക്കുന്ന വിസ്മയകരമായ അമൂർത്ത ശൈലിയെപ്പറ്റി പറയേണ്ട കാര്യമേയില്ല. അദ്ദേഹം സൃഷ്ടിച്ച ഹ്രസ്വസിനിമകളെപ്പറ്റി അദ്ദേഹത്തിന് ആത്മാർത്ഥമായ അഭിമാനം ഉണ്ടായിരുന്നു. അവയെല്ലാം അതിനുമുമ്പ് ഇല്ലാതിരുന്ന നൂതന മുത്തുകൾ തന്നെ. തെറ്റായ മാർഗ്ഗത്തിലേക്ക് വിപ്ലവം നീങ്ങിയപ്പോൾ നിശ്ചയമായും അത് അദ്ദേഹത്തിന് ഹൃദയവേദനയുണ്ടാക്കി. പക്ഷേ, അത് ശരിയായ മാർഗ്ഗത്തിലൂടെ മുന്നേറുമെന്ന പ്രതീക്ഷയും പ്രായോഗിക പരിജ്ഞാനവും സാമാന്യബുദ്ധിയും അദ്ദേഹത്തിന് ആവശ്യത്തിൽ കവിഞ്ഞ് ഉണ്ടായിരുന്നു. ആ ക്രെംലിൻ മലകയറ്റക്കാരൻ – സ്റ്റാലിനെപ്പറ്റി മാൻഡെൽഷ്ടാം നൽകിയ ഐതിഹാസികമായ വിശേഷണം – കാൽ കവച്ച് കവച്ച് വൃത്തികെട്ട നടത്തത്തിലൂടെ ബോൾഷെവിക്ക് പിരമിഡിന്റെ ഉച്ചിയിൽ എത്തിനിൽക്കുന്ന സന്ദർഭത്തിൽ... ഇല്ല... ഇല്ല... എന്റെ വിനീതമായ അഭിപ്രായത്തിൽ മയക്കോവ്സ്കി ആത്മഹത്യ ചെയ്തതാണ്. റഷ്യൻ ചൂതാട്ടക്കളി നിശ്ചയമായും യോഗ്യത നേടുന്നു. ഹാംലെറ്റിന്റെ ആകർഷകമായ ശൈലി കടം വാങ്ങിയാൽ *സ്വയംകൊല ചെയ്യുക. കാരണം കാവ്യദേവതയില്ലെങ്കിൽ കലാകാരൻ നിരുന്മേഷവാനാകുന്നു.* ഹൊ, അദ്ദേഹം വാർദ്ധക്യത്തെ ഉൾക്കൊള്ളാൻ ഒരിക്കലും സന്നദ്ധനായിരുന്നില്ല. ഒന്നുകൂടി വ്യക്തമായി പറഞ്ഞാൽ മരണഭയത്തോടെ ജീവിക്കാൻ അദ്ദേഹത്തിന് കഴിയില്ല.

വിധിയെപ്പറ്റിയാണോ? ആത്മഹത്യയ്ക്കുള്ള കാരണമെന്താണ്? നിങ്ങൾക്ക് നിരന്തരമായ മരണഭയമുള്ളതുകൊണ്ട്. ഓകെ. ഇതാണ് എനിക്ക് പറയാനുള്ളത്. അതിനെപ്പറ്റി ചിന്തിക്കുക.

ഉപസംഹാരം

എലിക്കെണി: ആത്മഹത്യകൊണ്ട് ഒരു ഹാസ്യനാടകം

വി. മയക്കോവ്സ്കിയുടെ ഡയറിയിൽനിന്ന്: വില്യം ഷേക്സ്പിയറുടെ ദുരന്തനാടകം, ഹാംലെറ്റിൻ സീൻ 2 ആക്ട് 3, ഗോൺസാഗോ പ്ലേ സീനിന് മുമ്പുള്ള മൂകാഭിനയരംഗം അദ്ദേഹത്തിന്റെ സുഹൃത്ത് ബി. പാസ്റ്റർനാക്ക് ഹാസ്യാനുകരണരൂപത്തിൽ പരിഭാഷ ചെയ്തിട്ടുണ്ട്. വിയന്നയിലെ ഡ്യൂക്ക് ഗോൺസാഗോയുടെ സഹോദരപുത്രൻ ലൂസിയാനസ് കൊല ചെയ്യുന്നു. തുടർന്ന് ഗോൺസാഗോയുടെ വിധവ ബാപ്ടിസ്റ്റായെ അയാൾ വശീകരിച്ച് വിവാഹം ചെയ്തു. സ്വയം രാജാവായി അവരോധിക്കപ്പെട്ടു. ഡെന്മാർക്കിലെ രാജകുമാരൻ ഹാംലെറ്റ്, എലിസിനോർ കൊട്ടാരത്തിൽ വെച്ച് മരിച്ചുപോയ തന്റെ പിതാവിന്റെ പ്രേതം സംസാരിക്കുന്നതായി കേൾക്കുന്നതാണ് സന്ദർഭം. അദ്ദേഹത്തിന്റെ പിതൃസഹോദരൻ ക്ലോഡിയസ്‌രാജാവിനെ, തന്റെ പിതാവിനെ കൊല്ലുകയും ആ അപമാനത്തിന് ആക്കം കൂട്ടുന്നവിധം മരിച്ച രാജാവിന്റെ വിധവയും ഹാംലെറ്റിന്റെ അമ്മയും ആയ രാജ്ഞിയെ, വിവാഹം കഴിക്കുകയും ചെയ്യുന്നു. ഡെന്മാർക്കിലെ രാജാവായി മാറിയ ഹാംലെറ്റ് സ്വയം ഗോൺസാഗോ നാടകത്തെ "എലിക്കെണി" എന്നു വിളിച്ചു. ഈ തലക്കെട്ട് മയക്കോവ്സ്കി തന്റെ ഹാസ്യാനുകരണത്തിന് നൽകി. അദ്ദേഹം ജീവിച്ചിരുന്നുവെങ്കിൽ എലിക്കെണി ഒരു ഹ്രസ്വസിനിമ ആകുമായിരുന്നു.

"എലിക്കെണി: ആത്മഹത്യകൊണ്ട് ഒരു ഹാസ്യനാടകം"

(വി.മയക്കോവ്സ്കിയുടെ സിനിമ. വില്യം ഷേക്സ്പിയറുടെ കൃതിയിൽ നിന്ന് പ്രചോദനം ഉൾക്കൊണ്ടുകൊണ്ട്.)

മോസ്കോ: ക്രെംലിനിലെ ഗ്രേറ്റ് ഹാളിൽ.

നാടകനടീനടന്മാരും കഥാപാത്രങ്ങളും.

രാജാവ്: മയക്കോവ്സ്കി. *അദ്ദേഹത്തിന്റെ രാജ്ഞി* ലേഡിബ്രിക്ക്. *രാജ്ഞിയുടെ സേവകന്മാർ*, വി. പ്രിക്കോവ്, എ.ക്രാസ്നോഷ്ച്ചോക്കോവ്, എൽ കുലേഷോവ്, *രാജ്ഞിയുടെ എതിരാളികൾ* (രാജാവിനോടുള്ള സ്നേഹം കൊണ്ട്) വെറോണിക്കാ വിറ്റോൾ സോവ്ന. താത്യാന യാക്കോവ്ലേവാ, എലിസബെറ്റ പെട്രോവ്നാ, *മറ്റ് നടീനടന്മാർ* ഒരു കൊട്ടാരം ജൂതൻ ബി. പാസ്റ്റർനാക്ക്. *കൊട്ടാരവിദൂഷകൻ* ഓബ്രിക്കും *അദ്ദേഹത്തിന്റെ മൗസി ലേഡി* എൻ ബ്രിയുകാനെങ്കോ, കോൺസ്റ്റബിൾ വൈ. അഗ്രാനോവ്, പോളിറ്റ് ബ്യൂറോ പ്രഭുക്കളും മാന്യവനിതകളും. *ക്രെംലിൻ സുരക്ഷാഭടന്മാർ പന്തങ്ങൾ ഏന്തിക്കൊണ്ട്.*

"ഡംബ് ഷോ" കഥാപാത്രങ്ങൾ

നടൻ	:	കാലുറകൾക്കുള്ളിലെ കാർമേഘത്തിന്റെ ദുഃഖിതനായ കവി
		നടൻ ചോർട്ട് ശോഷിച്ച ഭൂതം
നടി	:	ലിലി യൂറിയേവ്നാ (ലിലിയ)

രാജകുമാരിമാരുടെ സേവികമാർ

നടി	:	വെറോണിക്ക വിറ്റോൾഡോവ്ന (നോറ)
നടി	:	താത്യാന യക്കോവ്ലേന (താനിക്ക്)
നടി	:	എലിസബറ്റാ പെട്രോവ്നാ (എല്ലി)
ബാലനടി	:	അഞ്ച് വയസ്സ് യെലേനാ വ്ളാഡിവിറോവ്ന

നടൻ : കമ്മിസ്സാറുകൾ റോസൻ ക്രാന്റ്സ് ഉം ഗിൽഡെൻസ്റ്റേൺ പ്രത്യേകം യൂണിഫോം ധരിച്ച ഉദ്യോഗസ്ഥർ.

പെരുമ്പറകളുടെ ശബ്ദം

സ്റ്റേജിന്റെ ഇടതുഭാഗത്തുകൂടി കാലുറകൾക്കുള്ളിലെ കാർമേഘ നടൻ പ്രവേശിക്കുന്നു. അയാളുടെ ഷൂസുകളിലെ ലോഹലാടങ്ങൾ അയാളുടെ ആഗമനത്തെ അറിയിക്കുന്നു. അയാളുടെ ബെൽറ്റിൽ നിന്ന് ഒരു വലിയ തുളയ്ക്കുന്ന സൂചി തൂങ്ങിക്കിടക്കുന്നു. ദേവതയായി അഭിനയിക്കുന്ന ലേഡി ലിലിയ യൂറിയേവ്നാ അയാളെ അനുഗമിച്ചു. തന്റെ മാറിടം മറയ്ക്കുന്നതിനേക്കാൾ കൂടുതൽ തുറന്നു കാണിക്കാൻ ഉദ്ദേശിച്ചുള്ള ബോഡീസും സിൽക്ക് ഉടുപ്പും ധരിച്ചിരുന്ന ലിലിയ.

കാലുറകൾക്കുള്ളിലെ കാർമേഘം നടൻ ഒറ്റക്കാലിൽ നിന്ന് പരേഡ് ടൈറ്റ്സ് ഇട്ട കാലിലെ ഷൂസിന്റെ പിൻഭാഗം പോളീഷു ചെയ്യുകയായിരുന്നു. അയാൾ പ്രേമഭാവത്തോടെ ദേവതാനടിയെ സസൂക്ഷ്മം വീക്ഷിച്ചുകൊണ്ട്.

അവൾ മുട്ടുകാലിൽ നീന്തി ധൈര്യപൂർവ്വം. അവളുടെ കാവ്യദേവതാസ്ഥാനത്തിന് യാതൊരു പരിധിയുമില്ലെന്ന് കാണിക്കാൻ അയാളുടെ ബട്ടണിടാത്ത പാന്റിന്റെ മുൻവശത്ത് ചുണ്ടുകൾ അമർത്തി. അയാൾ അവളെ പിടിച്ചുയർത്തി. അവളുടെ കഴുത്തിലേക്ക് അയാൾ ശിരസ്സ് കുനിച്ചു. അവളുടെ വലത് മുലക്കണ്ണിൽ അയാളുടെ ഇടതുകൈത്തലത്തിന്റെ പുറംകൊണ്ട് മൃദുലമായി തലോടി.

ഇപ്പോൾ അയാൾ റോസ് പുഷ്പങ്ങൾ നിറഞ്ഞ ഒരു നദിക്കരയിൽ ചെരുവിൽ കിടക്കുന്നു. അയാൾ ഉറങ്ങുന്നത് കണ്ടുകൊണ്ട് ദേവതാ നടി രംഗവേദിയുടെ വലത് ഭാഗത്തു നിന്നു. ചോർട്ടിന്റെ വേഷത്തിൽ ചെങ്കുപ്പായ സേനാ ജനറൽ വന്നു. അയാളുടെ അരയ്ക്ക് ചുറ്റുമുള്ള ബെൽറ്റിൽ നിന്ന് ലതർ കൈത്തോക്കുറ തൂങ്ങിക്കിടന്നു. ഉറങ്ങുന്ന കാലുറകൾക്കുള്ളിലെ അഭിനേതാവിന്റെ സമീപത്ത് അയാൾ മുട്ടുകാൽ കുത്തിനിന്നു. അയാളുടെ കിരീടം എടുത്തു മാറ്റി. അതിൽ ചുംബിച്ചു. തോക്കുറയിൽനിന്നും റിവോൾവർ ഊരി പുറത്തെടുത്തു. പോക്കറ്റിൽ നിന്നും ഒരൊറ്റ ബുള്ളറ്റ് എടുത്ത് അതിന്റെ പതിഞ്ഞ ബുള്ളറ്റ് ഉടുപ്പിന്റെ കൈയിൽ തുടച്ച് പോളിഷ് ചെയ്തു. റിവോൾവറിന്റെ ചേംബറിലേക്ക് നിറയ്ക്കുന്നതിനു മുമ്പ് ഫയറിംഗ്പിന്നിന് താഴെ ബുള്ളറ്റ് കൃത്യമായ നിലയിലാണോയെന്ന് സസൂക്ഷ്മം പരിശോധിച്ച് ഉറപ്പു വരുത്തി. ഒരിക്കലും വിജയിച്ചിട്ടില്ലാത്ത, യാതൊരു വിജയപ്രതീക്ഷയും ഭാവിയിൽ ഇല്ലാത്ത കവിയുടെ ചെവിയിലേക്ക് കൈത്തോക്കിന്റെ കുഴൽ തള്ളിക്കയറ്റി. ഒട്ടും താമസിയാതെ അയാളുടെ ഉറക്കത്തിൽ തന്നെ അയാൾ കൊല്ലാൻ പോകുകയാണെന്നു തോന്നിപ്പോയി. പിന്നെ അയാൾക്ക് അതിനേക്കാൾ നല്ല ഒരാശയം ഉണ്ടെന്ന് സൂചിപ്പിക്കുന്നതുപോലെ ക്രൂരമായി ചിരിച്ചു.

നടൻ ചോർട്ട് കൈത്തോക്ക് ഉറങ്ങുന്ന കാലുറകൾക്കുള്ളിലെ കാർമേഘ നടന്റെ കൈയിൽ വെച്ചു.

കർട്ടൻ

ഇത്രയും നാടകത്തിന്റെ അവതരണഭാഗം.

ലേഡി ബ്രിക്ക് : ഇതിന്റെ അർത്ഥം എന്താണ്. എന്റെ പ്രഭോ?

മയക്കോവ്സ്കി : അനർത്ഥകരം, അഹിതം, കുസൃതി...

കൊട്ടാര ജൂതൻ പാസ്റ്റർനാക്ക് : ഒരുപക്ഷേ, ഈ 'മൂകനാടകം' സൃഷ്ടിക്കുന്ന അഭിപ്രായവ്യത്യാസത്തെ തുടർന്ന് മറ്റ് ചിലത് സംഭവിച്ചേക്കാം. തുടർന്നു കാണുക.

രംഗവേദിയുടെ ഇടതുഭാഗത്തുകടി നടി നോറ എന്നു വിളിക്കുന്ന വെറോണിക്ക വിറ്റോൾ ഡോവ്ന, കടന്നുവരുന്നു. കാലുറകൾക്കുള്ളിലെ കാർമേഘ നടന്റെ മേലേക്ക് അവൾ കുനിഞ്ഞ് അയാളുടെ ചുണ്ടുകളിൽ ചുംബിച്ച് അയാളെ ഉണർത്താൻ ശ്രമിച്ചു. അപ്രതീക്ഷിതമായി സംഭവിച്ചതിൽ അദ്ഭുതപ്പെട്ട് അയാൾ എഴുന്നേറ്റ് ഇരുന്നു. അയാളുടെ കൈയിലെ കൈത്തോക്ക് കണ്ട് അവൾ ഭയന്നു. അവർ വാദിച്ചു. അയാൾ റോസാദളങ്ങൾ ചവച്ച് ഉരുളകളാക്കി അവളടെ മേൽ എറിഞ്ഞു. അവൾ പേടിച്ച് പിന്നോട്ട് പെട്ടെന്ന് നീങ്ങി. അവളുടെ കണ്ണുകൾ ഭയം കൊണ്ട് വിടർന്നു. സ്റ്റാലിൻ യൂണിഫോമിട്ട നടൻ ചോർട്ട് വളരെ വേഗം കാലുറകൾക്കുള്ളിലെ കാർമേഘനടനോട് വർത്തമാനം പറഞ്ഞ് അയാളുടെ മനോവ്യാധി വർദ്ധിപ്പിക്കാൻ ശ്രമിച്ചു. കാലുറകൾക്കുള്ളിലെ കാർമേഘ നടന്റെ കണങ്കൈയിൽ മുറുകെപിടിച്ച് അയാളുടെ കൈത്തോക്ക് ഉയർത്താൻ അയാളെ സഹായിക്കുന്നു. എല്ലാ പ്രതീക്ഷകളും നശിച്ച കവിയുടെ നെഞ്ചിനുനേരെ പിടിക്കുന്നതുവരെ. പിന്നെ തോക്കിന്റെ കാഞ്ചിയിൽ ചൂണ്ടുവിരൽ ചേർത്തുവയ്ക്കാൻ ശ്രദ്ധാപൂർവ്വം അയാളെ സഹായിക്കുന്നു. തൊണ്ടയിൽ കുമിഞ്ഞുകൂടിയ കഫം ചുമച്ചു തുപ്പാൻ പ്രയാസപ്പെടുന്നു, കാലുറകൾക്കുള്ളിലെ കാർമേഘനടൻ ആ ഒരൊറ്റ ബുള്ളറ്റ് ഫയറിംഗ്പിന്നിന്റെ താഴെയാണോ എന്ന് പരിശോധിച്ച് ഉറപ്പു വരുത്തിക്കൊണ്ട് കണ്ണുകൾ അടയ്ക്കുന്നു. കാഞ്ചി വലിക്കുന്നു. നടി നോറ വെടി പൊട്ടുന്നതിന്റെ ശബ്ദം കേൾക്കാതിരിക്കാൻ അവളുടെ ചെവി പൊത്തി നിന്നു. കാലുറകൾക്കുള്ളിലെ കാർമേഘനടൻ മരിച്ചുവീഴുന്നു. അദ്ദേഹത്തിന്റെ വെളുത്ത മേൽഉടുപ്പിൽ ഹൃദയത്തിന്റെ സ്ഥാനത്ത് രക്തം വീണ് ചുവന്നു, അദ്ദേഹത്തിന്റെയുള്ളിൽ ഒരു ഹൃദയം ഉണ്ടായിരുന്നെങ്കിൽ.

നടി ദേവത രംഗവേദിയുടെ വലതുഭാഗത്തുകൂടി പ്രവേശിക്കുന്നു. കാലുറകൾക്കുള്ളിലെ കാർമേഘനടൻ മരിച്ചെന്ന് മനസ്സിലാക്കുകയും നടി വെറോണിക്ക വിറ്റോൾഡോവ്ന എന്ന നോറ അനിയന്ത്രിതമായ ദുഃഖത്തോടെ കവിയെ ഉത്തേജിപ്പിച്ച് പുനരുജ്ജീവിപ്പിക്കാൻ വദന സുരതം പ്രയോഗിക്കുന്നു. തീവ്രവികാരത്തോടെ അവൾ പരിശ്രമിച്ചു.

അഭിനേതാക്കൾ റോസൻക്രാന്റ്സും ഗിൽഡെൻസ്റ്റേണും രംഗവേദിയുടെ വലതുഭാഗത്തുകൂടി പ്രവേശിക്കുകയും ശവശരീരത്തിനടുത്തു നിന്ന് നടി വെറോണിക്ക വിറ്റോൾഡോവ്നാ എന്ന നോറയെ അകലേക്ക് മാറ്റി നിർത്തുകയും ചെയ്തു. നടിമാരായ താത്യാന യക്കോലേവായും എലിസബെറ്റ പെട്രോവ്ന എന്ന എല്ലിയും പിന്നെ ബാലനടി യെലേന് വ്ളാഡിമിറോവ്നയും രംഗവേദിയുടെ ഇടതുഭാഗത്തുകൂടി പ്രവേശിക്കുന്നു. സഹായികളായി കാത്തുനിന്നിരുന്ന രണ്ടു സ്ത്രീകളുടെ അടുത്ത് നടി വെറോണിക്ക വിറ്റോൾഡോവ്ന എന്ന നോറയും ചെന്നു നിന്നു. വിജയപ്രതീക്ഷകൾ അസ്തമിച്ച് നിരാശനായി മരിച്ച കവിയുടെ ശവശരീരത്തിനുമുമ്പിൽ ബാലനടി മുട്ട് കുത്തി. എല്ലാവരും ഒരേപോലെ പൂച്ചകൾ ഇണചേരുമ്പോൾ ഉണ്ടാകുന്ന ശബ്ദത്തിൽ ദുഃഖത്തോടെ കരഞ്ഞു. നടൻ ചെങ്കുപ്പായ ജനറൽ നടി ദേവതയോട് അനുശോചനം അറിയിക്കുന്നതുപോലെ തോന്നി. അവർ അല്പം അകലെ വ്യാകുലതയാൽ ദീനരോദനംകൊണ്ട് അസ്വസ്ഥയായി നിന്നു. അഭിനേതാക്കൾ റോസൻക്രാന്റ്സും ഗിൽഡെൻ സ്റ്റേണും പ്രതീക്ഷയറ്റ് നിരാശനായി മരിച്ച കവിയുടെ ശവശരീരം എടുത്തുകൊണ്ടുപോകുന്നു. നടൻ ചോർട്ട് നടിദേവതയെ ശാരീരികമായ ശക്തി പ്രദർശിപ്പിച്ചുകൊണ്ട് അനുനയിപ്പിക്കാൻ ഒരു മേശയുടെ കാലുകളിൽ ഒന്നിൽ പിടിച്ച് അയാളുടെ തലയ്ക്ക് മുകളിൽ ഉയർത്തി. നടി ദേവതയ്ക്ക് സമ്മാനങ്ങളും സൈനികമുദ്രകളും സംഘടനാംഗത്വവും പദവിയും അയാളുടെ യൂണിഫോം ജാക്കറ്റിൽ നിന്നും പറിച്ചെടുത്ത അലങ്കാര മുദ്രകളും സമർപ്പിച്ചു. അല്പനേരത്തേക്ക് അവൾ അതൃപ്തിയും ഈർഷ്യയും കാണിച്ചതായി തോന്നി. എന്നാൽ ഒടുവിൽ അയാളുടെ സമ്മാനങ്ങളും സ്നേഹവും അവൾ സ്വീകരിച്ചു.

രംഗസംവിധാനം നിർദ്ദേശം

മൂകനാടകത്തിലെ എല്ലാ കഥാപാത്രങ്ങളും അഭിനയം നിർത്തുമ്പോൾ

കർട്ടൻ

ലേഡി ബ്രിക്ക് : "കഷ്ടം, കഷ്ടം, എന്തൊരു കഷ്ടം.

കൊട്ടാര ഗവർണർ
അഗ്രാനോവ് : ചില ദുരൂഹകൊലപാതകങ്ങൾ ശിക്ഷിക്കപ്പെടാതെ പോകുന്നു.

കൊട്ടാര വിദൂഷകൻ	:	ബ്രിക് (അഭിനേതാക്കളെ നേരിടാൻ വേണ്ടി മയക്കോവ്സ്കി പെട്ടെന്ന് ദേഷ്യത്തോടെ ചാടി എഴുന്നേൽക്കുന്നത് കണ്ട്) ഇതെങ്ങനെ സംഭവിച്ചു പ്രഭോ?
മയക്കോവ്സ്കി	:	(ദേഷ്യം കൊണ്ട് അലറി വിളിച്ചു പറഞ്ഞു.) പ്രകാശസജ്ജീകരണങ്ങളിൽനിന്ന് ചിലത് എടുത്തുനീക്കൂ...
കൊട്ടാരജൂതൻ പാസ്റ്റർനാക്ക്	:	(അതിവേഗം) വെളിച്ചം! വെളിച്ചം, അത്യാവശ്യം.
മയക്കോവ്സ്കി	:	ഫക്ക്!

രംഗവേദിയിൽ ഇരുട്ട് പരക്കുന്നു.

തിയേറ്ററിനുള്ളിൽ വിളക്കുകൾ തെളിയുന്നതിന് നിമിഷങ്ങൾക്കു മുമ്പ് രണ്ട് സ്പഷ്ടമായ വാക്കുകൾ വെള്ളിത്തിരയിൽ നിറഞ്ഞു.

ശുഭം

■

www.ingramcontent.com/pod-product-compliance
Lightning Source LLC
LaVergne TN
LVHW042302051026
849519LV00012B/1913
9789387357266